D1772150

என் தந்தை பாலய்யா

என் தந்தை பாலய்யா

ஜெனி டாலி அந்தோணி (பி. 1985)
மொழிபெயர்ப்பாளர்

போடிநாயக்கனூரில் பிறந்தவர். பள்ளிக் கல்வியையும் இளநிலைப் பட்டப்படிப்பையும் மதுரையில் பயின்ற இவர், முதுகலைப் பட்டப் படிப்பிற்காகச் சென்னை வந்து 12 ஆண்டுகள் கடந்துவிட்டன. கல்லூரி ஆசிரியராகவும் தமிழ் செய்தி தொலைக்காட்சி ஒன்றில் பத்திரிகையாளராகவும் பணியாற்றிய இவர் தற்போது இயக்குநர் பா. இரஞ்சித் துடன் திரைப்படத் துறையில் பணியாற்றி வருகிறார். மொழிபெயர்ப்பாளராக இவரது இரண்டாவது வெளியீடு இது. மொழிபெயர்ப்புச் சிறுகதைத் தொகுப்பான 'உலக கிளாசிக் கதைகள்' (2014) இவரது முதல் வெளியீடு.

இம்மொழிபெயர்ப்பில் உதவிய கௌரி கிருபானந்தன் அவர்களுக்கு நன்றி

ஒய்.பி. சத்தியநாராயணா

என் தந்தை பாலய்யா

ஆங்கிலத்திலிருந்து தமிழில்
ஜெனி டாலி அந்தோணி

காலச்சுவடு பதிப்பகம்

அன்பார்ந்த வாசகருக்கு,

வணக்கம்.

காலச்சுவடு நூலை வாங்கியமைக்கு நன்றி.

நூலின் உள்ளடக்கம், உருவாக்கம், அட்டைப்படம் இன்ன பிற அம்சங்கள் பற்றிய உங்கள் கருத்துகளையும் ஆலோசனைகளையும் காலச்சுவடு வரவேற்கிறது. தகவல், எழுத்து, வாக்கியப் பிழைகள் தென்பட்டால் அவசியம் தெரிவித்து உதவுங்கள். நூல் தயாரிப்பில் கடும் குறைபாடு இருப்பின் மாற்றுப் பிரதி உங்களுக்குக் கிடைக்கக் காலச்சுவடு ஏற்பாடு செய்யும்.

மின்னஞ்சல்: publisher@kalachuvadu.com

காலச்சுவடு நாகர்கோவில் அலுவலகத்திற்குக் கடிதம் அனுப்பலாம்.

தங்கள்
எஸ்.ஆர். சுந்தரம் (கண்ணன்)
பதிப்பாளர் — நிர்வாக இயக்குநர்

என் தந்தை பாலய்யா ❖ வாழ்க்கை வரலாறு ❖ ஆசிரியர்: ஒய்.பி. சத்திய நாராயணா ❖ © ஒய்.பி.சத்தியநாராயணா ❖ ஆங்கிலத்திலிருந்து தமிழில்: ஜெனி டாலி அந்தோணி ❖ மொழிபெயர்ப்புரிமை: அ.ஜெனி டாலி ❖ முதல் பதிப்பு: டிசம்பர் 2017, திருத்தப்பட்ட மூன்றாம் பதிப்பு: ஜூலை 2019, ஆறாம் பதிப்பு: ஜூலை 2024 ❖ வெளியீடு: காலச்சுவடு பப்ளிகேஷன்ஸ் (பி) லிட்., 669, கே.பி. சாலை, நாகர்கோவில் 629001

en tantai paalayyaa ❖ Biography ❖ Tamil translation of 'My Father Baliah' ❖ Author: Y.B. Satyanarayana ❖ © Y.B. Satyanarayana ❖ Translated from English by Jeny Dolly Antony ❖ Translation © A. Jeny Dolly ❖ Language: Tamil ❖ First Edition: December 2017, Revised Third Edition: July 2019, Sixth Edition: July 2024 ❖ Size: Demy 1 x 8 ❖ Paper: 18.6 kg maplitho ❖ Pages: 288

Published by Kalachuvadu Publications Pvt. Ltd., 669 K.P. Road, Nagercoil 629001, India ❖ Phone: 91-4652-278525 ❖ e-mail: publications @kalachuvadu.com ❖ Printed at Clicto Print, Jaleel Towers, 42 KB Dasan Road, Teynampet Chennai 600018

ISBN: 978-93-86820-14-3

07/2024/S.No. 794, kcp 5241, 18.6 (6) rss

என் தந்தை பாலய்யாவுக்கும்
எழுத்தறிவற்ற என் தாய் நரசம்மாவுக்கும்

எலுகடி குடும்பம்

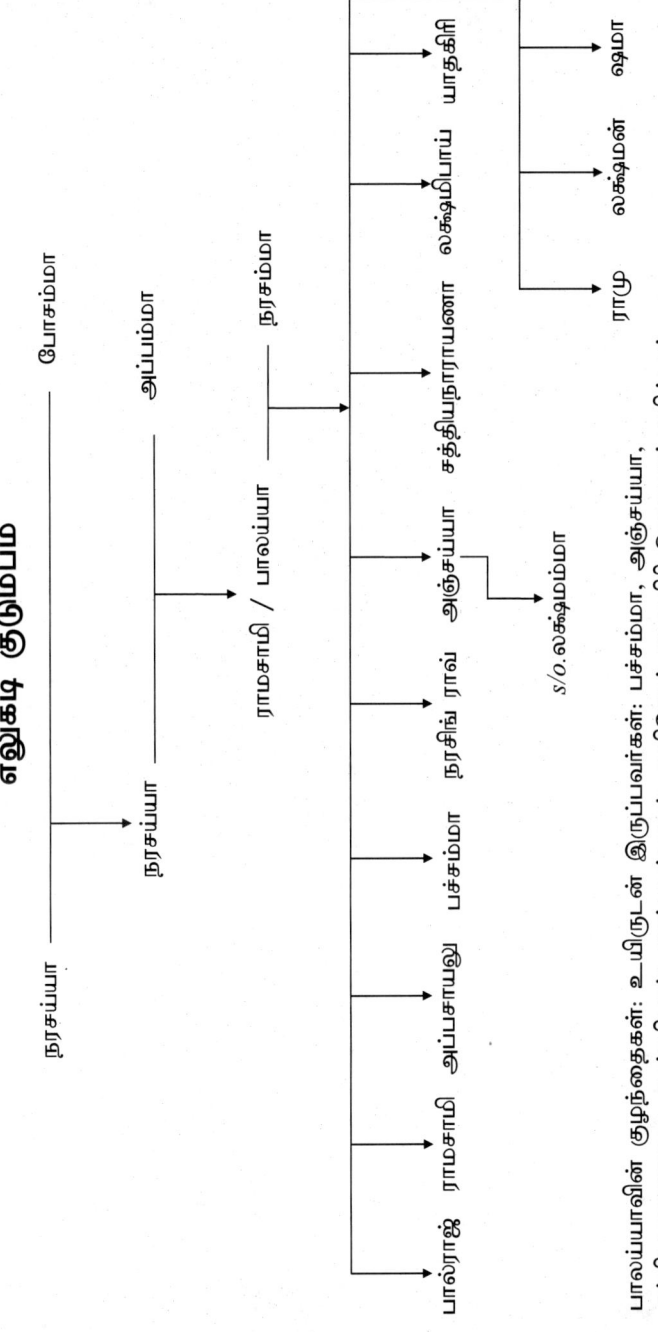

பாலய்யாவின் குழந்தைகள்: உயிருடன் இருப்பவர்கள்: பச்சம்மா, அஞ்சய்யா, சத்தியநாராயணா, லக்ஷ்மிபாய், லக்ஷ்மன் ராவ் ஆகியோர்; யாதகிரி தொலைந்துவிட்டார்.

இறந்தவர்கள்: ராமசாமி, ராமு, ஷமா ஆகியோர்

ADILABAD
CHHATISGARH
NIZAMABAD
MEDAK
WARANGAL
KARIMNAGAR
Vangapalli
Mallapuram
Ibrahimpalan
Rechaoalli
Raikal
Yelgonda
Metpalli
Koratla
Jagtial
Changaon
Ambarpet
Ramanapeta
Malial
Rudrangi
Kodmaial
Chopadandi
Osmannagar
Kottapalli
Vemalwada
Elgandal
Sirsilla
Yellareddi
Ghambiraopet
Manakondur
Tadikal
Mulkanur
Ramachandrapur
Sunigram
Koheda
Nagnur
Hasanabad
Narasingapuram
Bheemadevarapalle
Huzurabad
Uppal
Kamalpuram
Jamikunta
Tangula
Potkapalli
Srirampuram
Peddapalli
Kamanpur
Landnapuram
Mutaram
Tadcharla
Kaleswaram
Mahadeopur
Palmala
Chintakani
Kanakanur

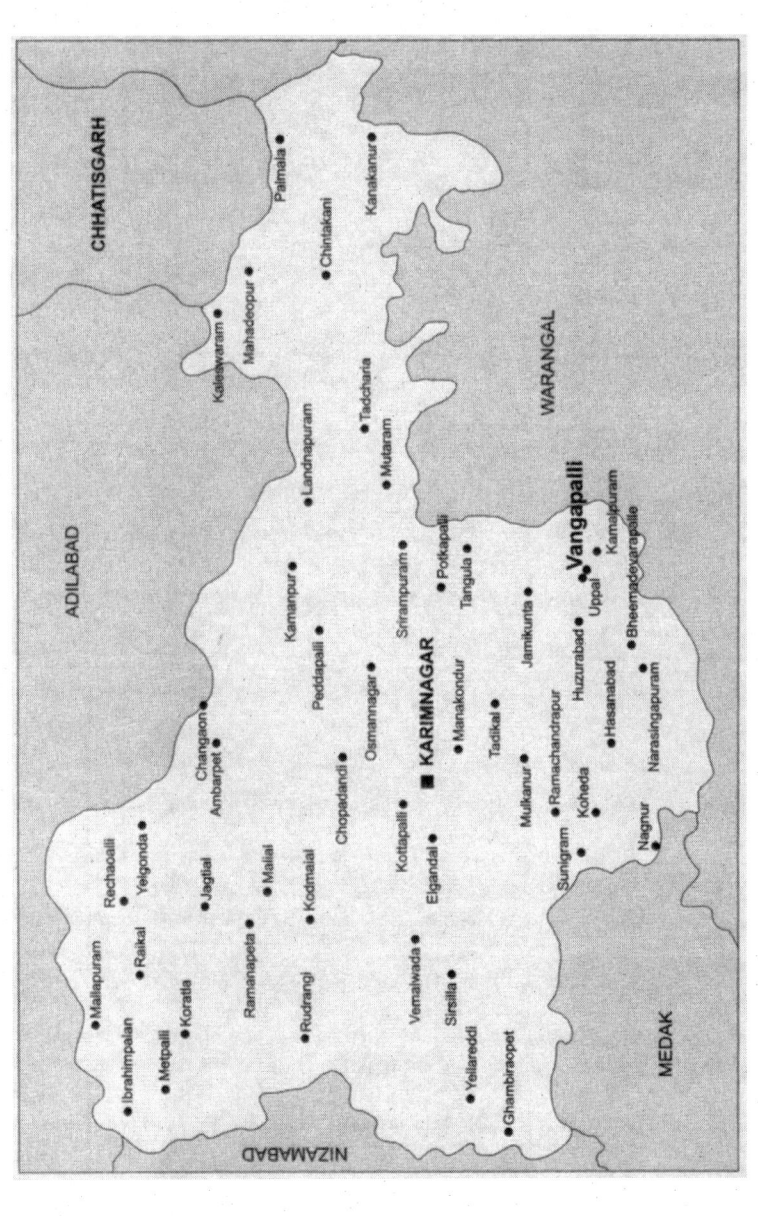

மொழிபெயர்ப்பாளர் குறிப்பு

'My Father Baliah' புத்தகத்தை என்னிடம் மொழிபெயர்க்கக் கொடுத்து, அதை நான் முடிக்கும் வரை பொறுமை காத்த காலச்சுவடு கண்ணனுக்கும் நூலாசிரியர் ஒய்.பி. சத்தியநாராயணாவுக்கும் நன்றி தெரிவித்துக்கொள்கிறேன்.

கதைகள் யாரால், யாரிடம், எந்தச் சூழலில் கூறப்படுகின்றன என்பதைப் பொறுத்து தத்தமது அரசியல் தேவையை வலியுறுத்திக்கொள்கின்றன. அந்த வகையில் யார் எதை உண்ண வேண்டும், யார் கல்வி பெற வேண்டும், யார் செருப்பு போட வேண்டும், இறந்த உடல்கூட எந்தத் தெரு வழியே கொண்டு செல்லப்பட வேண்டும், யார் யாரைத் திருமணம் செய்துகொள்ள வேண்டும், யார் யாரைக் காதலிக்க வேண்டும் என்பது போன்ற அடிப்படை மனித உரிமைகளில்கூடத் தலையிடும் அநாகரிகம் மிகுந்திருக்கும் இந்தக் காலகட்டத்தில் தனது வரலாற்றைப் பதிவு செய்வதன் மூலம், நாம் கேட்க மறுக்கும் ஒரு சமூகத்தின் குரலை, ஓங்கி ஒலிக்கச் செய்திருக்கும் சத்தியநாராயணாவின் எழுத்துக்குத் தமிழ் வடிவம் கொடுத்ததற்காக மகிழ்ச்சியடைகிறேன்.

மாற்றுக் கருத்தைக் கொண்டவர்களின் குரல்வளைகள் நெரிக்கப்படும் காலத்தில், மறுக்கப்படும் வரலாறுகளை மீண்டும் மீண்டும் பதிவு செய்வது மிகப் பெரிய அரசியல் பணி. சத்தியநாராயணாவின் பதிவுகள் போன்று பல பதிவுகள் தரும் மனவுறுதியில் வாழ்வோம். தொடர்ந்து நம் கருத்துகளையும் பதிவு செய்வோம்.

சென்னை   **ஜெனி டாலி அந்தோணி**
24.08.2017

முன்னுரை

முனைவர் ஒய்.பி. சத்தியநாராயணா அவர்களின் புத்தகமான, 'என் தந்தை பாலய்யா'வுக்கு முன்னுரை எழுதுவதில் பெருமகிழ்ச்சி கொள்கிறேன். பின்னாளில் எலுகடி பாலய்யா என்று அறியப்பட்ட, தன் தந்தை எலுகடி ராமசாமிக்கு அவர் செலுத்தும் அஞ்சலிதான் இந்தப் புத்தகம். ஆந்திரப் பிரதேசத்தின் தெலுங்கானாவிலிருந்து வந்த தலித் மாதிக குடும்பத்தின் பயணத்தை விரிவாகப் பதிவாக்கும் வரலாறு இந்தப் புத்தகம். எல்லாத் தடைகளையும் தாண்டி செறிவான ஓர் உலகத்தை நோக்கிப் பயணித்த ஒரு குடும்பத்தின் கதையும்கூட இது. மூன்று தலைமுறைகளாகவும் நூற்றாண்டுகளாகவும் மாறாமல் தொடர்ந்தவற்றையும் காலத்தால் மாற்றப்பட்டவற்றையும் இந்தப் புத்தகம் பதிவு செய்கிறது. இது ஒரு குடும்பத்தின் சரிதை மட்டும் கிடையாது. பல பத்தாண்டுகளாக வெவ்வேறு இடங்களில், சூழல்களில், சந்தர்ப்பங்களில் வாழ்ந்த மாதிக சமூகத்தினரின் அனுபவங்கள் இவை. அப்படி அவர்கள் வாழ்ந்த காலகட்டத்தின் வரலாறு இந்தப் புத்தகம்.

மீற முடியாத சமூக எல்லைகளையும் மன எல்லைகளையும் சமூக, பொருளாதார, கலாச்சார வெளிகளையும் சாதிகளுக்கிடையேயான சாதிகளின் உறவுகளையும், அதன் சட்ட திட்டங்களையும் வாழும் வழிகளையும் விதங்களையும் பேரங்களையும் சமரசங்களையும் லட்சியங்களையும் பின்னடைவுகளையும் கொண்ட தீண்டத்தகாதவர்களின் தனித்துவம் மிகுந்த உலகத்தின் பல்வேறு

முகங்களைப் பிரித்துப்பார்க்கும் முயற்சிதான் 'என் தந்தை பாலய்யா'. தீண்டத்தகாத ஒரு சமூகம் பொருளாதாரச் சமூகப் பாகுபாடுகளுக்கும் ஒடுக்கும் சாதிய முறைகளுக்கும் நிலப் பிரபுத்துவ முறைகளுக்கும் ஏளனப்படுத்தலுக்கும் அவமதிப்புக் கும் எதிராக மேற்கொள்ளும் ஓயாத போராட்டத்தின் வரலாற்றுப் பதிவாக இந்தப் புத்தகம் இருக்கிறது. தீண்டாமை, சாதியத்தின் மனிதாபிமானமற்ற குரூரத்தையும் தனது நிதர்சனமாக அதை உள்வாங்கியுள்ள தீண்டத்தகாத சமூகத்தின் கையறு நிலையை யும் இந்தப் புத்தகம் வெளிக்கொணர்கிறது. அதே நேரம், பிற சமூகத்தைச் சேர்ந்த சிலரின், குறிப்பாகச் சில ஆசிரியர்களின் ஆழ்ந்த அன்பையும் இரக்கத்தையும் இது எடுத்துரைக்கிறது.

ஐ.ஏ.எஸ். அதிகாரியாக ஆந்திரப் பிரதேசத்தில் பணியாற்றிய போது ஏழ்மையான சமூகத்தைச் சேர்ந்த மக்கள் மத்தியில் குறிப்பாகப் பட்டியல் சாதியினர், பழங்குடிகள் மத்தியில் பணி யாற்றும் வாய்ப்பு எனக்குக் கிடைத்தது. அரசியல் சாசனமும் சட்ட வரைமுறைகளும் தடை செய்தபோதும் தீண்டாமை அதன் முழு வீச்சில் செயல்படுத்தப்படுவதைக் கண்கூடாகப் பார்த்திருக்கிறேன். தலித் பெண் ஒருவர் ஒரு குளத்தின் கரையில் அமர்ந்து யாரேனும் தன் குடத்தில் தண்ணீரை நிரப்ப மாட்டார்களா என்று காத்துக்கொண்டிருந்த காட்சி இன்றும் என் மனத்தில் பதிந்துள்ளது. அவர் தலித் என்பதால் குளத்தில் இறங்கி தண்ணீர் எடுக்கும் உரிமை அவருக்கு மறுக்கப் பட்டிருந்தது. சாதியப் படிநிலையில் கீழ்மட்டத்தில் இருப்பவர்கள் என்பதைக் குறிப்பதற்காக அவர்களது பெயர்களுடன் மரியாதைக் குறைவான அடைமொழிகள் சேர்க்கப்படுவதைப் பார்த்து அதிர்ச்சியடைந்துள்ளேன். கொத்தடிமைகளாக்கப்பட்டவர்களின், குறிப்பாகக் கடன் வாங்கிய அற்பத் தொகைக்காகப் பல தலைமுறைகளாக நிலச்சுவான்தார்களிடம் சிக்குண்டவர்களின் நிலையை நான் பார்த்துள்ளேன். தெலுங்கானா பகுதியில் 'தொர' என்றழைக்கப்படும் பெரிய நிலச்சுவான்தார்களின் முன்னிலையில் பயம் கவ்வியிருந்த தலித்துகளின் முகங்களையும், "நான் உங்கள் அடிமை, உங்கள் காலில் விழுந்து கும்பிடுகிறேன்" என்று தலித்துகளைச் சொல்ல வைக்கும் அடக்குமுறையின் வீரியத்தையும் நான் உணர்ந்திருக்கிறேன். தீண்டத்தகாத சமூகத்தினர்மீது கட்டவிழ்த்து விடப்பட்ட அநீதிகளும் அவர் களுக்கு இழைக்கப்பட்ட அவமானங்களும் எலுகடி குடும்பத்தின் வரலாற்றினூடாகக் கூறப்படுகின்றன.

இந்தப் புத்தகத்துடனான எனது நெருக்கத்திற்கு மற்றொரு காரணமும் இருக்கிறது. இளம் வயதில், ரயில்வே

காலனியில் வசித்தவனாக, அந்தக் காலனிகளில், முழுமையாக இல்லாவிட்டாலும், சாதியக் கட்டுகள் சிறிதளவேனும் தளர்த்தப் பட்டதை நான் உணர்ந்துள்ளேன். கீழ்ச் சாதியினர் என்று கூறப் படும் கேங்மென், பாயிண்ட்ஸ்மென், ஷண்டர்களையும் உயர் சாதியினர் என்றழைக்கப்படும் ஸ்டேஷன் மாஸ்டர்களையும் ரயில்வே கார்டுகளையும் அவர்களின் 'கார்டு பெட்டி'களையும் அலுவல் உறவுகளையும் தனிப்பட்ட உறவுகளையும் இந்த இரு குழுக்களும் எப்படிக் கையாள்கிறார்கள் என்பதையும் நான் பார்த்துள்ளேன். யாரேனும் பச்சைக் கொடி காட்டி நிற்க, ஸ்டேஷன்களில் நிற்காமல் பறந்துசெல்லும் 'ரன் த்ரூ' ரயில் களைப் பார்த்து வியந்துள்ளேன். அந்தக் காலத்துப் புகை வண்டிகள் சுமந்து வந்த தண்ணீரைப் பிடிக்க முண்டியடித்த பெண்களையும் ரயில்வே ஊழியர்களின் குடும்பத்தினர் ரயிலில் இலவசமாகப் பயணம் செய்வது ஏற்றுக்கொள்ளப்பட்ட வழக்க மாக இருந்ததையும் நான் பார்த்துள்ளேன். இரண்டாம் உலகப் போரின் இறுதிவரை, ரயில்வே பணியாளர்களுக்கென தானியக் கடைகளை இயக்கி வந்தது ரயில்வே துறை. சமூகத்தின் மற்ற பிரிவுகளைப் போலல்லாமல் ரயில்வே துறை தனித்த ஓர் உலகமாக இயங்கிக்கொண்டிருந்தது. கிராமங்களில் நிலவிய நிலச்சுவான்தார்களின் ஆதிக்கத்தை உடைத்து வெளியேறப் போராடிய ஒரு தலித் குடும்பத்தின் கதையின் ஊடாக இந்த விஷயங்களையும் தெளிவாக வெளிக்கொணர்கிறது இந்தப் புத்தகம். எழுத்தாளர் குறிப்பிடுவதைப் போல, ரயில்வேயே அவர்களது உலகமாக இருந்துள்ளது. ரயில்வே துறைக்கு வெளியே இருந்த உலகத்தைப் பற்றி அறிந்திராத எழுத்தாளரின் தந்தை, தன் பிள்ளைகள் உயர் கல்வி பயின்று கட்டாயம் ரயில்வே துறை உயரதிகாரிகளாக வேண்டும் என்ற முடிவில் இருந்தார்.

பிரிட்டிஷ் ஆட்சி வந்ததும், அதன் ராணுவத்தின் கீழ் கண்டோன்மெண்டுகளிலும் கப்பல் துறைமுகங்களிலும் ரயில்வே துறையிலும் சுரங்கங்களிலும் ஆலைகளிலும் புதிய வேலை வாய்ப்புகள் கிடைத்தன. இதன் மூலம் தீண்டத்தகாத சமூகத்தைச் சேர்ந்தவர்களுக்குப் புதிய வாய்ப்புகள் கிடைத்தன. சொல்லப்போனால், உயர் சாதியினர் கடினமான, ஆபத்தான இந்த வேலைகளைச் செய்யத் தயாராக இல்லாததாலும், தீட்டுப் பட்டுவிடும் என்று அவர்கள் அஞ்சியதாலும் இந்த வேலைகளில் தலித்துகளுக்கே அதிக வாய்ப்புகள் இருந்தன. பாபாசாகேப் அம்பேத்கர் அவர்களே இராணுவக் குடும்பத்தைச் சேர்ந்தவர் தான் என்பதையும், மோவ் (Mhow) என்ற ராணுவ நிலையத்தில் தான் அவர் பிறந்தார் என்பதையும் இந்த இடத்தில் குறிப்பது

முக்கியமாக இருக்கும். ரமாபாய் அம்பேத்கரும் அப்படியொரு குடும்பத்தைச் சேர்ந்தவர்தான்.

ஆசிரியர் சரியாகச் சுட்டுவதைப் போல், ரயில்வே துறை வேலைவாய்ப்புகள், உடலுழைப்பு அதிகம் தேவைப்படும் கீழ்த் தரமான வேலைகள் என்றபோதும், கிராமங்களின் ஒடுக்கப்பட்ட சூழல்களிலிருந்து தலித்துகள் வெளியேற வழி செய்தது. தீண்டத்தகாதவர்களும் ரயில்வே துறையில் நுழைந்தனர். ஒவ்வொரு கிராமத்திலும் தீண்டத்தகாதவர்களாகவும் விளிம்பில் வாழ்பவர்களாகவும் உணரவைக்கப்பட்டவர்கள் ரயில்வே காலனிகளில் பிற சாதியினருடன் வாழ்ந்தது அவர்களுக்குப் புதிதான, சுதந்திரமளிக்கக்கூடிய அனுபவமாக இருந்தது. ரயில்வே துறையில் கிடைத்தது போன்ற வாய்ப்புகள் நிலக்கரிச் சுரங்கங்களிலும் தலித்துகளுக்குக் கிடைத்தன.

ஆந்திரப் பிரதேசத்தின், தெலுங்கானாவிலுள்ள கரீம் நகர் மாவட்டத்தின் வங்கபல்லி கிராமத்தில்தான் திரு. நரசய்யாவின் கதை ஆரம்பிக்கிறது. ஐதராபாத்தை ஆண்டுவந்த நிசாம் இந்தக் கிராமத்தின் வழியாகப் பயணப்பட்டபோது, நரசய்யாவின் தந்தையான நரசய்யா, கன்றுக்குட்டியின் தோலாலான அழகான செருப்பை நிசாமுக்குப் பரிசாக அளித்தார். இதனால் மகிழ்ந்து போன நிசாம், இந்தப் புத்தகத்தின் ஆசிரியரின் கொள்ளுத் தாத்தாவுக்கு 50 ஏக்கர் நிலம் பரிசாகக் கொடுத்தார். நிசாமே கொடுத்திருந்தாலும், நிலத்தில் வெறும் இரண்டு ஏக்கரை வைத்துக்கொள்ள மட்டுமே அந்தப் பகுதியின் துரை, நரசய்யாவை அனுமதித்தார். நிலைமை இப்படி ஆனதை எண்ணி வருத்தமோ ஏமாற்றமோ அடையாத நரசய்யா அதற்கு மாறாக நிம்மதியாக உணர்ந்தார். தன்னிடமிருந்து நிலம் எடுத்துக்கொள்ளப்பட்டதே என்று வருந்தாது, இரண்டு ஏக்கராவது எஞ்சியதே என்று மகிழ்ச்சியடைந்தவர், துரையின் சினத்திலிருந்து தப்பிப் பிழைத்ததற்காக நிம்மதியுற்றார். சொல்லப்போனால் இன்றும் பல கிராமங்களில் பட்டியல் சாதியினருக்கென அரசு ஒதுக்கும் நிலங்களைக் கூட அவர்கள் உரிமை கொள்ளவோ பயிரிடவோ முடியாத அளவுக்கான சூழல் நிலவி வருகிறது.

ஒரு கிராமத்தின் சமூகக் கட்டமைப்பைப் பற்றி ஆசிரியர் விரிவாக எழுதுகிறார். ஆழமான, நேரடியான அவருடைய வார்த்தைகள் இப்படி ஒலிக்கின்றன:

> இந்தியாவின் பல கிராமங்கள், பல நூற்றாண்டுகளாக இதே கட்டமைப்பில்தான் இருந்து வந்திருக்கின்றன. இந்தக் கிராமங்கள் 'மனு'வினுடைய இந்து வர்ணக் கோட்பாட்டின்

அடிப்படையில், ஒரு தடுப்புச் சுவர் கொண்டோ அல்லது கணிசமான தூரத்தைக் கொண்டோ வர்ணா* வீடுகள், அவர்ணா** குடிசைகள் எனப் பிரிக்கப்படுகின்றன.

> தீண்டத்தகாதவர்களின் அசுத்தத்தைச் சுமந்துவரும் காற்று கூடத் தங்களைத் தீண்டிவிடக் கூடாது என்பதைக் கருத்தில் கொண்டு சாதி இந்துக்களின் வீடுகள் கட்டப்படுகின்றன. மேற்கிலிருந்து கிழக்கு நோக்கி வீசும் காற்று இவர்களின் வீடுகளைத் தாண்டித்தான் தீண்டத்தகாதவர்களின் குடிசையை அடைய வேண்டும் என்ற விதத்தில் தீண்டத் தகாதவர்களின் வீடுகள் கிராமத்தின் கிழக்குப் பகுதியிலும் மைய கிராமம் மேற்கிலும் அமைந்திருந்தன. கிழக்கில் சூத்திரர்களின் வீடுகளில் தொடங்கி வைசியர்கள், சத்திரியர்கள், பிராமணர்கள் என்ற வரிசையில் வீடுகள் அமைக்கப்பட்டிருந்தன. உடலுழைப்பு செலுத்தும் 'சூத்திரர்' களின் வீடுகள் கூட்டமாக ஒரே இடத்திலும் கிழக்கு ஓரத்தில் பிராமணர்களின் அக்ரஹாரமும் அமைந்திருந்தது. அக்ரஹாரங்களே கிராமத்தின் நுழைவாயில்.

ஆசிரியரின் இந்த வார்த்தைகள் அம்பேத்கரின் வார்த்தைகளோடு ஏறக்குறைய ஒத்து ஒலிக்கின்றன. சிறந்த சமூக அமைப்பு என்றும் கிராமக் குடியரசு என்றும் அறியப்படும் கிராமங்களின் கட்டமைப்பைப் பற்றி அவர் மாற்றுக் கருத்துகள் கொண்டிருந்தார். இந்தியக் கிராமங்கள் பற்றிய பொய்யான மாய பிம்பத்தை அவர் எதிர்த்துப் பேசும்போது:

> இந்திய கிராமங்கள் குடியரசின் சாரத்திற்கு எதிரானவை. அப்படி அது குடியரசாக இருந்தால் அது தீண்டத் தகுந்தவர்களால், தீண்டத்தகுந்தவர்களுக்கென உருவாக்கப் பட்ட தீண்டத்தகுந்தவர்களின் குடியரசாகத்தான் இருக்க முடியும். அதில் தீண்டத்தகாதவர்களுக்கென எந்த உரிமையும் இருக்காது. இவர்கள் காத்திருக்கவும் சேவை செய்யவும் அடிபணியவும் மட்டுமே தேவைப்படுவார்கள். அத்தகைய குடியரசில் ஜனநாயகத்துக்கென எந்த இடமும் இருக்காது. சமத்துவத்திற்கோ சுதந்திரத்திற்கோ சகோதரத்துவத்திற்கோ இடமிருக்காது.

எலுகடி குடும்பத்தினரின் கல்விக்கான பயணம் சமூகத் தடைகளையும் மற்ற தடைகளையும் தாண்டியே தொடர்ந்தது. பல நூறு ஆண்டுகளாக ஒரு சமூகமாக, கல்விக்கான உரிமை

---

* உயர் சாதியினர்

** தீண்டத்தகாதவர்

மறுக்கப்பட்டு வந்த எலுகடி குடும்பத்தில் கல்விக்கான முதல் வித்தை ஓர் இஸ்லாமியர் விதைத்தார். அந்த ஆசிரியருக்கு நன்றிகளையும் மரியாதையையும் செலுத்தித் தன் வழித் தோன்றல்கள் அலி சாஹேபை என்றென்றைக்கும் நினைவில் வைத்துக்கொள்ள வேண்டும் என்று எலுகடி குடும்பத்தின் சார்பாக நூலாசிரியர் கூறுவது மனதினை நெகிழவைக்கிறது.

நரசய்யா தனது மகனைக் கொத்தடிமைத்தனத்திலிருந்து மீட்க வேண்டும் என்று நினைத்தார். ஆதிக்கச் சாதியினரின் தொடர்ந்த துன்புறுத்தலினால் தன் சொந்தக் கிராமத்தை விட்டு வெளியேறிய நரசய்யா, தன் தலைமுறை மட்டுமின்றி, தன் குடும்பத்தின் வருங்காலத் தலைமுறையின் வரலாற்றையும் மாற்றியமைத்தார். அவரால் இவர்கள் அனைவரும் அடிமைத் தளையிலிருந்து மீண்டனர். சுயமரியாதையையும் ஓயாத உழைப்பையும் கொண்டு மட்டுமே வலிமையும் நம்பிக்கையும் அங்கீகாரமும் பெற முடியும் என்பதை உறுதியாக நம்பிய பாலய்யா தன் பிள்ளைகளுக்கு நல்ல கல்வியைக் கொடுப்பதை வாழ்க்கை லட்சியமாகக் கொண்டார். நகரத்திற்கு நகர்ந்ததும் ரயில்வேயில் பணிபுரியத் தொடங்கியதும், நிலப்பிரபுத்துவத்தின் ஒடுக்குமுறையிலிருந்து அவர்களைத் தப்புவிக்க வைத்ததோடு, அவர்களுக்கு அளிக்கப்பட்டிருந்த அடையாளத்தை மறைக்கவும் உதவியது. ஆனாலும் இந்தப் புத்தகத்தில் சொல்லப்படுவது போல் சாதியும் அது சார்ந்த வேறுபாடும் நகரத்துக்குள்ளும் தலித்துகளைப் பின்தொடர்ந்து வந்து கல்வி கற்கும் இடங்களிலும் வாடகைக்கு வீடு தேடும் இடங்களிலும் பணி புரியும் அலுவலகங்களிலும் கூடத் தன் சாதியை மறைத்துவைக்கத் தூண்டுகிறது. சமூக மாற்றத்திற்கான முக்கியக் கருவியாகக் கல்வியை இந்தப் புத்தகம் குறிக்கிறது. குறிப்பிட்ட சமூகக் குழுக்களுக்குக் குறிப்பிட்ட நுண்ணுணர்வைக் கடத்தும் மார்க்கமாகக் கல்வி அமைகிறது. பாபாசாகேப் அம்பேத்கரும் கல்வியை வாழ்வாதாரத்திற்கான வழியாக மட்டுமே பார்க்காமல் தலித்துகளின் விடுதலைக்கும் அநீதிக்கும் இழிவுக்கும் எதிரான போராட்டத்தில் அவர்களுக்கு உறுதியளிக்கும் கருவியாகவும் பார்த்தார்.

வாழ்க்கையின் வெவ்வேறு தளங்களில் நிகழ்ந்து வரும் மாற்றங்களையும் இந்தப் புத்தகம் குறிக்கிறது. மூன்று தலைமுறையாக ரயில்வேயில் பணிபுரிந்த எலுகடி குடும்பத்தினர், ஊளையிடும் புகைவண்டிகள் ஓசையற்ற மின்சார ரயில்களானதையும் மனிதர்களால் இயக்கப்பட்ட சிக்னல்கள் மின் இயங்கிகளாகவும் பின்னர் மின்னணு இயங்கிகளாகவும் மாறியதையும் தகவல் பரிமாற்றம் தந்தி முறையிலிருந்து கணினி புரோகிராம்களாக மாறியதையும்

பார்த்த சாட்சிகள் ஆவர். ரயில்வே துறையில் நடந்தது போலவே எலுகடி குடும்பத்திலும் மாற்றங்கள் நிகழ்ந்தன. மண்பாண்டங்களிலிருந்து அலுமினியப் பாத்திரங்களுக்கு மாறியதும் சோள மாவு ரொட்டியிலிருந்து சப்பாத்திக்கு மாறியதும் கூட்டுக் குடும்பத்திலிருந்து தனிக் குடும்பங்களாக மாறியதும் கல்வி மறுக்கப்பட்ட சூழலிலிருந்து உள்நாட்டிலும் வெளிநாட்டிலுமுள்ள உயர் கல்வி நிறுவனங்களில் கல்வி பயிலத் தொடங்கியதுமெனப் பல மாற்றங்கள் நிகழ்ந்தன.

நிலையற்று எரியும் எண்ணெய் விளக்கின் ஒளியில் ஒரு ஷெட்டில் அமர்ந்து படித்து, மெட்ரிகுலேஷன் தேர்வில் வெற்றி பெற்று, ரயில்வேயில் சாதாரண சிக்னலராகப் பணிக்குச் சேர்ந்து உஸ்மானியா பல்கலைக்கழகத்தின் புகழ்பெற்ற சமூகவியல் பேராசிரியராக உயர்ந்த, ஆசிரியரின் சகோதரர் முனைவர் ஒய்.பி. அப்பசாயுலுவுக்கும் இந்தப் புத்தகம் புகழ் சேர்க்கிறது.

புழக்கத்தில் இருக்கும் சூழலை மட்டும் காட்டுவதோடு நின்று விடாமல் அநீதியின் முன்னால் போராடி வெற்றிபெறும் இயல்பை மக்கள் கொண்டிருப்பதையும் இந்த அற்புதமான புத்தகம் காட்டுகிறது. இது போன்ற எழுத்துக்களை வாசித்தல் மற்றவர்களுக்கும் கல்வியைப் பயன்படுத்தி உயரும் ஊக்கத்தை அளிக்கும். சமூகக் கட்டமைப்பில் உயர முடியும் என்ற நம்பிக்கையையும் இது அளிக்கும்.

போராடும் தலித்துகளுக்கு ஏப்ரல் 1947ஆம் ஆண்டு பாபாசாகேப் அம்பேத்கர் அளித்த முக்கியமான செய்தியோடு என் முன்னுரையை முடிப்பது சரியானதாக இருக்கும் என்று நினைக்கிறேன்.

> போராட்டம், மேலதிகமான போராட்டம், தியாகம், மேலதிகமான தியாகம். இதுதான் என் செய்தி. தியாகத்தையும் இழப்பையும் கணக்கிடாத போராட்டம்தான் அவர்களின் விடுதலையை உறுதி செய்யும்; வேறெதுவும் கிடையாது.
>
> எழுந்து போராட வேண்டும் என்ற கூட்டு எண்ணத்தைத் தீண்டத்தகாதவர்கள் உருவாக்கிக்கொள்ள வேண்டும். அப்படித் தாங்கள் செய்யும் காரியத்தின் புனிதத்தன்மையின் மீதான நம்பிக்கையையும் இலக்கை அடைய வேண்டிய கூட்டு உறுதியையும் அவர்கள் கொண்டிருக்க வேண்டும். அவர்களின் பணி எத்தனை உயர்வானது என்றால், எத்தனை உன்னதமானது என்றால், தீண்டத்தகாதவர்கள் அனைவரும் இணைந்து, "தாங்கள் பிறந்த சூழலை

உயர்த்த வேண்டிய கடமைக்குத் தயாராக இருப்பவர்கள், ஆசீர்வதிக்கப்பட்டவர்கள். தன் நாட்களின் செழுமையையும் தன் ஆன்மாவின், உடலின் சக்தியையும் அடிமைமுறைக்கு எதிரான இந்தப் போராட்டத்தை முன்னெடுக்க அளிப்பவர்கள் ஆசீர்வதிக்கப்பட்டவர்கள். நல்லதோ – கெட்டதோ, மஞ்சள் வெயிலோ – அடை மழையோ, மரியாதையோ – அவமரியாதையோ எது வந்தாலும் தீண்டத்தகாதவர்கள் தங்கள் மாண்பை முழுமையாக மீட்டெடுக்கும் வரை போராட்டத்தைக் கைவிடுவதில்லை என்று உறுதியேற்பவர்கள் ஆசீர்வதிக்கப்பட்டவர்கள்" என்ற வழிபாட்டில் ஒன்றிணைய வேண்டும்.

அக்டோபர் 2011 எஸ்.ஆர். சங்கரன்

என்னுரை

நான் ஓர் ஓய்வு பெற்ற ஆசிரியர். பணிக் காலம் முழுதும் வேதியியல் ஆசிரியராகவே இருந்த நான், தலித் குடும்பமான என் குடும்பத்தின் கதையை ஒருநாள் எழுதுவேன் என்று சற்றும் எதிர்பார்த்திருக்கவில்லை. என் தாத்தா நரசய்யா, அப்பா பாலய்யா, அத்தை பெண்டம்மாவுடனான என் உரையாடல்களை நினைவுகூர்ந்து, என் குடும்பத்தின் மூன்று தலைமுறையின் கதையை எழுதியுள்ளேன். இந்தப் புத்தகத்தில் குறிப்பிடப் பட்டுள்ள பெரும்பான்மையான சம்பவங்கள், என் அப்பா ஓய்வு பெற்றபிறகு ஒவ்வொரு மாலையும் அவருக்கு நான் சாராயம் வாங்கிக் கொடுக்க, அதைக் குடித்துக்கொண்டே அம்மாவும் அவரும் எங்களை வளர்க்க சிரமப்பட்ட காலங்களைப் பற்றி அவர் சொன்னவை.

வெவ்வேறு காலங்களில், இடங்களில், வாழ்வு களில் நடந்தவற்றின் கதை இது. வங்கபல்லி என்ற சிறு கிராமத்தில் தொடங்கி, தெலுங்கானாவின் பல்வேறு இடங்களைக் கடந்து ஆந்திராவின் தலைநகரம் ஹைதராபாத்தின் இரட்டை நகரான செகந்திராபாத்தில் வந்து முடிகிறது. யோசித்துப் பார்த்தால், ஆங்கில ஆட்சியிலிருந்து சுதந்திர நாடாக மாறிய இந்தியாவின், கொந்தளிப்பான காலகட்டத்தைக் கடந்து வந்திருக்கும் கதை. கால கட்டத்தோடு மாறிக்கொண்டிருந்த வாழ்வுகளின் கதையும்கூட. தன் பெற்றோரையும் மனைவியையும் நிலத்தையும் – சொல்லப்போனால் – தன் ஆறு வயது மகனைத் தவிர மற்றவை அனைத்தையும் இழந்து,

தனக்கென ஒரு குடும்பத்தைத் தேடிப் பயணிக்கத் தொடங்கிப் பல மைல்களுக்கு அப்பாலிருந்த தன் தாய்மாமன்களின் ஊரைச் சென்றடைந்த என் தாத்தாவுடன் இந்தக் கதை தொடங்குகிறது. தாத்தாவின் மகனான என் தந்தை பாலய்யாவைப் பற்றியும் அவரின் பிள்ளைகள் பற்றியும் கூறும் இந்தக் கதை மூன்று தலைமுறைகளினூடாகப் படிப்பறிவற்றிருந்த எங்களின் குடும்பம் எப்படி கல்வியின் உச்சம் தொட்டது என்பதையும் பதிவு செய்கிறது. அன்றாடம் சம்பாதித்து அன்றாடம் உண்ட நிலையிலிருந்து ஆழமான சிந்தனைக்கும் சுய முன்னேற்றத்திற்குமான நிலைக்கு அவர்கள் பயணப்பட்டதைப் பற்றிக் கூறுகிறது.

இன்னொரு வகையில் இது அவர்களின் சமூகத்தைப் பற்றிய கதையும்கூட. தற்போதைய தலைமுறை தலித்துகளுக்கும் எதிர்காலத் தலைமுறைகளுக்கும் தலித்துகள் எப்படிப் போராடினார்கள் என்று எடுத்துக் கூற வேண்டும் என்பது என்னுடைய நீண்ட நாள் ஆசை.

இருபதாம் நூற்றாண்டின் தொடக்கத்தில் தலித்துகள் ஒதுக்கிவைக்கப்பட்டவர்களாக மிக மோசமான நிலைமையில் வாழ்ந்து வந்தார்கள். தீண்டாமையை நானே கண்கூடாகப் பார்த்திருக்கிறேன். எதிர்காலத்தில் தலித்துகள் இந்தத் தீய பழக்கத்திலிருந்து விடுவிக்கப்படுவார்கள் என்று நம்புகிறேன். ஆங்கில அரசு, தனது பொருளாதார லாபங்களுக்காகத் தலித்துகளை மொத்தமொத்தமாக வேலைக்கு எடுத்தது. ஆபத்தானதாகவும் கீழ்த்தரமானதாகவும் கருதப்பட்ட வேலைகளுக்குத்தான் தலித்துகளைப் பெரும்பாலும் வேலைக்கு அமர்த்தியது என்றாலும் அவர்கள் அதுவரை அனுபவித்திராத புதிய விஷயங்களான அன்றாடக் கூலியையும் சூத்திரர்களுடன் ஒரே பகுதியில் வாழ்வதையும் உறுதி செய்தது. இந்த நகர்வினால் என் குடும்பம் உட்படப் பல தலித் குடும்பங்கள் பயனுற்றன. ஆயிரக்கணக்கான தீண்டத்தகாதவர்களால் அடிப்படைக் கல்வியையாவது பெற முடிந்தது. அவர்களும் தங்கள் குழந்தைகளைச் சமூகத்தின் மைய ஓட்டத்திற்குள் இணைக்க முடிந்தது. என் குடும்பத்தின் மூன்று தலைமுறையினர் ரயில்வே துறையில் பணிபுரிந்திருக்கின்றனர். என் தாத்தா தனது கிராமத்திலிருந்து வெளியேறாமலிருந்திருந்தால் என் குடும்பம் இன்று என்ன நிலையில் இருக்கும் என்று நான் அடிக்கடி சிந்திப்பதுண்டு. பிரிட்டிஷாரால் ஆளப்பட்ட இந்தியாவில் தனக்கென ஒரு வேலையைப் பெற்ற தலித்துகளின் குடும்பங்கள் மட்டுமே வளர்ச்சி பெற்றன. தலித்துகளின் பாதுகாவலரும் சிறந்த அறிவாளியும் சிந்தனையாளருமான அம்பேத்கர்கூட,

தலித்துகளைச் சமூகத்தின் மரியாதைக்குரிய அங்கமாக மாற்றத் தான் கொண்டிருந்த குறிக்கோளை நடைமுறைப்படுத்த முடியவில்லை. சுதந்திர இந்தியாவின் அரசியல் சட்டத்தில் தலித்துகளுக்கெனக் கொடுக்கப்பட்டுள்ள உரிமைகள்கூடப் பெரும்பான்மையான தலித்துகளின் வாழ்க்கையில் பெரிய மாற்றத்தை ஏற்படுத்த முடியவில்லை. இன்று கிராமங்களில் வாழும் ஏழை தலித் குடும்பங்களைப் போல நாங்களும் இருந்திருப்போம்.

* * *

பாலய்யா கொஞ்சம் படித்தவர். அவர் வாழ்ந்த பகுதியிலிருந்த மசூதியின் முல்லா அலி சாஹெப், பாலய்யாவுக்குப் படிக்கக் கற்றுக்கொடுக்க செய்த முயற்சி பாலய்யாவின் பிள்ளைகள் முனைவர்களாக, ஆசிரியர்களாக மாறவும், அவரது பேரப் பிள்ளைகள் தாங்கள் தேர்ந்தெடுத்த நாடுகளில் படிக்கவும் வித்திட்டது. கல்வியின் முக்கியத்துவத்தை அறிந்திருந்த பாலய்யா தன் எதிர்காலத் தலைமுறைக்கு உதாரணமாக இருந்தார். இந்துப் புராணங்களைப் படிப்பது பாவச் செயல் என்று சொந்தச் சாதியைச் சேர்ந்தவர்கள் சொன்னபோதும் அவர் ராமாயணத்தையும் மகாபாரதத்தையும் அடிக்கடி படித்து வந்தார். தலித்துகள் படிக்கக் கூடாதவையாகக் கருதப்பட்ட இவற்றைப் படித்தால் மோசமான விளைவுகள் ஏற்படும் என்று அவர்கள் அஞ்சினர். ஆனால் அப்பா தனது முடிவில் உறுதியாக இருந்தார். மோசமான விபத்தொன்றில் சிக்கித் தன் உயிரை இழக்கும் நிலையில் அவர் இருந்தபோது, தலித்துகள் செய்யக் கூடாதவற்றைச் செய்ததால்தான் அவருக்கு இந்த நிலைமை என்று அவரது உறவினர்களே பேசிக்கொண்டனர். அதேபோல, உயரதிகாரிகளுக்குத் தாழ்ந்துபோகாத தன்மையினால் பணியிடத்தில் பிரச்சனைகளைச் சந்தித்ததோடு அடிக்கடி இடமாற்றமும் செய்யப்பட்டார்.

அப்பா வேலை பார்த்த ரயில்வே துறையே அவரது உலகம். நேரம் தவறாமை, ஒழுக்கம், கடின உழைப்பு இவையே அவரது பலம். தன் பிள்ளைகளைக் கலெக்டர் ஆக்குவதோ அரசு அதிகாரிகள் ஆக்குவதோ அவரது எண்ணம் கிடையாது. மாறாக அவர்கள் நன்கு ஆங்கிலம் கற்று ரயில்வே உயரதிகாரிகள் ஆக வேண்டும் என்று மட்டுமே அவர் எண்ணினார். அதைத் தாண்டிய கற்பனையே அவருக்கு இருந்ததில்லை. அவருடைய சூழல் அதற்கு மேல் அவரைச் சிந்திக்கத் தூண்டவில்லை. தனது உயரதிகாரிகள் போல் தனது பிள்ளைகளும் ஸ்டேஷன் மாஸ்டர்

ஆக வேண்டும் என்று அவர் விரும்பினார். அதைச் செயல்படுத்தத் தன்னிடமிருந்த ஒரே ஆயுதத்தைக் கையிலெடுத்தார் – கல்வி.

அப்பாவுக்குக் கல்வியின் முக்கியத்துவம் தெரியாமலிருந் திருந்தால், அவர் ரயில்வேயில் பணிபுரியாமலிருந்திருந்தால் நாங்கள் இப்போது வாழும் வாழ்க்கையை நினைத்துக்கூடப் பார்த்திருக்க முடியாது. அவருடைய மன உறுதியால்தான் வறுமையையும் அந்தக் காலத்தில் நிலவிவந்த தீண்டாமையையும் மீறி எங்களால் கல்வி கற்க முடிந்தது. ரயில்வேயில் பார்த்த வேலையோடு, பிள்ளைகளைப் பள்ளிக்கு அனுப்ப வேண்டும் என்பதற்காகக் கூலி வேலையையும் செய்தார். அப்பா அம்பேத்கரைப் படித்திருக்கவில்லை என்றாலும் சமூகக் கொடுமைகளுக்கு எதிராகச் செயல்பட்டார். தீண்டாமை போன்ற சமூக இழிவுகளிலிருந்து விடுபடுவதற்குக் கல்வி மட்டுமே ஒரே வழி என்பதை அவர் அறிந்திருந்தார். பள்ளி சென்று பயிலும் வாய்ப்பைத் தான் இழந்திருந்தாலும் தன் பிள்ளைகள் அதைப் பெறுவதை உறுதி செய்தார். தலைமுறை தலைமுறையாகக் கல்வி கற்ற குடும்பங்களில்கூட இல்லாத வகையில் அவரது பிள்ளைகளில் மூவர் முனைவர் பட்டம் பெற்றனர்.

என் குடும்பத்தின் வேர்களை உற்று நோக்க வேண்டும் என்று நினைத்தேன். பாலய்யாவின் கொள்ளுப் பேரப்பிள்ளை களுக்குத் தங்கள் குடும்பத்தின் வரலாறோ முந்தைய தலைமுறை கள் சந்தித்த சிரமங்களோ தெரியாது. காலம் காலமாக எவ்வளவு மனிதத்தன்மையற்ற சூழலில் தங்கள் முன்னோர்கள் வாழ்ந்தனர் என்பதை அவர்கள் தெரிந்துகொள்வதற்கான ஒரு முயற்சிதான் இந்தப் புத்தகம். எழுதும் வழக்கத்தைக் கொண்டிருந்ததாலேயே இந்த வரலாற்றை என் குடும்பத்தின் வருங்காலத் தலைமுறைக்கும் தலித் சமூகத்துக்கும் இன்று என்னால் சொல்ல முடிந்திருக்கிறது. முன்னேற்றமான வாழ்வை நோக்கி நகரும் எண்ணத்தில் இன்று இவர்கள் தங்கள் வரலாற்றி லிருந்து விலகிச் சென்றுகொண்டிருக்கிறார்கள். இந்தக் கதையை நான் எழுதியே தீர வேண்டும் என்ற எண்ணம் என் அழகான பேத்தியைப் பார்த்தபோது தோன்றியது. அவள் அமெரிக்காவில் பிறந்தவள். சிவப்பான உதடுகளும் சுருட்டை முடியும் அழகான பெரிய கண்களுமாக நான் பார்த்ததிலேயே அழகியாக அவள் இருந்தாள். இந்தக் குழந்தை வளர்ந்து பெரியவளாகும்போது இந்திய நாட்டிலிருந்தும் குறிப்பாகத் தலித் சமூகத்திலிருந்தும் அந்நியப்பட்டு இருப்பாள் என்று எனக்குத் தோன்றியது.

அமெரிக்க வரலாற்றையும் இன வெறியையும் அடிமை முறையையும் பற்றி அவளால் படிக்க முடியும். அடிமை முறையினும் கொடுமையான சாதியமுறைகள் பற்றியும் தீண்டாமை பற்றியும் அவள் எப்படி அறிந்துகொள்வாள்? தனது மூதாதையர்கள் யாரென்றோ, எங்கிருந்து வந்தார்களென்றோ அவளால் அறிந்துகொள்ள முடியுமா? அதனாலேயே இந்தப் புத்தகத்தை உடனடியாக எழுதத் தொடங்கினேன். இதை எழுதிய முழு நேரமும், “மகனே, நீ எடுத்துக் கொண்ட வேலை எத்தனை சிறியதாக இருந்தாலும் அதைக் கச்சிதமாகச் செய்து முடிக்க வேண்டும். அதில் சிறப்பானவனாக நீ இருக்க வேண்டும்” என்று அப்பா சொன்னதை நினைவிலிருத்திச் செயல்பட்டேன். நீங்கள் பின்னால் படிக்கவிருப்பதைப் போல, என் தாத்தா மட்டும் தன் செருப்புத் தைக்கும் தொழிலில் சிறந்து விளங்கி, தான் தைத்த செருப்பை நிசாமுக்கு வழங்காமல் இருந்திருந்தால் எங்கள் கதையும் இன்றுவரை அடிமைத் தளையில் சிக்குண்டிருக்கும் பல தலித்துகளின் கதையைப் போலவே இருந்திருக்கும்.

இந்தியப் பொருளாதார வளர்ச்சிக்குத் தங்கள் உயிரையும் பணயம் வைத்து, தீண்டத்தகாதவர்கள் ஆற்றிய பங்கை இதுவரை யாரும் முழுமையாக அங்கீகரித்தது கிடையாது, பதிவு செய்ததும் கிடையாது. அப்படி அவர்கள் செலுத்திய உழைப்பில் விளைந்த பொருளாதாரத்தின் பயன்களைத் தலித்துகள் அனுபவித்ததும் கிடையாது.

நம் வரலாற்றை நாமே எழுத வேண்டிய காலம் வந்துவிட்டது. “ஒரு ஊர்ல ஒரு ஏழை பிராமணன் இருந்தானாம்...” என்று தொடங்கும் பிராமணர்களின் கதைகளுக்கு ஒரு முற்றுப்புள்ளி வைக்க வேண்டும். என் குடும்பத்தினர் மட்டுமல்ல ஒவ்வொரு தலித்தும் தலித் அல்லாத ஒவ்வொருவரும்கூட வருங்காலத்தைக் கட்டமைக்க, வரலாற்றை அறிந்திருக்க வேண்டும்.

* * *

நரசய்யாவின் உலகம்

சிலீரென்று வீசிய மாலைக் காற்றில் இறந்த மனைவியின் உடலை முதுகோடு சேர்த்துக் கட்டிக் கொண்டு, தனது மகனை ஒரு கையில் பிடித்தபடி, ஊருக்கு வெளியே மேற்கிலிருந்து கிழக்கே பாயும் ஓடையை நோக்கி உயரமான மனிதர் ஒருவர் கனத்த இதயத்தோடு வேகமாக நடந்துகொண்டிருந்தார். சிறிய கிராமம் ஒன்றிலிருந்து, நாதியற்றவராக வெளியேறிக்கொண்டிருந்த அவருடைய மூன்று வயது மகன் வாய்விட்டு அழுதபடியே நடந்து கொண்டிருந்தான். அந்தக் கனத்த மாலையின் மீது கவியத் தொடங்கியிருந்த இருளில் அவர்கள் இருவரும் மெல்லக் கரைந்துகொண்டிருந்தனர். தெலுங்கானாவின் கரீம் நகர் மாவட்டத்திலுள்ள அந்தக் கிராமத்தின் பெயர் வங்கபல்லி. இவர்களின் சொந்த ஊர். மனைவியின் இறந்த உடலைச் சுமந்து நடக்கும் இந்த மனிதர் கிராமத்தின் 'ஹரிஜன்வாடா' என்றழைக்கப்படும் தீண்டத்தகாதவர்கள் வாழும் பகுதியைச் சேர்ந்தவர். இருள் முழுவதுமாகக் கவிந்து விடுவதற்குள் ஓடையை அடைந்து விட வேண்டும் என்ற அவசரத்தில் நடந்துகொண்டிருந்தார். தனது மனைவியைப் புதைக்க வேண்டிய குழியை யாருடைய உதவியுமின்றித் தானே வெட்ட வேண்டும் என்ற எண்ணம் ஆட்கொண்டு, அந்த மெல்லிய தூறலிலும் அவருக்கு வேர்த்துக் கொட்டியது. தனக்கு உதவி செய்ய முன் வராத தன் சொந்த சாதிக்காரர்களை எண்ணி மனம் புழுங்கியவர் தனக்காகவும், தன் மனைவிக்காகவும், தாயை இழந்து தவிக்கும் தனது மகனுக்காகவும் துக்கப்பட்டார்.

அந்த மனிதரின் பெயர் நரசய்யா. 'மாதிக' என்ற தீண்டத்தகாத சாதியைச் சேர்ந்தவர் என்றாலும், அவரது அப்பாவுக்குச் சொந்தமாக 50 ஏக்கர் விவசாய நிலம் இருந்தது. தீண்டத்தகாத ஒருவன் இவ்வளவு நிலம் வைத்திருப்பது சாத்தியமற்றது.

அந்த நிலத்தை நிஜாம் நவாப் மீர் தஹனியத் அலி கான் அவ்சல் உத் தௌலா தான் அவரது தந்தைக்கு அளித்திருந்தார். தக்கன் பகுதியை 1719ஆம் ஆண்டிலிருந்து ஆட்சி செய்து வந்த அசிஃப் ஜாஹி அரச குலத்தின் ஐந்தாவது நிஜாம் அவர். ஒருமுறை நிஜாம் இவர்களின் கிராமத்தைக் கடந்து சென்ற போது, நரசய்யாவின் பெயரையே கொண்ட நரசய்யாவின் தந்தை, நிஜாமுக்கு இளங்கன்றின் தோலில் செய்த ஒரு ஜோடி செருப்பைப் பரிசளித்தார். அந்த செருப்பின் கலைநயத்தைக் கண்ட நிஜாம், உள்ளம் மகிழ்ந்து, தனது வருமான வரி அலுவலர்களை அழைத்து (தந்தை) நரசய்யாவுக்கு ஐம்பது ஏக்கர் நிலத்தை உடனடியாக வழங்குமாறு உத்தரவிட்டார். இதைக் கேட்ட அனைவரும் வியப்புக்குள்ளாயினர். இரண்டு திறந்த கிணறுகளைக்கொண்ட வளமான நிலம், மாதிக இனத்தைச் சேர்ந்த ஒருவருக்குக் கிடைப்பது அசாதாரணமான ஒன்று.

பத்தொன்பதாவது நூற்றாண்டின் பிற்பகுதியில் நடந்த சம்பவம் இது. அப்போதைய கிராமங்களின் கட்டமைப்பும் இப்போது இருப்பது போலவே இருந்தது. இந்தியாவின் பல கிராமங்கள், பல நூற்றாண்டுகளாக இதே கட்டமைப்பில்தான் இருந்து வந்திருக்கின்றன. இந்தக் கிராமங்கள் 'மனு'வினுடைய இந்து வர்ணக் கோட்பாட்டின் அடிப்படையில், ஒரு தடுப்புச் சுவர் கொண்டோ அல்லது கணிசமான தூரத்தைக் கொண்டோ வர்ணா வீடுகள், அவர்ணா குடிசைகள் எனப் பிரிக்கப்படுகின்றன.

தீண்டத்தகாதவர்களின் அசுத்தத்தைச் சுமந்து வரும் காற்று கூட தங்களைத் தீண்டிவிடக் கூடாது என்பதைக் கருத்தில் கொண்டு சாதி இந்துக்களின் வீடுகள் கட்டப்படுகின்றன. மேற்கிலிருந்து கிழக்கு நோக்கி வீசும் காற்று இவர்களின் வீடுகளைத் தாண்டித்தான் தீண்டத்தகாதவர்களின் குடிசையை அடைய வேண்டும் என்ற விதத்தில் தீண்டத்தகாதவர்களின் வீடுகள் கிராமத்தின் கிழக்குப் பகுதியிலும், மைய கிராமம் மேற்கிலும் அமைந்திருந்தது. கிழக்கில் சூத்திரர்களின் வீடுகளில் தொடங்கி வைசியர்கள், க்ஷத்திரியர்கள், பிராமணர்கள் என்ற வரிசையில் வீடுகள் அமைக்கப்பட்டிருந்தன. உடலுழைப்பாளிகளான 'சூத்திரர்களின்' வீடுகள் கூட்டமாக ஒரே இடத்திலும், கிழக்கு ஓரத்தில் பிராமணர்களின் அக்ரஹாரமும் அமைந்திருந்தன. அக்ரஹாரங்களே கிராமத்தின் நுழைவாயில்.

இன்று போலவே, அந்தக் காலத்து வங்கபல்லியிலும், வெலம சாதியினரே நிலச்சுவான்தாரர்களாகத் திகழ்ந்தனர். பல ஏக்கர் நிலம் அவர்களின் கட்டுப்பாட்டில் இருந்தது. எண்ணிக்கையில் குறைவானவர்களாகவே இருந்தபோதும், வரி வசூலித்து, நிஜாமின் கஜானாவில் சேர்க்கும் கிராமத்

தலைவர்களாக அவர்களே இருந்தனர். கிராமத் தலைவரான 'துரை'யின் சொல்லே சட்டமாக இருந்தது. கிராமத்தின் ஒவ்வொரு குடும்பத்தையும், தனிநபரையும் துரை நன்றாகத் தெரிந்து வைத்திருந்தார். கிராமத்திலேயே முற்றிலும் வல்லமையற்ற தலித் சமூக இள வயதுப் பெண்பிள்ளைகளைத் தன் இச்சைப்படி அணுகும் அளவுக்கு அதிகாரம்கொண்டவர் துரை. நாதியற்ற தீண்டத்தகாதவர்களும் சாதி இந்துக்களை எந்தக் கேள்வியும் கேட்காமல் அவர்கள் இழைக்கும் அத்தனை கொடுமைகளையும் பொறுத்துக்கொண்டிருந்தனர். உயர் சாதியைச் சேர்ந்தவர்களின் கண் முன்னே நடந்து செல்வதே தீட்டு என்று கருதப்பட்டதால் அந்த உரிமைகூட மறுக்கப்பட்டவர்களாக அவர்கள் வாழ்ந்து வந்தனர். அப்படிபட்டவர்களுக்குச் சிறு துண்டு நிலம்கூட ஒரு எட்டாக் கனவாகவே இருந்து வந்தது.

சூழல் இப்படியிருக்க, தீண்டத்தகாத சாதியைச் சேர்ந்த நரசய்யாவுக்குச் சொந்தமாக நிலம் கிடைத்தது. அதுவும், ஒரு சிறு துண்டு நிலமல்ல. பல ஏக்கர் நிலம். அதை அவர் எந்தக் காலத்திலாவது சொந்தமாக்கிக் கொள்ள முடியுமா? அதை எப்படிச் செய்வது? அங்கு நடந்தவை அனைத்தையும் மனைவியிடம் சொல்லும் பொருட்டு ஓடிய நரசய்யா தன்னை அழைக்கும் குரலைக் கேட்டு ஓட்டத்தை நிறுத்தி அசையாமல் சில நொடிகள் நின்றார். "ஏய் நர்ஸிகா, துரை உன்னைக் கூப்பிட்டு விட்டிருக்காரு" என்று அவரை அழைத்தவன் கூறினான். துரையின் வீட்டை நோக்கி நடக்க ஆரம்பித்தவர், நிஜாமுக்குக் காலணிகளைக் கொடுத்ததற்காகத் தன்னையே சபித்துக்கொண்டார். அந்த அன்பளிப்பு அவர் வாழ்க்கையில் பேரழிவைக் கொண்டு வந்துவிடும் என்று எண்ணியபடியே துரையின் வீட்டை அடைந்தவர் கோபம் கொப்பளித்து சிவந்து போயிருந்த துரையின் முகத்தைப் பார்த்தார்.

'தேவடியாப் பயலே, தீண்டத்தகாத பன்னி! எவ்வளவு தைரியமிருந்தா சர்க்காருக்கு அன்பளிப்புக் கொடுத்து அவர்கிட்டயிருந்து நிலத்தை வேற வாங்கிக்குவ!' என்று கத்தினார்.

'அப்படியில்ல துரை! நான் உங்க அடிமை. நான் எப்படி அப்படிச் செய்வேன். உங்க தயவுல வாழ்றவன் நான். உங்க காலடியில கிடக்குறவன். என்னை மன்னிச்சிடுங்க!' என்று தலை குனிந்து, கை கூப்பி, தாழ்ந்த குரலில் சொன்னார் நரசய்யா. மரியாதை நிமித்தமாகத் துரையிடமிருந்து எட்ட நின்றிருந்தார்.

"தேவடியாப் பயலே! நீ ஒரு தீண்டத்தகாதவன்! ஐம்பது ஏக்கர் நிலத்தை வச்சிகிட்டு நீ என்ன பண்ணுவ? துரையாகணுமோ! எனக்கு நிகரா உக்காரணுமோ?' என்று முழங்கினார்.

'இல்ல துரை! நான் எப்படி அது மாதிரியான பாவத்தைப் பண்ணுவேன்? என்னை மாதிரி ஒரு தீண்டத்தகாதவன் என்னைக்குமே நிலத்துக்குச் சொந்தக்காரனாக முடியாது. சாமி என்னைச் சும்மா விடாது. என் கண்ணு அவிஞ்சு போயிரும். நீங்கதான் என் துரை!'

இதைக் கேட்டதும் சமாதானமான துரை, நரசய்யாவைப் பார்த்து, 'தேவடியாப் பயலே! ரெண்டு ஏக்கர் நிலத்தை உன் குடும்பத்துக்குன்னு வச்சுகிட்டு விவசாயம் பண்ணு.' கணக்கரிடம் திரும்பி 'மீதி நிலத்தை நம்ம கணக்குல எழுதிட்டு வா! போ!' என்று உத்தரவிட்டார்.

நரசய்யாவுக்கு அப்போதுதான் நிம்மதியாக இருந்தது. தனக்கு விட்டுகொடுக்கப்பட்ட இரண்டு ஏக்கர் நிலத்தை எண்ணி மகிழ்ந்து போனார். அடியும் உதையும் வாங்காமல் துரையின் கோபத்திலிருந்து தப்பித்ததும் அவருக்கு நிம்மதி அளித்தது.

நரசய்யா அவரது சமூகத்தில் மரியாதைக்குரிய நபர். எல்லோரையும் விட வயதில் மூத்தவரான அவர், சொந்த சாதி / சமூகப் பிரச்சனைகளைத் தங்களுக்குள்ளாகவே தீர்த்துக் கொள்ளச் செய்வார். செருப்புத் தைக்கும் தொழிலோடு துரையின் நிலத்திலும் வேலை செய்தார். நரசய்யாவின் மனைவி போசம்மா, வீட்டு வேலையோடு வயலிலும் வேலை செய்தார். போசம்மா அதிர்ந்துகூடப் பேசாதவர். அவர்களின் பதினைந்து வயது மகன் 'ஜீதகாடு'–வாக வேலை செய்தான். அதாவது, துரைக்கும், அவர் குடும்பத்திற்கும் சம்பளமின்றி முழு நேரமும் உழைக்கும் கையாள். துரையின் குடும்பத்திற்கு எந்நேரமும் தேவைப்படலாம் என்பதால் அவரது மாட்டுக் கொட்டகையிலேயே படுத்துறங்குவான். துரையின் முக்கியக் கையாளான அவனுக்குத் துரையாகப் பார்த்து எப்போதாவது கொஞ்சம் நெல்லும் தானியமும் தருவார். நரசய்யாவின் இரண்டு பெண் பிள்ளைகளும் திருமணமாகிப் பக்கத்து கிராமத்தில் வாழ்ந்து வந்தனர். மற்ற தீண்டத்தகாத குடும்பங்களை விட இவர்களது குடும்பம் வசதியாகவே வாழ்ந்தது. துரையின் கருணையில்தான் என்றாலும், நரசய்யாவுக்குச் சொந்தமாக இரண்டு ஏக்கர் நிலமிருந்தது. அந்த சாதியைச் சேர்ந்த மற்றவர்களுக்குச் சொந்தமாக நிலமே கிடையாது. தன் சாதியினர் மத்தியில் மிகுந்த மதிப்புக்குரியவராக இருந்தாலும் அதற்கான பகட்டு ஏதும் இல்லாமல் பணிவானவராகவும், அன்பானவராகவுமே இருந்து வந்தார் அவர்.

மகனின் திருமணத்தை முன்னிட்டு நரசய்யாவும் அவரது மனைவியும் அடிக்கடி வாக்குவாதத்தில் ஈடுபட்டனர்.

நரசய்யாவின் தட்டில் வேகவைத்த சோளத்தையும், அதன் மீது ஆட்டிறைச்சிக் குழம்பையும் ஊற்றியவாறே பேச்சைத் தொடங்குவார் போசம்மா.

'ஊருல இருக்குறவங்க பிரச்சனையெல்லாம் தீர்த்து வைக்கிறீங்க. ஆனா நம்ம பையன் கல்யாணத்துல எந்த அக்கறையும் காட்ட மாட்டேன்றீங்க,'

'நம்ம பயலுக்காக நல்ல அழகான பொண்ணா தேடிகிட்டு தான் இருக்கேன்' என்று உணவைப் பிசைந்துகொண்டே நரசய்யா சொல்லுவார்.

'எப்போ? நான் செத்ததுக்கு அப்புறமா? ஏற்கனவே பதினாறு வயசாகுது அவனுக்கு.'

'கத்தாத. தேடிகிட்டுதான் இருக்கேன். சாப்பிட விட மாட்டியா நீ!" என்று எரிச்சலடைவார் நரசய்யா.

போசம்மா சற்றுக் கோபம் தணிந்து 'இல்லங்க. அவனுக்கு ஏற்கனவே கல்யாண வயசு தாண்டிருச்சு. நாம பொறுப்பில்லாம அவனை அப்படியே விட்டு வச்சிருக்குறதா எல்லாரும் நினைக்கிறாங்க.'

'நம்ம பையன் நல்லவன். நமக்குக் கெட்ட பேரு வாங்கித் தர மாட்டான்' என்று சாப்பிட்டு முடித்துக் கை கழுவிக் கொண்டே சொல்வார் நரசய்யா. 'வெள்ளையா, அழகா ஒரு பொண்ணு பாத்திரலாம் அவனுக்கு.'

'என்ன செய்வீங்கன்னு எனக்குத் தெரியாது. ஆனா வெயில் காலம் முடியுறதுக்குள்ள என் பையனுக்குக் கல்யாணம் நடக்கணும். கல்யாணம் ஆச்சுன்னாதான் அவன தூங்குறதுக்காவது வீட்டுக்கு அனுப்புவாரு துரை. மாட்டுத் தொழுவத்துலயே தூங்குறான் தினமும்! பாவம்!' என்று சொல்லும் போசம்மாவின் குரலிலேயே துயரம் தெரியும்.

~

மாலை ஏழு மணியைத் தொட்டிருந்தது. இரவு உணவை முடித்துவிட்டிருந்த நரசய்யா இரண்டு அறைகள் கொண்ட குடிசையிலிருந்து கிளம்பினார். திருமணத்திற்குப் பிறகு தனது மகனுக்குத் தனிமை தேவை என்றெண்ணி சமீபத்தில்தான் அந்த அறைகளைக் கட்டியிருந்தார். சுத்தமாக இருந்த அந்தக் குடிசையில் அலுமினியப் பாத்திரங்களும், மொரமொரப்பான கம்பளிப் போர்வைகளும், மூங்கில் கட்டில்களும் இருந்தன. சொந்த நிலத்திலிருந்து வந்த வருமானத்தினால்தான் அவர்

இந்த வசதிகளுடன் வாழ முடிந்தது. அவர் பின்னால் இருந்து ஓடி வந்த ஒருவர் 'நரசய்யா, இங்கயா இருக்க? நாள் முழுக்க உன்னைத் தேடிகிட்டு இருந்தேன்' என்றான்.

'என்ன விஷயமுன்னு சொல்லு முதல்ல' என்று பொறுமை இழந்தவராகக் கேட்டார் நரசய்யா.

'உன் பையனுக்குப் பொண்ணு தேடிகிட்டு இருக்கல்ல, பக்கத்து ஊருல ஒரு அழகான பொண்ண பாத்தேன்!' என்றார்.

நரசய்யா மகிழ்ந்து போனார். செய்தி சொன்னவரின் முகம் இருட்டில் தெரியவில்லையென்றாலும் குரலை வைத்து அவரை அடையாளம் கண்டுகொண்டார் நரசய்யா. 'எல்லய்யா! சந்தோஷமான செய்தி சொல்லியிருக்க. என் பொண்டாட்டி இப்பத்தான் என்னை குடைஞ்சு எடுத்துகிட்டிருந்தா. பொண் ணோட அப்பா யாரு?"

'வா கள்ளு குடிச்சுகிட்டே பேசுவோம்.'

'இல்லப்பா! நான் சாப்பாடு சாப்பிட்டாச்சு.'

'நீ குடிக்கலைன்னா பரவாயில்லை. எனக்கு வாங்கித் தா. இவ்வளவு சந்தோஷமான விஷயத்தை ஓசி–யில சொல்ல முடியாதில்ல' என்று சொல்லிச் சிரித்தவரின் பற்கள் இருளில் வெள்ளையாகத் தெரிந்தன. மற்ற விஷயங்களைப் பற்றிப் பேசிக் கொண்டே கள்ளுக் கடையை அடைந்தனர்.

அவர்களைத் தாண்டி ஆண்களும் பெண்களுமாகப் பலர் வேலை முடித்து அசதியைத் தீர்த்துக் கொள்ள கள்ளுக் கடை நோக்கிச் செல்வதைப் பார்த்தனர். இதிகா சாதியினரால் இறக்கி, வியாபாரம் செய்யப்படும் இந்த பனங்கள் கிராமத்தினருக்குப் பிடித்த பானம். உயரமான பனை மரங்களிலிருந்து கள் இறக்கும் கவுண்ட்லோலுகள் தங்கள் உயிரைப் பணயம் வைத்தே அந்த வேலையைச் செய்தனர்.

கள்ளுக் கடையில் தீண்டத்தகாதவர்களுக்கென ஒதுக்கப் பட்ட வரிசையில் நின்றுகொண்டிருந்த நரசய்யா, கள் கொண்டு வருமாறு குரல் கொடுத்தார். கவுண்ட்லோலு சின்னப் பானையில் கள் கொண்டு வருவதைப் பார்த்து, அவன் கையில் தன் விரல் பட்டால் தீட்டு என்று சொல்லிவிடுவானே என்ற கவனத்தோடு காசைக் கீழே வைத்தார். நரசய்யா வைத்ததும் அதன் மீது தண்ணீர் தெளித்துத் தீண்டத்தகாதவனின் கைபட்ட தீட்டை அகற்றிய பின்னர் அந்தப் பணத்தை எடுத்துக்கொண்டு மற்ற வாடிக்கை யாளர்களைக் கவனிக்கக் கிளம்பினான் அவன். கள்ளை எடுத்துக் கொண்டு நரசய்யா எல்லய்யாவை நோக்கிச் சென்றார்.

'நான் அந்த பொண்ணைப் பாத்தேன். வெள்ளையா, அழகா இருந்தா. பத்து வயசு இருக்கும்' என்று கள்ளைக் குடித்துக் கொண்டே சொன்னார் எல்லய்யா.

குழந்தைத் திருமணம் வழக்கத்தில் இருந்த காலம் அது. பத்து வயதான குழந்தைக்கே திருமண வயது வந்துவிட்டதாகக் கருதப்பட்டது. திருமணம் முடிந்தாலும் அவளுக்கு முதல் மாதவிடாய் வரும் வரை அப்பெண்குழந்தை தனது பெற்றோருடனேயே வாழ்ந்தாள். இப்படித் திருமணமாகும் பெண் பிள்ளைகள் சில சமயம் பன்னிரெண்டு, பதின்மூன்று வயதிலேயே கர்ப்பம் தரித்துவிடுவார்கள். இதனால் அவர்களின் கர்ப்ப காலம் ஆபத்தானதாக இருக்கும். அதோடு சுகாதாரமற்ற வாழ்க்கை முறையும், பற்றாக்குறையான மருத்துவ அறிவும், மருத்துவமனைகளும் தாய் – சேய் இருவருமே இறக்கக் காரணமாயிருந்தன. பிள்ளை பெறும் கடைசி நிமிடம் வரை பெண்கள் உழைத்துக்கொண்டேயிருந்தனர். அந்த சமூகத்தைச் சேர்ந்த மூதாட்டிகள்தான் வயிற்றைத் தொட்டுப் பார்த்து குழந்தைப் பிறப்புக்கான நேரத்தைக் கணித்து, குழந்தைப் பிறப்பிலும் உதவினார்கள். வெட்டரிவாள் கொண்டு தொப்புள் கொடியை அறுத்து ஒரு பானையில் வைத்து மண்ணுக்குள் புதைத்து வைத்தனர். ஒருவர் மற்றவரிடம் அவர் பிறந்த ஊர் எது என்று கேட்காமல் அவரது நச்சுக் கொடி புதைக்கப்பட்ட இடம் எது என்று கேட்பதே அவர்களின் வழக்கமாக இருந்தது. சாதி இந்துக்களுக்கும் பிரசவம் இப்படித்தான் நடந்தது. அவர்களின் பெண்களுக்கு நாவிதர் சாதியைச் சேர்ந்த பெண்கள் பிரசவம் பார்க்க உதவுவார்கள்.

'பொண்ணோட அப்பா யாரு?' என்று நரசய்யா கேட்டார்.

'மல்லய்யா. அவரை உனக்கு நல்லாத் தெரியுமே. அடுத்த கிராமத்துலதான் இருக்காங்க அவங்க குடும்பம். மூணு பொண்ணு அவருக்கு. மூத்த ரெண்டு பேத்துக்கும் கல்யாணம் ஆயிடுச்சு. இது மூணாவது பொண்ணு.'

'ஆமா. அவரை எனக்குத் தெரியும். நாளைக்குப் போய் பொண்ண பாக்கலாமா?'

'சரி. காலையில 6 மணிக்குக் கிளம்பலாம். அப்பத்தான் 8 மணிக்குப் போய்ச் சேர முடியும்.'

இருவரும் அங்கிருந்து புறப்பட்டார்கள். நரசய்யா தன் மனைவியிடம் இந்தச் செய்தியைச் சொல்லும் உற்சாகத்தில் வீட்டை நோக்கிச் சென்றார்.

என் தந்தை பாலய்யா

அடுத்த நாள் அதிகாலை. ஊரில் அனைவரும் தத்தம் வேலை களைச் செய்துகொண்டிருந்தனர். பெண்கள் சாப்பாட்டுக் கட்டைத் தலையில் சுமந்துகொண்டு, கையில் அரிவாளை எடுத்துக்கொண்டு, பாடல்கள் பாடிக்கொண்டே அறுவடைக்குத் தயாராக இருந்த நெல் வயல்களை நோக்கிச் சென்றுகொண் டிருந்தனர். சிறுவர்கள் மேய்ச்சல் நிலம் நோக்கிக் கால்நடைகளைக் கையிலிருக்கும் கம்பால் நெம்பித் தள்ள அவை தூசியைக் கிளப்பிக் கொண்டே நடந்து சென்றன. நரசய்யா நல்ல உடையணிந்து, தலையில் தலைப்பாகையோடு தயாராகி எல்லய்யாவுக்காகக் காத்துக்கொண்டிருந்தார். தன் மகனுக்கு எவ்வளவு சீக்கிரம் முடியுமோ அவ்வளவு சீக்கிரம் பெண் பார்த்துத் திருமணம் முடித்து இரவுகளை அவன் வீட்டில் கழிக்க வழி செய்ய வேண்டும் என்பதில் அவர் தீர்மானமாக இருந்தார். அவர் பார்க்கச் செல்லும் பெண் அழகானவளாக இருக்க வேண்டும் என்றும் எண்ணிக்கொண்டார். போசம்மாவுக்கு தன் மருமகள் சிவப்பாக இருக்க வேண்டும் என்ற எண்ணம் இருப்பதை அவர் அறிந்திருந்தார்.

'கொஞ்சம் தாமதமாயிருச்சு. மன்னிச்சிருங்க' என்றபடியே வீட்டுக்குள் நுழைந்தார் எல்லய்யா.

'பரவாயில்லை. கிளம்பலாம்' என்று நரசய்யா சொல்ல இருவரும் பக்கத்து கிராமத்தை நோக்கி நடக்க ஆரம்பித்தனர். போகிற வழியில் தங்களின் துரைமார்கள் பற்றியும் அவர்கள் தங்களையும், தங்கள் பிள்ளைகளையும் விலங்குகளைவிட மோசமாக நடத்துவதைப் பற்றியும் பேசிக்கொண்டே சென்றனர். வாய் விட்டுப் பேசிவிட்டாலும், யாரும் கேட்டுவிடுவார்களோ என்ற அச்சமும் அவர்களுக்கு இருந்தது.

மல்லய்யாவின் குடிசையை அடைந்தபோது வெப்பம் அதிகமாயிருந்தது. குடிசையிலிருந்து வெளியே வந்த மல்லய்யா இவர்கள் கால்களைக் கழுவிக்கொள்ளத் தண்ணீர் கொண்டு வந்தார். ஒருவருக்கொருவர் வணக்கம் தெரிவித்துக்கொண்டு பாயில் அமர்ந்தனர். எல்லய்யா தாங்கள் வந்திருப்பதற்கான காரணத்தை மல்லய்யாவிடம் கூறினார்.

'பயங்கர வெயில்' என்று தலைப்பாகையைக் கழட்டி நெற்றி வியர்வையைத் துடைத்துக்கொண்டார் எல்லய்யா.

'ஆமா. தண்ணீ குடிக்கிறீங்களா? கொஞ்சம் தண்ணீ கொண்டு வா!' என்று தன் மனைவியிடம் கூறினார் மல்லய்யா.

அவரவர் கிராமத்தைப் பற்றியும், சொந்த பந்தங்களைப் பற்றியும் செய்திகளைப் பரிமாறிக்கொண்டனர். மல்லய்யா,

மகளைப் புதுச் சேலை உடுத்தித் தயார் படுத்துமாறு அடுத்த அறையில் இருந்த மனைவியிடம் சென்று கூறினார்.

நரசய்யாவும், எல்லய்யாவும் பெண்ணைப் பார்க்கக் காத்துக் கொண்டிருந்தனர்.

'பொண்ணு எங்க?' எல்லய்யா கேட்டார்.

'பொண்ணு கொஞ்சம் வெக்கப்படுறா. அவங்க அம்மா கூட்டிட்டு வருவாங்க' என்று சிரித்துக்கொண்டே சொன்னார் மல்லய்யா.

சிவப்பாக, அழகாக இருந்த அந்தப் பெண் கதவுக்குப் பின்னால் நின்றுகொண்டு வந்திருந்தவர்களை எட்டிப் பார்த்துக் கொண்டிருந்தாள்.

'வீட்டு வேலை எல்லாமே கத்துக் கொடுத்திருக்கேன். நல்லா சமைப்பா. நாங்க வயலுக்குப் போனதுக்கு அப்புறம் இவதான் வீட்டைப் பாத்துக்குறா' என்று முகம் நிறைந்த புன்னகையோடு சொன்னார் பெண்ணின் அம்மா.

'நல்ல விஷயம். பொண்ணுப் பேரு என்ன?' என்று நரசய்யா கேட்டார்.

'அப்பம்மா' என்றார் பெண்ணின் அம்மா.

'பையன் என்ன செய்யுறாரு' என்று மல்லய்யா கேட்டார்.

'பெரிய துரை வீட்டுல வேலை செய்யுறான். 15 வயசு. என் உயரம் இருப்பான்.'

'எல்லா வேலையும் தெரிஞ்சவன்' என்று மல்லய்யாவும் உற்சாகமாகப் பேச்சில் கலந்துகொண்டார்.

'அவரு பேரும் நரசய்யா தானா' என்று மல்லய்யா கேட்டார்.

'ஆமா. எங்க அப்பாவோட ஆசை' என்று சொல்லி புன்னகைத்தார் நரசய்யா.

'நல்லது. உங்களுக்கு இந்த சம்பந்தம் பிடிச்சிருந்தா எங்க வீட்டுப் பொம்பளைங்களோட உங்க வீட்டுக்கு வர்றோம்," என்று மல்லய்யா கூறினார்.

'நான் வீட்டுக்குப் போய் என் மனைவி கிட்ட பேசிட்டு ரெண்டு மூணு நாள்ல செய்தி அனுப்புறேன்' என்று எழுந்தார் நரசய்யா.

'கொஞ்சம் சாராயம் குடிக்கலாமா?'

'இல்ல. நீங்க வந்து முதல்ல பையனப் பாருங்க. அப்புறம் அந்த சந்தோஷத்தக் கொண்டாடலாம்.'

மனம் நிறைந்த ஆனந்தத்துடன் வீடு திரும்பிக்கொண்டிருந்த நரசய்யா தன் மகனுக்கென நல்ல பெண்ணைப் பார்த்ததற்காக எல்லய்யாவுக்கு நன்றி கூறினார். வெகு சீக்கிரத்திலேயே திருமணத்துக்கான ஏற்பாடுகளைச் செய்யப் போவதாகக் கூறினார்.

~

நரசய்யா வீட்டினுள் நுழைந்தபோது அவரது மகன் சாப்பிட்டுக் கொண்டிருந்தான். அவனுக்கு உணவு பரிமாறிக்கொண்டிருந்த போசம்மாவுக்கு என்ன நடந்தது என்று தெரிந்து கொள்ளும் ஆர்வம் இருந்தாலும் அதை அவர் வெளிக்காட்டிக் கொள்ளவில்லை.

'சாப்பிடுறீங்களா?'

'ம். பசிக்குது.'

சாப்பிட்டுவிட்டு வெளியேறிய அவர்களது மகன், அடுத்த நாள் துரையுடன் டவுனுக்குச் செல்ல வேண்டியிருப்பதால் அன்றிரவு மாட்டுக் கொட்டகையிலேயே தூங்கப் போவதாகச் சொல்லிவிட்டு அப்பாவின் சம்மதத்திற்காக ஒரு நொடி அவரைப் பார்த்து விட்டுக் கிளம்பினான்.

'என்ன ஆச்சு' என்று போசம்மா கேட்டார்.

'பொண்ணு அழகா, சிவப்பா இருக்கா.' புன்னகையுடன் கூறினார் நரசய்யா.

'ஓ! நல்ல விஷயம்.'

'உனக்குக்கூட அவங்களத் தெரிஞ்சிருக்கும். பக்கத்து ஊரு மல்லய்யாவோட கடைசிப் பொண்ணு."

'எனக்குத் தெரியுமே. நல்ல குடும்பம். கல்யாணத்த எப்போ வச்சுக்கலாம்'

'உன் கிட்ட பேசிட்டு அவங்கள வரச் சொல்லலாமுன்னு பாத்தேன்.'

~

பெண் வீட்டாரும் அவர்களின் உறவினர்களும் நரசய்யாவின் வீட்டிற்கு வந்தனர். திருமண நாளும் முடிவானது. இரு குடும்பத்தினரும் சேர்ந்து உணவருந்தினர். திருமண வேலைகளைத்

தொடங்கிய போசம்மா, அவ்வேலைகளில் உதவத் திருமணமாகிப் பக்கத்து ஊரில் வாழ்ந்து வந்த தனது மகள்களை அழைத்தார். திருமண ஏற்பாட்டு வேலைகளில் வீடு அமர்க்களப்பட்டுக் கொண்டிருந்தது. நரசய்யாவின் மகன் 15 வயதில் நல்ல வாட்ட சாட்டமாக, ஆறடி உயரத்துக்கு வளர்ந்திருந்தான். வயல்களில் கடுமையாக உழைத்ததன் விளைவாக உடல் வலிமை மிக்கவனாக இருந்தான். நரசய்யாவின் ஒரே மகன் என்பதால் அவனையும் நரசய்யா என்றே அழைக்க வேண்டும் என்று பெரிய நரசய்யாவின் அப்பா விரும்பினார். ஊரில் உள்ள அனைவரும் அவனைச் சின்ன நர்ஸிகாடு அல்லது சின்ன நரசய்யா என்று அழைத்தனர். சின்ன நரசய்யாவைக் கிராமத்தில் உள்ள அனைவருக்கும் பிடிக்கும். குறிப்பாக, வயதில் மூத்தவர்கள் சொல்லும் வேலைகளைத் தட்டாமல் செய்வதால் அவர்களுக்கு இவனைப் பிடிக்கும்.

நரசய்யா தனது மகனின் திருமணத்தை உச்சி வெயில் காயும் மே மாதத்தில் நடத்தினார். இரண்டு கிராமங்களிலிருந்தும் வந்திருந்த பலர் கொண்டாட்டங்களில் கலந்துகொண்டனர். ஊரில் நடக்கும் மற்ற திருமணங்களைக் காட்டிலும் நரசய்யா வீட்டுத் திருமணம் விமரிசையாக நடந்தது. தீண்டத்தகாதவர்கள் மத்தியில் மூத்தவராகவும், வசதியானவராகவும் பெரிய நரசய்யா இருந்ததால் திருமணத்திற்குப் பலரும் வந்து கலந்துகொண்டனர். மாட்டிறைச்சிக்குப் பதிலாக ஆட்டிறைச்சி பரிமாறப்பட்டது. கள்ளும் சாராயமும் குடித்த விருந்தினர்கள் பாடல்கள் பாடியும், பறையாட்டம் ஆடியும் மகிழ்ந்தனர். பல மாதங்களுக்குப் பிறகும் நரசய்யா வீட்டுத் திருமணம் பற்றிய பேச்சு ஊருக்குள் கேட்டுக் கொண்டேயிருந்தது.

வெகு விரைவிலேயே இந்தக் கொண்டாட்டங்கள் தீர்ந்து அவர்களின் வீடு அமைதியானது. நரசய்யாவின் மகள்கள் தங்கள் வீடுகளுக்குத் திரும்பினர். புது மருமகளும் தன் தாய் தந்தையுடன் வாழச் சென்றுவிட்டாள். ஜூன் மாதம் வெப்பம் குறைந்து முதல் மழை மண்ணைத் தொட்டதும் நிலத்தை உழத் தொடங்கியிருந்தனர் ஊர் மக்கள்.

~

அந்தக் காலத்தில் தொற்று நோய் பரவலாகக் காணப்பட்டது. குறிப்பாகத் தீண்டத்தகாதோர் வசிக்கும் பகுதிகள் தொற்று நோயால் பீடிக்கப்பட்டிருந்தன. காலரா நோயால் ஒவ்வொரு வீட்டிலும் ஒன்றிரண்டு மரணங்களாவது நிகழ்ந்திருந்தன. மக்கள் இந்த நோயைக் ‘கட்டரா’ என்று அழைத்தனர். இந்நோயால்

இறந்தவர்களின் உடலைத் தொடுவதற்குக்கூடத் தயக்கம் இருந்தது. இறந்தவர்களின் குடும்பத்தினரே அவ்வுடலைக் கொண்டு சென்று யாருடைய உதவியுமின்றி அடக்கம் செய்ய வேண்டியிருந்தது.

தீண்டத்தகாதவர்களின் தெய்வங்கள் பெண் தெய்வங்களாக இருந்தனர். ஒவ்வொரு பகுதிக்கும் வெவ்வேறு தெய்வங்கள் இருந்தனர். இத்தெய்வங்களின் கோயில்கள் பெரும்பாலும் நான்கு அல்லது ஐந்தடி உயரத்தில் கூம்பு வடிவக் கூரையோடு காணப்பட்டன. இத்தெய்வங்களுக்கு வேண்டிக்கொண்டு மக்கள் படைக்கும் படையல்கள் பெரும்பாலும், அவர்கள் அன்றாடம் உண்ணும் உணவாகவே இருக்கும். வேண்டுதல் நிறைவேற வேண்டியோ, நிறைவேறிய பின்போ ஆடு, கள், சாராயம், காடை போன்ற பறவைகள் ஆகியவை தெய்வங்களுக்குப் படைக்கப் பட்டன. இவர்களின் கடவுள்களும் இந்துக்களின் கடவுள்களும் வெவ்வேறாக இருந்தன. இவர்களின் கடவுளர்களைச் "சூத்திர தேவதைகள்" எனப் பிராமணர்கள் நக்கலாகக் குறிப்பதுண்டு. வர்ணாசிரம தர்மத்தைக் கடைபிடிக்கும் பிராமணியத்தைப் போலல்லாமல், தீண்டத்தகாதவர்கள் மத்தியில் ஆண்கள் மட்டுமே பூசாரிகளாக இருக்கவேண்டிய தேவை கிடையாது. ஒவ்வொரு ஆணும், பெண்ணும், தங்களுக்கான பூசையைச் செய்துகொள்ளலாம். சூத்திரர்களும், தங்கள் பகுதிகளில் இத் தெய்வங்களை வைத்து வழிபடுவதுண்டு. ஆனால், அவர்கள் இந்துக் கோயில்களுக்கும் சென்று வழிபடும் வழக்கத்தைக் கொண்டிருந்தனர். சாதி அடுக்கில் தாழ்ந்தே இருந்தாலும் தீண்டத் தகுந்தவர்கள்" என்பதால் அவர்களால் இந்துக் கோயில்களுக்குள் நுழைய முடிந்தது.

பெண் தெய்வங்களான மல்லம்மா, எல்லம்மா, கட்ட மைசம்மாவின் சாபம்தான் வங்கபல்லியில் காலராவுக்கான காரணம் என நம்பப்பட்டது. இந்தத் தெய்வங்கள் வயதான பெண்களின் உடலில் நுழைந்து அவர்களைச் சாமியாட வைப்பதாக மூடநம்பிக்கைகள் இருந்தன.

ஒரு மதிய வேளை நரசய்யா தோல் செருப்புகள் சூழ அமர்ந்து வேலை செய்துகொண்டிருந்தார். அவரின் வீட்டுக்கருகிலேயே இந்த இடம் இருந்தாலும், சாதி இந்துக்களும் அந்தப் பாதையைப் பயன்படுத்தினர். செருப்புத் தைத்துக்கொண்டிருந்த அவரை நோக்கி ஒருவர் ஓடி வந்தார்.

"நரசய்யா, நரசய்யா! எல்லாரும் உன்னைத் தேடிகிட்டு இருக்காங்க. எல்லம்மா உடம்புல சாமி வந்திருக்கு!" என்றார்.

நரசய்யா வேலையை அப்படியே போட்டுவிட்டு அவர் பின்னால் ஓடினார். நிறையப் பேர் சுற்றி நின்றுகொண்டிருந்த அந்த இடத்தில் எல்லம்மா கையில் வேப்பிலையுடன் சாமியாடிக் கொண்டிருந்தார்.

நரசய்யா மிகுந்த மரியாதையுடன் அவரை வணங்கி

"அம்மா! எங்களை ஆசிர்வாதம் பண்ணும்மா. எதுக்காக வந்திருக்க?"

"நர்ஸிகா! நான் ஏன் வந்திருக்கேன்னு உனக்குத் தெரியாது? ஆத்தா கோபமா இருக்கா. அவளுக்குப் படையல் வைக்கனும். இல்லன்னா, உன் கிராமத்துக்குக் 'காலரா' வரும்" என்று பலமாக ஆடிக்கொண்டே கூறினார்.

"ஆத்தா! பொறுமையா இரு ஆத்தா! என்ன படையல் வேணுமுன்னு சொல்லு" என்று நடுக்கத்துடன் கேட்டார் நரசய்யா.

"மாட்டு வண்டி நிறையச் சோறு, ஒரு எருமை, கள்ளு, சாராயம் இது எல்லாத்தையும் சந்தோஷமா எனக்குப் படைக்கணும்" என்று பெருங்குரலெடுத்துச் சிரித்துக்கொண்டே கூறினார்.

"அவ்வளவு தானா ஆத்தா? சந்தோஷமா தர்றோம்!"

"'செல்வு! செல்வு!' நான் கிளம்புறேன்" என்று சொன்னதும், எல்லம்மா அருகிலிருந்தவர் மீது மயங்கிச் சாய்ந்தார். முகத்தில் தண்ணீர் தெளித்ததும் அவருக்கு நினைவு திரும்பியது.

அன்று மாலை தங்கள் சமூகத்தின் மூத்தவர்களை ஒன்று கூட்டினார் நரசய்யா. அடுத்த வெள்ளிக்கிழமை ஆத்தாவின் திருவிழாவைக் கொண்டாடுவதாக முடிவு செய்யப்பட்டது. திருவிழாவுக்கான வேலைகளில் அனைவரும் ஈடுபடத் தொடங்கினர். ஒவ்வொரு வீட்டிலிருந்தும் அரிசியும், பணமும் சேகரிக்கப்பட்டது. எருமை வாங்குவதற்கான பணத்தை நரசய்யா கொடுக்க அவரது கண்காணிப்பிலேயே அனைத்து ஏற்பாடுகளும் நடந்தன. மாதிக வீடுகள் திருவிழாக் கோலம் பூண்டன. வெள்ளையடிக்கப்பட்ட போசம்மா கோயிலை வேப்பிலை கொண்டு இளம் பெண்களும், பெண் குழந்தைகளும் அலங்கரித்தனர். கோயில் வாசல், சாணம் கொண்டு மெழுகப் பட்டு சுவர் முழுவதும் மஞ்சள் குங்குமம் கொண்டு பொட்டு வைக்கப்பட்டது. காணிக்கை கொடுக்கப்படவிருந்த எருமையின் முகத்தில் மஞ்சளும், குங்குமமும் பூசி சமூகத்தின் பெரியவர்கள் அதை ஊர்வலமாக ஓட்டி வந்தனர். சிலர் பறை அடித்து ஆடிக் கொண்டிருந்தனர். படையல் கொடுக்கும் நேரம் வர, கையில்

பெரிய கத்தியை வைத்திருந்த தடியான ஒரு ஆள் மந்திரங்கள் ஓதிக்கொண்டே ஒரே வெட்டில் எருமையின் தலையைத் துண்டாக்கினார். மாட்டு வண்டி நிறையக் கொண்டு வந்திருந்த வெந்த சோற்றை எருமையின் ரத்தத்தோடு கலந்தனர். மஞ்சளும் குங்குமமும் கொண்டு அலங்கரிக்கப்பட்ட கூடை ஒன்றில் இந்தச் சோற்றை நிரப்பி ஊர் மூத்தவர் ஒருவரின் தலையில் அதை வைத்தனர். நரசய்யாவும், இன்னும் சிலரும் உடன் செல்ல அவர் ஒவ்வொரு வீட்டின் வாசலிலும் ரத்தம் கலந்த சோற்றை வீசினார். இப்படிச் செய்தால் வீட்டினுள் எந்தத் தீய சக்தியும் நுழையாது என்று அவர்கள் நம்பினர். அன்று மாலை ஒவ்வொரு வீட்டிலும் விருந்து பரிமாறப்பட்டது. ஆண்களும், பெண்களும் கள்ளும் சாராயமும் குடித்து மகிழ்ச்சியுடன் இருந்தனர்.

~

ஆறு வருடங்கள் கடந்தன. கிராமத்தில் நிறைய மாற்றங்கள் நிகழ்ந்திருந்தன. பெரிய துரை வலிப்பு நோயினால் இறந்து போனார். அவரது நடுத்தர வயது மகன், 'கடி' என்றழைக்கப்படும் துரையின் வீட்டின் முழு நிர்வாகத்தையும் கையில் எடுத்திருந்தான். துரையின் 'கடி' என்பது வீடு உட்பட, ஒரு மாட்டுத் தொழுவம், தீவனம் சேகரித்து வைக்கும் அறை, மூடிய கிணறு ஆகியவற்றைக் கொண்டது. புதுத் துரை திமிர் பிடித்தவனாக இருந்ததால் அனைவரும் அவனைக் கண்டு அஞ்சினர். தீண்டத்தகாதவர்கள் அவனுடைய பார்வையில் படவே பயந்தனர். புதுத் துரை பெரிய நரசய்யாவை அழைத்து அவருக்கு விட்டு வைக்கப்பட்ட இரண்டு ஏக்கர் நிலத்தையும் ஒப்படைக்க வேண்டுமென்று வலியுறுத்தினான். நரசய்யா அதற்கு மறுப்புத் தெரிவித்த போது அவரது குடும்பமே துரையின் கோபத்திற்கு ஆளாக வேண்டியிருந்தது. சின்ன நரசய்யா துரையிடம் வேலை செய்ததோடு தங்களது சொந்த நிலத்திலும் வேலை செய்யத் தொடங்கியிருந்தார். துரையின் அடியாட்கள் அவரைத் துன்புறுத்தத் தொடங்கியிருந்தனர். அவர்களது நிலத்துக்கான நீர் பாசனம் நிறுத்தப்பட்டது. மழை நீரை நம்பி விவசாயம் செய்ய வேண்டிய நிலை ஏற்பட்டது. அதனால், நெல் சாகுபடியை நிறுத்திவிட்டு மழை நீர்கொண்டு வளரும் பயிர்களைச் சாகுபடி செய்யத் தொடங்கினார்கள். சின்ன நரசய்யாவின் இளம் மனைவி, துரையினுடைய அடியாட்களின் கேலிக்கும், கிண்டலுக்கும் ஆளாக நேரிட்டது. அவர் குடும்ப நிலத்தில் வேலை செய்ததோடு, துரையின் நிலத்திலும் வேலை செய்ய நிர்பந்திக்கப்பட்டார். இதற்கிடையில், அவர்களது குடும்பத்தில் ஆனந்தப் புது வரவு ஒன்று இருந்தது. சின்ன நரசய்யாவிற்கு ஆண் குழந்தை ஒன்று

பிறந்தது. அவனுக்கு ராமசாமி என்று பெயரிட்டிருந்தார் அவனது தாத்தா. அழகானவனாக, சிவப்பானவனாக இருந்த அவன் தனது அம்மாவின் நிறத்தையும், அப்பாவின் முகச்சாயலையும் கொண்டிருந்தான்.

தந்தை காலராவில் இறந்த ஒரே வாரத்தில் தாயும் இறந்து போனது சின்ன நரசய்யாவுக்குப் பேரிழப்பாக இருந்தது. பெற்றோரின் இறந்த உடலைத் தானே எடுத்துச் சென்று அடக்கம் செய்தார். அதன் பிறகு அவரது நிலை மிகவும் மோசமானது. பெற்றோர் இருந்தபோது கிடைத்த முக்கியத்துவம் இப்போது இல்லாமல் போக, மனைவி மகனுடன் பெரிதும் சிரமப்பட்டார்.

ஒரு நாள் மரத்தடியில் அமர்ந்து நரசய்யா மதிய உணவு சாப்பிட்டுக்கொண்டிருந்தபோது அவரது மனைவி திடீரென, "நாம இந்த ஊருல இருந்து போய் வேற எங்கேயாவது வாழலாம்" என்றார்.

"ஆமா! நானும் அதையேதான் நினைச்சுட்டு இருக்கேன்" என்று பதிலளித்தார் நரசய்யா.

அறுவடை முடிந்ததும் அப்பம்மாவின் பெற்றோர் வசிக்கும் பக்கத்து ஊருக்கு இடம்பெயர்வது என்று முடிவு செய்தார்கள்.

கிராமமே அறுவடை வேலைகளில் மும்முரமாக இருந்தது. பெரு விவசாயிகள் அறுவடை செய்த தானியங்களை டவுனில் விற்கத் தொடங்கியிருந்தனர். பண்ணையாட்களான நிலமற்ற தலித்துகள் தங்கள் நிலங்களில் வந்து வேலை செய்ய வேண்டி சிறு விவசாயிகள் காத்துக்கொண்டிருந்தனர். தலித்துகள் முதலில் உயர் சாதியினரின் நிலத்தில் அறுவடை வேலைகளை முடித்து விட்டு, பின்னர் இடைச் சாதியினரான சூத்திரர்களின் நிலங்களில் வேலை செய்து விட்டு, அதன் பின்னர் சிறு விவசாயிகளின் நிலத்திற்கு வர வேண்டியிருந்தது. நரசய்யாவின் நிலத்தில் சோளம் அறுவடைக்குத் தயாராக இருந்தது. தன் சமூகத்தைச் சேர்ந்த சில பெண்களை அறுவடைக்கு உதவுமாறு அழைத்திருந்தார். ஒரு வாரத்தில் அந்த வேலையைச் செய்து முடிப்பதாக அவர்களும் கூறியிருந்தனர். அறுவடை முடிந்ததும் நரசய்யா தனது நிலத்தைத் துரையிடம் கொடுத்து விட வேண்டும் என்ற நிர்பந்தம் அதிகமாக இருந்தது. அப்பா இறந்ததோடு இந்த நிலத்தையும் இழக்க வேண்டியிருந்தது அவரைச் சோகத்தில் ஆழ்த்தியது. சொந்த சமூகத்திலேயே அவருக்கு ஆதரவு கிடைத்திருக்கவில்லை. தீண்டத்தகாதவரான நரசய்யா சொந்தமாக நிலம் வைத்திருக்கக் கூடாது என்று அவர்களும் எண்ணினர்.

ஒருநாள் அப்பம்மாவுக்கு காய்ச்சல் அதிகமாகி, வாந்தி யெடுக்கத் தொடங்கினார். அவருக்குக் 'காலரா' கண்டிருந்தது. நரசய்யா உடனடியாக அப்பம்மாவின் பெற்றோருக்குச் செய்தி அனுப்பினார். தொலைவிலிருந்த கிராமமொன்றில் வசித்து வந்த இன்னொரு மகளைப் பார்க்கச் சென்றிருந்ததால் இந்தச் செய்தி அவர்களைச் சென்றடையவில்லை. அடுத்த நாள் மதியம், நரசய்யாவும் அவர்களின் மகனும் பார்த்துக்கொண்டிருக்க அப்பம்மாவின் இறுதி மூச்சு பிரிந்தது. பதினாறே வயதான அவரது வாழ்க்கை திடீரென முடிவுக்கு வந்தது. அவரது சாவு இளைஞன் நரசய்யாவின் வாழ்வில் விழுந்த பேரிடியாக இருந்தது. ஒரு குழந்தையைப் போல நெஞ்சில் அறைந்து கொண்டு வாய்விட்டு அழுதார். அம்மாவின் இறந்த உடலுக்கு அருகில் படுத்துக்கொண்டு அவர்களின் மகன் அழுதுகொண் டிருந்தான். அப்பாவையும், மகனையும் தேற்றக்கூட ஆளில்லை. அப்பம்மாவுக்கு வந்திருந்த நோயால் உறவினர்கள் யாரும் அவர்களது வீட்டின் அருகில்கூட வரவில்லை. உதவ ஆளின்றி நிர்க்கதியாக இருந்த நரசய்யா, மெதுவாக எழுந்து, கண்ணீரைத் துடைத்துக்கொண்டு தன் மகனை அணைத்துக்கொண்டார். தன் கிராமத்தை விட்டு வெளியேறுவது என்று முடிவு செய்தார்.

நரசய்யா தனது ஆடைகளையும் மகனின் ஆடைகளையும் மூட்டையாகக் கட்டிக்கொண்டார். அப்பம்மா காசு சேர்த்து வைக்கும் பானைத் துணியில் சுற்றப்பட்டுக் கூரையிலிருந்து தொங்கியது. அதைப் பார்த்த நரசய்யா மீண்டும் உடைந்தழுதார். தனது மனைவியின் திடீர் மரணம், அந்தக் கிராமத்தினர் மீது அவருக்கு வெறுப்பை ஏற்படுத்தியது. வீட்டைப் பற்றியோ, நிலத்தைப் பற்றியோ நினைத்துப் பார்க்காத அவருக்கு இன்னுமொரு நிமிடம்கூட அங்கு நிற்க விருப்பமில்லை. அப்பம்மாவுடன் கழித்த ஒவ்வொரு நொடியையும் நினைவுக்குக் கொண்டு வர முயற்சி செய்தார். அவர்கள் செலவழித்த நேரம் எவ்வளவு குறைவு என்பது அப்போதுதான் அவருக்குத் தெரிந்தது. தன் மனைவியை இத்தனை இளம் வயதில் தன்னிடம் இருந்து எடுத்துக்கொண்டு, தன் மகனைத் தாயற்றவனாக்கிய கடவுளைச் சபித்தார். அழுதுகொண்டே தன் மனைவியின் உடலைத் துணியில் கட்டினார். மனைவியின் உடலைத் தன் முதுகோடு சேர்த்துக் கட்டி முடித்தபோது வெளியே மழை தூறிக்கொண்டிருந்தது. அவர்கள் நெடுந்தூரம் செல்ல வேண்டியிருந்தது. இன்னொரு துணியில் கட்டப்பட்டிருந்த ஆடைகளின் மூட்டையைத் தோளில் மாட்டிக்கொண்டார். என்றென்றைக்கும் அந்த ஊருக்குத் திரும்புவதில்லை என்ற முடிவோடு தன் மகனின் கையைப்

பிடித்துக்கொண்டு வீட்டை விட்டு வெளியேறி நடக்கத் தொடங்கினார். ஹரிஜனவாடாவை தாண்டிச் சென்ற பிறகு திரும்பிப் பார்த்தவரின் முகத்தில் கண்ணீர் உருண்டோடியது. பின் நடையின் வேகத்தை அதிகரித்து ஓடையை நோக்கி நடக்கத் தொடங்கினார்.

நரசய்யா ஓடையை அடைந்தபோது மாலை ஐந்து மணியாகியிருந்தது. தூறல் இன்னும் நின்றிருக்கவில்லை. தன் மனைவியின் உடலை மெதுவாக இறக்கி வைத்தார். அப்பம்மாவின் முகம் தெளிவாக இருந்தது. தங்கள் பிள்ளையை நன்றாகப் பார்த்துக் கொள்ளுமாறு அவர் தன்னைப் பார்த்துக் கெஞ்சுவது போல உணர்ந்தார் நரசய்யா. மீண்டும் வெடித்து அழுதவர் சுதாரித்துக்கொண்டு தன் மனைவியைப் புதைப்பதற்கான குழியைத் தோண்டத் தொடங்கினார். என்றென்றைக்குமாக மனைவியை அடக்கம் செய்து முடித்தார்.

அவரது வாழ்வில் நுழைந்த மாத்திரத்திலேயே மறைந்து போன எரிநட்சத்திரத்தைப் போல அப்பம்மா சட்டென மறைந்து போனார். நரசய்யா தனது மகனை இறுக அணைத்துக் கொண்டார். இருவரும் சிறிது நேரம் நிராதரவாக நின்று அழுது கொண்டிருந்தனர். நரசய்யா எழுந்து தனது முகத்தையும், குட்டி ராமசாமியின் முகத்தையும் ஓடை நீரில் கழுவி விட்டு ராமசாமிக்குச் சோள ரொட்டி ஒன்றைக் கொடுத்துச் சாப்பிடச் சொன்னார். அவன் சாப்பிட்டுக்கொண்டிருக்க நரசய்யா சிந்தனையில் ஆழ்ந்து போனார். எங்கே செல்வது? என்ன செய்வது? மாமனார் மாமியாரின் வீட்டிற்குச் செல்ல அவருக்கு விருப்பமில்லை. அப்போது சட்டென ஜனகாவ் என்னும் பகுதியில் இருக்கும் தன் தாய் மாமன்கள் நினைவுக்கு வந்தனர். அவர்களிடம் செல்வது என்று முடிவு செய்தார். அவருடைய தாய்மாமன்கள் இருவரையும் நன்றாக நினைவு வைத்திருந்தார். அவர்கள் எப்பொழுதாவது வந்து நரசய்யாவின் வீட்டில் தங்குவதுண்டு. வரும் போதெல்லாம் புதுத் துணியும், இனிப்புகளும் மற்ற தின்பண்டங்களும் வாங்கி வருவார்கள். அப்பாவும் அம்மாவும் சின்ன நரசய்யாவின் மீது கொண்டிருந்த அளவு இவர்களும் பாசம் வைத்திருந்தனர். ஆறு வயதுச் சிறுவனாக இருந்தபோதே நரசய்யாவைத் தோளில் தூக்கி வைத்துக்கொண்டு சாராயக் கடைக்குச் செல்வார்கள். இப்பொழுது வளர்ந்து பெரியவனாகியிருந்த அவரை அதே அளவு அக்கறையுடன் பார்த்துக் கொள்வார்கள். அவர்களின் உதவியோடு நரசய்யாவால் வேலை ஒன்றைத் தேடிக்கொள்ள முடியும். தன் மகனையும் வளர்க்க முடியும்.

தாய்மாமன் வீட்டிற்குச் செல்வதென முடிவு செய்ததும் நரசய்யா ஓடை நீரிலேயே குளித்து உடை மாற்றிக்கொண்டார். அப்பம்மா சேர்த்து வைத்திருந்த சில்லறைக் காசுகளைக் கணக்கிட்டுப் பார்த்தபோது அதில் நான்கு ரூபாய் இருந்தது. அவர்கள் முன் நீண்டு கிடந்த பயணத்திற்கு இந்தப் பணம் பயனுள்ளதாய் இருக்கும். நூறு மைல்கள் தாண்டிச் செல்ல வேண்டும் என்பதால் ராமசாமியைத் தூக்கித் தோளில் வைத்துக் கொண்டு நடக்கத் தொடங்கினார்.

~

அடுத்த நாள் மதியம் நரசய்யா ஒரு மரத்தினடியில் அமர்ந்து ஓய்வு எடுத்துக்கொண்டிருந்தார். ராமசாமி சோள ரொட்டி ஒன்றைச் சாப்பிட்டுக்கொண்டிருந்தான். பயணத்தில் பல முறை இப்படி அமர்ந்து ஓய்வு எடுத்துக்கொண்டிருந்தார்கள். பீடி பற்ற வைக்கத் தீப்பெட்டிகூட இல்லாததால் இரண்டு தட்டையான கற்களையும், ஒரு தகரத்தையும், கொஞ்சம் கயிற்றையும் வைத்து நெருப்பு மூட்டி தன் பீடியைப் பற்ற வைத்தார் நரசய்யா. தாய்மாமன்களின் ஊரான ரகுநாதபள்ளியில், தான் என்ன வேலை தேடிக் கொள்ள முடியும் என்று யோசித்தார். அன்று மாலைக்குள் ஊர் சென்றடைந்துவிடுவார்கள். தன் மாமன்கள் தனக்கு எப்படியும் ஒரு வேலை வாங்கித் தந்துவிடுவார்கள் என்று உறுதியாக நம்பினார். நன்றாக இருந்த காலங்களில் தன் மனைவியுடன் மாமன்களின் வீட்டிற்கு வந்து மகிழ்ச்சியுடன் கழித்த பொழுதுகளை நினைத்துப் பார்த்துக்கொண்டார். இப்பொழுது தன் மகனுடன் அங்குச் செல்கிறார். மனைவியின் திடீர் மரணத்தைப் பற்றி அவர்களுக்குப் புரிய வைப்பது சிரமமாக இருக்கும்.

அன்று பின் மாலை வேளையில் அவர் தன் மாமா மல்லய்யாவின் வீட்டை நெருங்கியபோது தூரத்திலேயே அவர்களை அடையாளம் கண்டுகொண்டார் அவர். அவர்களை நோக்கி ஓடி வந்தவர், ராமசாமியைத் தூக்கிக்கொண்டு, "அப்பம்மா எங்க?" என்று கேட்டார். நரசய்யாவால் அதற்கு மேல் அழுகையைக் கட்டுப்படுத்த முடியவில்லை. தன் முகத்தை இரு கைகளால் மூடிக்கொண்டு வாய்விட்டுக் கதறி அழுதார். அதிர்ச்சியடைந்த மல்லய்யா வார்த்தைகள் ஏதுமின்றி அப்படியே நின்றார். மல்லய்யாவின் அணைப்பில் இருந்த ராமசாமி அவரது பிடியிலிருந்து திமிறி அப்பாவிடம் செல்ல முயன்றுகொண்டே, "அம்மா செத்துட்டாங்க. அப்பா அவங்கள மண்ணுக்குள்ள புதைச்சுட்டாரு" என்றான். நரசய்யாவைக் கட்டிக்கொண்டு மல்லய்யாவும் அழுதார். கொஞ்சம் கொஞ்சமாக மொத்தக்

குடும்பமும் அவர்களைச் சூழ்ந்துகொண்டது. இந்தச் செய்தியைக் கேள்விப்பட்ட மாதிக வாடாவே சோகத்தில் ஆழ்ந்தது. பின்னர் மல்லய்யாவின் குடிசையில் அமர்ந்திருந்தபோது தன் மனைவி எப்படி இறந்தார் என்பதையும், தன் கைகளாலேயே அவரைப் புதைத்ததைப் பற்றியும் தன் குடும்பத்தினரிடம் நரசய்யா கூறினார். அந்தக் கிராமத்திலிருந்து வெளியேறுவது என்று தான் எடுத்த முடிவோடு பேசுவதை நிறுத்திக்கொண்டார். தங்களின் ஊருக்கு வருவது என்று நரசய்யா எடுத்த முடிவு மிகச்சரியானது என்று மாமன்கள் அவருக்கு ஆறுதல் அளித்தனர். தன் தாய் உயிரோடு இல்லாதபோதும் அவரிடம் திரும்பி வந்திருப்பது போன்று உணர்ந்தார் நரசய்யா. தாய்மாமன்கள் தன் மீது காட்டிய பாசம் அவருக்குத் தன்னுடைய அம்மாவை நினைவுபடுத்தியது. தன் மகன் வளரச் சரியான இடம் இதுதான் என்றும், இனி தன் மகனை எண்ணி வருந்த வேண்டாம் என்றும் அவருக்குத் தோன்றியது. தான் இனி அனாதை இல்லை என்ற உணர்வு ஏற்பட்டதால் அன்று இரவு நன்றாக உறங்கிப் போனார்.

~

நரசய்யா ரகுநாதபள்ளிக்கு வந்து மூன்று மாதங்கள் ஆகியிருந்தாலும் அவருக்கு இன்னும் வேலை கிடைத்திருக்கவில்லை. மாமன்களைச் சார்ந்து வாழ்வதைக் குறித்து அவருக்குக் குற்ற உணர்வு ஏற்பட்டது. ராமசாமி அங்கு நன்றாகக் கவனித்துக் கொள்ளப்பட்டான். மற்ற குழந்தைகளோடு விளையாடி அவனும் மகிழ்ச்சியாகத் தான் இருந்தான். எத்தனை நாள்தான் மாமன்களைச் சார்ந்தே இருப்பது? அவர்கள் இருவரும் ரயில்வே சரக்கு ஷெட்டில் கூலிகளாக வேலைப் பார்த்தனர். சுற்று வட்டார கிராமங்களில் இருந்து உணவு தானியங்கள் மூட்டைகளில் கட்டப்பட்டு ரயில் நிலையத்திற்குக் கொண்டு வரப்பட்டன. இந்த மூட்டைகளைத் தங்கள் தோள்களில் சுமந்து ரயில் பெட்டிகளில் ஏற்ற வேண்டும். இந்தக் கடுமையான வேலையைத் தீண்டத்தகாதவர்கள் மிகக் குறைந்த கூலிக்குச் செய்தார்கள். நரசய்யாவின் மாமன்களின் நிலை தீண்டத்தகாத சாதியைச் சேர்ந்த மற்றவர்களின் நிலையோடு ஒப்பிட்டுப் பார்க்கும்போது சற்று மேலானதாகத் தோன்றியது. தீண்டத்தகாத சாதியைச் சேர்ந்த மற்றவர்கள் 'ஜீதகாள்ளுகளாக' வேலை பார்த்தனர். அதாவது நிலம் வைத்திருந்தவர்களிடம் சம்பளமின்றி வேலை செய்தனர். நில உரிமையாளார்களுக்குத் தோன்றும்போது, தோன்றும் விதத்தில் இவர்களுக்குக் கூலியோ, கைமாறோ கிடைத்தது. தீண்டத்தகாதவர்கள் பெயரிட்டு அழைக்கப்பட்ட விதமும், இன்று வரை அவர்கள் அழைக்கப் படும் விதமும் கூட அவர்களுக்கு எதிராக சமூகத்தில் வேரூன்றி

யிருக்கும் பாகுபாட்டைக் குறிப்பதாக இருக்கிறது. மல்லய்யா என்ற பெயரை ஒரு சாதி இந்து கொண்டிருந்தால் அவர் மல்லய்யாவாகவே இருப்பார். அதே பெயரை தீண்டத்தகாதவர் ஒருவர் கொண்டிருந்தால் அவரை மல்லிகாடு என்று அழைப்பார் கள். "ஐயா" என்று முடியும் பெயர்கள் மரியாதைக்குரியவையாகவும் "காடு" என்று முடியும் பெயர்கள் இழுக்கானவையாகவும் கருதப்பட்டன. அதே போலத்தான் பெண்களின் பெயர்களும். போசம்மா என்ற பெயரைத் தீண்டத்தகாத பெண் ஒருவர் கொண்டிருந்தால் அப்பெயர் "போச்சி" என்று மாறிவிடுகிறது. "அம்மா" என்ற மரியாதையான அழைத்தல் முறையைத் தீண்டத்தகாத சாதிப் பெண்களுக்குப் பயன்படுத்தக் கூடாது என்பதால் "இ" என்ற மரியாதையற்ற அழைத்தல் முறை கொண்டு இப்படி அழைக்கப்பட்டார்கள்.

நரசய்யாவுக்கு ரயில்வேயில் வேலை வாங்கித் தர வேண்டும் என்று அவருடைய மாமன்மார்கள் விரும்பினர். அதற்கான சரியான நேரம் வாய்த்தபோது ஸ்டேஷன் மாஸ்டரான வெள்ளைக்காரத் துரையிடம் தங்களின் அக்கா மகனை வேலைக்கு எடுத்துக் கொள்ளுமாறு கோரிக்கை வைத்தனர். நரசய்யாவின் உடல் வாகைப் பார்த்த ஸ்டேஷன் மாஸ்டருக்கு அவர் மீது ஒரு நன்மதிப்பு ஏற்பட்டது. பாயிண்ட்ஸ்மேனாகப் பணியில் சேரும்படி நரசய்யாவிடம் கூறினார். நரசய்யாவின் மாமன்கள் இந்த வெற்றியைக் கொண்டாடினர். நரசய்யாவும் மகிழ்ச்சியுடன்தான் இருந்தார் என்ற போதிலும் தான் செல்ல வேண்டிய ஒரு மாதப் பயிற்சியை எண்ணி கொஞ்சம் தயங்கினார். மாமன்களும், அத்தைகளும் தன் மகனை நன்றாகப் பார்த்துக் கொள்வார்கள் என்றபோதும் அவனைப் பிரிந்திருப்பது இது தான் முதன்முறையாக இருக்கும்.

~

அது இருபதாம் நூற்றாண்டின் துவக்கம். ஹைதராபாத், மைசூர், ராஜஸ்தான் சமஸ்தானங்கள் மற்றும் வங்காளத்தின் சில இடங்கள் தவிர்த்து இந்தியாவின் மற்ற பகுதிகளை ஆங்கிலேயர்கள் தங்கள் கட்டுபாட்டின் கீழ் வைத்திருந்தனர். தங்களின் பொருளாதார வளர்ச்சிக்காக இந்தியாவின் உள்கட்டமைப்பை வளர்ப்பதில் அவர்கள் அதிக ஆர்வம் காட்டினர். அணைகள், வாய்க்கால்கள் உட்பட்ட வேளாண் வசதிகளை ஏற்படுத்துவதற்கும், ரயில்வே வசதிகளை அறிமுகப்படுத்தி விரிவுபடுத்துவதற்கும், அஞ்சல் மற்றும் தந்தி வசதிகளை உருவாக்குவதற்கும் தொழிற்மயமாக்கப்பட்ட மேற்குலகின் தொழில்நுட்பங்கள் அனைத்தும் இந்தியாவில் நடைமுறைப்படுத்தப்பட்டன. இந்தியாவில் இந்த வேலைகளை

நடைமுறைப்படுத்த வெகு சில ஆங்கிலேயர்களே இருந்தனர். இதனால், இந்தியாவின் கல்வியறிவுகொண்ட உயர் சாதியினர் குறிப்பாகப் பிராமணர்கள், ஆங்கில அரசின் கட்டுப்பாட்டில் இருந்த பல்வேறு பகுதிகளில் பணியில் அமர்த்தப்பட்டனர். இவர்களில் பெரும்பான்மையானோர் லண்டனில் பயிற்சி பெற்று ஆங்கிலேயர்களின் அரசு பதவிகளில் பணியில் அமர்த்தப் பட்டவர்களாக இருந்தனர். மேற்குலகக் கலாச்சாரத்தின் தாக்கத்திற்கு ஆளானவர்களாகவும், பிரித்தானியர்களுக்கு உண்மையானவர்களாகவும் இருந்தனர். இந்தியாவை நிர்வகிக்க வெனக் கட்டப்பட்ட பெரும் கட்டிடங்களில் பணிபுரிந்த இவர்கள் பிரித்தானியர்களின் வழிமுறைகளையும் பின்பற்றத் தொடங்கியிருந்தனர். கிராம நிர்வாகத்தில் பெரிய மாற்றங்கள் எதுவும் நிகழவில்லை. "கர்ணம்" என்றழைக்கப்பட்ட பிராமணர்கள் நிலப் பதிவுகளைப் பராமரிக்கும் பதவியிலேயே தொடர்ந்து இருந்தனர்.

பத்தொன்பதாம் நூற்றாண்டின் இறுதியில் தண்டவாளங்கள் அமைக்கும் பணி பெரிய அளவில் நடந்தது. பொது மக்கள் பயன்பாட்டுக்கான முதல் ரயில் பயணப்பட்ட தினம் இந்தியாவின் வரலாற்றில் சிவப்பு எழுத்துக்களால் பொறிக்கப்பட்ட தினம். ஏப்ரல் 16, 1853 ஆம் ஆண்டு மாலை 3.30 மணிக்கு 14 பெட்டிகள் கொண்ட முதல் ரயில் 21 துப்பாக்கிக் குண்டுகள் முழங்கப் பயணிகளுடன் பாம்பே ரயில் நிலையத்திலிருந்து கிளம்பி மாலை 4.30 மணிக்கு, 21 மைல்கள் தொலைவில் இருந்த தானே ரயில் நிலையத்தை அடைந்தது. ரயில்வே போக்குவரத்து காலகட்டத் தின் தொடக்கம் இதுதான். தி கிரேட் இந்தியன் பெனின்சுலா ரயில்வே கம்பெனி என்று அப்போது அறியப்பட்ட, இன்றைய இந்திய ரயில்வேதான் உலகின் மிகப்பெரிய ரயில் தொடர். இத்தகைய பிரம்மாண்டமான ரயில் தொடர்பை உருவாக்க ஆங்கிலேயர்களுக்கு மூன்று முக்கியக் காரணங்கள் இருந்தன: 1. வணிகத்தையும் வியாபாரத்தையும் வளர்ப்பது, 2. திறமை யான, துரிதமான நிர்வாகத் தொடர்பை ஏற்படுத்துவது, 3. ஐரோப்பியர்களிடம் இருந்தும், பிற காலனி ஆதிக்கவாதி களிடமிருந்தும் தங்களது காலனிகளைக் காப்பாற்றிக் கொள்வது. அடர்ந்த காடுகள், உயர்ந்த மலைகள், உருண்டோடும் ஆறுகள் வழியாகத் தண்டவாளங்கள் அமைக்க நிறைய வேலையாட்கள் தேவைப்பட்டனர். இது போன்ற ஆபத்தான வேலைகளைச் செய்யச் சில 'தீண்டத்தகுந்த' சூத்திரர்களைத் தவிர வேறு யாரும் முன்வராதிருந்த நிலையில் தீண்டத்தகாதவர்களே அதிக எண்ணிக்கையில் இந்த வேலையைச் செய்யக் கிடைத்தனர். நாடு முழுவதிலுமிருந்து எண்ணிலடங்காத தீண்டத்தகாதவர்கள்

இந்த வேலைக்காகத் தேர்ந்தெடுக்கப்பட்ட போதிலும், இங்கும் அடிமட்ட வேலைகளே செய்ய வைக்கப்பட்டனர். இவர்களை 'கேங்க்மேன்' என்று அழைத்தனர். தண்டவாளத் துண்டுகளைத் தூக்கிக்கொண்டு இருண்ட காடுகள் வழியாகக் கால் நடையாகச் சென்றபோது பல விபத்துகள் ஏற்பட்டன. உயிரிழப்புகளும்கூட. காட்டு விலங்குகளுக்கும், விஷப் பாம்புகளுக்கும் பலர் தங்களது உயிரைக் காவு கொடுக்க வேண்டியிருந்தது. இருந்தாலும், இந்த வேலையின் மூலமாகத்தான் தீண்டத்தகாத சாதியைச் சேர்ந்தவர்கள் ரயில்வே குடியிருப்புகளில் குடியேற முடிந்தது. சூத்திரர்கள் வாழ்ந்த அதே பகுதியில், சில நேரங்களில் அவர்கள் வாழ்ந்த அதே கட்டிடங்களில் அவர்களுக்கு இணையாக வாழ முடிந்தது. அந்தச் சூழலிலும் சூத்திரர்கள் தீண்டாமையைக் கடைபிடிக்க முயன்றனர். அது ஒரு விசித்திரமான சூழல். கிராமங்கள்தோறும் பிரித்து, ஒதுக்கி வைக்கப்பட்டிருந்த தீண்டத்தகாதவர்கள் திடீரென சூத்திரர்களுக்கு இணையாக ஒரே கட்டிடத்தில் வாழத் தொடங்கினார்கள்! அவர்களின் வாழ்க்கைச் சூழல் மாறியதால் அவர்கள் புதிய விஷயங்களைக் கற்றுக் கொள்ள முடிந்தது. தங்களது வேலையைப் பற்றி மட்டுமன்றி, சமூகத்தைப் பற்றியும் அது கட்டமைக்கப்பட்டிருக்கும் விதங்களைப் பற்றியும் கற்றுக் கொள்ள முடிந்தது. பல வகைகளில், ஆங்கிலேயர்கள் இந்தியாவை ஆண்ட காலகட்டம்தான் தீண்டத்தகாதவர்களின் வாழ்க்கையில் வளர்ச்சிக்கான கதவுகள் திறக்கப்பட்ட காலகட்டம்.

ரயில் போக்குவரத்தின் தொடக்கக் காலத்தில் ரயில் பெட்டி களை ஒன்றோடு ஒன்று இணைக்கவும், தேவைப்படாதபோது நீக்கவும் அதிக எண்ணிக்கையில் ஆட்கள் தேவைப்பட்டனர். இந்தப் பணியை 'ஷண்டிங்' என்றும், இந்த வேலையைச் செய்பவர்கள் 'ஆப்பரேட்டிங்' துறையில் வேலை செய்பவர்கள் என்றும் அழைக்கப்பட்டனர். பயணிகள் ரயில்களிலும், சரக்கு ரயில்களிலும் இந்தப் பணிக்குத் தேவையிருந்தது. இந்த வேலையைச் செய்பவர்கள் "பாயிண்ட்ஸ்மேன்" என்று அறியப்பட்டனர். "ஆப்பரேட்டிங்" துறையின் பணி அடுக்கில் இறுதியில் இவர்கள் இருந்தனர். இவர்களின் வேலை ஆபத்தானதாக இருந்தது. நின்றுகொண்டிருக்கும் ரயில் பெட்டியின் நூறு கிலோவுக்கும் அதிகக் கனம்கொண்ட சங்கிலியை எடுத்து எதிர் திசையில் நகர்ந்து வரும் ரயில் பெட்டியோடு இணைக்க வேண்டும். பயிற்சி பெற்றவர்களாகவே இருந்தாலும் பணியின் ஆபத்தான தன்மையினால் பலர் தங்களின் கை கால்களை இழக்க நேரிட்டது. தண்டவாளங்களைத் தாண்டி ஓடும்போது தடுக்கி விழ நேரிடும். சில நேரங்களில் ரயில் பெட்டியின் கீழ் சிக்கவும் நேரிடும்.

இந்தத் துறையில் பணிபுரிவதற்காக நாடு முழுவதிலுமிருந்து தீண்டத்தகாதவர்கள் வேலைக்கு எடுக்கப்பட்டனர்.

நரசய்யாவுக்கு இந்த வேலைதான் கிடைத்திருந்தது. அவருடைய தாய்மாமன்களின் கிராமத்தின் அருகிலேயே இருந்த சின்ன ரயில் நிலையத்தில் அவர் பணியமர்த்தப்பட்டிருந்தார். ரயில்கள் வருவதற்கும், போவதற்குமான மணி அடிப்பது, விரைவாகச் செல்லும் ரயில்களுக்குப் பச்சைக் கொடி காட்டுவது, சிக்னல்களில் சென்று மண்ணெண்ணெய் விளக்கை ஏற்றுவது ஆகியவை அவருடைய வேலை. வெள்ளைக்கார ஸ்டேஷன் மாஸ்டரின் மனைவிக்கு வீட்டு வேலைகளிலும் உதவ வேண்டும். வங்கபல்லியின் பண்ணையார், அந்தக் கிராமம், பெற்றோரை இழந்து நின்றபோது உதவ மறுத்த உறவினர்கள் என அனைவரிடமிருந்தும் விலகியிருந்த அவருக்கு இந்த வேலை மகிழ்ச்சியளிப்பதாய் இருந்தது. இளவயதிலேயே மனைவியை இழந்திருந்த அவருக்கு இன்னொரு பெண் தேடிக் கொண்டிருந்தனர் அவரது மாமன்கள்.

~

ராமசாமிக்கு இப்போது பத்து வயதாகியிருந்தது. அப்பா மறுமணம் செய்துகொண்ட ஆரம்ப நாட்களில் அவன் மகிழ்ச்சியாகத்தான் இருந்தான். அவனது சின்னம்மா ராமக்கா அவனை நன்றாகப் பார்த்துக்கொண்டார். ஆனால் அது சிறிது காலமே நீடித்தது. இப்போது சின்னம்மா வேலையாக இருந்தபோதும், சில நேரங்களில் ஓய்வாக இருந்தபோதும்கூட அவனது 5 வயதுத் தம்பி எல்லய்யாவையும், மூன்று வயது தங்கை பெண்டம்மாவையும் பார்த்துக் கொள்ளும் பொறுப்பு இவனிடம் வந்தது. வீட்டில் அனைத்து வேலைகளையும் செய்தவனுக்கு அப்பா வீட்டிலிருந்தபோது மட்டும்தான் ஓய்வு கிடைத்தது. சின்னம்மாவுக்கு அவரது பிள்ளைகள் மீதுதான் பாசம் அதிகமாக இருந்தது. தம்பியும், தங்கையும் சாப்பிட்ட பிறகுதான் அவன் சாப்பிட்டான். அப்பா இல்லாத நேரங்களில் மிச்சமான உணவுதான் அவனுக்குத் தரப்பட்டது. அழகானவனாக இருந்த ராமசாமியைப் பார்த்து ராமக்கா பொறாமைப்பட்டார். அவனை அவர் அதிகமாக அடிக்கத் தொடங்கியிருந்தாலும் அவன் அமைதியாக, பொறுமையாக அதை ஏற்றுக்கொண்டான்.

வீட்டின் அருகில் ஒரு பள்ளிக்கூடம் இருந்தது. வகுப்பு நடக்கும் சமயங்களில் அங்கு அமர்ந்து வாய் விட்டுப் படிக்கும் பிள்ளைகளையும், அவர்களின் முன்னால் அமர்ந்திருக்கும்

வாத்தியாரையும் ராமசாமி ஏக்கத்துடன் பார்த்தான். ஆர்வம் நிறைந்திருந்த அவனது இள மனதில் படிக்கவும், எழுதவும் கற்றுக் கொள்ள வேண்டும் என்ற ஆசை ஏற்பட்டது. தீண்டத்தகாதவனாக இருந்ததால் அவன் பள்ளிக்கு உள்ளே அனுமதிக்கப்படவில்லை. ஒரு நாள் அப்பாவிடம், "அப்பா நான் பள்ளிக்கூடத்துக்குப் போகணும்" என்று கூறினான்.

நரசய்யா தனது மகனின் களங்கமற்ற முகத்தைப் பார்த்து விட்டு, அவனை அணைத்துக்கொண்டு, "செல்லம், நாம அரிஜனங்க. நமக்குப் பாடம் சொல்லித் தர மாட்டாங்க" என்றார்.

"ஏன்?"

"ஏன்னா நாம தீண்டத்தகாதவங்க."

"அதுனால என்ன? நான் தூரமா உக்காந்துக்குறேன். நம்ம கை அவங்க மேல படக்கூடாதுல்ல. நான் அவங்களத் தொட மாட்டேன்."

"ஆனா, வாத்தியாரு உனக்குச் சொல்லித் தர மாட்டாரு."

"நான் வாத்தியாரையும் தொட மாட்டேன் பா."

தன் மகனுக்கு என்ன பதில் சொல்வதென்று நரசய்யாவுக்குத் தெரியவில்லை. முனிவர் மனு நல்கிய மனுசாஸ்திரம் பற்றியும், அதனடிப்படையில் தீண்டத்தகாதவர்கள் நூற்றாண்டுகளாக ஒதுக்கி வைக்கப்பட்டிருப்பது பற்றியும் தன் மகனுக்கு எப்படி விளக்குவது என அவருக்குப் புரியவில்லை. குற்றமும் தண்டனையும், இந்துச் சட்டங்களால், சூத்திரர்களுக்கும், தீண்டத்தகாதவர்களுக்கும் விதிக்கப்பட்டவை. இச்சட்டங்களை மீறி நடந்தால் தாங்கள் பாவம் புரிந்தவர்களாகி விடுவோம் என்று தீண்டத்தகாதவர்கள் தீர்மானமாய் நம்பினர். மனுவின் சட்டங்கள்படி சாதி இந்துக்களைத் தொட்டாலோ அவர்கள் முன்னால் நின்றாலோ, அமர்ந்தாலோ அது பாவம்.

"இல்லப்பா! நாம படிக்கவோ, எழுதவோ கத்துக்கக் கூடாது. அது பாவம்!" என்று சொல்வதைத் தவிர நரசய்யாவால் வேறு எதுவும் சொல்ல முடியவில்லை. ஆனாலும் ராமசாமியால் அப்பா சொல்வதை ஏற்றுக் கொள்ள முடியவில்லை.

வீட்டு வேலைகளையெல்லாம் முடித்த பிறகு தூரத்திலிருந்தே பள்ளியில் படிக்கும் குழந்தைகளையும், அவர்களின் நடவடிக்கை களையும் கவனித்துக்கொண்டிருந்தான். அவன் இப்படிச் செய்வதை நெடு நாட்களாகப் பார்த்துக்கொண்டிருந்த முல்லா ஒருவர், ஒரு நாள் ராமசாமியிடம் வந்து

"உனக்குப் படிக்கணுமா?" என்று கேட்டார்.

“ஆனா, நான் தீண்டடத்தகாதவன்” என்று சொன்னான் ராமசாமி.

“அதுனால என்ன? நான் உனக்குப் பாடம் சொல்லித் தர்றேன்.”

“அது பாவம் இல்லையா?”

“கவலைப்படாத. அத நான் பாத்துக்குறேன்.”

“நான் எப்போ வரணும் படிக்க? வீட்டு வேலையெல்லாம் முடிச்சுட்டுதான் வரணும்.”

“உனக்கு எப்ப முடியுமோ, அப்ப வா! நான் மசூதியிலே தான் இருப்பேன்” என்று அங்கிருந்த மசூதியைக் கை காட்டினார்.

ராமசாமியால் மகிழ்ச்சியைக் கட்டுப்படுத்த முடியவில்லை. நடந்ததை அப்பாவிடம் சொன்னான். சித்தியிடம் சொன்னால் தன்னைப் போக விடாமல் தடுத்துவிடுவார் என்பதால் அவரிடமிருந்து செய்தியை மறைத்து விட்டான்.

மறுநாள், வீட்டு வேலைகளை எல்லாம் முடித்து விட்டுக் குளித்து, தன்னிடம் இருந்ததிலேயே நல்ல ஆடையை உடுத்திக் கொண்டு மசூதிக்குக் கிளம்பினான். சொன்ன வார்த்தை மாறாமல் வந்த ராமசாமியின் கல்வி ஆர்வத்தைப் பார்த்து முல்லா மகிழ்ச்சியடைந்தார். அவனை அழைத்துத் தன்னருகில் உட்கார வைத்தார். தான் தொட்டாலே தீட்டு என்ற எண்ணத்தில் இருந்த ராமசாமி அவரிடமிருந்து விலகி உட்கார்ந்துகொண்டான். தெலுங்கின் முதல் சில எழுத்துக்களைச் சிலேட்டில் எழுதிய முல்லா, அதன் மீது எழுதி எழுதிக் கற்றுக் கொள்ளுமாறு கூறினார். இப்படியாக, காலம் காலமாக சாதி இந்துக்களால் கல்வியறிவு மறுக்கப்பட்ட சாதியைச் சேர்ந்த எலுகடி குடும்பத்தில் பிறந்த ஒருவனது மனதில் கல்வியறிவிற்கான முதல் வித்தை சமூக, மத கட்டுப்பாடுகளையெல்லாம் மீறி ஒரு இஸ்லாமியர் விதைத்தார். அவரின் இந்த உதவிக்கு எலுகடி குடும்பத்தினர் தங்களின் வாழ்நாள் முழுவதும் கடன்பட்டிருப்பர்.

ராமசாமியின் கல்வி கற்கும் ஆர்வம் இரண்டு மூன்று ஆண்டு களே தொடர்ந்தது. அதன் பிறகு அவனுடைய அப்பாவுக்கு மாற்றலானது. அதற்குள்ளாக அவன் ஓரளவு படிக்கவும் எழுதவும் கற்றுக்கொண்டிருந்தான். கற்றதைப் பயிற்சி செய்ய எந்நேரமும் முயன்றபடி இருந்தான்.

தன்னுடைய மனைவி தன் மகனைச் சரியாகக் கவனித்துக் கொள்ளவில்லை என்று தெரிந்தாலும் நரசய்யாவால் ஒன்றும் செய்ய முடியவில்லை. சிறுவனானாலும் அவரது மகன் எந்தப்

புகாரும் சொல்லாமல் தன் தம்பியையும், தங்கையையும் நன்றாகக் கவனித்துக்கொண்டான். குழந்தைகள் அனைவரும் ஒருவர் மீது ஒருவர் அன்புடன்தான் இருந்தனர். நரசய்யா ராமசாமிக்கு ஏதாவது ஒரு வேலை வாங்கித் தர வேண்டும் என்று ராமக்கா வற்புறுத்திக்கொண்டேயிருந்தார். ராமசாமி சாப்பிட உட்காரும் போதெல்லாம் ராமக்கா அவனைத் துன்புறுத்துவதை நரசய்யா கவனித்து வந்தார். மனைவியின் இந்த நடவடிக்கை அவருக்கு வருத்தத்தை ஏற்படுத்தியது. எந்நேரமும் இதைப் பற்றிய சிந்தனையோடே இருந்தார்.

~

நரசய்யா பாயிண்ட்ஸ்மேனாகப் பணியாற்றத் தொடங்கிச் சில காலம் ஆகியிருந்தது. ரயில்களுக்குச் சிக்னல் கொடுக்க வேண்டிய மண்ணெண்ணெய் விளக்குகளைச் சரியான நேரத்தில் ஏற்றுவது நரசய்யாவின் பொறுப்பு. ஒரு பாயிண்ட்ஸ்மேனின் அன்றாட வேலையில் பெரிய மாற்றங்கள் எதுவும் இருக்காது. ஒரு நாள் மாலை மண்ணெண்ணெய் விளக்குகளை ஏற்றத் தயாராகிக் கொண்டிருந்தார் நரசய்யா. ஒவ்வொரு நிலையத்திற்கும் அவுட்டர் சிக்னல் என்றழைக்கப்படும் வெளி சிக்னல் ஒன்றும், ஸ்டேஷன் சிக்னல் ஒன்றும் இருந்தன. ஒரு பாயிண்ட்ஸ்மேன் முதலில் வெளி சிக்னலுக்குச் சென்று விளக்கேற்றிவிட்டுப் பின்பு ஸ்டேஷன் சிக்னலுக்கு வர வேண்டும். தொழிற்நுட்பங்கள் பெரிதும் இல்லாததாலும், அப்போதைய தொடர்புகள் மனிதர்கள் சார்ந்தே இருந்ததாலும் ரயில்வேப் பணியாளார்கள் மண்ணெண்ணெய் விளக்கை ஏற்ற நீண்ட தூரம் செல்ல வேண்டியிருந்தது. இந்த வேலையைச் செய்து முடிக்கவே நீண்ட நேரம் பிடித்தது. அன்று அந்த வேலையைச் செய்வதற்காகத் தயாராகிக்கொண்டிருந்த நரசய்யாவை ஸ்டேஷன் மாஸ்டர் அழைக்கவும், மண்ணெண்ணெய் பாட்டிலையும், விளக்கு களையும் விட்டுவிட்டு ரயில் நிலையத்திற்கு விரைந்தார். வெள்ளைச் சீருடையும், ‘நிஜாம் அங்கீகரித்த மாநில ரயில்வே’ என்ற சின்னம் பொறிக்கப்பட்ட தொப்பியையும் அணிந்திருந்த ஸ்டேஷன் மாஸ்டர் மற்றொரு ஸ்டேஷனுக்குத் தந்தி அனுப்பிக் கொண்டிருந்தார். நரசய்யா வந்ததை அவர் கவனிக்கவில்லை. ஸ்டேஷன் மாஸ்டர் மோர்ஸ் கோட்– ன் மூலம் செய்தி அனுப்பும் “கட்கடகட கட்கடகட” என்ற சத்தத்தைக் கேட்டுக்கொண்டே அமைதியாக நின்றிருந்தார் நரசய்யா. அந்தக் காலத்தில் அவசரச் செய்திகளை அனுப்ப ரயில்வே துறை இது போன்ற தந்தி முறையைத்தான் பயன்படுத்தியது. தொலைபேசிகள் அப்போது கண்டுபிடித்திருக்கப்படவில்லை.

அவரின் உத்தரவுக்காக நரசய்யாவும் அமைதியாகக் காத்துக் கொண்டிருந்தார். தன் வேலையை முடித்து விட்டுத் திரும்பிய அந்த ஆங்கிலோ – இந்திய ஸ்டேஷன் மாஸ்டர் நரசய்யாவைப் பார்த்து, "என்னயா! இப்பத்தான் வர்ற! எப்பக் கூப்பிட்டு விட்டேன்" என்று கத்தினார்.

"நான் உடனே வந்துட்டேன் சார். நீங்க வேலையா இருந்தீங்க. உங்க உத்தரவுக்குத்தான் காத்துகிட்டு இருந்தேன்" என்று நரசய்யா பதிலளித்தார்.

"மல்லய்யா சீரோ அவர்ல வேலைக்கு வரல. அதுனால நீதான் தொடர்ந்து வேலை செய்யணும். வேற யாரும் இல்ல" என்று கூறினார்.

"சரி சார்."

"சிக்னல்ல விளக்கேத்திட்டியா. நீதான் இன்னைக்கு எல்லா வேலையும் பாத்துக்கணும். வேலைக்கு வர வேண்டிய இன்னொருத்தனும் வரலை. 22 டவுன் பாசஞ்சர் ரயில் சரியான நேரத்துக்கு வந்துகிட்டிருக்கு. சிக்னல்ல விளக்கேத்திட்டுச் சீக்கிரம் வந்திரு."

"சரி சார்," என்று அவருக்கு ஒரு வணக்கம் வைத்துவிட்டுக் கிளம்பினார்.

இரண்டு ஷிப்டுகளில் தொடர்ந்து வேலை செய்ய வேண்டிய நிலை சில நேரங்களில் ஏற்படுவதுண்டு. மாலை மங்கும் நேரத்தில் வெளி சிக்னலுக்குச் செல்வது ஆபத்தானதுதான். காட்டுப் பன்றிகளிடமிருந்தும், புலியிடமிருந்தும் காப்பாற்றிக் கொள்ளக் கையில் தீப்பந்தத்துடன்தான் செல்ல வேண்டும். விஷப் பாம்புகளும் இருப்பதுண்டு. கவனக் குறைவாக இருந்தால் மரணத்தைத் தழுவ வேண்டியதுதான். இன்றைக்கும் இருள் வேகமாகச் சூழத் தொடங்கியது. நரசய்யா கையில் தீப்பந்தத்துடன் கவனமாக நடந்துகொண்டிருந்தார். நீளமான கம்பத்தின் உச்சியில் செவ்வக பிளேட் ஒன்று பொருத்தப்பட்டிருந்தது. தரைமட்டமாகக் கிடந்தபோது இந்த பிளேட் "நிறுத்து" என்று சமிக்ஞை செய்யும் ஒரு சிவப்புக் கண்ணாடி வட்டத்தைக் காட்டியது. அந்தப் பிளேட்டை ஒரு குறிப்பிட்ட கோணத்திற்கு உயர்த்தினால், ரயில்கள் செல்லலாம் என்ற சமிக்ஞை செய்யும் பச்சைக் கண்ணாடி வட்டத்தைக் காட்டும். இரவிலும் சிக்னல் தெளிவாகத் தெரியும் வண்ணம் இந்தப் பிளேட்டிற்குப் பின்னால் மண்ணெண்ணெய் விளக்கொன்று வைக்கப்பட்டிருந்தது. இந்தப் பிளேட்டை இயக்குவதற்கான கயிற்றின் ஒரு நுனி பிளேட்டிலும் மறு நுனி ரயில் நிலையத்திலிருந்த ஒரு அறையிலும் இருக்கும்.

அங்கிருந்தபடியே இந்தப் பிளேட்டை இயக்கித் தேவையான சிக்னலைக் காட்ட முடியும். சில கப்பிகளின் மூலமாக இந்த சிக்னலை இயக்குவர். சிறு ரயில் நிலையங்களில் இந்த சிக்னலை இயக்க இரண்டு நெம்பு கோல்கள் இருந்தால் போதும். பெரிய ரயில் நிலையங்களிலும், ஜங்ஷன்களிலும் சிக்னல்களை இயக்க நிறைய நெம்பு கோல்கள் இருந்தன. மனிதனால் இயக்கப்படும் இந்த சிக்னல்கள் இப்போது மின்சாரம் கொண்டு இயக்கப்படும் விளக்குகளாக மாற்றப்பட்டு விட்டன.

விளக்குகளை ஏற்றி வைத்த நரசய்யா, ஸ்டேஷனுக்கு வரும் அடுத்த பயணிகள் ரயிலுக்கான மணியை அடிக்க வேண்டி ஸ்டேஷனுக்கு விரைந்தார். கம்பத்திலிருந்து தொங்கிய இரும்புத் துண்டொன்று மணியாகவும், அதை அடித்துச் சத்தம் எழுப்ப பெரிய ஆணி போன்ற இரும்புத் துண்டும் பயன்படுத்தப்பட்டு ரயிலின் வரவு தெரிவிக்கப்பட்டது. அப்போதைக்கான தனது வேலை முடிந்ததும் அங்கிருந்த பெஞ்சில் அமர்ந்த நரசய்யாவின் எண்ணங்கள் தன் மகனை நோக்கி நகர்ந்தன. ராமசாமிக்குப் பதினான்கு வயதாகிவிட்டதால் அவனுக்குத் திருமணம் செய்து வைக்கலாம் என்று அவர் எண்ணினாலும், இன்னும் வேலை இல்லாதவனுக்குத் திருமணம் வேண்டாம் என்று மனைவி எதிர்ப்பாரோ என்றும் அஞ்சினார். அவனுக்கென ஒரு வேலை தேடியே ஆக வேண்டும்.

“நரசய்யா! எங்க இருக்க! உள்ள வா. ரயில் வந்திகிட்டிருக்கு. ‘லைன் கிளியர்’ சிக்னல் கொடுக்கனும்” என்று கத்திய ஸ்டேஷன் மாஸ்டர் நரசய்யாவின் நினைவுகளைக் கலைத்தார்.

“வர்றேன் சார்” என்று ஓட்டமும் நடையுமாக நரசய்யா சென்றார்.

ஒரு ஸ்டேஷனைத் தாண்டுவதற்கு முன் ஒவ்வொரு ரயிலும் ‘லைன் கிளியர்’ சிக்னலைப் பெற வேண்டும். ரயில் கடந்து வந்திருந்த ஸ்டேஷனிலிருந்து தகவல் வந்ததும் சில எழுத்துக்கள் பொறிக்கப்பட்ட உலோகத் தகடு ஒன்று தரப்படும். அதை ரயில் கிளம்புவதற்கு முன்னால் டிரைவரிடம் கொடுக்க வேண்டும். ஸ்டேஷனில் நிற்காமல் செல்லும் விரைவு வண்டி எனில் டென்னிஸ் மட்டை போன்ற ஒரு கம்பியில், தடிமனான வயர் கொண்டு கட்டப்பட்டத் துணிப்பை ஒன்றில் வைத்து இந்தத் தகட்டை ரயில் தாண்டும்போது எஞ்சினுக்கு அருகில் பிடித்துக் கொண்டு நிற்க வேண்டும். நடைபாதையின் நுனியில் சற்று உயரத்தில் நின்றுகொண்டு தகட்டை நீட்ட வேண்டும். விரைந்து செல்லும் ரயிலின் தீயணைப்பு ஊழியர் இந்த தகட்டைப் பெற்றுக்கொண்டு, முந்தைய நிலையத்தில் தரப்பட்ட தகட்டை

வீசியெறிந்து விட்டுச் செல்வார். இந்தச் செய்முறைக்கு நேர்த்தியும், நுண்ணிய செயல்பாடும் தேவைப்பட்டது. இதில் ஏதேனும் தவறு நிகழ்ந்தால் ரயில் நிறுத்தப்பட்டுவிட்டுச் சம்பந்தப்பட்டவர்கள் தக்க காரணத்தை வழங்காத பட்சத்தில் அவர்கள் மீது கடுமையான நடவடிக்கை எடுக்கப்படும். பாயிண்ட்ஸ் மேனும், தீயணைப்பு ஊழியரும் முழு கவனத்துடன் இந்த வேலையைச் செய்ய வேண்டும். இரவு நேரங்களில் இந்த வேலையைச் செய்த போது ஒரு கையில் தகடு கட்டப்பட்ட கம்பியையும், இன்னொரு கையில் தான் இருக்கும் இடத்தை தெளிவாகக் காட்டுவதற்கென தீப்பந்தத்தையும் வைத்துக்கொண்டு பாயிண்ட்ஸ்மேன் நிற்க வேண்டும். ரயில்வேப் பணியாளர்களின் குழந்தைகளை மிகவும் கவர்ந்த காட்சியாக இது இருந்தது.

~

அன்று பணி விடுமுறை நாள் என்பதால் நரசய்யாவும், அவருடன் பணியாற்றும் மல்லய்யாவும் கள்ளுக் கடையில் அமர்ந்திருந்தனர்.

“எப்ப பாத்தாலும் ஏதாவது யோசிச்சுட்டே இருக்கே. என்னாச்சு?” என்று மல்லய்யா கேட்டார்.

“என் பையனை நினைச்சுத்தான் கவலையா இருக்கு. அவனுக்கு பதினாலு வயசாகுது. கல்யாணம் பண்ணி வைக்கிறதா இல்ல வேலை வாங்கித் தர்றதான்னு தெரியலை.”

“ஓ! கல்யாணம் ஒரு பிரச்சனையே இல்ல. நிறைய பொண்ணுங்க இருக்காங்க. நீ சரின்னு சொன்னா உன் பையனுக்கு ஒரு அழகான பொண்ணா பாப்போம்.”

“என் பொண்டாட்டி அவன் வேலைக்குப் போயே ஆகனுமுன்னு சொல்றா. ஆனா அவனுக்கு 14 வயசுதான் ஆகுது.”

“அதுனால என்ன? ரயில்வேயிலயே ஒரு வேலை பாரு.”

“இங்க வேலை பாக்குறதுக்கு அவனுக்கு வயசு பத்தாது.”

“அதெல்லாம் பிரச்சனையில்லை. வாட்டசாட்டமா இருக்கான். உடல் பலம் இருக்கு. பாத்தா அவன் வயச விட மூத்தவன் மாதிரிதான் இருக்கான். வேலையில சேர்றதுதான் நல்லது. பிராங்கிளின் சார் அடுத்த மாசம் நம்ம ஸ்டேஷனுக்கு இன்ஸ்பெக்ஷனுக்கு வர்றாரு. அவரு கிட்ட கேளு.”

“அப்படியா? கண்டிப்பா!”

பிராங்கிளின் சார், மனித வளத் துறை அலுவலர். வெள்ளைக்காரர். பல ரயில் நிலையங்கள் இவரது கண்காணிப்பின்

கீழ் இருந்தன. வேலைக்கு ஆட்களை அமர்த்துவதற்கும், தேவை யில்லாதவர்களை வேலையில் இருந்து எடுப்பதற்குமான அதிகாரம் பெற்றவர்.

இருவரும் குடித்து முடித்து விட்டு எழுந்தனர். ராமசாமியின் திருமணத்தைப் பற்றி யோசிக்கும் முன் அவனுக்கு ஒரு வேலை வாங்கித் தருவது என்று நரசய்யா முடிவு செய்தார்.

~

நரசய்யா தாமதமாக வீடு திரும்பியபோது ராமசாமி சாப்பிடாமல் காத்துக்கொண்டிருந்தான்.

"நீ சாப்பிட்டுட்டுத் தூங்கியிருக்கலாமே பா! எனக்கு ஏன் காத்துகிட்டிருக்கிற?"

"ஒரு நாளைக்காவது உங்களோட சாப்பிடலாமேன்னு தான் அப்பா!"

"டேய்! உங்க அம்மா மேல வச்சிருந்த அதே அளவு அன்பை நான் உன் மேலயும் வச்சிருக்கேன். நீ நல்லா வளந்துட்டயில்ல! உனக்கு ஒரு வேலை தேடணும்!" என்று சொன்ன நரசய்யாவின் கண்கள் கலங்கின.

தன் தந்தைக்குச் சோள ரொட்டியும் ஆட்டுக் கறியும் பரிமாறிக் கொண்டிருந்த ராமசாமி, "ஒண்ணும் பிரச்சனையில்லப்பா! நான் வளர்ந்திட்டேன். வேலைக்குப் போறேன்பா!"

அப்பாவுக்கும் மகனுக்கும் பேச நிறைய விஷயங்கள் இருந்தும் அமைதியானார்கள்.

நரசய்யாதான் அந்த மௌனத்தை உடைத்தார். "தம்பி! எங்க பெரிய அதிகாரி, பிராங்க்ளின் சார் அடுத்த மாசம் இங்க வர்றாரு. அவரு கிட்ட உனக்கு ஒரு வேலை வேணுமுன்னு கேக்கப் போறேன். அவரு நல்ல மனுசன்."

"சரிப்பா. நான் என்ன வேலை வேணும்னாலும் செய்யுறேன். சின்னம்மாவும் சந்தோஷப்படுவாங்க."

"ஆமா! உங்க அம்மா உன்னை நடத்துற விதத்தைப் பாக்கவே கஷ்டமா இருக்கு!"

"கவலைப்படாதீங்க அப்பா. ஒரு பிரச்சனையும் இல்ல."

அவர்கள் இருவரும் சாப்பிட்டு முடித்தார்கள். தன் மகனுடன் உட்கார்ந்து பேசியது நரசய்யாவுக்கு மன நிறைவைக் கொடுத்தது. சிறுவனான தனது மகனை வேலைக்கு அனுப்புகிறோமே என்ற

கவலை அவருக்கு இருந்தாலும் வேலை கிடைத்துவிட்டால் அவன் நிம்மதியாக வாழ முடியும் என்ற எண்ணம் ஆறுதல் தருவதாக இருந்தது. நரசய்யாவின் இரண்டாவது மகன் தனது அண்ணன் ராமசாமியின் உந்துதலின் பேரில் கல்வி கற்றுக் கொண்டிருந்தான். மாலை நேரங்களில் ஸ்டேஷன் மாஸ்டர் அவனுக்கு ஆங்கிலம் கற்றுக் கொடுத்துக்கொண்டிருந்தார். ஸ்டேஷன் மாஸ்டரின் மனைவிக்கு இதில் சற்றும் ஒப்புதல் இல்லாததால் அந்தச் சிறுவன் வீட்டுக்கு வெளியில் அமர்ந்து படிக்க வேண்டியிருந்தது. இன்று அவமானம் என்று நாம் கருதும் இந்தச் செயலை வாழ்க்கையின் நடைமுறை என்று எடுத்துக் கொண்டிருந்ததால் அது அவனைப் பாதிக்கவில்லை.

அந்தக் காலங்களில் மின்சாரம் பெரிய நகரங்களையும் வணிக மையங்களாகக் கருதப்பட்ட சில ஊர்களையும் மட்டும் தான் அடைந்திருந்தது. ரயில் நிலையங்களில் அங்கும் இங்குமாக மின்னிய சில மண்ணெண்ணெய் விளக்குகளைத் தவிர்த்து மற்ற இடங்கள் இருளில்தான் மூழ்கிக் கிடந்தன. சிறிய ரயில் நிலையங்களில் ஸ்டேஷன் மாஸ்டரின் அறையிலிருந்த மண்ணெண்ணெய் விளக்கிலிருந்து வந்த மெல்லிய ஒளிக் கீற்றின் வெளிச்சம் மட்டுமே இருந்தது.

குளிர் காலம் தொடங்கியிருந்தது. காற்று வீசிக் கொண்டிருந்த ஒரு இரவு வேளை. நரசய்யாவும் அவர் உடன் பணியாற்றுபவர்களும் குளிருக்கு மூட்டிய நெருப்பைச் சுற்றிக் கம்பளி போர்த்திக்கொண்டும் பீடி புகைத்துக்கொண்டும் உட்கார்ந்திருந்தனர். இரவு பத்து மணி இருக்கும். ஸ்டேஷன் மாஸ்டர் அறையிலிருந்து வந்த வெளிச்சத்தைத் தவிர மற்ற இடங்களை இருள் சூழ்ந்துகொண்டிருந்தது.

“பிராங்கிளின் சார் இன்ஸ்பெக்ஷனுக்கு எப்ப வர்றாரு?” குளிருக்குத் தன் கைகளை ஒன்றுடன் ஒன்று தேய்த்து இதமாக்கிக் கொண்டே கேட்டார் நரசய்யா.

“இன்னும் கொஞ்ச நாள்ல,” என்று அவருக்கு அருகில் அமர்ந்திருந்த நபர் பதிலளித்தார்.

“உனக்கு எப்படித் தெரியும்?”

“அன்னைக்கு ஸ்டேஷன் மாஸ்டர் யாருகிட்டயோ புது பங்கா போடணுமுன்னும் ஸ்டேஷனுக்கு வெள்ளையடிக்கணுமுன்னும் பேசிகிட்டு இருந்தார்.”

பங்கா என்பது மனிதர்களால் இயக்கப்படும் விசிறி. 4 அடி அகலமும் அறையின் நீளத்தை ஒத்த நீளமும் கொண்ட

தடிமனான துணியை நீளமான மரக் கம்பைச் சுற்றிக் கட்டிக் கூரையிலிருந்து தொங்கவிட்டிருப்பார்கள். கம்பின் நடுவிலிருந்து தொங்கும் கயிற்றை ஒருவர் பிடித்து இழுக்கும்போது அசையும் துணி அந்த அறை முழுவதையும் காற்றால் நிரப்பும். சிறிய ரயில் நிலையங்களில் இதுவும் பாயிண்ட்ஸ்மேன்களின் வேலைதான்.

"நிஜமாவா" என்று கேட்ட நரசய்யாவின் குரலில் வியப்பு தெரிந்தது.

"நிஜமா! ஸ்டேஷன் மாஸ்டர் சொன்னத நான் கேட்டேன்."

ஸ்டேஷன் மாஸ்டர் அழைக்கும் குரல் கேட்டவுடன் அவர் எழுந்து சென்றுவிட்டார்.

~

"இன்னும் எத்தனை நாளைக்கு உங்க மகன் இப்படியே வீட்டுல உக்காந்திருக்கப்போறான்?" என்று கத்தினார் ராமக்கா. "இவ்வளவு வயசாயிடுச்சு அவனுக்கு. நான் இனிமேல் அவன வைச்சு சோறு போட மாட்டேன்."

ராமசாமியின் மீது ராமக்கா கொண்டிருந்த தீராத வருத்தம் இது. ஆர்ப்பாட்டமாக இல்லாவிட்டாலும் மற்ற தீண்டத்தகாத குடும்பங்களைக் காட்டிலும் இவர்களின் குடும்பத்தினர் வசதியாகவே வாழ்ந்தனர். உணவு, உடை, இருப்பிடம் என்று எல்லாத் தேவைகளும் ரயில்வே வேலையிலிருந்து கிடைத்த வருமானத்தால் பற்றாக்குறையின்றி இருந்தன. ரயில்வே துறையில் பணியாற்றிய பல தீண்டத்தகாத குடும்பங்களின் நிலை இப்படித்தான் இருந்தது. ரயில்வேயில் இருந்து கிடைத்த நிலையான வருமானம் அவர்களின் பிள்ளைகளுக்குக் கல்வி கொடுக்கும் வசதியைக்கூடக் கொடுத்திருந்தது. இந்தக் காரணங் களுக்காகவே இக்குடும்பங்கள் தங்கள் சொந்தச் சமூகங்களிலிருந்து விலக்கி வைக்கப்பட்டிருந்தன.

"வருத்தப்படாத! என் பையனுக்கு வேலை கிடைக்கப் போகுது!" என்று தன் கோபத்தைக் கட்டுப்படுத்திக்கொண்டு கூறினார் நரசய்யா.

"ஒரு வருஷமா இதத்தான் சொல்றீங்க."

"வேலைக்குப் போற வயசு வரல அவனுக்கு."

"உங்களுக்கு அப்படித்தான் தோனும். பக்கத்து வீட்டுப் பையன் அவங்க அம்மாவோட வயல் வேலைக்குப் போக ஆரம்பிச்சுட்டான். தெரியுமா?"

“அதனால? நான் என் பையன வயல் வேலைக்கு அனுப்ப மாட்டேன்!”

“அப்புறம்? வேற என்ன வேலை கிடைக்கும்? கலெக்டர் வேலையா?” என்று மீண்டும் கத்த ஆரம்பித்தார்.

“என் பையன் படிப்பறிவில்லாதவன் கிடையாது. அவன நான் வயல் வேலை பாக்க விட மாட்டேன். ரயில்வேயிலேயே ஒரு வேலை வாங்கித் தருவேன்,” என்று உறுதியாகச் சொன்னார்.

“அப்ப அதச் செஞ்சு தொலைங்க. அவன் வீட்டுல இருக்குறதப் பாத்துப் பாத்து எனக்கு அலுப்பா இருக்கு.”

“சரி! போதும்! புலம்புறத நிறுத்து. அவனுக்குச் சீக்கிரம் வேலை கிடைச்சிரும்.”

இந்த வாக்குவாதம் முழுவதையும் அமைதியாகக் கேட்டுக் கொண்டிருந்த ராமசாமி எப்படியாவது வேலைக்குச் சென்று விட வேண்டும் என்று உறுதிகொண்டான். அப்பா தனக்காக வாதாடுவதைப் பார்க்கவே அவனுக்கு வருத்தமாக இருந்தது. சின்னம்மா தன்னை மோசமாக நடத்தும்போதுகூட அவன் இத்தனை வருத்தப்படுவதில்லை. அப்பாவிடம் சின்னம்மா சண்டை போடும்போதுதான் இவன் மனம் வருந்துகிறது. அப்பா ஸ்டேஷனுக்குக் கிளம்பி வெளியேறியபோது அவர் அருகில் சென்று மெல்லிய குரலில் “நான் வயலுக்கு வேலைக்கு போறேன் ஐயா!” என்றான்.

“இல்ல பா! நீ எனக்குப் பாரமா இல்லை. பிராங்கிளின் சார் இன்னும் கொஞ்ச நாள்ல வர்றாரு. அவருகிட்டக் கெஞ்சி யாவது உனக்கு ஒரு நல்ல வேலை வாங்கிக் கொடுத்துருவேன்” என்று ராமாசாமியின் தலையை வருடியபடியே கூறினார் நரசய்யா. மற்ற பிள்ளைகள் இவர்களின் அந்நியோனியத்தைப் பார்த்து மகிழ்ந்தனர். அம்மா அப்பாவையும் அண்ணனையும் நடத்தும் விதம் இவர்களுக்கும் பிடிக்கவில்லை. நரசய்யாவின் இரண்டு மகன்களும் ஒருவர் மீது ஒருவர் அதீத பாசத்தோடே இருந்தனர். இருவரும் சேர்ந்து தங்கை பென்டம்மா மீது அக்கறையோடிருந்தனர். எட்டு வயதே நிறைந்த சிறுமிதான் என்றபோதும், பென்டம்மா பெரிய கண்கள் நீண்ட மூக்கு அடர்ந்து நீண்டு கிடந்த கருங் கூந்தல் என அத்தனை அழகோடு இருந்தாள். பென்டம்மாவைப் பார்ப்பவர்கள் எல்லாம் அவள் ‘வேலம்மா’ (உயர் சாதியில் பிறந்த பெண்) போல் இருப்பதாகக் கூறுவார்கள்.

அடுத்த நாள் ரயில் நிலையமே தடபுடலாக இருந்தது. பணியாளர்கள் அனைவரும் ஒரே இடத்தில் கூடியிருந்தார்கள். அவர்கள் முகத்தில் பதட்டம் தெரிந்தது. ஸ்டேஷன் மாஸ்டர், உதவி ஸ்டேஷன் மாஸ்டர், பாயிண்ட்ஸ்மேன், கேங் மென் என அனைவரும் பளிச்சிடும் சீருடைகளில் நின்றுகொண்டிருந்தனர். ரயில் நிலையம் சுத்தமாக இருந்தது. ஸ்டேஷன் மாஸ்டர் அறையிலிருந்த கோப்புகள் சரியாக அடுக்கி வைக்கப்பட்டிருந்தன. ஒவ்வொரு பணியாளரும் என்ன செய்ய வேண்டும் என ஸ்டேஷன் மாஸ்டர் உத்தரவுகள் கொடுத்துக்கொண்டிருந்தார். அவர்கள் நிலையத்தைத் தாண்டிச் செல்லவிருக்கும் சரக்கு ரயிலுக்கு லூப் லைன் சிக்னல் கொடுத்து விட்டு, வரவிருக்கும் அதிகாரிகளுக்கு மெயின் லைனை காலியாக வைக்குமாறு ஒருவருக்கு உத்தரவிட்டார். பிராங்கிளின் சார் எப்போது வருவாரெனக் கூடியிருந்தவர்கள் முணுமுணுக்கத் தொடங்கிய நேரத்தில் ரயில் வரும் ஓசையும் கேட்டது. சுத்தமான வெள்ளைச் சீருடையும் ரயில்வே முத்திரைகொண்ட நீலத் தொப்பியும் அணிந்திருந்த ஸ்டேஷன் மாஸ்டர், திரு. பிராங்கிளின் வரும் பெட்டியை நோக்கி ஓடினார். அனைத்துப் பணியாளர்களும் தங்கள் இடத்தில் நின்றனர். யார் என்ன செய்ய வேண்டும் என்பது ஏற்கனவே தீர்மானிக்கப்பட்டிருந்தது. இருபத்தி ரெண்டு வயதையொத்த பிராங்கிளின் சாருக்கு ரயில் நிலையத்தின் தோற்றமும் அதில் பணியாற்றுபவர்களின் தோற்றமும் பணியும் பிடித்திருந்தது. ஸ்டேஷன் மாஸ்டரும் பணியாளர்களும் சிறப்பாகப் பணியாற்றுவதாகப் பாராட்டவும் செய்தார். மதிய உணவு முடிந்த பிறகு அவர் சாய்வு நாற்காலியில் அமர்ந்திருக்கப் பணியாளர் ஒருவர் பங்கா வீசிக்கொண்டிருந்தார். ஸ்டேஷன் மாஸ்டரும் மற்றவர்களும் பிராங்கிளின் சார் கிளம்பும் ரயில் வருவதற்காகக் காத்துக்கொண்டிருந்தனர்.

நரசய்யா பிராங்கிளின் சாரிடம் தன் மகனின் வேலையைப் பற்றிப் பேசியிருந்தார். அவரும் தான் செகந்திராபாத் சென்றவுடன் இதைப் பற்றித் தனக்கு நினைவூட்டுமாறு ஸ்டேஷன் மாஸ்டரிடம் தெரிவித்தார். நரசய்யாவின் அருகில் நின்றுகொண்டிருந்த ராமசாமிக்கும் சந்தோஷமாக இருந்தது. நரசய்யா தன் மனைவியிடம் இதைப் பற்றிக் கூற ஆவலோடிருந்தார்.

சாயங்காலம் வீடு திரும்பிய நரசய்யாவுக்கு, தன் மாமா எல்லய்யாவைப் பார்த்ததும் பெரும் மகிழ்ச்சி உண்டாகியது.

“மாமா எப்ப வந்தீங்க? எல்லாரும் நல்லா இருக்காங்கள்ல?” என்று கேட்டார்.

ராமசாமி ஓடிச் சென்று தன் தாத்தாவைக் கட்டிக்கொண்டான்.

"எல்லாம் நல்லாதான் இருக்குது" என்று சொன்ன எல்லய்யா தன் பேரனை வாஞ்சையுடன் பார்த்தார்.

"சரியான நேரத்துலதான் வந்திருக்கீங்க மாமா. ஒரு நல்ல விஷயம் நடந்திருக்கு" என்றார் நரசய்யா.

"என்ன விஷயம்?"

"உங்க பேரனுக்கு ரயில்வேயில வேலை கிடைச்சிருக்கு. நிச்சயமா வேலை தர்றதா அதிகாரி சொல்லியிருக்காரு."

"அப்படியா! ரொம்ப நல்ல விஷயமாச்சே!" என்று சொன்ன எல்லய்யா, தன் தங்கை மகன் கஷ்ட காலங்களில் தங்களைத் தேடி வந்தது நல்ல முடிவுதான் என்று எண்ணிக்கொண்டார்.

ராமக்கா சமையல் வேலைகளைச் செய்யத் தொடங்க நரசய்யா தன் மாமாவுக்குச் சாராயம் வாங்க வெளியே சென்றார். மாமாவுக்காகச் சிறப்பான பண்டங்களைச் சமைத்திருந்தார் ராமக்கா. உணவருந்திவிட்டு எல்லய்யாவும் நரசய்யாவும் வீட்டுக்கு வெளியே அமர்ந்து பீடி புகைத்துக்கொண்டிருந்தார்கள்.

"மாமா, ராமசாமி வேலைக்குச் சேர்றதுக்கு முன்னாடி அவனுக்கு ஒரு நல்ல பொண்ணாப் பாத்துக் கல்யாணம் பண்ணி வைக்கனுமுன்னு நினைக்கிறேன்."

"அதப் பத்திப் பேசுறதுக்காகத்தான் நானும் இன்னைக்கு வந்தேன்."

"அப்படியா!" என்று வியந்து போனார் நரசய்யா. "ஆனா இப்ப வரைக்கும் அதப் பத்தி ஒரு வார்த்தைகூட பேசலையே நீங்க."

"உன் கிட்ட முதல்ல தனியாப் பேசிடலாமுன்னு நினைச்சேன்."

"பொண்ண நீங்க பாத்திட்டீங்களா?" என்று ஆர்வமாகக் கேட்டார் நரசய்யா.

"ஆமா. கர்பாதி மல்லய்யாவோட மூத்த பொண்ணு. பத்து வயசு ஆவுது. பீபீ நகர்–ல இருக்காங்க. அவரு கேங்க்மேனா வேலை பாக்குறாரு. அடுத்த வாரம் பொண்ணு பாக்க வர்றதாச் சொல்லியிருக்கேன்."

"நல்ல விஷயம் மாமா!"

"நாளைக்கு மதிய இரயிலுக்குக் கிளம்புறதுக்கு முன்னாடி உன் பொண்டாட்டி கிட்டயும் பேசிடறேன்."

அந்த நாளின் களைப்பு ஆட்கொள்ள இருவரும் தூங்கச் சென்றனர்.

~

செகந்திராபாத்திலிருந்து 40 கிலோ மீட்டர் தொலைவில் இருக்கும் பீபீநகர் ரயில்வே நிலையத்தில்தான் கர்பாதி மல்லய்யா பணிபுரிந்துகொண்டிருந்தார். அங்கிருந்து சற்றுத் தொலைவில் இருக்கும் துர்காபள்ளிக் கிராமத்தில் இருந்து குடிபெயர்ந்திருந்தார் அவர். அவருக்கு நரசம்மா, சாயம்மா, லக்ஷ்மம்மா என்று மூன்று பெண் குழந்தைகளும் ராமய்யா என்று ஒரு வளர்ப்பு மகனும் இருந்தனர். நான்கு குழந்தைகளில் மூத்த பெண்ணுக்கு 10 வயது முடிந்திருந்தது. தன் குடும்பத்திற்குச் சேர்த்து வைப்பதிலேயே குறியாக இருக்கும் மல்லய்யாவை எல்லோரும் கருமி, கஞ்சன் என்று அழைத்தனர். அவருக்கு அளிக்கப்பட்டிருந்த அரசு குடியிருப்புக்குப் பின்னால் ஒரு கொட்டகை போட்டு அதில் பத்துப் பதினைந்து ஆடுகள் வளர்த்து வந்தார். அந்த ஆடுகளை மல்லய்யாவின் மகன் அவர்கள் வீட்டிற்கு அருகில் பாறைகள் நிறைந்த காலியிடத்திற்கு அழைத்துச் செல்வான். ஆடு மாடுகள் நாள் முழுக்க அங்கிருக்கும் செடி கொடிகளை மேய்ந்து கொண்டிருக்கும். ஆட்டுப் பால் விற்பது, வயதான ஆடுகளை விற்பது எனத் தனது வருமானத்தைப் பெருக்கிக்கொண்டிருந்தார் மல்லய்யா. இதனாலேயே தன் சமூகத்தில் மற்றவர்களைக் காட்டிலும் இவர் வசதிபடைத்தவராக இருந்தார். சுயமாக முன்னேறியதாலும், வசதி படைத்தவர் என்பதாலும் அனைவரும் இவரிடம் மரியாதையோடு நடந்துகொண்டனர். மல்லய்யாவின் மனைவி அமைதியான குணம்கொண்டவர். மூன்றாவது குழந்தையைப் பிரசவித்தபோது உயிரிழந்தார். அதன் பிறகு பலர் வற்புறுத்தியும் மல்லய்யா இன்னொரு திருமணம் செய்து கொள்ளவில்லை. தன் குழந்தைகள் மாற்றாந்தாயிடம் சிக்கித் துன்புறக் கூடாது என்று அவர் இம்முடிவை எடுத்திருந்தார். அந்தக் காலத்தில் எட்டு, ஒன்பது வயது பெண் குழந்தைகள் வீட்டு வேலை கற்றுக்கொள்வதும், தாயுடன் வயலுக்குச் சென்று வேலை செய்வதும் பொதுவான ஒன்றாக இருந்தது. ஆனால் மல்லய்யா தன் குழந்தைகளை வயலில் வேலை செய்ய அனுப்பியதேயில்லை. இப்படிப்பட்ட மல்லய்யாதான் தனது மூத்த மகள் நரசம்மாவுக்கு ரயில்வேயில் பணிபுரியும் மாப்பிள்ளை தேடிக்கொண்டிருந்தார்.

நரசம்மா வசீகரமான பெண். சிவப்புமில்லாது கருப்புமில்லாத இடைப்பட்ட நிறம். உயரமும் இல்லாது குட்டையும் இல்லாது இடைப்பட்ட உயரம். முட்டைக் கண்களும், கட்டை மூக்கும்

கொண்டிருந்தாலும் முகத்தில் பொலிவு குடிகொண்டிருந்தது. பொறுமையான குணம்கொண்டிருந்த நரசம்மா தனது தம்பி, தங்கைகளை நன்றாகக் கவனித்துக்கொண்டாள். மல்லய்யாவுக்குப் பேருதவியாக இருந்தாள். மாதிக சமையலை நன்றாகக் கற்றிருந்தாள். நரசம்மாவில் தன் மனைவியைக் கண்ட மல்லய்யா அவள் மீது அதீத பாசம்கொண்டிருந்தார். திருமணமாகித் தனது மகள் தன்னை விட்டுச் சென்றுவிடுவாளே என்ற எண்ணம் அவரைக் கவலையில் ஆழ்த்தியது. அவளுக்கென வெள்ளிக் கொலுசும், வெள்ளி அட்டிகையும், சின்ன புஸ்தி என்று அழைக்கப்படும் தாலியையும் செய்து வைத்திருந்தார். புஸ்தி என்பது தட்டையான தங்கத்தில் ஒன்று பெரிதாகவும், ஒன்று சின்னதாகவும் செய்யப்படும் தாலி. இரண்டில் சின்னதாக இருக்கும் சின்ன புஸ்தி, பெண் வீட்டாரால் செய்யப்படுவது. பெரிய புஸ்தி (தாலி) மாப்பிள்ளை வீட்டாரால் செய்யப்படும். மஞ்சளைக் குழைத்து இந்த இரண்டையும் நூலில் கோர்த்து அதில் ஊற வைப்பார்கள். திருமணத்தன்று இந்த கயிற்றை மணமகன் மணமகளுக்கு அணிவிப்பார். சின்ன புஸ்தியை மல்லய்யா செய்து முடித்ததிலிருந்து நரசம்மாவின் சகோதரிகளும், அவளின் உறவினர்களும் மாப்பிள்ளை வரும் காலம் வந்துவிட்டதாக அவளைச் சீண்டிக்கொண்டேயிருந்தனர்.

பெண் பார்க்க வருவதாக எல்லய்யாவிடமிருந்து தகவல் வந்ததும் மல்லய்யா பரபரப்பாகத் தயாரிப்பு வேலைகளில் இறங்கினார். கிராமத்திலிருந்து தயாரிப்பு வேலைகளைக் கவனிக்க வந்திருந்த மல்லய்யாவின் தங்கை அவரது குழந்தைகளின் உதவியோடு வீட்டைத் தயார் செய்து, நரசம்மாவையும் அழகாக அலங்கரித்திருந்தார். மல்லய்யா விருந்தாளிகளை அழைத்து வர ரயில் நிலையம் சென்றிருந்தார். ரயில் தாமதமானதால் ஒரு மணி நேரம் காத்திருந்து அவர்களை அழைத்து வந்தார். எல்லய்யா, நரசய்யாவையும் நரசய்யாவின் மனைவியையும் அழைத்து வந்திருந்தார். சில நிமிடங்களிலேயே அவர்கள் அனைவரும் மல்லய்யாவின் குடியிருப்பை அடைந்தனர்.

தன்னையே பார்த்துக்கொண்டிருந்த விருந்தாளிகளைக் கண்டு நரசம்மா சற்றுப் பதட்டமடைந்தாள். தன் சேலை நுனியை இறுகப் பற்றிக்கொண்டாள். நரசய்யாவின் மனைவி பெண்ணைத் தனக்குப் பிடித்திருப்பதாகத் தலையசைத்து சமிக்ஞை செய்தார். எல்லய்யாவும், நரசய்யாவும் மகிழ்ச்சியடைந்தனர். மல்லய்யாவின் வீட்டில் சாராயம் குடித்த அவர்கள், திருமணம் நிச்சயிக்கும் முன் உறவினர்களாக விருந்துண்ணுவதைத் தவிர்ப்பது என்று முடிவு செய்தனர்.

வீடு திரும்பிய பின் தங்களுக்குப் பெண்ணைப் பிடித்திருப்ப தாக மல்லய்யாவுக்குச் செய்தி அனுப்பினார் நரசய்யா. தன் அன்பு மனைவி அப்பம்மாவின் வயிற்றுப் பிள்ளையான ராமசாமிக்குத் திருமணம் நடக்கவிருப்பது அவருக்கு பெருமகிழ்ச்சி அளித்தது. நரசய்யா அப்பம்மாவுடன் குறைந்த காலமே வாழ்ந்திருந்தாலும் அவரது வாழ்நாளில் மறக்க முடியாத நினைவுகளைக் கொண்டிருந்தார். சிந்தனையில் ஆழ்ந்திருந்த நரசய்யாவை ஸ்டேஷன் மாஸ்டரின் குரல் நினைவுக்குக் கொண்டு வந்தது.

"ஏய்! நரசய்யா, உனக்கு ஒரு நல்ல செய்தி வந்திருக்கு."

"என்ன செய்தி சார்? என் பையனோட வேலை சம்பந்தமாவா?" என்று உற்சாகத்துடன் கேட்டார் நரசய்யா.

"இல்லை. உன்னோட இடமாற்ற உத்தரவு."

"எங்க சார்?" என்று கேட்ட நரசய்யாவுக்கு வெகு தொலைவு செல்ல வேண்டியிருக்குமா என்ற பயம் ஏற்பட்டது.

"கவலைப்படாத. செகந்திராபாத்துக்குதான்."

பெரிய ரயில் நிலையம் என்பது நல்லதுதான் என்றாலும்...

"என் பையனோட வேலை..." என்று முணுமுணுத்தார்.

"ஓ! சொல்ல மறந்துட்டேன். பிராங்க்ளின் சார் செய்தி அனுப்புனாரு. உன் பையனோட பணி உத்தரவு சீக்கிரமே வரும்."

நரசய்யா பெரும் மகிழ்ச்சி அடைந்தார். அவ்வளவு பெரிய ஸ்டேஷனில் பணி புரிவது பெரிய விஷயம். தன் மகனுக்காகப் பார்த்திருந்த பெண் நரசம்மா வந்த நேரம்தான் இத்தனை நல்ல விஷயங்கள் நடக்கின்றன என அவருக்குத் தோன்றியது. அவள் தன் மகனுக்கு ஏற்றவளாக இருப்பாள். இன்னும் ஓரிரு தினங்களில் இந்த நிலையத்திலிருந்து விடுவிக்கப்பட்டு லஸ்கர் (கண்டோன்மண்ட்) என்று அழைக்கப்படும் செகந்திராபாத்திற்குச் செல்ல வேண்டும் என்றும் ஸ்டேஷன் மாஸ்டர் கூறினார். இரட்டை நகரங்களான செகந்திராபாத்தும், ஹைதராபாத்தும், அந்தக் காலத்தில் முறையே லஸ்கர் என்றும் பட்டணம் என்றும் அழைக்கப்பட்டன. தான் நினைத்ததையெல்லாம் நடத்தி முடித்து விட்டதாக நரசாய்யாவுக்குத் தோன்றியது. இடமாற்ற உத்தரவைப் பெற்றுக்கொண்டு வீடு திரும்பிய நரசய்யா தன் மனைவியிடமும், குழந்தைகளிடமும் செகந்திராபாத் செல்லத் தயாராகுமாறு கூறினார். பெரிய நகரத்துக்கு இடம் பெயர்வதை எண்ணிக் குழந்தைகளுக்கு நிகராக மகிழ்ந்து போனார் ராமக்கா.

~

1804ஆம் ஆண்டு கட்டமைக்கப்பட்ட செகந்திராபாத், தனது பெயரைச் சிக்கந்தர் ஜா மற்றும் அசஃப் ஜா ஆகியோரின் பெயர்களிலிருந்து பெறுகிறது. ஆயிரக்கணக்கான இராணுவ வீரர்கள் தங்குவதற்கான பகுதியாகவே இந்நகரம் உருவாக்கப்பட்டது. 1798ஆம் ஆண்டு நிஜாமுடன் ஒப்பந்தம் கையெழுத்திட்ட கர்னல் லாங்க் ஆங்கிலேயர்களின் துணை இராணுவப் படையின் தலைமையகமாக இந்நகரத்தை உருவாக்கினார். 1806ஆம் ஆண்டு வாக்கில் இந்தியாவில் இருந்ததிலேயே மிகப்பெரிய ஆங்கிலேய ராணுவப் பகுதியாக (கண்டோன்மெண்ட்) செகந்திராபாத் திகழ்ந்தது. அந்தக் காலத்தில் நடைமுறையில் இருந்த ரேஜிமேண்டல் பஜார், ரைபிள் ரேஞ்ச், போலோரம், போலோரம் பஜார் மற்றும் கேவல்ரி பேரக்ஸ் ஆகிய பெயர்கள் இன்றும் புழக்கத்தில் இருக்கின்றன. இவற்றுள் பெரும்பாலான பகுதிகள் இன்றும் கண்டோன்மெண்ட் பகுதிகளாகவே இருக்கின்றன. ஹைதராபாத் மற்றும் செகந்திராபாத் நகரங்கள் இரட்டை நகரங்கள் என்றழைக்கப்பட்டாலும் கலாச்சார ரீதியாக இரண்டுக்குமிடையில் வேறுபாடுகள் இருக்கின்றன. ஹைதராபாத்தில் இந்துக்களும், இஸ்லாமியர்களும் இணைந்து வாழ்வது போல செகந்திராபாத்தில் இஸ்லாமியர்களும், கிறிஸ்தவர்களும் இணைந்து வாழ்கிறார்கள். செகந்திராபாத்தில் வாழும் சாதாரண மக்களுக்கும் அதன் ரயில்வே குடியிருப்புகளில் வாழ்பவர்களுக்குமான வித்தியாசமே இந்த நகரத்தின் கலாச்சார தனித்துவத்தைத் தருகிறது. இந்நகரத்தில் மதங்களுக்கிடையேயான பிரச்சனைகள் இருந்ததேயில்லை. பல ஆங்கிலோ இந்தியக் குடும்பங்களும் ரயில்வே குடியிருப்பில் வாழ்ந்து வந்தார்கள். சமீப காலங்களில் அவர்களின் எண்ணிக்கை குறைந்திருக்கிறது.

செகந்திராபாத் ரயில் நிலையம் இந்தியாவின் மிகப் பெரிய ரயில் நிலையங்களுள் ஒன்றாக இன்றும் திகழ்ந்து வருகிறது. 1874ஆம் ஆண்டு நிஜாமால் அங்கீகரிக்கப்பட்ட மாநில ரயில்வே திட்டத்தின் கீழ் கட்டப்பட்ட செகந்திராபாத் ரயில் நிலையத்தின் கட்டுமானம் ஆசிஃப் ஜாஹி கட்டடக் கலையைப் பின்பற்றி இருந்தது. கோட்டை போன்று கட்டப்பட்ட முகப்பு அப்படியே இருந்தாலும் அதன் இருபுறமும் புதிதாகக் கட்டுமானங்கள் சேர்க்கப்பட்டு செகந்திராபாத் ரயில் நிலையம் அளவில் பெரியதாகியுள்ளது. இந்த ரயில் நிலையத்தில் பல நடைமேடைகள் உள்ளன. அன்றாடம், 30,000த்திற்கும் மேற்பட்டோர் இந்த ரயில் நிலையத்தைப் பயன்படுத்துகின்றனர். நாடு முழுவதுமிருக்கிற நகரங்களை இணைக்கும் ரயில் நிலையம் என்பதால் வட இந்தியாவிற்கும், தென்னிந்தியாவிற்குமான முக்கியமான இணைப்பு நிலையமாக இது இருந்து வருகிறது.

புதிய ரயில் பணிமனைகள், கூடுதல் நடைமேடைகள், மின் தண்டவாளங்கள், புதிய கேபின்கள் என்று காலப்போக்கில் பல மாற்றங்களுக்கு உள்ளாகியிருந்தாலும் தன்னுடைய கட்டுமான அடையாளத்தை இந்த ரயில் நிலையம் இன்றும் தக்க வைத்துக் கொண்டுதான் இருக்கிறது.

1930களின் இறுதியில்தான் நரசய்யாவின் குடும்பம் செகந்திராபாத்திற்கு இடம்பெயர்ந்தது. இந்த இடம்பெயர்தலும், முதன் முறையாகப் பெரிய நகரம் ஒன்றின் ரயில் நிலையத்தில் எட்டு மணி நேரமும் பரபரப்பாகப் பணிபுரியவிருந்ததும் நரசய்யாவுக்கு மட்டுமின்றி அவரது குடும்பத்தினருக்கும் மிகப் பெரிய பதட்டத்தை ஏற்படுத்தியது. லஸ்கர், எலுகடி குடும்பத்திற்கு முக்கியமானதொரு இடம். எலுகடி குடும்பத்தின் மூன்று தலைமுறையினர் அங்கு பணிபுரிந்திருக்கின்றனர். அவற்றுள் இரண்டு தலைமுறையினரின் குழந்தைகள் தங்கள் குழந்தைப் பருவத்தை அங்கு கழித்திருக்கின்றனர். ரயில்களுக்கு மனிதர்கள் சிக்னல் தந்த காலம் போய் மின்சார தானியங்கி சிக்னல்கள் வந்தது தொடங்கி, தந்தி தொடர்பு முறையின் இடத்தைக் கணினி எடுத்துக்கொண்டது, ஊளையிடும் புகை வண்டிகளின் இடத்தை அதிவேக மின்சார ரயில்கள் எடுத்துக்கொண்டது என்று ரயில்வேயில் நடந்த அத்தனை மாற்றங்களுக்கும் எலுகடி குடும்பம் சாட்சியாக இருந்து வந்திருக்கின்றனர். இதே கால கட்டத்தில் எலுகடி குடும்பத்திலும் நிறைய மாற்றங்கள் நடந்தன.

~

மல்லய்யா செகந்திராபாத் சென்று நரசய்யாவைச் சந்தித்தார். பெல்லம்பல்லி ரயில் நிலையத்தில் 'பாக்ஸ் மேனாக'ப் பணியைத் தொடங்கவிருந்த தன் மகன் ராமசாமியை எண்ணி நரசய்யா மகிழ்ச்சியடைந்தார். 15 வயதைக் கடந்துகொண்டிருந்த ராமசாமி வாட்ட சாட்டமான உடல்வாகுடன் இருந்தான். ரயில்வேயில் வேலைக்குச் சேருவதற்கான உடல் தகுதி சோதனைகளை முடித்து தகுதிச் சான்றிதழ் பெற்றிருந்தான். அவனுக்குத் தேவையானவை அனைத்தையும் அவனது தந்தை பார்த்து கவனமாகச் செய்து கொடுத்தார். எடுபிடி வேலைகளுக்கு ஒரு கை குறைகிறதே என்று ராமசாமியின் சின்னம்மா கவலைப்பட்டார். சின்னம்மாவின் பிள்ளைகளான அவனது தம்பியும், தங்கையும் அண்ணனைப் பிரியும் சோகத்தில் இருந்தனர். தங்களின் விளையாட்டுத் தோழனாகவும், தங்களைப் பராமரிக்கும் அண்ணனாகவும் இருந்த அவனைப் பிரிவது அவர்களுக்கு வேதனையளித்தது. தன் மகன் தன்னை விட்டுப் பிரிந்து செல்வது நரசய்யாவுக்கு வேதனையளித்தாலும் அவன் தனக்கான வாழ்க்கையை

அமைத்துக் கொள்ளப் போவதும், சின்னம்மாவின் பிடியிலிருந்து அவன் விலகியிருக்கப் போவதும் அவருக்கு நிம்மதியளித்தது. ராமசாமிக்கோ அவனது முதல் வேலை உற்சாகம் அளிப்பதாக இருந்தது. தனது பெட்டியை அடிக்கடி திறந்து எல்லாம் சரியாக இருக்கிறதா என்று பார்த்துக்கொண்டான்.

"பத்திரமா இரு பா! என் நண்பனப் போய் பாரு. உனக்குத் தங்க இடம் கிடைக்குற வரைக்கும் அவனோடயே தங்கு," என்று சொன்ன நரசய்யாவின் கண்கள் கலங்கின. அவரது குரல் தழுதழுத்தது.

"ஐயா! என்னப் பத்திக் கவலைப்படாதீங்க. நீங்க சொல்ற மாதிரியே செய்யுறேன்," ராமசாமியின் கண்களும் கலங்கியிருந்தன. அப்பாவும் மகனும் இதற்கு முன் பிரிந்து இருந்ததில்லை. தன் தம்பி, தங்கையின் கண்ணீரைத் துடைத்து விட்டான் ராமசாமி. அவர்களைப் பிரிவது கடினமாக இருந்தாலும் அவன் தனித்து வாழவேண்டிய காலம் வந்துவிட்டதை அவன் உணர்ந்தான். பெட்டியை எடுத்துக்கொண்டு தன் தந்தையுடன் ரயில் நிலையத் திற்குக் கிளம்பினான்.

ரயில் நகரத் தொடங்கியது. கதவருகே நின்று, நடைமேடை யில் நின்றுகொண்டிருந்த தன் தந்தைக்குக் கை அசைத்து விடைபெற்றான். ரயில் கிளம்பிப் போயிருந்தாலும் சில நிமிடங்கள் நடைமேடையிலேயே குந்தியபடி உட்கார்ந்திருந்தார் நரசய்யா. தன் மகனைப் பற்றி இனியும் வருந்தக் கூடாது என்று தனக்குத் தானே சொல்லிக்கொண்டார். அவன் தனித்து வாழ வேண்டிய காலம் வந்துவிட்டது.

~

ராமசாமி பணிபுரியச் சென்ற பெல்லம்பல்லி சற்றுப் பெரிய ரயில் நிலையம்தான். அந்த வழியாகச் செல்லும் ரயில்களுக்குக் கரியும், தண்ணீரும் விநியோகித்தது இந்த நிலையம்தான். சரக்கு ரயில்கள் நின்று செல்லும் நிலையமாகவும் அது இருந்தது. கார்டுகளின் பெட்டிகளை அவர்களது வீட்டிலிருந்து தூக்கிச் சென்று கார்டுகளுக்கென ஒதுக்கப்பட்ட ரயிலின் கடைசிப் பெட்டியில் வைப்பதுதான் 'பாக்ஸ் மேன்' ஆக பணிக்குச் சேர்ந்திருந்த ராமசாமியின் வேலை. ஒவ்வொரு ரயில் பயணமும் இரண்டு மூன்று நாட்கள்வரை எடுக்கும் என்பதால் உடைகள் மற்றும் பிற அத்தியாவசியப் பொருட்களோடு சமைக்கத் தேவையான பொருட்களையும் கார்டுகள் எடுத்துச் சென்றனர். அவர்களின் குடியிருப்புக்குச் சென்று டிரங்க் பெட்டிகளை எடுத்துக்கொண்டு ரயிலின் கார்டு பெட்டியில் அதை வைக்க வேண்டும்.

என் தந்தை பாலய்யா

பெல்லம்பல்லியில் சுதந்திரமான வாழ்க்கை வாழ்ந்தாலும் தன் தந்தை தன்னுடன் இல்லாததை எண்ணி வருந்தினான். வேலை எதுவும் இல்லாத நேரத்தில் நடைமேடையின் ஒரு ஓரத்தில் அமர்ந்து புத்தகம் படித்துக்கொண்டிருப்பான். தீண்டத்தகாதவன் ஒருவன் புத்தகம் படித்துக்கொண்டிருப்பதைப் பார்த்துப் பலரும் வியந்து போவார்கள். ராமசாமியால் அவனது அப்பாவுக்குக் கடிதங்கள் எழுதவும் முடிந்தது. 1930களிலேயே இந்தத் தாழ்த்தப்பட்டவனைக் கல்வி சென்றடைந்திருந்தது. தீண்டத்தகாதவர்கள் புத்தகம் வாசிக்கக் கூடாதெனப் பலரும் அவனிடம் கூறி அவனைக் கண்டித்தனர், அது பாவம் என்று சாடினர். இந்த அழுத்தத்திற்கெல்லாம் அசராத ராமசாமி பல நேரங்களில் யாருக்கும் தெரியாத இடங்களில் மறைந்து உட்கார்ந்து படித்தான். இந்த ஆர்வம்தான் பின்னாட்களில் தன் பிள்ளைகளைப் படிக்க வைக்கத் தேவையான உத்வேகத்தை ராமசாமிக்கு அளித்தது. ராமசாமியின் குணமும், வேலையில் அவனது நேரம் தவறாமையும் தீண்டத்தகாதவனாக இருந்த போதும் அவனை அனைவராலும் நேசிக்கப்படுபவனாக மாற்றியது. கார்டுகளின் மனைவிகள் கேட்கும் வேலையைச் செய்து கொடுத்ததால் அவர்கள் மத்தியிலும் இவன் பிரபலமானவனாக இருந்தான். வர்த்தகத்திற்கு முக்கியமான ரயில் நிலையம் பெல்லம்பல்லி. தெலுங்கானாவின் கம்மம், கரீம் நகர், அதிலாபாத் மாவட்டங்களில் உள்ள கோதாவரிப் பள்ளத்தாக்கில் கிட்டதட்ட 500 சதுர கிலோமீட்டர்களுக்குப் பரவிக் கிடக்கும் நிலக்கரிச் சுரங்கங்கள்தான் பெல்லம்பல்லியின் முக்கியத்துவத்திற்குக் காரணம். பெல்லம்பல்லியிலிருந்து பெருமளவிலான நிலக்கரி, நாட்டின் பல பகுதிகளிலும் இருக்கிற தொழிற்சாலைகளுக்குக் கொண்டு செல்லப்படுகின்றது. நிலக்கரி சுமந்து வரும் வண்டிகளையும், சரக்கு ரயில்களையும் நிறுத்தி வைப்பதற்கென பெல்லம்பல்லியில் பரந்து விரிந்த ரயில்வே யார்டு இருந்தது.

ராமசாமி பெல்லம்பல்லிக்கு வந்து ஒரு மாதம் ஆகியிருந்தது. தன் வாழ்க்கையின் முதல் சம்பளத்தைத் தந்தையைப் பார்த்து அவரிடம் கொடுக்க வேண்டும் என்று ஆர்வமாக இருந்தான். அப்பாவுக்கு உதவியாக தானும் சம்பாதிக்கத் தொடங்கியிருப்பதும், தம்பி தங்கைக்குத் தேவையானவற்றைச் செய்ய முடியும் என்ற எண்ணமும், சின்னம்மாவின் கோபத்திலிருந்து தப்பித்து விட முடியும் என்ற நிம்மதியும் ராமசாமிக்கு உற்சாகம் அளித்தன. பணியிலிருந்து இரண்டு நாள்கள் விடுப்பு எடுத்துக்கொண்டு செகந்திராபாத் செல்லத் தயாரானான். இதற்கிடையில் அவனது தந்தையும் அவனை வீட்டுக்கு வரச் சொல்லிக் கடிதம் எழுதி யிருந்தார்.

~

தீண்டத்தகாத சமூகத்தில், எழுதப் படிக்கத் தெரிந்திருந்தவன் தன் மகன் மட்டும்தான் என்ற விஷயம் நரசய்யாவுக்கு அளவற்ற பெருமையை அளித்தது. ராமசாமியிடமிருந்து கடிதம் வரும் போதெல்லாம், தன்னைப் போலவே கல்வியறிவற்று இருக்கும், தன் சக பணியாளர்களிடம் அதைக் காட்டி மகிழ்வார். செகந்திராபாத் ரயில் நிலையத்தின் ரயில்வே யார்டு மாஸ்டராக இருந்த ஒருவர், ராமசாமியின் கடிதங்களை நரசய்யாவுக்கு படித்துக் காட்டுவார். ராமசாமி திடீரென்று ஒரு நாள் வீட்டு வாசலில் வந்து நிற்பதைப் பார்த்த நரசய்யா அதிர்ச்சியடைந்தார்.

"என்னப்பா இது. எப்படியிருக்க? சொல்லியிருந்தா நான் ஸ்டேஷனுக்கு வந்திருப்பேனே!" என்று தன் மகனை கட்டிப் பிடித்துக்கொண்டார்.

"நல்லா இருக்கேன்பா!" என்று சொன்ன ராமசாமி தன் தம்பியும், தங்கையும் வருவதைப் பார்த்தான்.

"சின்னம்மா இல்ல?"

"காய்கறி வாங்க மொனாத் மார்க்கெட் போயிருக்கா. சீக்கிரம் வந்திருவா. இப்ப அந்த வேலையெல்லாம் அவதான் பாக்குறா."

தம்பி எல்லய்யாவும், தங்கை பெண்டம்மாவும் தனது பையை ஆராய்ந்து அவர்களுக்கென வாங்கி வந்திருந்த புது ஆடைகளைப் பார்த்து மகிழ்ச்சியுற்றதைப் பெருமையுடன் பார்த்துக்கொண்டிருந்தான் ராமசாமி. மகன் கொஞ்சம் மெலிந்து, கருத்துப் போயிருப்பதை நரசய்யா கவனித்தாலும் அவனை எண்ணி மகிழ்ச்சியடையவே செய்தார்.

ராமக்காவைப் பற்றிப் பேசிக்கொண்டிருக்கும்போதே அவர் வந்துவிட்டிருந்தார். தன் குடும்பத்தைப் பிரிந்தே வாழ்ந்திராத ராமசாமிக்கு மீண்டும் அவர்கள் அனைவரையும் ஒன்றாகப் பார்த்தது பெருமகிழ்ச்சியளித்தது. தன் சம்பளத்தில் மீதியிருந்த பணத்தை ராமக்காவிடம் கொடுத்தான். அவர் சிரித்துக்கொண்டே, "உங்கப்பா கிட்ட கொடு" என்றார்.

"இல்லம்மா, இது உங்களுக்கு" என்றான்.

தன் மகனின் செயலைக் கண்டு மகிழ்ந்த நரசய்யா, பணி வாழ்க்கையோடு தன் சொந்த வாழ்க்கையிலும் அவன் நிறையக் கற்றுக்கொண்டிருப்பதை உணர்ந்தார். ராமசாமி புத்தகம் வாசிக்கும் போதெல்லாம் அவனை அத்தனை பெருமையுடன் பார்த்துக்கொண்டிருப்பார்.

ஒரு படுக்கை அறையும், சமையலறையும் கொண்ட தங்கள் குடியிருப்பின் வராந்தாவில் உட்கார்ந்து அன்றிரவு பேசிக் கொண்டிருக்கும்போது ராமசாமியின் திருமணத்தைப் பற்றி நரசய்யா அவனிடம் குறிப்பிட்டார்.

"பா! உனக்குக் கல்யாணம் பண்ணி வைக்கலாமுன்னு நினைக்கிறேன். பொண்ணுகூடப் பாத்துட்டேன்."

"ஐயா! இன்னும் ஒரு வருஷமாவது வேலை பாக்குறேனே."

"இல்ல பா! உனக்கு ஏற்கனவே 16 வயசாகுது."

"எனக்கு உதவியா இருக்க ஒரு மருமக வேணும்" என்று கறாராகக் கூறினாள் சின்னம்மா.

"உங்கம்மா சொல்றது சரிதான் பா!"

அவர்களது முடிவை ஏற்றுக்கொண்ட ராமசாமி ஒன்றுமே சொல்லவில்லை. அப்பாவும், மகனும் இரவு நெடு நேரம் வரை பேசிக்கொண்டிருந்தனர். ராமசாமி அவனது அனுபவங்களைச் சொல்லச் சொல்ல நரசய்யா அதைக் கேட்டுக்கொண்டும், சில நேரங்களில் தனது அனுபவங்களைப் பகிர்ந்துகொண்டும் இருந்தார்.

~

மல்லய்யா தனது மூத்த மகளுக்கு உடனடியாகத் திருமணம் செய்து வைக்க வேண்டும் என்று எண்ணினார். அடுத்த இரண்டு பெண் குழந்தைகளும் சீக்கிரமே திருமண வயதை எட்டி விடுவார்கள். திருமணத்திற்கான தேதியைக் குறிக்குமாறும், மற்ற விஷயங்களைப் பேசி முடிக்க வருமாறும் நரசய்யாவுக்குச் செய்தி அனுப்பினார். தன் மகனுக்கும் விரைவிலேயே திருமணத்தை முடிக்க வேண்டும் என்று எண்ணியிருந்த நரசய்யாவும் விடுமுறை நாளொன்றில் தன் மனைவியுடன் மல்லய்யாவைப் பார்க்கச் சென்றார்.

"உங்க பையன் எப்படி இருக்காரு?" என்று குடிக்கத் தண்ணீர் கொடுத்தபடியே கேட்டார் மல்லய்யா.

"நல்லாயிருக்கான். உங்க பொண்ணு இல்லையா?"

"உள்ள இருக்கா."

"பையனுக்கு என்ன தரலாம்னு இருக்கீங்க?" என்று தாழ்ந்த குரலில் தயக்கத்தோடு கேட்டார் நரசய்யாவின் மனைவி.

"நம்ம சமூகத்தில மத்தவங்க என்ன செய்வாங்களோ அதையே நானும் செய்யுறேன்" என்றார் மல்லய்யா.

"சரி. நல்லது" என்று சொன்ன நரசய்யா, அந்த விவாதத்தை முடிவுக்குக் கொண்டு வந்தார்.

அன்று மல்லய்யாவின் வீட்டில் அவர்கள் விருந்துண்டனர். அவர்கள் குடிக்கச் சாராயம் கொடுத்தார் மல்லய்யா. நரசம்மா சமைத்திருந்த உணவும் பிரமாதமாக இருந்தது. அரிசிச் சோறும், ஆட்டிறைச்சியும் தீண்டத்தகாதவர்களின் குடும்பங்களில் கிடைப்பதற்கரிய உணவாக இருந்தது. அன்றைய விருந்திற்கு அதைத்தான் ஏற்பாடு செய்திருந்தார் மல்லய்யா. திருமணத்திற்கான தேதியும் அன்றே குறிக்கப்பட்டது.

~

ராமசாமி பணிக்குத் திரும்பினான். அவனுக்குத் திருமணம் நிச்சயமான செய்தி அனைவருக்கும் தெரிய வந்திருந்தது. அவனுக்கு நிகழவிருக்கும் நல்ல காரியத்தை எண்ணி அனைவரும் மகிழ்ச்சியடைந்தனர். ராமசாமி அவ்வப்போது தன் நண்பர்களுடன் சாராயக் கடைக்குச் சென்று வந்தான். ஆனாலும் அவனுடைய பெரும்பான்மையான நேரம் வாசிப்பதில் கழிந்தது. கல்வித் தகுதி தேவைப்படாத வேலைகளில் தீண்டத்தகாதவர்கள் சேர்வது அவர்களது பணி வாழ்க்கையின் தொடக்கமாக மட்டுமே இருந்தாலும் இது சூத்திரர்களையும், தீண்டத்தகாதவர்களையும் நெருக்கமாகக் கொண்டு வந்தது. ஆனாலும் தீண்டாமை கடைபிடிக்கப்பட்டுத்தான் வந்தது. குறிப்பாக ரயில்வே பணியாளர்களின் மனைவிகள் இவ்விஷயங்களில் கவனமாக இருந்தனர். உயர் சாதியினரின் வீடுகளுள் நுழையும் அனுமதி சூத்திரச் சாதியைச் சேர்ந்த பணியாளர்களுக்குத்தான் இருந்ததேயொழிய ராமசாமி போன்றவர்களுக்கு இல்லை. உயர் சாதியைச் சேர்ந்த கார்டுகளின் பெட்டிகளை அவர்களின் மனைவிமார்கள் வீட்டு வாசலுக்குக் கொண்டுவரத் தீண்டத் தகாத தொழிலாளர்கள் காத்திருக்க வேண்டியிருந்தது. அந்த மனைவிமார்கள், தீண்டத்தகாத சாதியைச் சேர்ந்த பாக்ஸ் மேன்களைத் திட்டிக்கொண்டும், சபித்துக்கொண்டும் இருந்தனர். டிரங்க் பெட்டி ரயிலில் வைக்கப்பட்டதும் அதன் மீது தண்ணீர் தெளித்து அதைத் தீட்டிலிருந்து சுத்தப்படுத்தியாக வேண்டும் என்று மனைவிமார்கள் தங்களின் கணவர்களுக்குக் கட்டளையிட்டனர். பெட்டி வீட்டிற்குக் கொண்டுவரப்பட்ட போது தாங்களும் அதையே செய்தனர். ராமசாமிக்கு இந்த வழக்கம் வித்தியாசமானதாகத் தோன்றவில்லை. அவன் இதற்குப் பழக்கப்பட்டேயிருந்தான். எதிரெதிர்க் குடியிருப்புகளில் வாழ்ந்து வந்த சூத்திரச் சாதிப் பெண்களும், தீண்டத்தகாத சாதிப் பெண்களும் அடிக்கடி குடியிருப்பின் முற்றத்தில் சண்டையிட்டுக்

கொண்டனர். தீண்டத்தகாதவர்கள் தங்களை அறியாமல் ஏதேனும் ஒரு பொருளைத் தொட்டுவிட்டால்கூட அது ஒரு பெரிய சண்டையில் போய் முடிந்தது. இப்படிப்பட்ட சண்டைகள் அடிக்கடி நிகழ்ந்ததால் கணவன்மார்கள் அதைப் பொருட்படுத்துவதை நிறுத்தி விட்டனர்.

மனுவின் வருணாசிரம தர்மத்தில் விரிசல் விழத் தொடங்கியது.

~

"நரசம்மா வர்றியா? ரயில் வந்திருச்சு."

"வர்றேன்" என்று குரல் கொடுத்துக்கொண்டே கையில் பெரிய பித்தளைப் பானையுடன் ஓடினாள் நரசம்மா.

இந்தியாவின் பல பகுதிகளைப் போலவே பீபீ நகரிலும் குடிதண்ணீரில் ஃப்ளூரின் ரசாயனம் அதிகமாக இருந்ததால் குடிப்பதற்கு ஏற்றதாக அது இல்லை. அன்றைய நாட்களில், புகை வண்டிகள் பெரிய டாங்குகளில் தண்ணீரைச் சுமந்து சென்றன. புகை வண்டிகள் சிறிய நிலையங்களில் நின்ற போதெல் லாம் ரயில்வே குடியிருப்புகளில் வசித்த பெண்கள் தங்கள் குடங்களோடு சென்று ஓட்டுநர் திறந்துவிடும் தண்ணீரைக் குடங்களில் பிடித்துக் கொள்வார்கள். அங்கு நடக்கும் அடிதடியில் உயர் சாதிப் பெண்களைத் தீண்டத்தகாத பெண் ஒருவர் தொட்டுவிட்டால் போதும், உயர் சாதிக்காரப் பெண் தான் பிடித்த தண்ணீரைக் கீழே ஊற்றிவிட்டுத் தன்னைத் தொட்ட தீண்டத்தகாத சாதிப் பெண்ணைத் திட்டித் தீர்த்துவிடுவார்.

நரசம்மாவும் அவளது தோழியும் தண்ணீர் நிரம்பியிருந்த பானைகளைத் தலையில் சுமந்துகொண்டு, முகத்தில் வழிந்த நீரை துடைத்துக்கொண்டே வீடு திரும்பிக்கொண்டிருந்தனர்.

"உனக்குக் கல்யாணமா?" என்று நரசம்மாவின் தோழி கேட்டாள்.

"ஆமா, நான் லஸ்கருக்குப் போயிருவேன்."

"உன்னைக் கட்டிக்கப் போறவரு அங்க இருக்காரா?"

"இல்ல. அவரு அப்பா அம்மா அங்க இருக்காங்க" என்று வெட்கப்பட்ட நரசம்மா, "அவரு பெல்லம்பல்லியில இருக்காரு" என்றாள்.

தத்தம் வீட்டிற்குச் செல்ல வேண்டிய பாதைகள் பிரிந்ததால் அவர்களின் பேச்சும் தடைபட்டது.

மல்லய்யா தனது மகளின் திருமண வேலைகளில் மும்முரமாக ஈடுபட்டார். வேலைகளில் உதவ அவரது தங்கை

ஊரிலிருந்து வந்திருந்தார். நரசய்யாவும் அவரது மனைவியும் அன்று மாலை வீட்டிற்கு வரயிருந்ததால் அவர்களுக்கு நல்ல விருந்தை ஏற்பாடு செய்துகொண்டிருந்தார் மல்லய்யா. தன் மகனை அனுப்பி கள் இறக்குபவரிடம் இருந்து அப்பொழுது தான் இறக்கியிருந்த கள்ளை வாங்கி வரச் சொன்னார். நரசம்மா, தனது அத்தையுடன் ஆட்டிறைச்சியும், சாதமும் சமைத்துக் கொண்டிருந்தாள்.

வீட்டிற்கு வந்த விருந்தாளிகளைப் பார்த்தவுடன் அவர்கள் கண்ணில் படாமல் ஒளிந்து கொள்ள முயற்சி செய்தாள் நரசம்மா. கை கால்களைக் கழுவி விட்டு அவர்கள் வீட்டிற்குள் நுழைந்த போது வெட்கப்பட்டு சுவரோடு சுவராகச் சாய்ந்துகொண்டவள் மற்றொரு வாயில் வழியாக வெளியேறினாள். வந்தவர்களை அமரச் சொல்லி மல்லய்யா பேசத் தொடங்கிய நேரம், அப்பொழுதுதான் இறக்கப்பட்டிருந்த நுரை பொங்கிய கள்ளைக் கொண்டு வந்து அவர்களின் முன்னால் வைத்தான் ராமய்யா. கள்ளைக் குடித்துக்கொண்டே திருமண ஏற்பாடுகளைப் பற்றிப் பேசத் தொடங்கினர்.

"பாவா! என் பொண்ணு கல்யாணத்தை எங்க வீட்டுலேயே பண்ணனுமுன்றது செத்துப் போன என் பொண்டாட்டியோட ஆசை" என்று தயங்கிப் பேசினார் மல்லய்யா.

"எங்க வீட்டுல வச்சுகலாமின்னு நினைச்சேன். ஆனா, என் தங்கச்சி ஆசை அதுதான்னா அதுக்கு நான் தடை சொல்ல மாட்டேன்" என்று புன்னகையுடன் கூறினார் நரசய்யா.

"பாவா! கல்யாணம் தடபுடலா இருக்கும். எந்தக் குறையு மில்லாம செலவு செய்வேன்" என்று சந்தோஷமாகக் கூறினார் மல்லய்யா.

தன்னம்பிக்கையை விட மல்லய்யா குடித்திருந்த கள்தான் அவரை அப்படிப் பேச வைத்தது என்பதை நரசய்யா உணர்ந்தே இருந்தார். அன்று மாலையே வீடு திரும்ப வேண்டியிருந்ததால் அவர் அதிகமாகக் குடிக்கவில்லை.

நரசம்மாவின் தங்கை லக்ஷ்மம்மா பரிமாறிய உணவை வயிறார உண்ட விருந்தினர்கள் சற்று நேரத்திலேயே கிளம்பினர்.

~

தன் மகனுக்காக நல்ல பெண் ஒருத்தியைத் தேர்ந்தெடுத்திருந்ததை எண்ணி நரசய்யா மகிழ்ச்சியடைந்தார். தன் மகனுக்கும் அவளைப் பிடிக்கும் என்று நினைத்தார். அழகான பெண்ணான அவளுடைய கண்கள் பார்ப்பவரைக் கவர்வதாக இருந்தன.

இறந்து போன தன் மனைவி அப்பம்மாவை நினைத்துப் பார்த்துக்கொண்டார். தன் மகன், ஜாடையில் அம்மாவைப் போலவே இருப்பதாக அவருக்குத் தோன்றும். அப்பம்மா தனக்கு அளித்த விலைமதிப்பற்ற பரிசான தனது மகனும் அந்தக் கிராமத்தில் கொத்தடிமையாக இருந்துவிடக்கூடாது என்பதால்தான் அவர் அங்கிருந்து வெளியேறினார். நிலச்சுவாந் தாரர்களின் அடிமைத்தளையில் இருந்து மீண்டது அவருக்கு மகிழ்ச்சியளித்தது. அந்தக் கிராமத்திலிருந்து அவர் வெளியேறியது அவரது வாழ்க்கையை மட்டுமின்றி அவரது எதிர்காலத் தலைமுறையினரின் வாழ்க்கையையும் மாற்றியுள்ளதாக அவர் நினைத்தார். பெரிய நகரம் ஒன்றிற்கு மாற்றலாகி வந்தப் பிறகு நிலவிய புதுச் சூழலும், அந்த சூழலுக்கு அவர்கள் பழக்கப்பட்டுக் கொண்டிருந்த விதமும் நரசய்யாவின் இந்த எண்ணத்தை இன்னும் தீர்க்கமானதாக மாற்றின. இதை அவர் எதிர்பார்த்திருக்கவில்லை என்றாலும், வரும் தலைமுறையினரும் கல்வியறிவு பெறுவதற்கான வாய்ப்பு இருப்பதை அவர் உணர்ந்தார். மே மாதம் திருமணம் என்று நாள் குறிக்கப்பட்டிருந்தது. ராமசாமியைக் கொஞ்சம் அதிக நாட்கள் விடுப்பு எடுத்துக் கொள்ளுமாறு கூற வேண்டும் என்றெல்லாம் யோசித்துக்கொண்டு வந்தவரின் சிந்தனைகள் ரயில் செகந்திராபாத்தை அடைந்ததால் தடைபட்டன.

~

திருமணத்திற்கு இன்னும் சில நாட்களே இருந்தன. திருமண ஏற்பாடுகளில் மல்லய்யா மும்முரமாக ஈடுபட்டிருந்தார். 'பைன்ட்லைனா' என்றழைக்கப்படும் தீண்டத்தகாத சமுதாயத்தின் மூத்தவரான ஒருவரின் முன்னிலையில் தான் திருமணங்கள் நடைபெற்றன. திருமணத்தை நடத்தி வைக்க நல்ல 'பைன்ட்லைனா' ஒருவரை மல்லய்யா தேடிக் கொண்டிருந்தார். திருமண விருந்திற்காக நான்கு ஆடுகளையும் தேர்ந்தெடுத்திருந்தார். திருமணத்திற்கு வருபவர்களுக்குத் தேவையான அளவு கள் கொண்டுவர இதிகா சாதியினரிடம் கூறியிருந்தார். அவருடைய குடியிருப்பு வெள்ளையடிக்கப்பட்டு அதன் கூரை பனை இலைகள் கொண்டு அலங்கரிக்கப்பட்டது. துணியால் அமைக்கப்பட்ட பந்தல் ஒன்று முற்றத்தில் போடப்பட்டு மாவிலைத் தோரணங்களால் அலங்கரிக்கப்பட்டிருந்தது. வெள்ளை, சிவப்பு வண்ணங்களால் பூசப்பட்ட பானையொன்று குங்குமம், மஞ்சளும் கொண்டு வைக்கப்பட்ட பொட்டுகளால் அலங்கரிக்கப்பட்டு, அரிசி நிரப்பப்பட்டு வீட்டின் முன் நடப்பட்டிருந்த கம்பு ஒன்றில் தொங்கவிடப்பட்டிருந்தது. அந்தப் பானையின் மீது விளக்கொன்று வைக்கப்பட்டிருந்தது. திருமணம்

நிறைவேறும் வரை, ஒவ்வொரு இரவும் அந்த விளக்கு ஏற்றப்பட வேண்டும். திருமணத்திற்கு முந்தைய வாரம் மணப்பெண் வீட்டை விட்டு வெளியேறக் கூடாது. அந்த வாரம் முழுவதும் காலையும், மாலையும் அவளுக்குச் சிறப்புக் குளியல் நடக்கும். ஏழு நாட்களில், ஐந்து சுமங்கலிப் பெண்கள், மணப்பெண்ணின் உடலில் மஞ்சள் பூசி, பாடல்கள் பாடி அவளைக் குளிப்பாட்டுவார்கள். ஒவ்வொரு குளியலின் பிறகும் புதுச் சேலை உடுத்தும் மணப்பெண் நல்ல, சத்தான உணவை உண்ண வேண்டும். மணப்பெண்ணைத் திருமணத்திற்கு 'ஆயத்தப்படுத்தும்' சடங்கு இது. இதைப் 'பெள்ளி பில்லனு செய்யடம்' என்று அழைத்தனர். மணப்பெண்ணின் உறவுக்காரப் பெண் ஒருத்தி தலைமையில் ஒவ்வொரு நாளும் இந்த நிகழ்வு நடக்கும். அந்த ஒரு வாரத்தில் நரசம்மா சற்று எடை அதிகரித்திருந்தாள். முகமெல்லாம் பளபளப்பாகி முன்னெப்போதையும் விட அழகாக இருந்தாள்.

திருமணத்திற்கு முந்தைய நாள் மாப்பிள்ளை வீட்டிலிருந்து ஒருவர் பெண் வீட்டிற்கு வருவது வழக்கம். வருபவரை எதிர்பார்த்து மல்லய்யா காத்துக்கொண்டிருந்தார். சிறிது நேரத்திற்கெல்லாம், வெள்ளைத் துணியில் மூடப்பட்ட ஏதோ ஒரு பொருளை எடுத்துக்கொண்டு நரசய்யாவின் தாய்மாமன் எல்லய்யா வந்துகொண்டிருப்பதைப் பார்த்தார். எல்லய்யா வீட்டை அடைந்ததும் அவரது கால்களைத் தண்ணீரூற்றிக் கழுவிய மல்லய்யாவை அவர் புன்னகையுடன் பார்த்தார்.

"ரயில் வரத் தாமதமாயிடுச்சு. இங்க வந்து சேர ராத்திரி ஆயிருமோன்னு நினைச்சேன்," என்றார் எல்லய்யா.

"நானும் அதத்தான் யோசிச்சுட்டு இருந்தேன்"

தான் கொண்டுவந்திருந்த அரைத்த மஞ்சளை மல்லய்யா விடம் கொடுத்தார். சடங்குப் படி மணமகன் மீது பூசப்பட்ட மஞ்சளின் ஒரு பகுதி மணப்பெண்ணின் மீதும் பூசப்பட வேண்டும். மஞ்சளை வீட்டிற்குள் கொடுத்தனுப்பினார் மல்லய்யா. தான் கொண்டு வந்திருந்த மற்றொரு பையையும் எல்லய்யா அவரிடம் கொடுத்தார். நிஜாம் பணமான இரண்டு ஹாலி ரூபாய்கள் வெள்ளைத் துணியில் முடியப்பட்டிருந்தன.

"சாமிக் காசு கொடுத்தனுப்பினான் என் மருமகன்," என்றார்.

தலித் மற்றும் சூத்திரச் சமூகங்களில், குறிப்பாக தெலுங்கானா பகுதியில் வசித்தவர்களில், திருமணத்திற்கு முந்தைய நாள் மாப்பிள்ளை வீட்டார் பெண் வீட்டாருக்குக் கொஞ்சம் பணம் கொடுப்பது வழக்கம்.

“ஓ! நல்லது!” என்று அந்தப் பையைப் பெற்றுக்கொண்டார் மல்லய்யா.

குடிப்பதற்கும், உண்பதற்கும் நல்ல பண்டங்கள் எல்லய்யாவுக்கு வழங்கப்பட்டன. அவரும் ஊர் திரும்பினார்.

மறுநாள் மிக முக்கியமானதாக இருந்தது. எலுகடி குடும்பமும், கர்பாதி குடும்பமும் இணையவிருந்தன. இங்கே முன்வைக்கப்படும் வரலாற்றுக்கு இட்டுச் சென்ற நாள் அது.

~

காலை பத்து மணி அளவில் மாப்பிள்ளை வீட்டாரை வரவேற்க ஒரு கூட்டம் பீபீ நகர் ரயில் நிலையத்தில் காத்திருந்தது. ஒரு வழியாக நிலையத்திற்குள் ரயில் நுழைந்தது. நரசய்யா, ராமசாமியோடும், மற்றவர்களோடும் ரயிலில் இருந்து இறங்கினார். ராமசாமி அணிந்திருந்த வெள்ளை வேட்டியும், சட்டையும் அவன் மீது தெளிக்கப்பட்டிருந்த மஞ்சள் குங்குமத்தால் நிறம் மாறிப் போயிருந்தன. வண்ணக் காகிதங்களாலும், கற்களாலும், செயற்கை முத்துக்களாலும் அலங்கரிக்கப்பட அட்டையிலான கிரீடம் ஒன்றை ராமசாமி அணிந்திருந்தான்.

வெள்ளைத் துணியில் முடியப்பட்ட அரிசி மூட்டை அவனது தோளில் தொங்கிக்கொண்டிருந்தது. மல்லய்யாவும், அவரின் உறவினர்களும் மாப்பிள்ளை வீட்டாரை வரவேற்றனர். ராமசாமியின் தலையில் இருந்த கிரீடத்தை யாரோ சரி செய்ய மாப்பிள்ளை ஊர்வலம் தொடங்கியது. மல்லய்யாவின் குடியிருப்பை நோக்கிச் சென்ற ஊர்வலத்தின் முன்னால் சில சிறுவர்கள் ஆடியபடி சென்றுகொண்டிருக்க, ஊர்வலத்திற்குத் தலைமை தாங்கிச் சென்ற மல்லய்யாவின் முகத்தில் பெருமிதம் தெரிந்தது. தீண்டத்தகாத சமூகத்தில் இத்தனை ஆடம்பரமான ஊர்வலம் ஒன்றை உயர் சாதியினர் முதன் முறையாகக் கண்டனர்.

ஊர்வலம் பந்தலின் வாசலை அடைந்தது. மாப்பிள்ளை தரப்பிலிருந்து பெண்ணுக்குக் கொண்டுவரப்பட்ட பரிசுப் பொருட்களோடு இரண்டு சுமங்கலிப் பெண்கள் முன்னுக்கு வந்தனர். பெண் தரப்பிலிருந்து, மூத்த பெண்கள் இருவர் அந்தப் பரிசுப் பொருட்கள் அடங்கிய தட்டைப் பெற்றுக் கொண்டனர். தட்டை வாங்குவதற்கு முன்னால் அந்தச் சுமங்கலிகளின் பாதங்களை மஞ்சளும், குங்குமமும் கலந்த நீர்கொண்டு கழுவினர். அதன் பிறகு மஞ்சளும், குங்குமமும் கலந்த சாதத்தைத் தட்டை ஏந்தி நின்றிருந்த பெண்களின் இரு தோள்களிலும் தெளித்து, தீய சக்திகள் ஏதேனும் திருமண வீட்டாரைத் தொடர்ந்து வந்திருந்தால் அதனை விரட்டும் சடங்கைச் செய்தனர்.

திருமணத்தைத் தலைமையேற்று நடத்தி வைக்கும் 'பைன்ட்லைனா' அரிசிகொண்டு தரையில் செவ்வகக் கட்டம் ஒன்றை வரைந்திருந்தார். செவ்வகத்தின் ஒவ்வொரு மூலையிலும் ஒரு வட்டம் வரையப்பட்டிருந்தது. வட்டத்தில், பெரிய பானையொன்று வைக்கப்பட அதன் மீது அளவில் குறைந்துகொண்டே சென்ற பானைகள் அடுக்கப்பட்டன. சுண்ணாம்பு பூசப்பட்டு வெள்ளையாக இருந்த பானைகளின் மீது மஞ்சள் வண்ணத்தில் அலங்காரம் செய்யப்பட்டிருந்தது. நான்கு மூலைகளில் இருந்த பானைகளும் நூலால் இணைக்கப் பட்டிருந்தன. செவ்வகக் கட்டத்தின் நடுவில் மாப்பிள்ளையும், மணப்பெண்ணும் அமரும் பலகை ஒன்று வைக்கபட்டிருந்தது. மணப்பெண்ணின் தம்பி ராமய்யா மாப்பிள்ளையைத் தன் முதுகில் சுமந்து வந்து அந்தப் பலகையில் அமர வைக்க, வெளியே தொடர்ந்து மேளம் அடிக்கப்பட்டுக்கொண்டிருந்தது.

நரசம்மாவின் அத்தை அவளைத் தயார் செய்தார். சேலையும், வெள்ளியில் செய்யப்பட்ட கொலுசும், கங்கணமும், ஒட்டியாணமும் அணிந்து நரசம்மா அழகாக இருந்தாள். தங்கத்தில் செய்யப்பட்ட தோடும், மோதிரமும் அணிந்திருந்தாள். 'பைன்ட்லைனா' அவளைப் பலகையில் அமரச் சொன்னார். நரசம்மாவின் அத்தையும், மற்ற பெண்களும் அழைத்து வர, அத்தனை ஆடை அணிகலன்களுக்குப் பழக்கப்படாத நரசம்மா மெதுவாக நடந்து வந்து பலகையில் அமர்ந்தாள்.

சம்பிரதாயங்கள் நடந்துகொண்டிருந்த முழு நேரமும் வெளியில் மேளம் அடிக்கப்பட்டுக்கொண்டிருந்தது. மல்லய்யாவும், நரசய்யாவும் வந்திருந்த உறவினர்களை வரவேற்பதில் மும்முரமாக இருந்தனர். பிராமணப் பண்டிதர்களைப் போலல்லாமல் பைன்ட்லைனா 'சுக்லாம் பரதம்' என்ற ஒற்றை மந்திரத்தை மட்டும் கூறினார். இறுதியில் அவர் அறிவிக்க, மேளச் சத்தம் உச்சத்தைத் தொட ராமசாமி, நரசம்மாவின் கழுத்தில் புஸ்தியைக் கட்டினான். தாலி கட்டியவுடன் ஆட்டிறைச்சி உணவும், கள்ளும் உறவினர்களுக்குப் பரிமாறப்பட்டன. திருமண ஏற்பாடுகளைச் சிறப்பாக செய்திருந்ததற்காக அனைவரும் மல்லய்யாவைப் பாராட்டினர். அவர்களின் சாதி வழக்கத்தில் மிகச் சிறப்பாக நடந்து முடிந்த திருமணமாக அது இருந்தது. ரயில்வே குடியிருப்பில் நடந்ததால்தான் இந்தத் திருமணம் இத்தனை தடபுடலாக நடந்தது. சாதி இந்துக்களின் ஆதிக்கம் நிறைந்த கிராமப்புறங்களில் தீண்டத்தகாத ஒருவனின் வீட்டுத் திருமணம் இத்தனை விமரிசையாக நடக்க அவர்கள் அனுமதித்திருக்க மாட்டார்கள்.

நரசம்மா, தன் குடும்பத்திற்கும் இத்தனை நாள் தன் வீடெனக் கருதியிருந்த அந்த இடத்திற்கும் பிரியாவிடை கொடுத்துவிட்டுக்

கிளம்ப வேண்டிய நேரம் வந்தது. தன் மகள் தன்னை விட்டுப் பிரிந்து செல்கிறாள் என்ற எண்ணம் மல்லய்யாவைக் கலங்க வைத்தது. பெண் வீட்டுச் சீதனமாக மல்லய்யா கொடுத்த பித்தளைப் பாத்திரங்களையும், பானைகளையும் சரிபார்த்து நரசய்யாவின் மனைவியும், மற்ற உறவுக்காரப் பெண்களும் மூட்டை கட்டிக்கொண்டிருந்தனர். நரசம்மாவின் துணிகளை அவளுடைய அத்தை ஒரு பெட்டியில் வைத்திருந்தார். அப்போது யாரோ ஒருவர் ஓடி வந்து அவர்கள் ஊருக்கு முந்தின ஊரான போங்கிர் ரயில் நிலையத்திலிருந்து ரயில் கிளம்பி விட்டதைத் தெரிவித்தார். அனைவரும் அவசர அவசரமாக ரயில் நிலையம் கிளம்பினர்.

தன் வீட்டின் மர வாயிலைக் கழுவிச் சுத்தம் செய்து அதில் மஞ்சளும், குங்குமமும் கொண்டு பொட்டு வைத்து அலங்காரம் செய்தாள் நரசம்மா. தந்தையின் வீட்டிலிருந்து கிளம்பும் மணப்பெண் செய்ய வேண்டிய முக்கியமான சம்பிரதாயம் அது. அழுது அழுது அவளது கண்கள் சிவந்து போயிருந்தன. அவளின் கையை எடுத்து நரசய்யாவின் கையில் வைத்த மல்லய்யா, "பாவா! தாயில்லாப் பொண்ணு. இவளைப் பத்திரமா பாத்துக்கோங்க" என்று கலக்கம் நிறைந்த குரலில் கூறினார்.

"நீங்க கவலைப்படாதீங்க பாவா! இப்ப இவ என் மக," என்று கண்ணீர் ததும்பக் கூறினார் நரசய்யா.

மாமனாரிடம் என்ன சொல்வது என்பதை அறிந்திராத வயதில் இருந்த ராமசாமி எதுவும் பேசவில்லையென்றாலும் தந்தையும், மகளும் பிரிவுத் துயர் தாங்க முடியாமல் தவித்ததை உணர்ந்தான்.

ரயிலில் ஏறியவுடன் நரசம்மா கொஞ்சம் ஆசுவாசமாக உணர்ந்தாள். தன் வாழ்நாளின் முதல் ரயில் பயணத்தில் மரமும், மற்ற அசையாப் பொருட்களும் பின்னால் நகர்ந்து போவதை ஆச்சரியமாகப் பார்த்துக்கொண்டிருந்தாள். நரசம்மாவுடன் பயணம் செய்துகொண்டிருந்த அவளின் அத்தைக்கு, நரசம்மா மற்ற விஷயங்களில் கவனம் செலுத்துவதைப் பார்க்க ஆறுதலாக இருந்தது. நரசம்மாவின் கவனத்தைத் தன் பக்கம் ஈர்க்க முயன்று உரத்த குரலில் பேசிய வண்ணம் இருந்த ராமசாமி, அவள் தனது அகன்ற விழிகளின் ஓரத்தில் தன்னைப் பார்த்துச் சிரித்தபோது உற்சாகமடைந்தான். ரயில் செகந்திராபாத்தை நெருங்கியதும், கண்ணில் பட்ட பெரிய கட்டிடங்களைப் பார்த்த நரசம்மா வியந்து போனாள். இது போன்ற கட்டிடங்களையோ, ஒரே நேரத்தில் ஒன்றுக்கும் மேற்பட்ட ரயில்கள் நகர்வதையோ

நரசம்மா பார்த்ததே கிடையாது. அவ்வளவு பெரிய நடை மேடையில் நடப்பதே அவளுக்குப் புது அனுபவமாக இருந்தது. அவர்கள் கடந்து சென்ற பெரிய ரயில்வே யார்டு அங்கிருந்த அனைத்தையும் விடப் புதுமையாக அவளுக்குத் தோன்றியது. அத்தையின் கைகளை இறுகப் பற்றிக்கொண்ட நரசம்மா சற்றுப் பயந்துதான் போயிருந்தாள். அவளுடைய இதயத் துடிப்பு அதிகரித்திருந்தது. முற்றிலும் பரிச்சயமில்லாத ஒரு இடத்துக்கு அவள் வந்து சேர்ந்ததாய் உணர்ந்தாள்.

போயிகூடாவிலிருந்த சிறிய ரயில்வே குடியிருப்பை அவர்கள் அடைந்தனர். நரசம்மாவும், அவளது அத்தையும் வெளியிலேயே நிற்க வீட்டிற்குள்ளிருந்து வந்த மூத்த பெண் ஒருவர், மஞ்சளும் குங்குமமும் கலந்த நீர்கொண்ட தாம்பாளத்தை நரசம்மாவின் தலையின் மீது மூன்று முறை சுற்றினார். புதுமணத் தம்பதிகளை எந்தத் தீயசக்தியும் தொடர்ந்து வந்திராமல் இருக்க வேண்டி செய்யப்படும் அந்தச் சடங்கின் இறுதியில் அந்த நீரை நரசம்மாவின் வலப்புறமும், இடப்புறமும் தெளிக்க வேண்டும். அதைச் செய்த பின் நரசம்மாவின் முகத்தைக் கொஞ்சம் தண்ணீர் கொண்டு கழுவி விட்டு, வலது காலை எடுத்து வைத்துத் தன் புது வீட்டில் நுழையுமாறு கூறினார்.

வீட்டில் அன்று நடந்த அனைத்தும், தன் முதல் மனைவியோடு தான் கழித்த நாட்களை நரசய்யாவுக்கு நினைவுபடுத்தின. மதிய வேளையில் அவர் சோறு கட்டி எடுத்து வருவதை எப்படி எதிர்பார்த்துக் காத்துக்கொண்டிருந்தார்! சோற்று மூட்டையைத் தலையில் சுமந்துகொண்டு முகம் நிறையப் புன்னகையுடன் அவர் வந்த நாட்களை நினைவுபடுத்திக் கொண்டார். உணவைப் பரிமாறிவிட்டு, ஒரு பருக்கைக்கூட மீதம் வைக்காமல் சாப்பிடுமாறு அவரைக் கொஞ்சி, கெஞ்சி சாப்பிட வைப்பார் அப்பம்மா. சில நேரங்களில் நரசய்யாவுக்காக வறுத்த வேர்க்கடலையும் கொண்டு வருவார். அந்த நினைவுகளிலிருந்து மீண்ட நரசய்யாவின் முகம் புன்னகையில் மலர்ந்திருந்தது.

மாலை வேளையாகியிருந்ததால் வீட்டிலிருந்த உறவினர்கள் அனைவரும் விடைபெற்றுக்கொண்டிருந்தனர். அண்டை வீட்டார் புதுப் பெண்ணைப் பார்க்கும் ஆர்வத்தில் வீட்டிற்கு வந்தனர். "பொண்ணு பையன் அளவுக்குச் சிவப்பில்லை. ஆனா அழகா இருக்கா" என்று தங்களுக்குள்ளாக பேசிக் கொண்டனர். நரசம்மா தன் தலையை நிமிர்ந்து பார்க்கவே கூடாது என்று அத்தை கட்டளையிட்டிருந்தார். பெரியவர்களின் முன்னிலையில் தன் கணவனுடன் அவள் பேசக் கூடாது

என்றும் கூறியிருந்தார். நரசம்மா, மெல்லத் தன் புகுந்த வீட்டில் வாழக் கற்றுக்கொண்டாள். புது வீட்டில் மிரண்டு போயிருந்த அண்ணியின் அருகிலேயே இருந்தனர் எல்லய்யாவும், பென்டம்மாவும். சில மணிநேரங்களில் நரசம்மாவின் வாழ்க்கை முழுவதுமாக மாறியிருந்தது. தனக்கானவர்களையெல்லாம் விட்டுவிட்டுப் புதிதான வேறொரு குடும்பத்துடன் அவள் வாழ வந்திருந்தாள். நேற்றுவரை கர்பாதி நரசம்மாவாக இருந்த அவள், இன்று எலுகடி நரசம்மாவாக மாறிப் போயிருந்தாள். எந்தக் கவலையும் அறிந்திராத பத்து வயதுச் சிறுமி இப்போது பொறுப்புகள் நிறைந்த வாழ்க்கைக்குள் நுழைந்திருந்தாள். அத்தை தன்னுடன் வந்திருந்தது நரசம்மாவுக்கு ஆறுதலாக இருந்தது. தன்னை அவர் வழிநடத்துவார் என்ற நம்பிக்கை அவளுக்கு இருந்தது. அன்றைய நாளின் முடிவில் அறையின் ஒரு மூலையில் தன் அத்தையுடன் உறங்கிப் போனாள்.

ராமசாமியின் வாழ்க்கை மாறித்தான் போனது. அவன் துணியைத் துவைக்க வேண்டியிருக்கவில்லை. உணவு உண்ட தட்டைக் கழுவ வேண்டியிருக்கவில்லை. அவனது மனைவி அத்தனையும் செய்து முடித்தாள். இப்படியே ஒரு வாரம் கடந்து அவன் பெல்லம்பல்லிக்குக் கிளம்ப வேண்டிய நாளும் வந்தது. நரசம்மாவுடன் நேரடியாகவும், தம்பி தங்கையின் மூலமாகவும் பேச அவன் முயற்சி செய்த போதெல்லாம் அவள் சிரித்துக் கொண்டே ஓடி ஒளிந்துகொண்டாள். அவனுடைய அப்பாவின் சிறிய வீட்டில் அவர்கள் இருவரும் உட்கார்ந்து பேசுவதும் சாத்தியமாயிருக்கவில்லை. நரசம்மாவின் வெட்கமும் அவர்கள் பேசிக் கொள்ளும் சந்தர்ப்பத்தை உருவாக்க உதவவில்லை. இப்போது காலமும் கடந்து விட்டிருந்தது. அன்று மாலை ரயிலில் அவன் கிளம்பவிருந்தான். அவனுடைய ஆடைகளை மடித்துப் பையில் வைத்துக்கொண்டிருந்தவளைப் பார்த்தான்.

“ஐயா, போன உடனே ஸ்டேஷன் மாஸ்டர்கிட்ட சொல்லி உனக்குன்னு ஒரு குடியிருப்புக்கு எழுதிக் கேளு. உன் பொண்டாட்டியக் கூட்டிட்டு வரப் போறதாச் சொல்லு” என்றார் ராமசாமியின் அப்பா.

“சரி பா! கேக்குறேன்.”

தன் மனைவி தன்னுடன் வந்து வாழும் காலத்தை எதிர் பார்த்திருந்தான். பையை அவன் கையில் கொடுத்தபோது கூட அவள் அவனை நிமிர்ந்து பார்க்கவில்லை. மாறாகத் தலையைக் குனிந்துகொண்டாள். அவளது முகத்தில் சின்ன சோகம் படர்ந்திருந்தது. தன் கணவன் கிளம்பும் நேரம் வந்த

போது கதவின் பின்னால் நின்றுகொண்டு பலவீனமான புன்னகை ஒன்றை உதிர்த்தாள்.

~

வீட்டிற்குப் புதிதாக வந்திருந்த மருமகள் சிறிது காலத்திற்கு எந்த வேலையும் செய்ய அனுமதிக்கப்படவில்லை. மல்லய்யா தன் மகளை அதீத அக்கறையுடன் வளர்த்திருந்தார். தண்ணீர் சுமந்து வருவதைத் தவிர்த்து வேறு எந்த வீட்டு வேலையும் அவள் செய்ய வேண்டியிருந்ததில்லை. ஆனால், இப்பொழுது அவள் அதிகாலையிலேயே எழுந்து வீட்டைக் கூட்டி, பாத்திரங்களைக் கழுவி, துணிகளைத் துவைத்து, இன்னும் பல வேலைகளை நாள் முழுவதும் செய்ய வேண்டியிருந்தது. பித்தளைக் குடத்தைத் தூக்கிக்கொண்டு கிணற்றுக்கும், வீட்டுக்குமாக ஒரே நாளில் பல முறை நடக்க வேண்டியிருந்தது. வாரத்திற்கு இரு முறை திருவைக்கல்லில் சோள மாவு அரைக்க வேண்டியிருந்தது.

சில நேரங்களில் அம்மியில் மிளகாய் அரைக்க வேண்டி யிருந்தது. அப்பொழுதெல்லாம் அவளுடைய உள்ளங்கையில் எரிச்சல் ஏற்படும். அவள் வயதுப் பெண்ணுக்கு அது கடினமான வேலையாக இருந்தது. அவளுடைய உள்ளங்கை புண்ணாகிப் போகும். வலியால் பல முறை அழுதுவிடுவாள். அவளின் மாமியார் சிறிதும் கருணையற்றவராக இருந்தார். நரசம்மாவின் நிலை கண்டு வருந்திய நரசய்யா தன் மனைவியைப் பல முறை கண்டித்தார். மகளைப் பார்க்க அடிக்கடி வந்த மல்லய்யாவும், அவள் மற்றொரு வீட்டுப் பெண்ணாகியிருந்ததால் ஏதும் செய்ய முடியாதவராகிப் போனார். மாமனார் வீட்டிலிருந்த நேரம் மட்டுமே நரசம்மாவுக்கு ஓய்வு கிடைத்தது. அவளுக்குப் பன்னிரெண்டு வயதாகியபோது தன் மகனிடம் அவளைக் கூட்டிச் செல்வது என்று முடிவு செய்தார் நரசய்யா.

தன் மனைவியையும், தங்கையையும் கூட்டி வரும் அப்பாவை ஆச்சரியத்தோடு பார்த்தான் ராமசாமி.

"என்னப்பா! திடீருன்னு வந்திருக்கீங்க? என்ன ஆச்சு?" என்று மனைவியின் கையிலிருந்த பெட்டியை வாங்கிக்கொண்டே கேட்டான்.

"ஒண்ணுமில்ல. எத்தனை நாள் உன் பொண்டாட்டியப் பிரிஞ்சே இருப்ப?" என்று நரசய்யா புன்னகைத்துக்கொண்டே கூறினாலும், ஏதோ சரியில்லை என்ற உணர்வு அவனுக்கு ஏற்பட்டது.

"என்ன ஆச்சு ஐயா? ஏன் அவளை இங்க கூட்டிட்டு வந்துட்டீங்க? சின்னம்மாவுக்கு யாரு உதவி செய்யுறது?" என்று தன் மனைவியைப் பார்த்தபடி கேட்டான்.

"உங்க அம்மாவுக்கு உதவியா இருக்குறதுக்குத்தான் அவளைக் கல்யாணம் பண்ணினியா? அந்தப் பொண்ணப் பாரு. உங்க சின்னம்மா அவளப் பாடாப் படுத்துறா. கொஞ்சம்கூட ஓய்வில்லாம நாள் முழுக்க அவ வேலை செய்யுறத என்னால பாக்க முடியலை. இனிமே நீயே அவளப் பாத்துக்கோ," என்று உறுதியாகச் சொன்னார்.

ராமசாமி அமைதியாக இருந்தான். அவனுக்குச் சின்னம்மாவைப் பற்றி நன்றாகத் தெரிந்திருந்ததால் தன் மனைவியின் நிலையை எண்ணி வருந்தினான். ஒரு ஓரத்தில் நின்றபடி அவனுடைய தங்கையுடன் பேசிக்கொண்டிருக்கும் மனைவியைப் பார்த்தான். அப்பாவிடம் அப்படிச் சொல்லியிருந்தாலும் மனைவி தன்னுடனேயே வாழ வந்திருந்தது அவனுக்கு மகிழ்ச்சியளித்தது. அந்த இரண்டு பெண்களும் வீட்டைச் சுற்றிப் பார்த்துக் கொண்டும், சமையலறையிலிருந்த பொருட்களைப் பார்த்துக் கொண்டும் இருந்தனர். நரசய்யா பயணக் களைப்பால் ஓய்வு எடுத்துக்கொண்டிருந்தார். இரண்டு நாட்கள் தங்கியிருந்த நரசய்யா புதுக் குடித்தனம் தொடங்கியிருந்த தம்பதியருக்குத் தேவையானவற்றையெல்லாம் செய்து கொடுத்து விட்டு, பெண்டம்மாவையும் அங்கேயே விட்டு விட்டு ஊர் திரும்பினார்.

ராமசாமிக்கும், நரசம்மாவுக்கும் புது வாழ்க்கை தொடங்கி யிருந்தது. அந்தச் சின்னஞ் சிறு நிலக்கரி நகரத்திலிருந்த சந்தைக்கும், மற்ற இடங்களுக்கும் தன் மனைவியையும், தங்கையையும் அழைத்துச் சென்றான். அதுவரை வெட்கப்பட்டுக்கொண்டிருந்த நரசம்மா, அவனும் அவளும் தனித்திருந்தபோது மெல்லப் பேசத் தொடங்கியிருந்தாள். பின்னர் பெண்டம்மா இருந்த போதும் அவனுடன் பேசத் தொடங்கினாள். தன் மாமியாரின் கொடூரத்திலிருந்தும், நாள் முழுதும் செய்து வந்த வேலையிலிருந்தும் விடுபட்டிருந்தவள் நிம்மதியாக உணர்ந்தாள். தங்கள் மூவருக்கும் சமைத்து, வீட்டைச் சுத்தப்படுத்தி வைத்தாள்.

ஒரு மாலை வேளை பணியிலிருந்து திரும்பிய தன் கணவன் சோர்வாக இருப்பதைக் கவனித்து அவனுக்கு ஒரு கோப்பையில் தண்ணீர் குடிக்கக் கொடுத்தாள். ராமசாமி கோப்பையைப் பெற்றுக்கொள்ளாமல் அவளுடைய கையைப் பிடித்துத் தன்னிடம் அவளை இழுத்துக்கொண்டான். அதுதான் அவன் அவளை கட்டிப்பிடித்த முதல்முறை. அவன் பிடியிலிருந்து விடுபட முயன்றும் நரசம்மாவை அவன் விடவில்லை.

“தங்கச்சி எங்க?” என்று கேட்டான்.

அவன் பிடியிலிருந்து தன்னை விடுவித்துக் கொள்ள முயன்றுகொண்டே, “பக்கத்து வீட்டுல” என்று பதிலளித்தாள்

பென்டம்மா வரும் சத்தம் கேட்டவுடன் தன்னை விடுவித்துக்கொண்டு அறையிலிருந்து வெளியேறினாள்.

அவனுடைய தொடுதலை அவளால் மறக்க முடியவில்லை. அடர்ந்த கருமையான முடியைக் கொண்ட சிவப்பான, உயரமான, ராமசாமியை முதன்முறையாகப் பார்ப்பதுபோல தன் அகன்ற விழிகளால் பார்த்தாள். அவனது உடல் உறுதியானதாக, நல்ல வடிவம் கொண்டதாக இருந்தது. தேர்ந்தெடுத்த நல்ல உடைகளையே அவன் அணிந்தான். பணி முடிந்து வீடு திரும்பியதும் சுத்தமான வெள்ளை வேட்டியையும், நல்ல சட்டை ஒன்றையும் அணிந்துகொண்டான்.

இரவு உணவு முடிந்ததும் நரசம்மா பாத்திரங்களைக் கழுவிக் கொண்டிருந்தாள். தன் தங்கையைச் சீக்கிரம் தூங்க வைக்க முயற்சி செய்துகொண்டிருந்த ராமசாமியையும் அவ்வப்போது திரும்பிப் பார்த்துக்கொண்டாள். பென்டம்மா உறங்கிவிட்டதை உறுதி செய்துகொண்டவன், எரிந்துகொண்டிருந்த மண்ணெண்ணெய் விளக்கை அணைத்துவிட்டுத் தன் மனைவியைத் தன்னுடன் சேர்த்துக்கொண்டான்.

அடுத்த நாள் காலை கண்விழித்த நரசம்மா வித்தியாசமாக உணர்ந்தாள். வழக்கமாக எழுந்து கொள்ளும் நேரத்தில் அன்று அவளால் எழுந்து கொள்ள முடியவில்லை. முந்தைய இரவு நடந்த விஷயம் அவளை வீட்டு முற்றத்திற்குச் செல்லக்கூடத் தயங்க வைத்தது. இன்னும் உறங்கிக்கொண்டிருந்த தன் கணவனைப் பார்த்துக்கொண்டே தன் சேலையைச் சரி செய்துகொண்டாள். வாசலைக் கூட்டிச் சுத்தம் செய்யத் தொடங்கினாள். வழக்கமாக இருப்பது போல அன்று அவள் இல்லை. அடிக்கடித் தன் கணவனைப் பார்த்துக்கொண்டாள். அன்று சீக்கிரமாகப் பணிக்குச் செல்ல வேண்டியிருந்த ராமசாமி சரியான நேரத்துக்கு எழுந்து கொள்ளாததால் அவசர அவசரமாகக் கிளம்பி ஓட வேண்டியிருந்தது. அவன் வீட்டைவிட்டு வெளியேறும் முன் கணவனும் மனைவியும் ஒருவரையொருவர் பார்த்துக்கொண்டு அர்த்தம் பொதிந்த புன்னகை ஒன்றைப் பரிமாறிக்கொண்டனர்.

இரண்டு மாதங்கள் கழித்து ராமசாமிக்குப் பணி உயர்வும், இடமாற்றமும் சேர்ந்து கிடைத்தது. செகந்திராபாத்தின் கீழ் வந்த தாரூர் நிலையத்திற்கு இடமாற்றமும், பாயிண்ட்ஸ் மேனாகப் பதவி உயர்வும் அவனுக்குக் கிடைத்திருந்தது. தன் மனைவியே

தன் வாழ்க்கையில் நடக்கும் இந்த நல்ல விஷயங்களுக்குக் காரணம் என்று எண்ணிக்கொண்டான் ராமசாமி. ஒரே வாரத்தில் அவர்கள் அங்கிருந்து கிளம்பினர்.

~

ஒரு ரயில் லைன் ஒன்றும், ஒரு லூப் லைனும் கொண்ட சின்ன ரயில் நிலையம் தாரூர். ரயில் நிலையத்தை ஒட்டி ஒரே வரிசையில் சில ரயில்வே குடியிருப்புகள் இருந்தன. ராமசாமியும், நரசம்மாவும் வாழ்ந்த வீட்டின் ஒரு புறம் சூத்திரச் சாதியைச் சேர்ந்த பாயிண்ட்ஸ்மேன் ஒருவர் தன் குடும்பத்துடனும், மறுபுறம் தீண்டத்தகாத சாதியைச் சேர்ந்த வயதான கணவன் மனைவியும் வாழ்ந்து வந்தனர். சில நேரங்களில் வயதான அந்தப் பெண்ணிடம் நரசம்மா ஆலோசனைகளும், உதவிகளும் பெற்றுக்கொண்டாள். ராமசாமிக்கு இப்போது இருந்த பொறுப்புகள் வேறு. முன்னைப் போல் கார்டுகள் வீட்டிற்கும், டிரைவர்கள் வீட்டிற்கும் சென்று அவர்களின் பெட்டிகளைத் தூக்க வேண்டிய வேலையில்லை. ஸ்டேஷனைத் தாண்டிச் செல்லும் ரயில்களுக்கு சிக்னல் செய்வது, ஸ்டேஷன் சிக்னலிலும், அவுட்டர் சிக்னலிலும் விளக்கேற்றுவது, ஸ்டேஷன் மாஸ்டரின் வீட்டு வேலைகளைச் செய்து தருவது ஆகியவையே அவனது வேலை. அதோடு, முன்பைப் போலவே, நேரம் கிடைக்கும் போதெல்லாம் புத்தகங்கள் வாசித்துக்கொண்டிருந்தான். உயர் சாதியைச் சேர்ந்த ஸ்டேஷன் மாஸ்டருக்கு ராமசாமி புத்தகங்கள் வாசித்தது ஆச்சரியத்தை அளித்தது. படிப்பறிவற்று இருந்த மற்ற தொழிலாளர்களை நடத்துவது போல் அவர் ராமசாமியை நடத்தவில்லை.

ஒரு காலை வேளை ராமசாமி பணியில் இருந்தபோது நரசம்மா வயிற்று வலியால் துடிக்க ஆரம்பித்தாள். வலி பொறுக்க முடியாதவள் தரையில் சுருண்டு படுத்துக்கொண்டாள். பயந்து போன பென்டம்மா பக்கத்து வீட்டு பாட்டியைக் கூட்டி வர ஓடினாள். பாட்டி வந்து நரசம்மாவின் நாடியைப் பிடித்துப் பார்த்துவிட்டு புன்னகைத்தார்.

“பயப்படாத கண்ணு! இப்படியெல்லாம் நடக்குறது சாதாரணம்தான்” என்றார்.

“தண்ணி குடிச்சாகூட வாந்தி வருது” என்று சொன்ன நரசம்மாவின் குரலில் அயர்ச்சி தெரிந்தது.

“கவலைப்படாத! நான் கொஞ்சம் கஞ்சி கொடுத்து அனுப்புறேன், அத மட்டும் குடி. வாந்தி எடுத்தாலும் பரவா யில்லை. நீ அம்மாவாகப் போற” என்றார்.

ராமசாமி வீட்டிற்குள் நுழைந்ததும் அவனிடம் ஓடிய பெண்டம்மா "அண்ணா, அண்ணி வாந்தி எடுக்கிறாங்க. அவங்க மாசமா இருக்காங்க" என்றாள்.

ராமசாமி மனைவியைப் பெருமிதத்துடன் பார்த்தான். அவளும் அவனைப் பார்த்துப் புன்னகைத்தாள். இப்போதெல்லாம் அவன் தன் மனைவியுடன் அதிக நேரம் செலவிடத் தொடங்கி யிருந்தான். கள் குடித்தால் மட்டுமே அவளுக்கு வாந்தி வராமல் இருந்ததால் அவளுக்குச் சுத்தமான கள் வாங்கிக் கொடுத்தான்.

செய்தியைக் கேள்விப்பட்ட மல்லய்யா, அப்போதுதான் விளைந்திருந்த சோளம், கடலை, இன்னும் பல தானியங்களையும், நரசம்மாவுக்காக நிறைய தின்பண்டங்களையும் வாங்கி வந்தார். தான் தாத்தாவாகப் போவதை எண்ணி அவர் பெருமகிழ்ச்சி யடைந்தார். தன் தந்தையைப் பார்த்த நரசம்மா ஓடிச் சென்று அவரைக் கட்டிக்கொண்டாள். மகிழ்ச்சியில் மல்லய்யாவும் கண் கலங்கினார். தன் தந்தை வாங்கி வந்திருந்த எதையும் நரசம்மாவால் உண்ண முடியவில்லை. அரிசிக் கஞ்சியும், கள்ளும் மட்டும்தான் அவளுக்கு உகந்ததாக இருந்தது. எண்ணெய் வாசனை வந்தாலே அவளுக்குக் குமட்டிக்கொண்டு வந்ததால் ராமசாமிதான் சமையல் வேலைகளைப் பார்த்துக்கொண்டான்.

~

நரசம்மா ஐந்து மாதங்கள் கர்ப்பமாக இருந்தபோது, தன் கணவரையும், பெண்டம்மாவையும் விட்டு விட்டுத் தந்தையின் வீட்டிற்குச் சென்றாள். மகளுக்குத் தேவையான அனைத்து வசதிகளையும் செய்து தர வேண்டும் என்பதில் உறுதியாக இருந்தார் மல்லய்யா. தன் தங்கையை உதவிக்கு அழைத்துக்கொண்டார். அவர்களின் சமூகத்திலேயே சிறந்த தாதியைத் தேர்ந்தெடுத்து அவர் சரியான கால இடைவெளியில் நரசம்மாவை வந்து பரிசோதனை செய்ய ஏற்பாடுகள் செய்திருந்தார். நரசம்மாவின் தங்கைகளும் அவளை நன்றாகக் கவனித்துக்கொண்டனர்.

தனித்து வாழ்ந்து வந்த ராமசாமி தன் நண்பர்களுடன் சேர்ந்து அடிக்கடி குடிக்கத் தொடங்கியிருந்தான். எல்லா வார விடுமுறை நாட்களிலும் தன் மனைவியைச் சென்று பார்த்து வந்தவன், சில மாதங்களிலேயே அவளைச் சென்று பார்ப்பதைக் குறைத்துக் கொண்டான். மாதம் செல்லச் செல்ல நரசம்மாவின் கால்கள் வீங்கத் தொடங்கின. பிரசவ காலம் நெருங்கிக்கொண்டிருந்ததால் மல்லய்யாவின் படபடப்பு அதிகரிக்கத் தொடங்கியிருந்தது. ஒரு மாலை வேளை நரசம்மாவுக்கு வலி வந்தது. வலியில் துடிதுடித்துப் போனாள். தாதிக்குச் செய்தி சொல்லியனுப்ப,

அவரும் ஓடி வந்தார். நரசம்மாவைப் பரிசோதித்துப் பார்த்ததில் அவளது தொப்புள் பகுதி அமுங்கிப் போயிருந்தது தெரிந்தது. குழந்தை சீக்கிரம் பிறந்துவிடும் என்பதை யூகித்தார். தண்ணீர் கொதிக்க வைக்குமாறு குரல் கொடுத்துக்கொண்டே தனது வெட்டரிவாளைக் கூர் தீட்டினார். இந்த வெட்டரிவாள் கொண்டுதான் தொப்புள் கொடியை அறுக்க வேண்டும். நரசம்மாவின் அத்தைப் பெரிய பானையொன்றில் தண்ணீர் கொதிக்க வைத்தார். முழு பலம் கொண்டு முக்கிக் குழந்தையை வெளியே தள்ளுமாறு தாதி, நரசம்மாவிடம் கூறினார். வலியில் துடித்துக்கொண்டிருந்த நரசம்மா, பெருங்குரலெடுத்து அழுது கொண்டே முயல குழந்தை மெதுவாக வெளியே வந்தது. குழந்தையை வெளியே எடுத்த தாதி அதன் தொப்புள் கொடியை வெட்டரிவாளால் துண்டித்தார். குழந்தையின் அழுகுரல் கேட்டது. தொப்புள் கொடியை அறையின் ஒரு மூலையில் மண் பானையொன்றில் வைத்துப் புதைத்தனர். குழந்தையைத் துணி ஒன்றில் சுற்றி வெளியே கொண்டு வந்தார் தாதி.

“மல்லண்ணா, உங்க பொண்ணு ஆண் குழந்தை பெத்திருக்கா, பாருங்க! நல்லா இருக்கான் பையன்” என்றார்.

மகிழ்ச்சியடைந்த மல்லய்யா தன் சட்டைப் பையிலிருந்து சில நாணயங்களை எடுத்து அவரது கையில் கொடுத்தார். அவரது முதல் பேரக் குழந்தை பிறந்திருந்தான்.

குழந்தை பிறந்து பதினொரு நாட்கள் ஆகியிருந்தது. இது வரை, குழந்தையையும், தாயையும் யார் கண்ணிலும் படாமல் வைத்திருந்தார்கள். இன்று கொண்டாட்டத்திற்கான நாள். புதிதாகக் குழந்தை பெற்றிருந்த தாய் குளித்து, முடித்துப் புதுத் துணி உடுத்தி கிணற்றை வணங்குவார். இந்தச் சம்பிரதாயத்திற்குப் பிறகு அவர் மற்றவர்களுடன் பழகுவதும், பாத்திரங்களைப் புழங்குவதும் அனுமதிக்கப்படும். குழந்தையையும் குளிப்பாட்டி அவனுக்கும் புதுத் துணி அணிவிப்பர். தீய சக்திகளை விரட்டும் சடங்கு முடிந்தவுடன் அனைவருக்கும் உணவும், சாராயமும் பரிமாறப்படும்.

நரசய்யா, அவரது மனைவி, ராமசாமி அனைவரும் இந்த நிகழ்ச்சியில் கலந்துகொண்டனர். பேரக் குழந்தையைத் தன் கையில் ஏந்திய நரசய்யாவுக்கு அத்தனை மகிழ்ச்சி. பேரன் அவனது தந்தையின் நிறத்தைக்கொண்டிருந்தான். அவன், நெற்றி, உள்ளங்கைகள், பாதங்கள் மற்றும் இடக்கன்னத்தில் வைக்கப் பட்டிருந்த கருப்புப் பொட்டு அவனது வெள்ளை நிறத்திற்குப் பளிச்சென்று தெரிந்தது. அவனுடைய கை மணிக்கட்டில் கருப்புப் பாசி மணி கட்டப்பட்டிருந்தது.

மல்லய்யா நரசய்யாவிடம் “பாவா! நான் நரசம்மாவ மூணு மாசத்துக்கு அப்புறம் அனுப்புறேன். அவளுக்கு ஓய்வு தேவைப்படுது,” என்றார்.

“ஆமா பாவா! எனக்கும் அதுதான் நல்லதுன்னு தோணுது,” என்று தன் பேரனைப் பார்த்துக்கொண்டே கூறினார் நரசய்யா.

~

அடுத்த மூன்று மாதங்கள் ராமசாமி தனியாக இருந்தான். அவன் குடிப்பது அதிகரித்திருந்தது. சில சமயம் நண்பர்களோடு அதிகமாகக் குடிக்கத் தொடங்கியிருந்தான். பல நேரங்கள் பக்கத்து ரயில் நிலையங்களுக்கு ரிலீவராகச் செல்ல வேண்டிய தேவை இருந்தது. இதனால் அவனுக்குக் கூடுதல் வருமானமும் கிடைத்தது. அது அனைத்தையும் நண்பர்களுக்காகச் செலவழித் தான். புத்தகங்கள் வாசிப்பது நின்று போனது.

மர்பல்லி என்ற நிலையத்திற்கு அவன் அடிக்கடி அனுப்பப் பட்டான். அங்கு சரக்கு ஷெட்டில் பணிபுரிந்த மொகுலப்பாவுக்கும் அவனுக்கும் நட்பு ஏற்பட்டது. சாராயம் குடித்த பிறகு, மொகுலப்பா சில நேரம் ராமசாமியை உணவருந்த தன் வீட்டிற்கு அழைத்துச் சென்றான். நாட்கள் செல்லச் செல்ல அது ஒரு வழக்கமாகவே மாறிப் போனது. மொகுலப்பாவுக்கு இரண்டு சகோதரர்களும், விவாகரத்து பெற்று அவனுடன் வாழ்ந்து வந்த லக்ஷ்மம்மா என்ற தங்கையும் இருந்தனர். தன் அண்ணனுடன் வசித்து வந்தாலும், லக்ஷ்மம்மா, தனக்கான பணத்தை வயலில் வேலை செய்து சம்பாதித்தாள். லக்ஷ்மம்மாவின் கணவன் திருமணமான சில நாட்களிலேயே அவளை விட்டுச் சென்றுவிட்டான். இரண்டு வருடங்கள் அவனைத் தேடியும் பலனில்லாமல் போனதால் தன் சமுதாயத்தின் முக்கிய ஆட்களை அழைத்து அவளுக்கு விவாகரத்து வாங்கிக் கொடுத்தான் மொகுலப்பா. அன்றிலிருந்து லக்ஷ்மம்மாவுக்கு மாப்பிள்ளையும் தேடிக்கொண்டிருந்தான். அவர்கள் சாதியின் அனைத்து இளைஞர்களின் கவனமும் லக்ஷ்மம்மாவின் மீதுதான் இருந்தது. அவர்களில் பலரும் அவளைத் திருமணம் செய்து கொள்ள விருப்பம் தெரிவித்தனர்.

லக்ஷ்மம்மாவுக்கு ராமசாமியைப் பிடித்துப் போய்விட்டது. அவளுடைய அண்ணன் ராமசாமியை இரவு உணவு உண்ண அழைத்த போதெல்லாம் சிறப்பான உணவு வகைகளை அவனுக்கென சமைத்து வைத்தாள். ராமசாமியின் மீது சிறப்புக் கவனம் செலுத்தி உணவு பரிமாறும் போதெல்லாம் அவனிடம் ஏதாவது பேச்சுக் கொடுத்துக்கொண்டிருந்தாள். ராமசாமி தன்னை நடத்திய விதம் லக்ஷ்மம்மாவுக்கு மிகவும் பிடித்திருந்தது. தன்

அண்ணனைப் பார்க்கச் செல்லும் சாக்கில் ரயில் நிலையம் சென்று ராமசாமியைப் பார்த்துக்கொண்டு நிற்பாள். ராமசாமிக்கும் லக்ஷ்மம்மா மீது ஈர்ப்பு உருவாக ஆரம்பித்திருந்தது. யாருக்கும் தெரியாமல் அவர்கள் இருவரும் சந்தித்துக்கொண்டனர். வீட்டில் யாருமில்லாத மதிய வேளைகளில் உணவு உண்ண ராமசாமியை வீட்டிற்கு அழைக்கத் தொடங்கினாள். அவர்கள் இருவருக்கும் இடையே நெருக்கம் அதிகரித்தது. மாதத்தின் பதினைந்து நாட்கள் அவர்கள் ஒன்றாக இருக்கத் தொடங்கினர். ராமசாமி இல்லாத மீதி பதினைந்து நாட்களைக் கழிப்பது லக்ஷ்மம்மா வுக்குச் சிரமமான ஒன்றாக மாறிப்போனது. லக்ஷ்மம்மாவின் சமூகத்தைச் சேர்ந்த மற்றவர்கள், குறிப்பாக லக்ஷ்மம்மாவின் மீது விருப்பம் கொண்டிருந்த இளைஞர்கள், மொகுலப்பா தன் தங்கையின் நடவடிக்கையைக் கண்டிக்க வேண்டும் என்று அவனை வற்புறுத்தினர். அவர்களின் குடும்பத்திற்கு இது அவப் பெயரை உண்டாக்கும் என்று கூறினர். இதைச் சற்றும் எதிர் பாராத மொகுலப்பா, ராமசாமியைச் சந்திப்பதைத் தவிர்க்கத் தொடங்கினான்.

"ராமசாமியப் பாக்குறத நிறுத்து! உங்க ரெண்டு பேருக்குள்ள இருக்குற உறவப் பத்தி ஊருல எல்லாரும் பேசத் தொடங்கிட் டாங்க," என்று மொகுலப்பா தன் தங்கையைக் கண்டித்தான். அண்ணனின் குரலில் தெரிந்த கண்டிப்பு லக்ஷ்மம்மாவுக்கு அச்சமூட்டியது. அண்ணனின் கண் பார்த்துப் பேசும் தைரிய மின்றி, கீழே குனிந்து அழுதபடியே "அண்ணா, அவரில்லாம என்னால வாழ முடியாது," என்றாள்.

"ஆனா அவனுக்குக் கல்யாணம் ஆயிடுச்சு. நீ அவனோட வாழ முடியாது," என்று மொகுலப்பா அவளைத் தேற்ற முயன்றான். ஆனால் லக்ஷ்மம்மாவின் அழுகை கட்டுப்படுத்த முடியாமல் இருந்ததால் மொகுலப்பாவால் எதுவும் செய்ய முடியவில்லை. தன்னுடைய தங்கைக்கு உடனடியாகத் திருமணம் செய்து வைக்க வேண்டும் என்று முடிவு செய்தான்.

ராமசாமி தாரூரில் பணியில் இருந்தான். டவுன் டிரெயின் அப்போதுதான் நிலையத்திற்குள் வந்திருந்தது. ரயிலில் இருந்து ஒரு பெண் இறங்குவதைப் பார்த்தான். அது லக்ஷ்மம்மா என்பதை உறுதி செய்துகொண்டு அவளை நோக்கி வேகமாக ஓடினான். லக்ஷ்மம்மாவின் வருகை ராமசாமிக்கு அதிர்ச்சியளித்தது. ராமசாமி, அவளை எதிர்பார்த்திருக்கவில்லை. முகத்தைத் தன் சேலை முந்தானையால் மூடியிருந்த லக்ஷ்மம்மா ராமசாமியைத் தேடிக்கொண்டிருந்தபோதே அவன் அங்கு வருவதைப் பார்த்தாள். அவர்களை யாரும் பார்த்துவிடவில்லை என்பதை உறுதி

செய்தவுடன் அவளை ரயில் நிலையத்திலிருந்து வெளியே கூட்டிச் சென்று யாரும் பார்க்காத ஒரு இடத்தில் நிற்க வைத்தான் ராமசாமி.

“நீ ஏன் இங்க வந்த? நம்மள பாத்தா ஐயா என்ன வேலை விட்டு எடுத்திருவாரு,” என்று சொல்லிய ராமசாமியின் குரலில் கவலை தெரிந்தது.

“ராமப்பா, நீ இல்லாம என்னால வாழ முடியாது. அண்ணன் எனக்கு வேற ஒரு கல்யாணம் பண்ணி வைக்க நினைக்குறாரு.” லக்ஷ்மம்மாவின் முகம் கண்ணீரால் நனைந்திருந்தது.

ராமசாமி அவளைத் தேற்ற முயன்றான். பக்கத்திலிருந்த கள்ளுக் கடைக்குக் கூட்டிச் சென்றான். கூட்டிச் செல்லும் வழியெங்கும், யாரும் தங்களைப் பார்த்துவிடாமல் இருக்க வேண்டும் என்பதை உறுதி செய்துகொண்டான்.

“இங்க பாரு லக்ஷ்மம்மா! திரும்ப இங்க வராத. ஸ்டேஷன் மாஸ்டர் பாத்தாருன்னா என்ன வேலைய விட்டுத் தூக்கிருவாரு. அடுத்த மாசம் நானே மர்பல்லிக்கு வரேன். உங்க அண்ணன் கிட்ட பேசுறேன். நீ கவலைப்படாத,” என்று சொல்லிக்கொண்டே அவளை ஒரு புதர் மறைவில் அமர வைத்தான்.

லக்ஷ்மம்மா தன் கண்ணீரைத் துடைத்துக்கொண்டே அவனைப் பார்த்துச் சிரித்தபடி, “ராமப்பா! நான் உன்ன மட்டும் தான் கல்யாணம் பண்ணிப்பேன். இல்லன்னா தற்கொலை செஞ்சுக்குவேன்,” என்றாள்.

அடுத்த ரயிலில் லக்ஷ்மம்மாவை ஊருக்கு அனுப்பி வைத்தான் ராமசாமி.

~

நரசம்மா ஆறு மாதங்களுக்குப் பிறகு தன் மகனோடு தாரூர் கிளம்பினாள். இந்த இடைபட்ட காலத்தில் ராமசாமி மிகவும் மாறிப்போயிருந்தான். ஓய்வு நேரங்களில் புத்தகங்கள் படிப்பதை நிறுத்திவிட்டு, நண்பர்களோடு நேரம் செலவழிக்கத் தொடங்கியிருந்தான். அதிகம் குடிக்கவும் தொடங்கியிருந்தான். முன்னைப் போலன்றி சட்டென எரிச்சலடையத் தொடங்கி யிருந்தான். தான் அவனை அதிக நாட்கள் பிரிந்து இருந்ததால் தான் அவன் இப்படி மாறிப் போய் விட்டான் என்று நரசம்மா நினைத்தாள்.

ராமசாமி மாதத்தின் 15 நாட்கள் ஊரை விட்டு வெளியே இருக்க வேண்டியிருந்ததால், தனக்குத் துணையாக ராமசாமியின் தம்பி எல்லய்யாவை அழைத்து வந்திருந்தாள் நரசம்மா.

எல்லய்யா நல்ல பையன். தன் அண்ணனின் உதவியோடு படிக்கக் கற்றுக்கொண்டிருந்தவன், ராமசாமி தொடாமல் வைத்திருந்த புத்தகங்களை எடுத்து வாசிக்கத் தொடங்கினான். ரயில்வேயில் பாக்ஸ் மேன் ஆக வேலைக்குச் சேர்ந்தபோது தான், கல்வி எத்தனை முக்கியமென உணர்ந்தான் ராமசாமி. தன் உயரதிகாரிகளும், மற்ற உயர் சாதிப் பணியாளர்களும் வாழும் விதத்தைப் பார்த்தவன், தன் தம்பி எப்படியும் ஆங்கிலம் கற்றுக்கொள்ள வேண்டும் என்று முடிவு செய்தான். ஆங்கிலம் கற்றுக்கொண்டால் தம்பிக்கு நல்ல வேலை கிடைக்கும் என்றும் நம்பினான். ராமசாமியின் மீது அதிகப் பிரியம் வைத்திருந்த ஸ்டேஷன் மாஸ்டரிடம், அவர் எல்லய்யாவுக்கு ஆங்கிலம் கற்றுத் தர வேண்டும் என்று கேட்டுக்கொண்டான். ரயில்வே ஸ்டேஷனின் வராந்தாவில் அமர்ந்துகொண்டு எல்லய்யாவும் ஆங்கில எழுத்துக்களை எழுதக் கற்றுக்கொண்டான். எல்லய்யா வுக்குப் படிப்பதில் ஆர்வம் இருந்ததால் அவனுக்குக் கற்றுத் தருவது ஸ்டேஷன் மாஸ்டருக்கு எளிதாக இருந்தது. சில மாதங்களிலேயே ஆங்கிலத்தில் எளிமையான வார்த்தைகளை யும், வாக்கியங்களையும் எழுதவும், படிக்கவும் கற்றுக்கொண் டிருந்தான். எலுகடி குடும்பத்தில் ஆங்கிலம் படிக்கவும், இன்னும் செழுமையான வாழ்வை நோக்கி நகரவும் நடந்த முதல் முயற்சி அது.

நரசம்மா இரண்டாம் முறையாகக் கர்ப்பமானாள். ஆனால் அந்தக் குழந்தை பிறந்தவுடனே இறந்தது.

மர்பல்லிக்குச் செல்வதைத் தவிர்க்கும் வண்ணம் மற்ற இடங்களுக்குத் தன்னை ரிலீவிங் ட்யூட்டிக்கு அனுப்புமாறு கேட்டுக்கொண்டாலும், மர்பல்லிக்குச் செல்வதை எல்லா நேரத்திலும் ராமசாமியால் தவிர்க்க முடியவில்லை. அவன் மர்பல்லியில் இருக்கும் ஒவ்வொரு முறையும் தன்னைத் திருமணம் செய்துகொள்ளுமாறு லக்ஷ்மம்மா அவனைக் கேட்டுக் கொண்டேயிருந்தாள்.

நரசம்மா மூன்றாம் முறையாகக் கர்ப்பமானபோது, அவளை அதிகக் கவனம் எடுத்துக் கொள்ளுமாறு அவளின் தந்தை வலியுறுத்தினார். அதனால் அவள் முதல் முறை கர்ப்பமான போது செய்தது போலவே ஐந்தாவது மாதத்திலேயே அவளைத் தன் வீட்டிற்கு அழைத்துச் சென்று விட்டார்.

~

"நீ கொடுத்து வச்சவன் ராமசாமி. ரிலீவிங் ட்யூட்டிக்காகத் தற்காலிகமா உன்னை செகந்திராபாத் அனுப்புறோம்," என்று

ஸ்டேஷன் மாஸ்டர் கூறியபோது ராமசாமி அவரை வியப்போடு பார்த்தான்.

“அவ்வளவு பெரிய ஸ்டேஷன்ல என்னால வேலை பாக்க முடியுமா சார்?” என்று கேட்டான்.

“கவலையே படாத. உன்னால முடியும். அதோட நீ என்ன எழுதப் படிக்க தெரியாதவனா?” என்று சொன்ன ஸ்டேஷன் மாஸ்டர் ராமசாமிக்குக் கிடைத்த வாய்ப்பை எண்ணி மகிழ்ந்தார்.

நீண்ட காலத்திற்குப் பிறகு அப்பாவுடன் நேரம் செலவழிக்க முடியும், அவரிடம் இருந்து நிறையக் கற்றுக் கொள்ள முடியும் என்று எண்ணி மகிழ்ச்சியடைந்தான் ராமசாமி. லக்ஷ்மம்மாவைச் சந்திக்க முடியாது என்ற வருத்தம் மட்டும் அவனுக்கு இருந்தது. செகந்திராபாத் செல்வதற்கு முன்னால் அவளைச் சென்று சந்திப்பது என்று முடிவு செய்தான்.

வெள்ளை வேட்டியும், வெள்ளைச் சட்டையும் அதன் மீது நீல நிறக் கோட்டும் அணிந்து ராமசாமி மர்பல்லி ஸ்டேஷனில் இறங்குவதைப் பார்த்த மொகுலப்பா ஆச்சரியமடைந்தான்.

“ஜம்முன்னு இருக்கியே! ஏதாவது கல்யாணத்துக்கு வந்தியா?”

“அதெல்லாம் இல்லை. உங்களைப் பாக்கத்தான் வந்தேன்,” என்று சொல்லிச் சிரித்தான் ராமசாமி.

இருவரும் கள்ளுக் கடையில் அமர்ந்து பேசிக்கொண்டிருந்த போது, “பாவா, நீங்க என் தங்கச்சிய சந்திக்குறது சரி கிடையாது. உங்க ரெண்டு பேத்துக்குள்ள இருக்குற உறவப் பத்தி எல்லாருக்கும் தெரிஞ்சிருச்சு,” என்று கடுமையாகக் கூறினான் மொகுலப்பா.

“கவலைப்படாதீங்க பாவா!” என்று சூழலின் இறுக்கத்தைக் குறைக்கும் வண்ணம் ராமசாமி பேசினான்.

“விளையாட்டா எடுத்துக்காதீங்க. ஊர்ப் பெரியவங்க எங்க குடும்பத்தை விலக்கி வைக்கறதப் பத்தி யோசிக்குறாங்க. என் தங்கச்சி உங்களத்தான் கல்யாணம் பண்ணிக்குவேன்னு உறுதியாச் சொல்றா. தயவுசெஞ்சு ஏதாவது செய்யுங்க,” என்று ராமசாமியின் கண்களைப் பார்த்து உறுதியாகச் சொன்னான் மொகுலப்பா.

“கவலைப்படாதீங்க பாவா! நான் ரிலீவிங் ட்யூட்டிக்கு செகந்திராபாத் போறேன். திரும்பி வந்ததும் உன் தங்கச்சி கேக்குறதச் செய்யுறேன்,” என்று உறுதியளித்தான் ராமசாமி.

மொகுலப்பா நிம்மதியடைந்தான்.

அவர்கள் குடித்து முடிக்கவும் லக்ஷ்மம்மா மூச்சிரைக்க அங்கு வரவும் சரியாக இருந்தது. ராமசாமி திடீரென வந்திருந்தது அவளுக்கு ஆச்சரியத்தை அளித்தது.

“எப்ப வந்த?”

கரும் கூந்தல் கற்றை ஒன்று வியர்வை பூத்திருந்த அவளது முகத்தில் விழுந்திருந்தது. முன்னெப்போதையும் விட அப்பொழுது அவள் அழகாக இருந்தாள்.

அவர்கள் இருவரையும் தனித்து இருக்க விட்டு விட்டு மொகுலப்பா ஸ்டேஷனுக்குச் சென்றான்.

“அடுத்த வாரம் தான வர்றேன்னு சொன்ன. நீ இன்னிக்கு வருவன்னு நான் எதிர்பார்க்கலை.”

“இன்னைக்கு எனக்கு லீவு. இந்த மாசம் ரிலீவிங் ட்யூட்டிக்கு நான் மர்பல்லி வர மாட்டேன். அதான் வந்தேன்.”

“ஏன்? என்னாச்சு?”

“செகந்திராபாத் போகணும்”

“ஐயோ!” என்று கவலையுடன் கூறினாள் லக்ஷ்மம்மா.

“கவலைப்படாத! நான் அடுத்த மாசம் வர்றேன். சத்தியமா!”

மதிய வெயில் சூட்டைப் பரப்பிக்கொண்டிருந்தது. அவர்கள் இருவரும் மொகுலப்பாவின் வீட்டில் தனித்து இருந்தனர். ராமசாமியின் அருகில் உட்கார்ந்திருந்த லக்ஷ்மம்மாவின் அழகிய கண்களில் கவலை தெரிந்தது.

“ப்பா! இங்க எல்லாருக்கும் நம்ம உறவ பத்தி தெரிஞ்சிருச்சு. ஏதாவது செய்!”

அவளைத் தன் அருகே இழுத்துக்கொண்ட ராமசாமி, “நான் ஏற்கெனவே உங்க அண்ணன் கிட்ட பேசிட்டன். கவலைப்படாத!”

அந்த நெருக்கத்தில் உருகிப் போயிருந்த இருவராலும் தங்களது உணர்வுகளைக் கட்டுப்படுத்திக் கொள்ள முடியவில்லை.

பின்னர் களைத்துப் போய்ப் படுத்திருந்த இருவரையும் வெளியே கேட்ட ஏதோ சத்தம் சட்டென விலகச் செய்தது. “ஏதாவது நடக்குறதுக்கு முன்னாடி என்னைக் கல்யாணம் பண்ணிக்கோ. நாம இப்படிச் சந்திக்குறதத் தவிர்க்கனும்,” என்று சேலையைச் சரி செய்துகொண்டே லக்ஷ்மம்மா கூறினாள்.

~

செகந்திராபாத்தில் பெரிய ரயில்வே யார்டும் நிறைய டிராக்கு களும் இருந்தன. ராமசாமிக்கு அங்கு வேலை செய்யும் அனுபவம் புதுமையாக இருந்தது. இணைக்கப்பட வேண்டிய போகிகளுக்கு இடையில் நின்றுகொண்டிருந்த முதல்நாள் அச்சமூட்டுவதாக இருந்தது. ராமசாமியின் தந்தை அவனுக்கு உதவி செய்தார். 'முக்கதம்' என்றழைக்கப்படும் பாயிண்ட்ஸ்மேன்களின் தலைவரையும் தன் மகனுக்கு உதவுமாறு கேட்டுக்கொண்டார். வேலை தொடங்கிய மூன்று நான்கு நாட்களிலேயே ராமசாமி தன் வேலையைச் சிறப்பாகச் செய்யத் தொடங்கினான். பணியிடத்தில் புது நண்பர்களை ஏற்படுத்திக்கொண்டு ஓய்வு நேரங்களில் அவர்களுடன் குடிக்கவும் செய்தான். காட்டமான சாராயத்திற்கு அவன் நாக்கு பழகத் தொடங்கியது.

திருட்டு வழக்கு ஒன்றில் ராமசாமி சிக்கிய நாள் துரதிர்ஷ்ட வசமான நாள். ராமசாமியின் நண்பர்களில் ஒருவன் ரயில் பெட்டி ஒன்றிலிருந்து சாராய பாட்டிலைத் திருடி அகப்பட்டான். திருட்டில் தொடர்பில்லையென்றாலும் அவன் அருகில் நின்ற தாலேயே ராமசாமியும் போலீஸ் விசாரணைக்கு அழைத்துச் செல்லப்பட்டான். செய்தி கேள்விப்பட்டு நரசய்யா காவல் நிலையத்துக்கு விரைந்தார். தன் மகனை விட்டுவிடுமாறு இன்ஸ்பெக்டரின் காலில் விழுந்து கெஞ்சினார். நரசய்யாவின் மீது நன்மதிப்பு வைத்திருந்த வேறு சில ரயில்வே தொழிலாளர்களும் ராமசாமியை விடுவிக்குமாறு போலீஸிடம் கேட்டுக் கொண்ட னர். ஆனால் திருட்டு பெரிய குற்றம் என்பதால் ராமசாமி பணியிலிருந்து நீக்கப்பட்டான். தன் மகன் வேலையை இழந்தது பற்றி நரசய்யா வருந்தினாலும், அவன் சிறை செல்ல வேண்டி யிருக்கவில்லை என்பதை எண்ணி மகிழ்ச்சியடைந்தார்.

"தம்பி! கவலைப்படாத. நாம பிராங்கிளின் சார சந்திக்கலாம்!" என்று வீட்டுக்குத் திரும்பும் வழியில் தன் மகனுக்கு ஆறுதல் கூறினார்.

ராமசாமி அமைதியாக நடந்தான். அவன் வேலையை இழந்திருந்தான். அதை விடக் கொடுமையான விஷயம் அவன் தன் தந்தையின் மனம் நோகும் விதத்தில் நடந்துகொண்டது தான். தேவையற்ற நட்புறவுகளை ஏற்படுத்திக்கொண்டதை எண்ணி தன்னைத் தானே கடிந்துகொண்டான். தன் மாமனாரை யும், இன்னொரு குழந்தையை எதிர்பார்த்திருக்கும் தன் மனைவியையும் எப்படிப் பார்ப்பது என்று வருந்தினான். வேலையில்லாமல் தன் குடும்பத்தை எப்படிக் காப்பாற்றுவான்? அவன் கண்கள் கலங்கின. அவன் வருத்தப்படுவதைப் பார்த்த நரசய்யா அவனைத் தேற்ற முயற்சி செய்தார்.

அவர்கள் வீட்டையடைந்தபோது அவனது சித்திக்கு ஏற்கனவே தகவல் கிடைத்திருந்தது.

“வா பா! நல்ல வேலை செஞ்சிருக்க! நீ வீட்டுலயே உக்காரு, உங்க அப்பா உனக்கும், உன் பொண்டாட்டிக்கும் சோறு போடுவாரு” என்று வீட்டில் நுழைந்த ராமசாமியைப் பார்த்துக் கத்தினார். அவர் குரலில் வெறுப்பு பொங்கியது.

நரசய்யாவுக்கும் கோபம் வந்தது. “வாயை மூடு. ஆமா நான் அவங்களுக்குச் சோறு போடுவேன்!”

கணவர் இத்தனை கோபத்துடன் பேசியதும் ராமக்கா அமைதியாகிப் போனார். நரசய்யா தன்னால் இயன்றளவு தன் மகனைச் சமாதானப்படுத்த முயற்சி செய்தார். அவன் இழந்த வேலையை மீண்டும் பெற்று விடலாம் என்று உறுதியளித்தார்.

அடுத்த நாள் காலை தன் மகனைக் கூட்டிக்கொண்டு மனித வளத் துணை அதிகாரி பிராங்கிளின் சாரைச் சந்திக்கச் சென்றார் நரசய்யா. தன் சீருடையோடு தலையில் தலைப்பாகையும் கட்டியிருந்தார். உயர் அதிகாரிகளைச் சந்திக்கும்போது இப்படி உடை அணிய வேண்டும் என்பது முறை. பிராங்கிளின் சாரின் அலுவலக வராந்தாவை அடைந்தபோது நரசய்யா பதட்டத்துடன் இருந்தார். திரு. பிராங்கிளின் ஒரு இள வயது ஆங்கில அதிகாரி. கிளாஸ் IV தொழிலாளிகளுக்குத் தேவையான நேரத்தில் உதவிகள் செய்து அவர்களிடம் மிகவும் நன்றாக நடந்துகொள்ளும் அதிகாரி இவர். அதனாலேயே அவரது அலுவலகத்தில் மற்ற தொழிலாளர்களைவிட கிளாஸ் IV தொழிலாளர்கள் அதிகமாகக் காணப்படுவார்கள். மற்ற தொழிலாளர்கள் அவரை நேரில் சந்திப்பதே அபூர்வம். ராமசாமி தலையைத் தொங்கப் போட்டுக்கொண்டு ஒரு ஓரத்தில் நின்று கொண்டிருந்தான். செய்தி கேள்விப்பட்டு வந்திருந்த அவனது மாமனார் மல்லய்யா அவன் அருகில் நின்றுகொண்டிருந்தார். பிராங்கிளின் சார் அவரது பெயரைச் சொல்லி அழைத்ததும் நேரே உள்ளே சென்ற நரசய்யா அவரது காலில் விழுந்தார்.

“ஏய்! எந்திரி, என்னாச்சு?” என்று கத்தினார் பிராங்கிளின்.

“சார்! என் பையன் எந்தத் தப்பும் செய்யல. அவனை மன்னிச்சிருங்க,” என்று அழுதார் நரசய்யா.

“என்னாச்சு” என்று பதட்டமாகக் கேட்டார் அவர்.

“துரை, என் பையன நேத்து டிஸ்மிஸ் பண்ணிட்டாங்க.”

“ஓ! அவனா! அவன் பேரு என்ன?”

"ராமசாமி, என் பையன்."

"எனக்குத் தெரியும்! ஆனா இது ரொம்ப சீரியஸ் கேஸ். அவனை ஜெயிலுக்கு அனுப்பலையேன்னு நினைச்சு சந்தோஷப்படு."

"துரை! கொஞ்சம் கருணை காட்டுங்க. அவனுக்கு மனைவியும் குழந்தைகளும் இருக்காங்க. நீங்கதான் அவனுக்கு வேலை போட்டுத் தந்தது."

"அவனை உள்ளே கூப்பிடுங்க" என்று சொன்னவர் ராமசாமி உள்ளே வந்ததும் "என்ன பிரச்சனை உனக்கு? உங்க அப்பாவுக்கு ஏன் இவ்வளவு கஷ்டத்தைக் கொடுக்கிற? போ இங்க இருந்து! இனிமே இங்க உனக்கு வேலை கிடையாது!" என்றார்.

அங்கிருந்து வெளியேறுமாறு தன் மகனுக்குக் கையால் சைகை செய்தார் நரசய்யா. மீண்டும் பிராங்கிளின் சாரின் கால்களில் விழுந்து அழுதார்.

"சார்! நீங்கதான் எங்க தெய்வம். கொஞ்சம் கருணை காட்டுங்க. அவன் திருடலை. அந்தத் திருட்டு நடந்தப்போ அவன் அங்க பக்கத்துல நின்னுட்டு இருந்தான்."

"எந்திரி நரசய்யா. நீ சொல்றது உண்மையா இருக்கலாம். ஆனா இது ரொம்ப சீரியசான பிரச்சனை."

கெஞ்சும் கண்களோடு பிராங்கிளினைப் பார்த்துக் கொண்டே நின்றுகொண்டிருந்தார் நரசய்யா.

"சரி! இங்க பாரு. ஒரு மாசம் அவன இந்தப் பக்கமே வரக் கூடாதுன்னு சொல்லு. அதுக்கப்புறம் அவன கூட்டிட்டு வா! நான் என்ன செய்ய முடியுமுன்னு பாக்குறேன்."

நரசய்யா வெளியே வந்து தன் மகனையும், அவனது மாமனாரையும் பார்த்தார்.

"கவலைப்படாதீங்க பாவா! ஒரு மாசத்துக்கு அப்புறம் வந்து சந்திக்கச் சொன்னாரு. அது வரைக்கும் ராமசாமி இந்தப் பக்கமே வரக் கூடாதுன்னு சொன்னாரு."

நிம்மதிப் பெருமூச்சுடன் அவர்கள் அங்கிருந்து கிளம்பினர்.

நரசய்யா தன் மகனைத் தன் தாய்மாமன்கள் வசிக்கும் ஜன்காவுன் ஊருக்கு அனுப்பி வைத்துவிட்டு அங்கிருக்கும் ரயில் நிலையத்திற்கு அருகிலேயே செல்லக் கூடாது என்று எச்சரித்தார்.

~

நரசம்மாவுக்கு மூன்றாவது குழந்தை பிறந்தது. பையன் எந்த உடல்நலப் பாதிப்புமின்றி நன்றாக இருந்தான். ஆனாலும், இந்த முறை அவர்களின் குடும்பம் அத்தனை மகிழ்ச்சியுடன் இல்லை. ராமசாமி குழந்தையைப் பார்த்தாலும் ஒரு விதப் படபடப்புடனே இருந்தான். கவலையோடு எதையும் கண்டுகொள்ள முடியாமல் இருந்த ராமசாமியைப் பார்க்க நரசம்மாவுக்குக் கஷ்டமாக இருந்தது. தன் ஊரை விட்டு விலகி, யார் கண்ணிலும் படாமல் வேலையுமில்லாமல் வீட்டிற்குள்ளேயே இருப்பது அவனுக்குக் கடினமானதாக இருந்தது. அவன் நேரம் முழுவதையும் புத்தகம் படிப்பதிலேயே செலவிட்டான்.

~

சரியாக ஒரு மாதம் கழித்து ஒரு நாள் நரசய்யா பிராங்கிளின் சாரின் அலுவலகத்தில் இருக்க, ராமசாமி வாசலில் நின்று கொண்டிருந்தான்.

“நரசய்யா, நீங்க கேட்டுக்கிட்டதால தான் அவனுக்கு நான் திரும்பவும் வேலை தர்றேன்,” என்றார் பிராங்கிளின்.

“ஐயா! நான் உங்களுக்குக் கடமைப் பட்டிருக்கேன்,” என்று கூறிய நரசய்யா அவரது காலில் விழுந்து வணங்கினார்.

“ஆனா, அவன் பேரை மாத்துங்க. இதே பேரோட அவனை என்னால வேலைக்கு எடுக்க முடியாது.”

“அவன் பேர மாத்தனுமா?

“ஆமா, என்ன பேர் எழுத. சொல்லுங்க?”

“பாலய்யா அங்குஸ்–ன்னு போட்டுக்கோங்க ஐயா!”

“அவனை உள்ள கூப்பிடுங்க.”

ராமசாமி அவர் எதிரில் கைகட்டி நின்றான். பிராங்கிளின் சாரின் காலில் விழுமாறு அவனது அப்பா சைகை செய்தார்.

“நான் உன்னை இந்த முறை திரும்ப வேலைக்கு எடுக்கிறேன். உன் வேலையச் சரியாச் செய். ஒரு சின்ன தப்பு நடந்தாலும் உன் வேலை உனக்குக் கிடைக்காது.”

“கண்டிப்பா சார்,” என்றான் ராமசாமி.

அன்றிலிருந்து ராமசாமி பாலய்யா என்று அறியப்பட்டார். புது வாழ்க்கை ஒன்றைத் தொடங்குவது போல் இருந்தது அவருக்கு. பாலய்யா அங்குஸ் என்ற புதுப் பெயர் அவருக்குக் கொடுக்கப்பட்டிருந்தது. அங்குஸ் என்ற கற்பனைப் பெயரை

அவருக்கு அளித்திருந்தனர். எதிர்காலத்தில் அவரது தந்தைக்கு எந்த பிரச்சனையும் ஏற்படுத்தக் கூடாது என்று முடிவு செய்தார். வேலையை இழந்ததை விடத் தன் அப்பாவின் மனது நோகும்படி நடந்துகொண்டதுதான் அவருக்கு பெரும் வருத்தத்தையளித்தது.

ராமசாமிக்கு மீண்டும் வேலை கிடைத்ததைக் கொண்டாட நரசய்யாவின் வீட்டில் பெரிய விருந்து கொடுக்கப்பட்டது.

~

செகந்திராபாத்துக்கும் வாடிக்கும் இடையே இருந்த ஒரு தொலை தூர ஸ்டேஷனில் பாலய்யாவுக்கு வேலை கொடுக்கப்பட்டது. அவரை அவ்வளவு தொலைவிலிருந்த ஸ்டேஷனுக்குப் பணிக்கு அனுப்பியதற்கும் காரணம் இருக்கவே செய்தது. அங்கிருந்த யாருக்கும் அவருடைய வரலாறு தெரியாது. அவருக்கு ஏற்கனவே அறிமுகமாயிருந்த சிலரைத் தவிர்த்து மற்றவர்கள் அனைவரும் அவரைப் பாலய்யா என்று அழைக்கத் தொடங்கியிருந்தனர். தனக்குப் பிரச்சனை ஏற்படுத்தக்கூடிய நண்பர்களிடமிருந்தும், குடிப் பழக்கத்திலிருந்தும் விலகியிருக்கத் தொடங்கினாலும் லக்ஷ்மம்மாவை அவரால் மறக்க முடியவில்லை. 'சீர ரைகா'* என்ற அதிகம் புழக்கத்திலில்லாத முறை ஒன்றின் மூலமாக லக்ஷ்மம்மாவைத் திருமணம் செய்துகொண்டார். இந்த முறை தீண்டத்தகாத, சூத்திரச் சாதிகளில் விவாகரத்துப் பெற்ற அல்லது கணவனை இழந்த பெண்ணுக்கும் திருமணமான அல்லது மனைவியை இழந்த ஆணுக்கும் இடையேயான திருமணத்தைச் சாத்தியப்படுத்தியது. ஆட்கள் அதிகம் வேலை செய்யாத சின்ன ஸ்டேஷன்களில் பாலய்யா பணிக்கு அமர்த்தப்பட்ட போதெல்லாம் லக்ஷ்மம்மா அவனுடன் சேர்ந்து வாழ்ந்தார்.

சில வாரங்களுக்கு மட்டுமே அவர்கள் இருவரும் இப்படி வாழ முடிந்தது. அதன் பிறகு பாலய்யா மீண்டும் செகந்திராபாத் திற்குப் பணிக்கு அழைக்கப்பட்டார். தன் பணி வாழ்வு பிரச்சனைக்குள்ளான அந்த இடத்திற்கு மீண்டும் செல்ல அவருக்கு விருப்பமில்லையென்றாலும் வேறு வழியில்லாததால் சென்றார். பணி நேரமல்லாத மற்ற நேரத்தைப் படித்துக்கொண்டும் தன் தம்பியுடன் பேசிக் கொண்டும் செலவழித்தார். தன்னுடைய பழைய நண்பர்களைத் திட்டமிட்டே தவிர்த்தார். விடுமுறை நாட்களில் தன் மனைவியையும், குழந்தைகளையும் சந்தித்து அவர்களுடன் நேரம் செலவிட்டார். அவர்களுடைய மூத்த மகன் பால்ராஜ் இப்போது நடக்கக் கற்றுக்கொண்டிருக்கும் பாலகன். மூன்று மாதங்களான அவர்களின் இரண்டாவது மகனுக்கு

---

* சீர ரைகா – புடவை, ரவிக்கை கொடுத்துத் திருமணம் முடித்தல்

அப்பசாயுலு என்ற வித்தியாசமான பெயர் அளித்திருந்தனர். பாலய்யாவின் அம்மாவின் பெயரான அப்பம்மாவையும், நரசம்மாவின் பாட்டியின் பெயரான சாயம்மாவையும் சேர்த்தும் அப்பசாயுலு என்ற பெயரை அவனுக்கு அளித்திருந்தனர்.

ஆறு மாதங்களை தன் தந்தையின் வீட்டில் செலவிட்டிருந்த நரசம்மா, பாலய்யாவுடன் வீடு திரும்ப வேண்டிக் கேட்டுக் கொண்டிருந்தார். நரசம்மா திரும்ப வந்துவிடுவார் என்பதை அறிந்திருந்த பாலய்யா, லக்ஷ்மம்மாவிடம் தாங்கள் தொடர்ந்து சேர்ந்து வாழ்வது சாத்தியமில்லாத ஒன்று என்று கூறிவிட்டார். தான் மர்பல்லிக்கு வந்து சில நாட்கள் தங்கிவிட்டு வருவதாகவும் கூறினார். அவர்கள் இருவருக்குமிடையே திருமணம் நடந்திருந்த தால் லக்ஷ்மம்மாவின் சமூகத்தினரும் அவர்களின் உறவுக்கு முட்டுக்கட்டை போடவில்லை.

~

ஒரு நாள் திடீரென நரசய்யாவின் பெயரைச் சொல்லிக் கத்திக் கொண்டே ஒருவர் ஓடி வந்தார். அவரது முகம் வெளிறிப் போய் கவலையுடன் காணப்பட்டது. அவருக்கு வியர்த்துக் கொட்டிய விதத்திலிருந்து அவர் வெகு தூரம் ஓடி வந்திருக்க வேண்டும் என்பது தெரிந்தது. நரசய்யாவை பயமும் வருத்தமும் தொற்றிக்கொண்டது. ஓடி வந்தவனைக் கேள்வியோடு பார்த்துக் கொண்டு நின்றபோது “உன் பையன் பாலய்யாவ ஆஸ்பத்திரிக்குத் தூக்கிட்டுப் போயிருக்காங்க. மோசமான ஆக்ஸிடெண்ட். நகந்துட்டிருந்த ரயில் பெட்டிக்குள்ள விழுந்துட்டான்” என்று செய்தியைக் கொட்டித் தீர்த்தார். செய்தி கேட்டு அதிர்ச்சியடைந்த நரசய்யா லால்குடா ரயில்வே மருத்துவமனைக்கு விரைந்தார். அங்கிருந்த அனைவரும் விபத்தைப் பற்றிப் பேசினார்களே ஒழிய பாலய்யா எப்படி இருக்கிறார் என்பது பற்றி யாருக்கும் எதுவும் தெரியவில்லை. நர்சுகள் ஆபரேஷன் தியேட்டரின் உள்ளே செல்வதும், வெளியே வருவதுமாகப் பரபரப்புடன் இருந்தனர். நரசய்யா எதுவும் பேசாமல் தியேட்டரின் வாசலில் நின்றுகொண்டிருந்தார். டாக்டர் ஒருவர் அவரை அழைத்து, இரத்தம் தேவைப்படுவதால் அருகிலிருக்கும் விபத்துப் பிரிவுக்குச் செல்லுமாறு கூறினார். பாலய்யாவின் வலது தொடையில் ஆழமான வெட்டு விழுந்திருந்ததால் அவர் அதிக அளவு இரத்தத்தை இழந்திருந்தார். இரண்டு ரயில் பெட்டிகளை இணைத்த பிறகு அங்கிருந்து தாவும்போது நகர்ந்துகொண்டிருந்த ரயிலுக்கு அடியில் பாலய்யா விழுந்ததாக நரசய்யாவின் நண்பர் ஒருவர் கூறினார். ரயில் ஓட்டுனர் உடனடியாக ரயிலைப் பிரேக் போட்டு நிறுத்தினாலும் அதற்குள்ளாக பாலய்யாவின் சதையின்

ஒரு பகுதியைச் சக்கரம் கிழித்திருந்தது. அதனால் பாலய்யாவின் தொடையில் ஆழமான வெட்டுக் காயம் ஏற்பட்டது.

ஆபரேஷன் நான்கு மணிநேரம் நடந்தது. பாலய்யா நல்ல உடல் வலிமையுடைவர் என்பதால் சீக்கிரமே குணமாகிவிடுவார் என்று மருத்துவர்கள் எண்ணினர். ஐசியு–வின் கண்ணாடிக் கதவின் வழியே பாலய்யாவைப் பார்க்க நரசய்யாவுக்கு அனுமதி அளித்தனர். தன் மகனின் முகத்தில் இருந்த ஆக்ஸிஜன் மாஸ்க்கும், அவரது உடலில் ஏறிக்கொண்டிருந்த இரத்தமும் கொஞ்சம் பயமுறுத்துவதாக இருந்தது. பாலய்யா இன்னும் சுயநினைவுக்குத் திரும்பியிருக்கவில்லை. நரசய்யாவால் சில நொடிகளுக்கு மேல் தன் மகனைப் பார்க்க முடியவில்லை. கண்ணீர் நிறைந்திருந்த அவரது கண்கள், தங்களின் மகனை எப்படியேனும் காப்பற்றி விடலாம் என்று இறந்த தன் மனைவி அப்பம்மாவுக்கு வாக்குக் கொடுத்தன. ஆஸ்பத்திரிக்கு வெளியே நரசய்யா, அவரது மனைவி, எல்லய்யா ஆகியோர் அமர்ந்திருந்தனர். அப்போது நரசம்மா தன் தந்தையோடும், குழந்தைகளோடும் அங்கு வந்தார். நரசம்மாவின் கண்கள் ஏற்கனவே அழுது சிவந்து போயிருந்தன. மாமனாரைப் பார்த்ததும் அவர் மீண்டும் உடைந்து அழுதார். கண்ணாடிக் கதவின் மறுபுறம் சுயநினைவற்றுக் கிடந்த தன் கணவனைப் பார்த்தவருக்கு என்ன நினைப்பதென்றே தெரியவில்லை. கதவைத் திறந்துகொண்டு அவரருகில் செல்ல முயற்சி செய்தவரை மருத்துவமனைப் பணியாளர்கள் தடுத்து நிறுத்தினர்.

“அழாதம்மா! அவன் நல்லா இருக்கான்” என்று நரசய்யா அவரைத் தேற்றினார்.

செகந்திராபாத்தில் தன் மாமனார் மாமியாருடனேயே தங்கியிருந்து தினமும் மருத்துவமனைக்குச் சென்று வந்து கொண்டிருந்தார் நரசம்மா. மல்லய்யா தினமும் பீபீநகர் சென்று பாலய்யாவுக்குத் தேவையான ஊட்டச்சத்துமிக்க உணவு வகைகளைக் கொண்டு வந்தார். பாலய்யா கேட்டுக் கொண்டதால் அவருக்காகத் தினமும் கள் கொண்டு வந்து மருத்துவமனைப் பணியாளர்களுக்குத் தெரியாமல் கொடுத்தார். பாலய்யாவின் காயம் நன்றாக ஆறிக்கொண்டு வந்தது. அவரது காயத்தின் மீது மல்லய்யா அன்றாடம் தேய்த்து வந்த நசுக்கிய கருவேல மரப் பட்டையின் சாறு நன்றாக வேலை செய்தது. தன் மனைவியும், அவரது தந்தையும் தன் மீது செலுத்தும் அக்கறையை எண்ணிப் பாலய்யா மகிழ்ந்து போனார். லக்ஷ்மம்மாவும் மொகுலப்பாவும் மருத்துவமனைக்குச் சில முறை வந்து பாலய்யாவைச் சந்தித்தனர். இது பாலய்யாவின் குடும்பத்திற்குத் தெரியாது. சிகிச்சை பெறத்

தொடங்கிய ஒரு மாதத்திலேயே நன்றாக ஆறிய காயம் அவரது வலது பிட்டத்தின் கீழ் ஒரு பெரிய பள்ளமாக மட்டும் மாறிப் போனது. ஒவ்வொரு மாலையும் நரசம்மா அவரைச் சக்கர நாற்காலியில் அமர வைத்து மருத்துவமனையின் வராந்தாவிற்குக் கூட்டி வருவார். நாட்கள் ஆக ஆக பாலய்யா ஊன்றுகோலின் உதவியுடன் நடக்கத் தொடங்கினார். இரண்டு மாதங்களில் அவரை வீட்டிற்கு அனுப்பிய மருத்துவர்கள் இன்னும் ஒரு மாதம் அவர் ஓய்வெடுக்க வேண்டும் என்று கூறிவிட்டனர். இந்தச் சமயத்தில்தான் பாலய்யாவின் தங்கை பெண்டம்மாவுக்குக் கனகய்யா என்ற பாயிண்ட்ஸ் மேனுடன் திருமணம் நடந்தது.

பாலய்யாவின் விபத்திற்குக் காரணமாகப் பல விஷயங்கள் கூறப்பட்டன. அவர் தீண்டத்தகாதவர்கள் வாசிக்கக் கூடாத ராமாயணத்தையும், மகாபாரதத்தையும் வாசித்ததுதான் காரணம் என்றும் அதுதான் பாலய்யாவுக்கு இந்த துரதிர்ஷ்டத்தை ஏற்படுத்தியது என்றும் கூறப்பட்டது. தீண்டத்தகாதவர்கள் எழுதவும், படிக்கவும் கற்றுக் கொள்வது பாவச் செயல் என்றும் கூறப்பட்டது. இதைக் கேட்டுப் பாலய்யா தனக்குத் தானே சிரித்துக்கொண்டார்.

~

விபத்து நடந்து ஒரு வருடம் கடந்துவிட்டது. பாலய்யா தன் குடும்பத்துடன் வாழ்ந்து வந்தார். சிறிய ரயில் நிலையம் ஒன்றில்தான் அவருக்கு அப்போது வேலை. வீட்டில் தன் குழந்தை களோடு அதிக நேரம் செலவிட்டார். அன்றாடம் புதுப்புது வார்த்தைகளைப் பேசக் கற்றுக்கொண்டிருந்த மூத்த மகன் பால்ராஜ் தன் தந்தையை மகிழ்வித்துக்கொண்டிருந்தான். இரண்டாவது மகன் அப்பசாயுலு தவழ்ந்து வந்து தன் தந்தையைத் தூக்கச் சொல்வான். இரண்டு குழந்தைகளும் தந்தையின் கவனத் தைப் பெறப் போட்டி போட்டுக்கொண்டிருந்தனர். நரசம்மா மகிழ்ச்சியாக இருந்தார். விபத்திற்குப் பிறகு தனது கணவரிடம் நிறைய மாற்றங்கள் ஏற்பட்டிருப்பதை அவர் உணர்ந்தார்.

மூன்று மாதங்களில் நரசம்மா மீண்டும் கர்ப்பமானார். இந்த முறை கர்ப்ப காலத்தில் தன் கணவனுடனே இருப்பது என்று முடிவு செய்தார். விபத்திற்குப் பிறகு அவரது பாதுகாப்பைப் பற்றி அதிகம் வருந்தினார். மாதங்கள் கூடக் கூட வயிற்றில் பிள்ளையுடன் மற்ற இரண்டு குழந்தைகளையும் சேர்த்துக் கவனித்துக் கொள்வது அவருக்குச் சிரமமானதாக இருந்ததால் அவரை மாமனாரின் வீட்டிற்கு அனுப்புவது என்று பாலய்யா முடிவு செய்தார். பாலய்யாவைப் பிரிந்திருக்க மனமேயில்லாமல்

சென்ற நரசம்மா பாலய்யா கவனமாக இருக்க வேண்டும் என்றும், ஷண்டிங் வேலைகள் நடக்கும் பெரிய ரயில் நிலையங்களுக்குப் பணிபுரியத் தன்னை அனுப்பக் கூடாது என்று ஸ்டேஷன் மாஸ்டரிடம் கூற வேண்டும் என்றும் சத்தியம் பெற்றுக்கொண்ட பின்னரே சென்றார்.

பாலய்யா சீக்கிரமே பெரிய ஸ்டேஷன் ஒன்றுக்கு இட மாற்றம் செய்யப்பட்டார். கல் குவாரிகள் சூழ இருக்கும் தண்டூர் என்ற இந்த ரயில் நிலையத்திலிருந்துதான், ஷஹாபாத் கற்கள் கொண்டுசெல்லப்பட்டன. தண்டூர் பெரிய நிலையம் என்பதால் இங்கு அதிக எண்ணிக்கையிலான பணியாளர்கள் இருந்தனர். அவர்களுக்கென அதிக எண்ணிக்கையிலான ரயில்வே குடியிருப்புகளும் இருந்தன. பாலய்யா தன் பணி வாழ்க்கையிலேயே முதன் முறையாக ஒரு பெரிய ரயில் நிலையத்தில் முழு நேரமாகப் பணியாற்றத் தொடங்கியிருந்தார். வெவ்வேறு வர்க்கத்தைச் சேர்ந்தவர்கள் வாழும் குடியிருப்பில் அவர்களோடு ஒன்றாக வாழத் தொடங்கியிருந்தார். பணியாளர்கள் வகித்த பதவிகளைப் பொறுத்து அவர்களின் குடியிருப்பின் அளவும் மாறியது.

வாடியிலிருந்து பார்லி வைஜ்நாத் செல்லும் பாசஞ்சர் ரயில் வந்தபோது பாலய்யா தனியாகத்தான் இருந்தார். ரயில் கிளம்புவதற்கான சமிக்ஞையை அவர் செய்துகொண்டிருந்த போது முகத்தை முந்தானையால் மூடியபடி தன்னை நோக்கி ஒரு பெண் வருவதைக் கவனித்தார். லக்ஷ்மம்மா தனக்கு மிக அருகில் வந்த பிறகுதான் அவரை அடையாளம் கண்டுகொண்டார் பாலய்யா. லக்ஷ்மம்மாவைப் பார்த்ததில் பெருமகிழ்ச்சியடைந்தவர் தன் வேலை முடியும்வரை அங்கேயே காத்திருக்குமாறு அவரிடம் கூறினார். அன்றைய வேலை முடிந்ததும் இருவரும் பாலய்யாவின் குடியிருப்புக்குச் சென்றனர்.

அன்றிரவு ரொட்டிகள் செய்துகொண்டிருந்த லக்ஷ்மம்மா, "இன்னும் எத்தன நாள் இப்படியே வாழ்றது பாலப்பா?" என்று அவரது முகத்தை நிமிர்ந்து பார்க்காமலேயே கேட்டார்.

பாலய்யா அவரை நிமிர்ந்து பார்த்தார். வியர்வைத் துளிகள் லக்ஷ்மம்மாவின் முகத்தை நிறைத்திருந்தன. கண்களில் விழுந்த கற்றை முடியைக் கையால் விலக்கி விட்டபடி ரொட்டி சுட்டுக் கொண்டிருந்தார்.

"இன்னும் கொஞ்ச நாள் காத்திருப்போம். நரசம்மா இங்க இருக்கும்போது சரியான நேரமாப் பாத்து நான் உன்னக் கூப்பிடுறேன்."

"நான் அக்காவோட சண்டை போட மாட்டேன். எனக்கு அவங்க மேல நிறைய மரியாதை இருக்கு. ஆனா அவங்க என்ன இங்க இருக்க விடுவாங்களா?"

"அவ ரொம்ப நல்லவ. நல்லதே நடக்குமுன்னு நினைப்போம்."

"அக்கா எப்போ வருவாங்க?"

"ஒரு மாசத்துலன்னு நினைக்கிறேன். இந்த முறை சீக்கிரம் திரும்பி வந்திருவேன்னு சொன்னா" என்று சாப்பிட்டுக் கொண்டே சொன்னார் பாலய்யா.

"அப்ப இந்த முறை நான் சீக்கிரமே மர்பல்லிக்குத் திரும்பிப் போகனுமா," என்று சொன்ன லக்ஷ்மம்மாவின் குரலில் ஏமாற்றம் தெரிந்தது.

ஒரு ஆணுக்கு இரண்டு மனைவிகள் இருப்பது பெரிய விஷயமில்லை என்பதால் குடியிருப்பில் இருந்த ஆண்கள் இவர்கள் சேர்ந்து வாழ்வதைப் பற்றி எதுவும் நினைக்கவில்லை. அதோடு, பாலய்யா அங்கு வந்து சில காலம்தான் ஆகியிருந்தது என்பதால் அவருக்கென நிறைய நண்பர்கள் இல்லை. அதனால் அவரிடம் இதைப் பற்றி யாரும் எதுவும் கேட்டுக் கொள்ள வில்லை. ஆயினும், பாலய்யாவுடன் வசிக்கும் பெண்ணைப் பற்றி ரயில்வே குடியிருப்பில் இருந்த பெண்கள் தங்களுக்குள் பேசிக்கொண்டனர். ஒருநாள் கிணற்றில் நீர் இறைத்துக் கொண்டிருந்த லக்ஷ்மம்மாவிடம் வயதில் மூத்த பெண் ஒருவர் லக்ஷ்மம்மாவுக்கும் பாலய்யாவுக்குமான உறவு என்ன என்று கேட்க,

"நான் லக்ஷ்மம்மா. பாலப்பாவோட இரண்டாவது பொண்டாட்டி" என்று தலையில் குடத்தைத் தூக்கி வைத்தபடியே பதிலளித்தார் லக்ஷ்மம்மா.

மற்ற பெண்கள் அவரை விசித்திரமாகப் பார்த்தார்கள். "அழகா இருக்கா" என்று அவர்களுள் ஒருவர் கூறினார்.

~

பாலய்யாவுடன் வசிக்கும் இன்னொரு பெண்ணைப் பற்றிய செய்தி மெதுவாகப் பரவ ஆரம்பித்தது. இந்தச் செய்தி மல்லய்யாவின் காதுகளுக்கு எட்டினாலும் அவர் அதை நம்ப மறுத்தார். தண்டூரில் கேங் மேனாக வேலை பார்க்கும் அவரது நெருங்கிய நண்பர் ஒருவர் இந்தத் தகவலை உறுதி செய்த போதுதான் மல்லய்யா இந்த பிரச்சனையைக் கவனத்தில் எடுத்துக்கொண்டார். அவருக்கு இந்தச் செய்தி அதிர்ச்சி அளிப்பதாக இருந்தது. நரசம்மா அப்பொழுதுதான் ஒரு பெண்

குழந்தையைப் பெற்றெடுத்திருந்தார். தனது மகளின் உடல் நலன் குறித்துக் கவலைப்பட்டவர் அவரிடம் அப்போதைக்கு அந்த விஷயத்தைப் பற்றிப் பேச வேண்டாம் என்று முடிவு செய்தார்.

மகள் பிறந்திருக்கும் செய்தி அறிந்த பாலய்யா மிகுந்த மகிழ்ச்சியடைந்தார். உடனடியாகத் தன் மகளைப் பார்க்கச் சென்றார். மல்லய்யா தன் மருமகனை வழக்கமான மரியாதையுடனேயே நடத்தினார். நரசம்மாவின் திருமணமான இரண்டு தங்கைகளுமே அங்கு இருந்தனர். நரசம்மாவின் தங்கை லக்ஷ்மம்மாவை மணந்திருந்த எல்லய்யாவும், மல்லய்யாவின் குடும்பத்துடனேயே வசித்து வந்தார். திருமணத்திற்குப் பிறகு மனைவியின் குடும்பப் பெயரை ஏற்றுக்கொண்டு அவரின் குடும்பத்துடன் வசிப்பவர்களை 'இன்டல்லுடு' (வீட்டோடு மாப்பிள்ளை) என்று அழைத்தனர். எல்லய்யாவும் தன் மனைவியின் குடும்பத்துடன் வாழ்ந்து வந்தார் என்பதால் அவரும் 'இன்டல்லுடு' என்று அழைக்கப்பட்டார். பாலய்யா தன் மனைவியுடனும், குழந்தைகளுடனும் மூன்று நாட்கள் மகிழ்ச்சியுடன் தங்கியிருந்தார். பாலய்யா கிளம்பத் தயாரானதும், "ஐயா! நானும் உங்களோடே வந்திடுறேன்," என்று நரசம்மா கூறினார்.

"இருபத்தியோராவது நாள் வந்து நானே உன்னக் கூட்டிட்டுப் போறேன்," என்று பாலய்யா கூறினார்.

~

1950களின் இறுதி வரை, ரயில்வே துறை தனது பணியாளர்களுக்குக் குறைந்த விலையில் ஒவ்வொரு மாதமும் மளிகைப் பொருட்கள் வழங்கிக்கொண்டிருந்தது. பணியாளர்கள் மீது அக்கறை கொண்டு நிறைய முயற்சிகளை எடுத்த ரயில்வே துறைதான் பணிபுரிய ஏதுவான அரசுத் துறையாக அந்தக் காலத்தில் பார்க்கப்பட்டது. மாதத்தின் முதல் அல்லது இரண்டாவது வாரத்தில் மளிகைப் பொருட்களை ஏற்றிக்கொண்டு ரயில் ஒன்று ஒவ்வொரு நிலையமாகச் சென்று நல்ல தரம்கொண்ட உணவுப் பொருட்களைப் பணியாளர்களுக்குக் கிடைக்கச் செய்யும். அதே மாதத்தின் கடைசி வாரம் நிலைமை தலைகீழாக மாறும். இந்த உணவுப் பொருட்களை அடிமாட்டு விலைக்குச் சில கடைக்காரர்கள் ரயில்வே தொழிலாளர்களிடமிருந்து வாங்கிச் செல்வார்கள். குடிப்பதற்கான பணம் இல்லாததால் பல தொழிலாளர்கள் தங்களது மனைவிமார்களின் எதிர்ப்பையும் மீறித் தங்களுக்குக் குறைந்த விலையில் வழங்கப்பட்ட உணவுப் பொருட்களை அதைவிடக் குறைந்த விலையில் இந்தக் கடைக்காரர்களுக்கு விற்றுவிடுவார்கள்.

அந்த மாதத்திற்கான உணவுப் பொருட்களை வாங்கித் தன் சாக்குப் பையில் நிறைத்துக்கொண்டிருந்த பாலய்யாவிடம் ஒருவர் வந்து, "பாலய்யா உன் பொண்டாட்டியும் மாமனாரும் வந்திருக்காங்க" என்று தகவல் சொன்னார்.

நரசம்மா எந்த நேரமும் வரக் கூடும் என்பதால் பாலய்யா லக்ஷ்மம்மாவை ஏற்கனவே மர்பல்லிக்கு அனுப்பியிருந்தாலும் நரசம்மா இவ்வளவு சீக்கிரமாகத் திரும்பி வந்துவிடுவார் என்று பாலய்யா எண்ணியிருக்கவில்லை. அதுவும் அவருடைய தந்தையும் உடன் வந்திருப்பது பாலய்யாவைச் சிந்திக்க வைத்தது. ஒருவேளை தன் மாமனாருக்கு லக்ஷ்மம்மாவைப் பற்றித் தெரிந்திருக்குமோ என்றும் எண்ணினார். வீட்டை நெருங்கியபோது மல்லய்யாவும், நரசம்மாவும் ஏதோ தீவிர விவாதத்தில் ஈடுபட்டிருப்பதைப் பார்த்தார். அவர் அருகில் சென்றதும் இருவரும் பேச்சை நிறுத்திக் கொண்டனர். பாலய்யாவும், மல்லய்யாவும் ஒருவருக்கொருவர் எதுவும் பேசிக்கொள்ளாமல் அமர்ந்திருக்க நரசம்மா குழந்தைக்குப் பாலூட்டிக்கொண்டிருந்தார். குழந்தைகள் விளையாடும் சத்தத்தைத் தவிர வீட்டில் வேறு எந்தச் சத்தமும் கேட்கவில்லை. தன் மருமகனோடு வாக்குவாதத்தில் ஈடுபட விரும்பாத மல்லய்யாவும் லக்ஷ்மம்மாவைப் பற்றிய பேச்சை எடுக்கவில்லை.

~

பாலய்யா தன் குழந்தைகளோடு மகிழ்ச்சியாக நேரம் செலவிட்டார். நரசம்மாவும் குழந்தைகளை நன்றாகப் பார்த்துக் கொண்டார். குழந்தைகள் எப்போதும் சுத்தமாக இருந்தனர். உயர் சாதிக் குழந்தைகளைப் போல வெள்ளி பிரேஸ்லெட்டும், தங்கத் தோடுகளும் அணிந்திருந்த அவர்களின் குழந்தைகள் எந்த நேரமும் நன்றாக உடை உடுத்தியிருந்தனர். நரசம்மாவும், கையில் பச்சை குத்தியிருந்ததைத் தவிர்த்து விட்டுப் பார்த்தால், உயர் சாதிப் பெண் போலத்தான் இருந்தார். அவர் குழந்தையாக இருந்த போதே பச்சை குத்தப்பட்டுவிட்டது.

மேல் சாதியினரின் குழந்தைகளுக்குத்தான் தங்கம் அணியும் வாய்ப்பு இருந்தது. ரயில்வே காலனியில் வசித்து வந்த தீண்டத்தகாவர்களுக்கும் உயர் சாதியினரைப் போல வாழும் சுதந்திரம் இருந்தது. இங்கு சமூகத் தடைகள் எதுவும் இருந்திருக்கவில்லை. பிரிட்டிஷ் ஆட்சிக் காலத்தில் கண்டோன்மெண்டுகளைச் 'சுதந்திரப் பகுதிகள்' என்று அறிவித்திருந்தனர். இந்தப் பகுதிகளில் தீண்டத்தகாதவர்களும் உயர் சாதியினரைப் போல வாழவும், வாழ்வாதாரம் ஈட்டவும் முடிந்தது. தீண்டத்தகுந்தவர்களுக்கும், தீண்டத்தகாதவர்களுக்கும்

பொருளாதார வாய்ப்புகள் ஒன்று போலத்தான் இருந்தன. தனிப்பட்ட விதங்களில் தீண்டாமை கடைபிடிக்கப்பட்டாலும் பணியிடங்களில் உயர் சாதியினரால் அதைச் செயல்படுத்த முடியவில்லை. கிராமங்களைப் போல இங்கு ஒரே கிணற்றிலிருந்து நீர் எடுப்பது தடை செய்திருக்கப்படவில்லை. ஆயினும், சாதி இந்துக்கள் தீண்டத்தகாதவர்களிடமிருந்து தீட்டுக் கருதி விலகி இருக்க முயன்றனர். இருவரும் ஒரே சமயத்தில் தண்ணீர் எடுப்பதைத் தவிர்த்தனர். அப்படிச் செய்தால் ஒருவரின் பாத்திரத்தை மற்றொருவர் தொட வேண்டி வரும். அதனால் தீட்டு ஏற்படும் என்று உயர் சாதியினர் பயந்தனர். தீண்டத்தகாத சாதியைச் சேர்ந்த பெண்களும் தங்களின் வாழ்முறைகளை மெல்ல மெல்ல மாற்றிக்கொண்டு வந்தனர். அன்றாடம் குளிப்பதையும், தங்கள் குழந்தைகளைச் சுத்தமாக வைத்திருப்பதையும் கவனமாகச் செய்தனர்.

பழைய வழக்கத்தில் தீண்டத்தகாத பெண்களுக்கும், ஆண்களுக்கும் உடை உடுத்துவதற்கென விதிகள் இருந்தன. அவற்றைக் கொண்டே அவர்களை அடையாளம் கண்டு கொள்ள முடிந்தது. பெண்கள் முழங்கால் வரை மறைக்கும் விதத்தில் மட்டுமே தங்கள் சேலைகளை அணிய வேண்டியிருந்தது. அவர்களின் கைகளிலும், தாடையிலும் பச்சை குத்தப்பட்டிருந்தது. ஆண்கள் தொடையை முழுதும் மூடாதவாறு வேட்டி அணிய வேண்டும் என்ற விதி இருந்தது. சாதி இந்துக்களின் முன் செருப்பணிந்து காணப்படக் கூடாது. ஆனால், ரயில்வே குடியிருப்புகளில் வாழ்ந்த தீண்டத்தகாதவர்கள் இந்த முறைகளை எல்லாம் தூக்கி எறிந்து விட்டு உயர் சாதியினரைப் போலவே உடை உடுத்தத் தொடங்கியிருந்தனர். கணுக்கால் வரை மூடும் வண்ணம் சேலை அணியத் தொடங்கியிருந்த பெண்கள் தங்க நகைகளும் அணியத் தொடங்கினர்.

நீண்ட இடைவெளிக்குப் பிறகே நரசம்மா அடுத்த முறை கர்ப்பமானார். ஒன்பதாம் மாதத்தில்தான் பிள்ளைப் பெறுவதற்காகத் தன் தந்தையின் வீட்டிற்குத் திரும்பினார்.

அது 1940களின் நடுப் பகுதி. நாடு முழுவதும் விடுதலைக்குத் தயாராகிக்கொண்டிருந்த சமயம். இந்திய தேசிய காங்கிரஸ் சில இடங்கள் தவிர்த்து நாடு முழுவதும் பரவிக் கிடந்தது. ஹைதராபாத் மாகாணத்தில் காங்கிரஸ் கட்சியைத் தவிர, இந்திய கம்யூனிஸ்டு கட்சியும் மக்கள் மத்தியில் ஆதரவு பெற்றிருந்தது. காங்கிரஸ் தலைமையில் அரசியல் விடுதலை வேண்டி ஒரு அமைதியான இயக்கமும், நிலச்சுவான்தாரர்களுக்கு எதிராகக் கம்யூனிஸ்டுகளின் தலைமையில் ஒரு ஆயுதமேந்திய

போராட்டமும் நடந்துகொண்டிருந்தன. இந்தியாவிலேயே ஹைதராபாத் மாகாணம்தான் பெரியதாக இருந்தது. இன்றைய கர்நாடகாவின் சில பகுதிகளும், மகாராஷ்டிராவின் சில பகுதிகளும் இந்த மாகாணத்தோடு இணைந்திருந்தன. இந்தியாவிற்கு விடுதலை கிடைத்தால் தன் மாகாணத்தை இந்திய அரசிடம் இழக்க ஹைதராபாத்தின் கடைசி நிஜாமான மீர் உஸ்மான் அலி கான் தயாராக இல்லை. அவரது ராணுவப் படையான மஜ்லீஸ்–இ–இத்தேஹாதுல் முஸ்லிமீன் (அ) ரஜாக்கர்களை, காசிம் ரஸ்வி என்ற தளபதி தலைமையேற்று நடத்தினார். விடுதலைப் போராட்டத்தைக் கைவிடுமாறு மக்கள் பயமுறுத்தப்பட்டனர். இந்துக்களிடமிருந்து கொள்ளையடிப்பதும் அவர்களைப் பாலியல் வன்கொடுமைக்கு ஆளாக்குவதும் அதிகரித்தது. சுயமரியாதைக்காக இஸ்லாத்திற்கு மதம் மாறிய தீண்டத்தகாதவர்களோடு, சாதி இந்துக்களும் நிஜாமின் மதத்திற்கு மாறுமாறு ரஜாக்கர்களால் கட்டாயப்படுத்தப்பட்டனர். மதம் மாறுபவர்களுக்குப் புது வெள்ளை அங்கியும், உணவும், நிலமும் கூட வருவாய் அதிகாரிகளாலும், காவல் துறையினராலும் வழங்கப்பட்டது. தீண்டத்தகாத சாதியைச் சேர்ந்த பலரும் கூட்டம் கூட்டமாக மதம் மாற்றப்பட்டனர். ஒரேயொரு முல்லா ஒரு சமூகத்தையே மதம் மாற்றிவிடுவார். மதம் மாற்றிய பிறகு அவர்களுக்கு அளிக்கப்பட்ட வெள்ளைச் சேலைகளை இந்துப் பெண்கள் விதவைகளின் ஆடையாகக் கருதியதால் அதை அணிய மறுத்தனர். தங்களின் புஸ்தெலு(தாலி)களையும் களைய மறுத்தனர். இந்த எதிர்ப்பையெல்லாம் கணக்கில் எடுத்துக் கொள்ளாத அதிகாரிகள் மதம் மாற்றம் 'முழு வெற்றி' பெற்றதாக நிஜாமிற்குத் தெரிவிப்பார்கள்.

விடுதலைக்கான ஆயுதமேந்திய போராட்டம் நிலச்சுவான் தாரர்களை அச்சத்தில் ஆழ்த்தியது. சொத்துக்களுக்குத் தீ வைப்பதும், கொள்ளையடிப்பதும் கிராமப்புறங்களில், குறிப்பாக 1946–47ஆம் ஆண்டில், அதிகமாக நடைபெற்றுக்கொண்டிருந்தது. ரஜாக்கர்கள் வரும் செய்தி கேட்டு மொத்தக் கிராமத்தையும் காலி செய்து விட்டு மக்கள் வெளியேறத் தொடங்கினர். தங்களை ஆடச் சொல்லியும், ஆடைகளைக் களையச் சொல்லியும் துன்புறுத்தும் ரஜாக்கர்களிடமிருந்து தப்பிக்கப் பாதுகாப்புக் குழுக்களை அமைத்துக்கொண்ட பெண்கள் எப்பொழுதும் தங்கள் கைகளில் கத்தியும், மிளகாய்ப் பொடியும் எடுத்துச் சென்றனர். ரஜாக்கர்கள் இப்பெண்களை அவர்களின் ஆண் களுக்கு முன்னால் வன்கொடுமைக்கு ஆளாக்கிக் கொலையும் செய்தனர். பல இந்து ஆண்கள் தாடி வைத்துக்கொண்டு இஸ்லாமியர்களைப் போல வேடம் பூண்டு தப்பிக்க முயன்றதால்

அவர்களின் ஆடைகளைக் கழற்றி அவர்களுக்கு சுன்னத் செய்யப்பட்டிருக்கிறதா என்று பார்ப்பது வழக்கமாகிப் போனது. யூதர்களைப் போல இஸ்லாமியர்களுக்கும் சுன்னத் முறையை அவர்களது மதம் கட்டாயமாக்கியது. இஸ்லாமியர்கள் இல்லை என்று அறியப்பட்டால் இந்து ஆண்கள் அந்த இடத்திலேயே கொல்லப்பட்டனர். தெலுங்கானாவில் உள்நாட்டுக் கலவரம் மூண்டது.

நிறை மாதக் கர்ப்பிணியாக இருந்த நரசம்மா இம்முறை பிரசவத்திற்காக அனந்தராமில் இருந்த தன் சகோதரியின் வீட்டிற்குச் சென்றுகொண்டிருந்தார். அவரின் தங்கைகள் லக்ஷ்மம்மாவும், சாயம்மாவும், தம்பி ராமய்யாவும் உடன் சென்று கொண்டிருந்தனர். அதிகாலையில் பீபீ நகரிலிருந்து நடைப் பயணமாகக் கிளம்பினர். நரசம்மாவின் பெண் குழந்தை பச்சம்மா சாயம்மாவின் தோளில் உட்கார்ந்திருந்தாள். அப்பசாயுலு ராமய்யாவின் தோளில் அமர்ந்திருந்தான். அவர்களுடன் நடந்து வந்துகொண்டிருந்த பால்ராஜ் அவ்வப்போது அவனையும் தூக்கிக் கொள்ளுமாறு அழுதுகொண்டே வந்தான். கூடூர் என்ற கிராமத்தை அப்போதுதான் கடந்திருந்த இவர்கள் சென்று சேர வேண்டிய இடத்திலிருந்து ஒரு மைல் தொலைவில் இருந்த போது அவர்களைத் தாண்டி கூட்டம் கூட்டமாக மக்கள் ஓடினர். ரஜாக்கர்கள் கூடூரில் நுழைந்து விட்டதாக அவர்கள் கூறினர். நரசம்மாவால் வேகமாக நடக்க முடியாத காரணத்தால் அவர்கள் அனைவரும் ஒளிந்து கொள்வது என்று முடிவு செய்தனர். சோளக் கருதுகள் வளர்ந்து நின்ற வயல் ஒன்றைப் பார்த்ததும் அதனுள் புகுந்தனர். உயரமான கருதுகளுக்கிடையில் மறைந்து இருந்ததால் சாலையில் செல்வோரின் கண்களில் இவர்கள் தென்படமாட்டார்கள். மதிய வெயில் அடித்துக் கொண்டிருந்தது. சில கருதுகளைப் பிடுங்கி எறிந்து நரசம்மா படுத்துக்கொள்ள இடம் ஏற்படுத்தினார் ராமய்யா. சாயம்மா நரசம்மா படுக்கச் சேலை ஒன்றை விரித்தார். நரசம்மாவுக்கு மூச்சு வாங்கியது. அவரது கால்கள் வீங்கியிருந்தன. அவர் தாங்க முடியாத வேதனையில் துடித்துக்கொண்டிருந்தார். ராமய்யா ஊருக்குள் ஓடிச் சென்று ஒரு மருத்துவச்சியை அழைத்து வந்தார். நரசம்மாவைப் பரிசோதித்துப் பார்த்த மருத்துவச்சி குழந்தை பிறக்க இன்னும் இரண்டு மூன்று நாட்கள் ஆகும் என்று கூறினார்.

“ஆனா, வலியில துடிக்கிறாளே!” என்று சாயம்மா கேட்க,

“இது பிரசவ வலியில்ல. இவ்வளவு தூரம் நடந்ததால் வந்த வலி,” என்று மருத்துவச்சி பதிலளித்தார்.

சாயம்மா நிம்மதிப் பெருமூச்சு விட்டார். நரசம்மா ஓய்வெடுக்கட்டும் என்று அவர்கள் அனைவரும் அங்கேயே இருந்தனர்.

அந்தி மாலை ஆகியிருந்தது. பூட்ஸ் கால்களின் சத்தம் கேட்டுக்கொண்டிருந்தது. ரஜாக்கர்கள் சாலையில் நடந்து கொண்டிருந்தனர். நரசம்மாவும் மற்றவர்களும் பயத்தில் மூச்சைப் பிடித்துக்கொண்டு அசையாமல் உட்கார்ந்திருந்தனர். ஒரு குழுவின் பின் மற்றொன்றாகப் பல குழுக்கள் அனந்தராமை நோக்கிச் சென்றுகொண்டிருந்தன. அன்றிரவை அந்த வயலிலேயே கழிப்பது என்று அவர்கள் முடிவு செய்தனர். ராமய்யா தன் கையில் தடியுடன் அமர்ந்திருக்க இரவின் பெரும் பகுதியை அவர்கள் அனைவரும் விழித்தபடியே கழித்தனர்.

~

பாலய்யாவுக்கு மீண்டும் ரிலீவிங் ட்யூட்டி வழங்கப்பட்டது. தண்டூரில் இருக்கும் அவரது வீட்டில் லக்ஷ்மம்மா அவருடன் தங்கியிருந்தார். நரசம்மா உட்பட அனைவருக்கும் இப்போது பாலய்யாவின் இரண்டாவது மனைவியைப் பற்றித் தெரியும். தான் வீட்டில் இல்லாத சமயங்களில் லக்ஷ்மம்மா தன் கணவருடன் இருப்பார் என்பதும் நரசம்மாவுக்குத் தெரியும். இதைப் பற்றி நரசய்யாவுக்கும் மல்லய்யாவுக்கும் தெரிந்திருந்தாலும் அதைக் குறித்து என்ன செய்வது என்பதை நரசம்மாவின் முடிவுக்கே விட்டுவிட்டனர். லக்ஷ்மம்மாவின் அண்ணன் பாலய்யாவுடன் குடிக்க அடிக்கடி இவர்கள் வீட்டிற்கு வர ஆரம்பித்தார். பாலய்யாவுக்கு அதனால் மகிழ்ச்சிதான் என்றாலும் தன் சம்பளத்தில் இதற்கான செலவையும் சமாளிக்க முடியாமல் தவித்தார். தன்னுடைய முழு நேர வேலையோடு கூடுதலாக ‘ஹமாலி’யாகவும் பணிபுரியத் தொடங்கியிருந்தார். அதாவது சரக்கு லாரிகளிலிருந்து இறக்கும் சரக்கை ரயில் பெட்டிகளுக்குத் தூக்கிச் செல்வதும் வந்திறங்கும் மூட்டைகளை லாரிக்குக் கொண்டு செல்வதுமான கூலிப் பணியைச் செய்யத் தொடங்கினார். லக்ஷ்மம்மா கருவுற்றிருந்ததால் பெரு மகிழ்ச்சியுடன் இருந்தார். பாலய்யாவும் மகிழ்ச்சியாகத்தான் இருந்தார் என்றபோதிலும் தன் குறைந்த வருமானத்தை வைத்துக்கொண்டு இரண்டு குடும்பங்களை எப்படிச் சமாளிப்பது என்று வருந்தினார்.

நரசம்மாவுக்கு இந்த முறை ஆண் குழந்தை பிறந்தது. குழந்தைக்கு நரசிம்மலு என்று பெயரிட்டனர். குழந்தை பிறந்ததன் பிறகு ஒரு மாதம் மட்டுமே தந்தை வீட்டில் இருந்த நரசம்மா

கிளம்பிப் பாலய்யாவுடன் வாழ வந்துவிட்டார். நரசம்மா வரும் முன்னரே மொகுலப்பா தன் தங்கையைக் கூட்டிச் சென்று விட்டார். ஆறு வயதான பால்ராஜ்தான் தன் அம்மா சமையலறையில் வேலை செய்யும்போது தம்பியைப் பார்த்துக் கொண்டான்.

பாலய்யா விகாராபாத் என்ற இடத்திற்கு மாற்றம் செய்யப் பட்டார். லக்ஷ்மம்மாவும் இப்போது பாலய்யாவுடனேயே வாழத் தொடங்கியிருந்ததால் இரண்டு பெண்களையும் சமாளிக்க முடியாமல் திணறினார். லக்ஷ்மம்மாவுக்கும் அஞ்சைய்யா என்ற ஆண் குழந்தை இருந்தது. இரண்டு பெண்களுக்கிடையிலும் அடிக்கடி சண்டை நடந்தது. நரசம்மா இயல்பிலேயே அமைதி யானவர் என்பதால் வாக்குவாதத்தைத் தவிர்த்து வந்தார். இவர்கள் சண்டையிடும் போதெல்லாம் பாலய்யா நரசம்மாவுக்கு ஆதரவாகவே பேசுவார். அவரைப் பொறுத்த வரை நரசம்மா தவறிழைக்கப்பட்டவர். லக்ஷ்மம்மா தான் நரசம்மாவின் வீட்டில் வாழ வந்தவர். பாலய்யாவின் இந்த எண்ணப் போக்கை அறிந்து கொண்ட லக்ஷ்மம்மா அங்கு நிலவிய சூழலை ஏற்றுக் கொள்ளத் தொடங்கியதால் பிரச்சனையின்றி வாழத் தொடங்கியிருந்தனர். இரண்டு பெண்களும் ஒருவர் மீது ஒருவர் அக்கறை காட்டவும் தொடங்கியிருந்தனர். இருவரும் வீட்டு வேலைகளைப் பகிர்ந்து கொண்டனர். மாலை வேளைகளில் இருவரும் அமர்ந்து பாலய்யாவுடன் கள் குடித்தனர். குழந்தைகளைப் பார்த்துக் கொள்வதில் லக்ஷ்மம்மா நரசம்மாவுக்கு உதவியாக இருந்தார். பால்ராஜ் லக்ஷ்மம்மாவைச் சின்னம்மா என்று அழைக்கத் தொடங்கியிருந்தான். இரண்டு பெண்களுமே குழந்தைகளுக்கு அம்மாவாக இருந்தனர்.

பாலய்யாவுக்குத் தன் வருமானத்தில் குடும்பத்தை நடத்துவது சிரமமானதாக இருந்ததை உணர்ந்து இரண்டு பெண்களும் வேலைக்குச் செல்லத் தொடங்கினர். கை குழந்தைகளைத் தூக்கிக்கொண்டு வயல் வேலைக்குச் சென்ற இவர்கள் மற்ற குழந்தைகளை பால்ராஜின் கண்காணிப்பில் வீட்டிலேயே விட்டுச் சென்றனர். வயல் வேலையில் அனுபவம் பெற்றிருந்த லக்ஷ்மம்மாவுக்கு வேலை செய்வது எளிதாக இருந்தாலும் இதுவரை வேலைக்குச் சென்றிராத நரசம்மாவுக்கு இது சிரம மாகவே இருந்தது. ஆனாலும், லக்ஷ்மம்மாவிடமிருந்து எல்லா வேலைகளையும் கற்றுக்கொண்டார்.

பாலய்யா தன் மூத்த மகனின் படிப்பைப் பற்றிக் கவலை கொண்டாலும் அவரால் அவனைப் பள்ளிக்கு அனுப்ப

முடியவில்லை. பாலய்யா அடிக்கடி இடமாற்றம் செய்யப்பட்டு வேறு நிலையங்களுக்கு வேலைக்குச் சென்றார். அதோடு வீட்டில் குழந்தைகளைப் பார்த்துக் கொள்ளவும் பால்ராஜின் உதவி நரசம்மாவுக்குத் தேவைப்பட்டதால் பால்ராஜ் படிப்பது சாத்தியமற்றுப் போனது. பாலய்யா தன் மூத்த மகனுக்கு வீட்டிலேயே தெலுங்கு மொழியில் எழுதவும் வாசிக்கவும் கற்றுக் கொடுத்தார்.

விகாராபாத்தில் தீண்டத்தகாத சாதியைச் சேர்ந்த பலர் ரயில் நிலையத்திலும் சரக்கு ஷெட்டிலும் வேலை பார்த்தனர். பண்டிகைகளின்போதும் மற்ற சமூக நிகழ்வுகளின்போதும் இவர்கள் சந்தித்துக்கொண்டனர். தங்களின் சாதியைச் சேர்ந்த ஒருவருக்கு எழுதவும் படிக்கவும் தெரிவது குறித்து அவர்கள் பெருமைக் கொண்டனர். பாலய்யா செய்தித்தாள் வாசிக்க இவர்கள் அனைவரும் அவரைச் சுற்றி அமர்ந்து அதை கேட்டனர். பாலய்யாவுக்கோ தான் பள்ளி சென்று முறையாகக் கல்வி கற்றுக் கொள்ளாதது பேரிழப்பாகத் தோன்றியது. தன் குழந்தை களைப் பள்ளிக்கு அனுப்பிப் படிக்க வைக்க வேண்டும் என்று விரும்பினார்.

~

1945ஆம் ஆண்டு ஜூன் மாதம். பாலய்யாவின் இரண்டாவது மகன் அப்பசாயுலுவிற்கு 7 வயதாகியிருந்தது. மூத்தவன் பால்ராஜுக்கு 9 வயதாகியிருந்தது. பால்ராஜின் உதவி நரசம்மாவுக்குத் தேவைப்பட்டதால் அவனைப் பள்ளிக்கு அனுப்ப முடியாத சூழலில் தனது இரண்டாவது மகன் அப்பசாயுலு பள்ளிக்குச் சென்று படிக்க வேண்டும் என்று முடிவு செய்த பாலய்யா அவனைச் செகந்திராபாத்திற்கு அழைத்து வந்தார். லால்குடாவில் ரயில்வே துறை கட்டியிருந்த பள்ளிக்கூடம் அது. ஒல்லியான தேகமும் தன் வயதிற்குக் கூடுதலான உயரமும் கொண்டிருந்தான் அப்பசாயுலு. அவன் அணிந்திருந்த வெள்ளி பிரேஸ்லெட்டும், தங்கத் தோடும் அவனைக் கிராமத்துச் சிறுவன் என்று காட்டிக் கொடுத்தது. வெறுங்காலுடன் தன் தந்தையின் கையை இறுகப் பற்றிக்கொண்டிருந்த அப்பசாயுலுவின் கண்களில் மிரட்சி தெரிந்தது. பாலய்யா அவனைத் தலைமை ஆசிரியரின் அறை நோக்கி அழைத்துச் சென்றார். ஏதோ புத்தம் புது உலகத்திற்குள் நுழைந்து விட்டதாக அப்பசாயுலுவுக்குத் தோன்றியது. சில மாணவர்கள் மைதானத்தில் விளையாடிக்கொண்டிருந்தனர். இன்னும் சிலர் வகுப்பறையில் இருந்தனர். அனைவரும் வெள்ளைச் சட்டையும், நீல காற்சட்டையும் அணிந்திருந்தனர்.

அப்பசாயுலுவைப் பார்த்த மாணவர்கள் சிரிக்கத் தொடங்கினர். அவனது தோற்றம் அவர்களுக்குச் சிரிப்பை வரவழைத்தது.

எம்.கே. நரசிம்மய்யா என்பவர்தான் அந்தப் பள்ளியின் தலைமை ஆசிரியர். சுருக்கமில்லாத ஜோத்பூர் உடையும், பளிச்சிடும் ஷூவும் அணிந்திருந்த அவரின் ஆளுமை பார்ப்பவர் களைக் கவனிக்க வைத்தது. மோரிஸ் மைனர் கார் ஒன்றில்தான் அவர் அன்றாடம் பள்ளிக்கு வந்தார். ஒழுக்கத்தின் மீது அதீத கவனம் செலுத்தும் அவர் அன்றாடம் காலை அணிவகுப்பு முடிந்ததும் கலைந்து செல்லும் மாணவர்களைக் கண்காணித்துச் சுத்தமில்லாமல் இருப்பதாகத் தான் கருதும் மாணவர்களைத் தடுத்து நிறுத்துவார். ரயில்வேயில் பல மட்டத்திலும் பணிபுரிந்த தொழிலாளர்களின் குழந்தைகள் அந்தப் பள்ளியில் பயின்றனர். அவர்களுள் பலர் சூத்திர சாதிகளைச் சேர்ந்தவர்கள். சில தீண்டத்தகாத சாதியைச் சேர்ந்த குழந்தைகளும் அந்தப் பள்ளியில் பயின்றனர். தனது ரயில்வே சீருடையில் வந்திருந்த பாலய்யா தலைமை ஆசிரியரை வணங்கினார். அவரது மகன் அவருக்குப் பின்னால் ஒளிந்துகொண்டிருந்தான்.

“சார், என் பேரு பாலய்யா. என் பையன உங்க ஸ்கூல்ல சேக்கனுமுன்னு ஆசைப்படுறேன்” என்று பாலய்யா பணிவுடன் பேசினார்.

அப்பசாயுலுவின் தோற்றம் தலைமை ஆசிரியருக்கும் சிரிப்பூட்டியதால் அவரும் வாய்விட்டுச் சிரித்தார். அவர் சிரித்ததில் பாலய்யா எரிச்சலடைந்ததைப் பார்த்ததும் அவர் அமைதியானார். பாலய்யா பேசியது போன்ற பணிவான தொனியிலேயே அவரும் பேசினார்.

“நீங்க எங்க இருந்த வர்றீங்க மிஸ்டர் பாலய்யா?”

“விகாராபாத் சார். நான் ஒரு பாயிண்ட்ஸ்மேன்.”

“விகாராபாத்திலிருந்து பையன தினமும் எப்படி ஸ்கூலுக்கு அனுப்புவீங்க. அரை நாள் ஆகுமே அவன் அங்க இருந்து இங்க வர.”

“பையன் என் சித்தி பையன் வீட்டில தங்கிப் படிப்பான்.”

“அப்ப சரி. உங்க பையன் பேரு என்ன?”

“அப்பசாயலு.”

“வித்தியாசமான பேரா இருக்கே!”

பாலய்யா இதற்குப் பதிலேதும் தரவில்லை. தலைமை ஆசிரியர் தொடர்ந்து பேசினார்.

"சரி மிஸ்டர் பாலய்யா. அவன் இங்க படிக்கலாம். அவனோட பிரேஸ்லட்டும் தோடும் கழட்டிடுங்க. தினமும் யூனிபார்ம் போட்டுட்டுத்தான் வரனும்."

பாலய்யாவுக்கு முகம் மலர்ந்தது. அந்த அறையிலிருந்து வெளியேறும் வரை தலைமை ஆசிரியருக்கு சலாம் போட்டுக் கொண்டேயிருந்தார்.

அவர்கள் அந்த அறையிலிருந்து வெளியேறியதும் தான் பார்த்த அனைத்தினாலும் மிரண்டு போயிருந்த அப்பசாயுலு தன் தந்தையின் கையைப் பிடித்து இழுத்து, "ஐயா! நாம இங்க இருந்து போயிரலாம். நான் இந்த ஸ்கூல்ல படிக்க மாட்டேன்!" என்றான்.

மிரண்டு போயிருந்த தன் மகனைப் பார்த்த பாலய்யா அவனது தலையை வருடிக்கொண்டே, "இல்ல பா! நீ இந்த ஸ்கூல்ல சேர்ந்து நல்லா படிக்கனும். பெரிய ஆபிசரா ஆகனும்," என்றார்.

தனது பிள்ளைகள் நன்றாகப் படித்து ரயில்வேயில் அனைவராலும் மதிக்கப்படும் பெரிய அதிகாரிகளாக வேண்டும் என்பது பாலய்யாவின் ஆழமான விருப்பங்களுள் ஒன்று. இதற்காக எவ்வளவு கடுமையாகவும் உழைக்கத் தயாராக இருந்தார். உயரதிகாரிகள் யாரைப் பார்த்தாலும் தனது குழந்தை களும் ஒரு நாள் இப்படிபட்ட பதவிகளில் இருப்பார்கள் என்று கற்பனை செய்துகொள்வார். பாலய்யாவின் அப்பா விகாராபாத்தில் இருந்திருந்தால் அப்பசாயுலு அவருடனே தங்கிப் படித்திருந்திருக்கலாம். ஆனால் அவர் செகந்திராபாத்திலிருந்து இடமாற்றம் செய்யப்பட்டிருந்தார். அதனால் செகந்திராபாத் ரயில் நிலையத்தில் போர்டராக வேலை செய்துகொண்டு அதனருகிலேயே இருக்கும் சிலகலகூடா என்ற குடிசைப் பகுதியில் வசித்து வரும் தன் தம்பி நரசிம்மாவுடன் அப்பசாயுலுவைத் தங்க வைக்க முடிவு செய்திருந்தார் பாலய்யா.

அப்பசாயுலு தன் குடும்பத்தினரிடமிருந்து பிரிந்து வாழ்வது இதுவே முதன்முறையாக இருக்கும். அவனைத் தன் தம்பியிடம் விட்டுவிட்டுக் கிளம்பத் தயாரானவரால் அப்பசாயுலுவின் முகத்தைப் பார்க்க முடியவில்லை. தழுதழுத்த குரலில் தன் தம்பியிடம், "தம்பி! என் பையன நல்லாப் பாத்துக்கோ. அவன் வீட்ட விட்டுத் தனியா வாழ்ந்ததே கிடையாது" என்றார்.

"கவலைப்படாதீங்க. அவன் நல்லா இருப்பான்," என்று வருந்தும் அந்தத் தந்தையைத் தேற்றினார் அப்பசாயுலுவின் சித்தப்பா.

அப்பசாயுலு தன் தந்தையைக் கட்டிக்கொண்டு அழுதான். பாலய்யாவுக்கும் அழுகை வந்தது. ஆனால் தன் மகன் அங்கு தங்கிப் பள்ளிக்குச் செல்ல வேண்டுமென்பதில் அவர் உறுதியுடன் இருந்தார். தன் உணர்ச்சிப் பெருக்கைக் கட்டுப்படுத்திக்கொண்ட அவர் தன் மகனிடம், "அழுகாத பா! எனக்கு லீவு இருக்குற அன்னைக்கெல்லாம் உன்னைப் பாக்க வர்றேன். நீ ஸ்கூலுக்குப் போய் படிக்கனும்பா," என்று பரிவாகப் பேசினார்.

அப்பசாயுலு பார்க்காத வண்ணம் தன் தலையைத் திருப்பித் தன்னையும் அறியாமல் முகத்தில் வழிந்துகொண்டிருந்த கண்ணீரைத் துடைத்துக்கொண்டார். அப்பசாயுலுவுக்கான சீருடையையும், புத்தகங்களையும் பாலய்யா ஏற்பாடு செய்திருந்தார். அதோடு ஒரு மாதத்திற்கு அவனுக்குத் தேவைப்படும் மளிகை சாமான்களையும் தன் தம்பியிடம் கொடுத்திருந்தார். தம்பியின் மனைவி அப்பசாயுலுவை வீட்டிற்குள் அழைத்துச் செல்ல அவனைத் திரும்பித் திரும்பிப் பார்த்துக்கொண்டே கிளம்பினார் பாலய்யா.

பாலய்யா வீடு திரும்பியதும் நரசம்மா தன் மகனை எண்ணி வாய்விட்டு அழுதார். அவருக்கு ஆறுதல் சொன்னாலும் பாலய்யாவால் கண்ணீரைக் கட்டுப்படுத்த முடியவில்லை. அழுது கொண்டிருந்த பால்ராஜையும், பச்சம்மாவையும் லக்ஷ்மம்மாதான் தேற்றினார்.

பாலய்யாவின் தம்பி ரயில் நிலையத்தில் லைசன்ஸ் பெற்ற கூலியாகப் பணிபுரிந்துகொண்டிருந்தார். தனக்கு வரும் வருமானத்தை வைத்துக்கொண்டு நான்கு பேர் கொண்ட தன் குடும்பத்தை நடத்துவதே அவருக்குச் சிரமமாக இருந்தது. ஒவ்வொரு மாதமும் அப்பசாயுலுவுக்குத் தேவையான சாமான் களை அனுப்புவதைப் பாலய்யா வழக்கமாகக் கொண்டிருந்தார். பால்ராஜ்தான் அந்தப் பொருட்களை எடுத்துக்கொண்டு கொடுப்பான். அந்தப் பொருட்களும் மாதம் தொடங்கிய சில நாட்களிலேயே தீர்ந்துவிடும். பசியோடு பள்ளிக்குச் செல்ல வேண்டியிருந்த அப்பசாயுலுவுக்கு அது சிரமமான காலம். ஆனாலும் படித்தாக வேண்டும் என்பதில் அவன் உறுதியாக இருந்தான். வகுப்பில் நன்றாகப் படிக்கும் மாணவர்களுள் ஒருவனாகவும் இருந்தான். ஆங்கில வழிக் கல்வி அவனுக்குத் தொடக்கத்தில் சிரமமானதாக இருந்தாலும் படிப்பில் ஆர்வம் கொண்ட அப்பசாயுலு விரைவிலேயே அந்த மொழியைக்

என் தந்தை பாலய்யா

கற்றுக்கொண்டான். பள்ளி விடுமுறைக் காலத்தில் வீட்டிற்குச் செல்லும்போதெல்லாம் தன் பாடங்களை ஆங்கிலத்தில் சத்தமாக வாசிப்பான். தன் மகனின் ஆங்கில அறிவைப் பார்க்கும் பாலய்யாவும் பூரித்துப் போவார். அவருக்கு ஆங்கிலம் எழுதப் படிக்கத் தெரியாது என்றாலும், குறைவாகத்தான் புரியும் என்றாலும் அவனை மீண்டும் மீண்டும் வாசிக்கச் சொல்லி மகிழ்ச்சியடைவார். அப்பசாயுலு ஆங்கிலம் வாசிக்கும்போது அவனை ஸ்டேஷன் மாஸ்டராகக் கற்பனை செய்து கொள்வார். தன் பிள்ளைகளுக்குக் கல்வியறிவு கொடுக்க வேண்டும் என்ற அவரது கனவு மெல்ல மெல்ல நனவாகிக்கொண்டிருந்தது.

இப்படியாக, எலுகடி குடும்பத்திலிருந்து முதன் முறையாக ஒரு சிறுவன் பள்ளியில் சேர்க்கப்பட்டான்.

~

அந்த நாட்களில் பசு மாடுகளும், எருமை மாடுகளும் ரயிலில் அடிபட்டு இறப்பது அடிக்கடி நடந்தது. அது போன்ற சமயங்களில் இறந்து கிடக்கும் மிருகங்களை நீக்குவதற்காக ஸ்டேஷன் மாஸ்டர்கள் தீண்டத்தகாத சாதியைச் சேர்ந்த தொழிலாளர்களையே நம்பி இருந்தார்கள். சாதி இந்துக்கள் அந்த வேலையைச் செய்ய மறுத்தனர். தீண்டத்தகாதவர்களோ தங்களுக்கு மாமிசம் கிடைக்கும் வழியாக இதைப் பார்த்தனர். இப்படிக் கிடைக்கும் கறியைச் சில நாட்கள் வைத்து உண்ண முடியும்.

பாயிண்ட்ஸ்மேன் ஒருவர் ஸ்டேஷன் மாஸ்டரை நோக்கி மூச்சிரைக்க ஓடி வந்தார்.

"சார், மாடு ஒன்னு அடிபட்டிருச்சு. ரயில் அவுட்டர் சிக்னல்ல நிக்குது," என்றார்

"பாலய்யா எங்க?" என்று கூப்பிட்டார் ஸ்டேஷன் மாஸ்டர்.

ரயிலின் என்ஜின் ஹார்ன் அடித்துக் கொண்டேயிருந்தது. தண்டவாளத்தை நோக்கித் தீண்டத்தகாத சாதியைச் சேர்ந்த சிலர் ஓடினர். தண்டவாளமும், ரயிலின் சக்கரமும் சுத்தம் செய்யப்பட சீக்கிரமே ரயில் அங்கிருந்து கிளம்பியது. இறந்த பசுவின் உடல் ரயில்வே குடியிருப்புக்குள் தூக்கிச் செல்லப் பட்டது. ஆண்களும், பெண்களும், குழந்தைகளுமாக ஒரு குழு செத்த மாட்டைச் சூழ்ந்துகொண்டது. கூடியிருந்த அனைவரும் தீண்டத்தகாதவர்கள். பாலய்யாவும் அவருடன் பணிபுரியும் இன்னும் சிலரும் அங்கு இருந்தனர். மாதிக பாயிண்ட்ஸ்மேன் ஒருவர் செத்த மாட்டை நெருங்க வழி ஏற்படுத்தித் தந்தனர்.

செத்த மாட்டின் தோலை உரிப்பதில் கை தேர்ந்தவர் அவர். அவருடைய வேலை முடிந்ததும் மாட்டுக் கறி வெட்டி எடுக்கப்பட்டு வெவ்வேறு அளவில் குவித்து வைக்கப்பட்டது. கறி பகிர்ந்தளிக்கப்படுவதை பாலய்யாதான் கண்காணித்தார். குறைந்த நபர்கள்கொண்ட குடும்பத்திற்குச் சிறிய குவியலும், அதிக எண்ணிக்கையிலான நபர்களைக்கொண்ட குடும்பங்களுக்குப் பெரிய குவியலும் பிரித்து வழங்கப்பட்டது. மஞ்சள் தடவி ஊற வைக்கப்பட்ட கறித் துண்டுகள் ரிப்பன்களில் கட்டப்பட்டு தீண்டத்தகாதவர்களின் குடியிருப்புகளுக்குப் பின்னால் காய வைக்கப்பட்டிருப்பதை, அடுத்த நாளே, பார்க்க முடிந்தது.

மொகுலப்பா பாலய்யாவைச் சந்திக்க அடிக்கடி வந்தார். பாலய்யாவும் அவருடன் சேர்ந்து குடிக்க நிறையப் பணம் செலவழித்தார். பிள்ளைகளுக்கான செலவே அதிகரித்துக் கொண்டிருக்கும் நிலையில் சாராயத்திற்காகப் பாலய்யா செலவழிப்பதில் நரசம்மாவுக்குச் சிறிதும் உடன்பாடில்லை. குடும்ப வருமானத்திற்குத் தங்கள் பங்கை தருவதற்கும் அத்தியாவசிய தேவைகளை நிறைவேற்றுவதற்கும்கூட லக்ஷ்மம்மாவும், நரசம்மாவும் வயல் வேலைக்குச் சென்று கொண்டிருந்தார்கள். பண விஷயத்தில்தான் பாலய்யாவுக்கும் அவரது இரண்டு மனைவிகளுக்கும் இடையில் சண்டை ஏற்படும். சில சமயங்களில் இருவரில் ஒருவரைப் பாலய்யா அடிப்பதும் உண்டு. இப்படி ஒரு முறை பாலய்யா அடித்ததில் லக்ஷ்மம்மாவின் முகத்திலிருந்து இரத்தம் வந்தது. இவர்களின் சண்டையை நிறுத்த முயன்ற நரசம்மாவை தடுத்த லக்ஷ்மம்மா, "விடுங்க அக்கா, அடிக்கட்டும். அவருக்குப் பைத்தியம் பிடிச்சிருச்சு. பாலப்பா என்னை அடிச்சுக் கொன்னுடு," என்று கத்தினார்.

பாலய்யாவுக்குக் கோபம் அதிகரித்தது. "தேவடியா! வீட்டை விட்டு வெளிய போ! இனி நீ இங்க இருக்கக் கூடாது."

லக்ஷ்மம்மாவும் தனது 6 மாதக் குழந்தையைத் தூக்கிக் கொண்டு வீட்டை விட்டு வெளியேற இருந்தபோது பாலய்யா குழந்தையை அவர் கையில் இருந்து பிடுங்கினார்.

"சரி! உன் பையன நீயே வச்சுக்கோ! நான் போறேன்!" என்று கோபத்தில் திரும்பிக்கூடப் பார்க்காமல் வெளியேறினார் லக்ஷ்மம்மா.

நரசம்மா நடந்தவற்றை எண்ணி வருந்தினார். லக்ஷ்மம்மா திரும்பி வருவதை எதிர்பார்த்துப் பதட்டமாகக் காத்திருந்தார். அன்றைக்கு இரவு முழுவதும் பால் கேட்டு அழுதுகொண்டிருந்த குழந்தையைக் கவனித்துக்கொண்டிருந்தார். நரசம்மாவுக்கும் பால் குடிக்கும் வயதில் ஒரு மகன் இருந்தான். லக்ஷ்மம்மாவின்

என் தந்தை பாலய்யா

குழந்தைக்கும் சேர்த்துப் பாலூட்டுவதால் தன் குழந்தை அரை வயிற்றுடன் இருப்பதை உணர்ந்தார். லக்ஷ்மம்மாவைக் கூட்டி வரவேண்டும் என்றும், இல்லாத பட்சத்தில் குழந்தையை அவரிடம் கொண்டு செல்ல வேண்டும் என்றும் நரசம்மா கூறியதைப் பாலய்யா ஏற்றுக் கொள்ளவில்லை. ஒரு மாதத் திற்கு மேலாகியும் லக்ஷ்மம்மா திரும்பி வரவில்லை. பால் குடிக்கும் இரண்டு குழந்தைகளை வைத்துக்கொண்டு நரசம்மா சிரமப்பட்டார். லக்ஷ்மம்மாவின் குழந்தையை விட சற்றே பெரியவனான தன் மகனுக்குச் சில நேரங்களில் கள் குடிக்கக் கொடுத்து விட்டு லக்ஷ்மம்மாவின் குழந்தைக்குப் பால் கொடுத்தார்.

லக்ஷ்மம்மா திரும்ப வரவுமில்லை, பாலய்யா அவரைத் திரும்பி வருமாறு அழைக்கவுமில்லை.

நரசம்மா இரக்க குணம்கொண்டவர். தன் அப்பா மல்லய்யாவுக்குக் கொஞ்சமும் விருப்பமில்லை என்றாலும் லக்ஷ்மம்மா விஷயத்தில் அவர் எப்பொழுதும் பொறுமையுடன் தான் நடந்துகொண்டார். இப்பொழுது இவர்களைப் பார்க்க வரும்போதெல்லாம், லக்ஷ்மம்மாவின் குழந்தையை அவரிடமே அனுப்பி விடுமாறு கூறிக்கொண்டிருந்தார் நரசம்மாவின் அப்பா. ஆனால் நரசம்மா லக்ஷ்மம்மாவின் மகன் அஞ்சைய்யாவைத் தனது மகனாகவே வளர்த்தார். அஞ்சைய்யாவும் நரசம்மாவிடம் அதிகப் பாசம் காட்டினான். இரட்டைக் குழந்தைகளை வளர்ப்பது போல் தன் குழந்தையையும், லக்ஷ்மம்மாவின் குழந்தையையும் நரசம்மா வளர்த்தார்.

பத்து வயதான பால்ராஜ்தான் இந்தக் கஷ்டமான சூழலில் நரசம்மாவுக்கு உதவியாக இருந்தான். குடும்பத்திற்காகச் சிறு சிறு வேலைகள் செய்வதோடு, தன் அம்மாவிற்கு வீட்டு வேலையில் உதவி செய்வது, அவர் சமையலறையில் இருக்கும்போது குழந்தைகளைப் பார்த்துக் கொள்வது ஆகியவற்றைச் செய்து வந்தான். வீட்டில் மற்றவர்கள் தூங்கிக்கொண்டிருக்க, அவன் மாவரைத்துக்கொண்டும், நரசம்மா சமையல் வேலைகளைச் செய்துகொண்டிருக்கும் அந்த அதிகாலை வேளையில் நரசம்மா பாடும் நாட்டுப்புறப் பாடல்களைக் கேட்பது அவனுக்கு அவ்வளவு பிடிக்கும். ஒவ்வொரு மாதமும் அப்பசாயுலுவுக்கான உணவுப் பொருட்களை செகந்திராபாத்திற்குக் கொண்டு செல்லும்போது தான் சேர்த்து வைத்த ஒரு அணாவையோ, இரண்டு அணாவையோ அவனுக்குச் செலவுக்குக் கொடுத்து விட்டு வருவான் பால்ராஜ்.

லக்ஷ்மம்மாவின் மூலம் தனக்குப் பிறந்த குழந்தையை நரசம்மா இத்தனை பாசத்துடன் பார்த்துக் கொள்வது பாலய்யா

வுக்கு நிம்மதியளித்தது. தன் குழந்தைகளின் வளர்ப்பிலும், அவர்களுக்கான கல்வியிலும் இன்னும் அதிக கவனம் செலுத்த ஆரம்பித்தார். தன் மூத்த மகனைப் பள்ளிக்கு அனுப்ப முடிய வில்லை என்ற பெரிய வருத்தம் மட்டும் அவருக்கு இருந்து கொண்டேயிருந்தது.

~

பாலய்யா தனது வாழ்க்கையை ஒரு ஒழுங்குக்குக் கொண்டு வந்திருந்தார். வேலையில் அவருடைய ஈடுபாடும், உயரதிகாரி களுக்கு அவர் அளிக்கும் மரியாதையும் என்றுமே பிரமாதமாகத் தான் இருந்திருக்கிறது என்றாலும், கடை நிலை ஊழியர்களை மதிக்காத உயரதிகாரிகளின் நடவடிக்கைகளை அவர் பொறுத்துக் கொண்டவரில்லை. மரியாதை அளித்தால் மட்டுமே மரியாதை எதிர்பார்க்க வேண்டும் என்று அவர் தன் உயரதிகாரிகளிடம் கூறியிருந்தார். மரியாதை கொடுத்துப் பெறுவது அவசியம். அதிகாரிகளும் கீழ்மட்டத் தொழிலாளர்களை அழைப்பது போல் “பாலிகா” என்றழைக்காமல் “பாலய்யா” என்றே அவரை அழைத்தனர். தான் பாலிகா என்று மரியாதைக் குறைவாக அழைக்கப்படுவதைப் பாலய்யா பொறுத்துக் கொள்ளமாட்டார் என்று ரயில்வே வட்டாரங்களில் தெரிந்திருந்தது. அதிகாரிகள் தங்களுக்குக் கீழ் பணிபுரிபவர்களை அவமதிக்கும் வண்ணம் நடப்பதை அவர் எதிர்த்தார். அதேபோல் ஸ்டேஷன் மாஸ்டர் களின் வீட்டு வேலைகளைச் செய்வது, அதாவது சந்தைக்குச் செல்வது, அவர்களின் குழந்தைகளைப் பள்ளிக்கு அழைத்துச் செல்வது, துணிகளைத் துவைப்பது போன்ற வேலைகளைச் செய்யவும் பணிவுடன் மறுத்துவிடுவார். அவரின் இத்தகைய செயல்கள் பணிவின்மை என்று கருதப்பட்டதால் அவர் பலமுறை இடமாற்றம் செய்யப்பட்டாலும் பாலய்யா அதற்கு வருந்தவில்லை. இப்படி ஒரு சம்பவத்துக்குப் பின்னர்தான் பாலய்யாவை செகந்திராபாத்திற்கு நேரெதிர் திசையில் இருந்த கன்பூர் என்ற சிறிய நிலையத்திற்கு இடமாற்றம் செய்தார்கள். தன் குடும்பத்தை பீபீ நகரிலேயே விட்டுவிட்டு, தான் மட்டும் கன்பூருக்குச் சென்று பணியில் சேர்ந்தார்.

அவர் பணிக்குச் சேர்ந்திருந்த ரயில் நிலையத்தில் ஸ்டேஷன் மாஸ்டராகத் திரு. ஜான் என்ற கட்டுமஸ்தான இளைஞர் பணிபுரிந்தார். குத்துச் சண்டையில் கைதேர்ந்த அவருக்கு அந்நாள் வரை தன்னை எதிர்த்துப் போட்டியிடவோ, தன் பலத்தைப் பரிசோதிக்கவோகூட ஆள் கிடைக்கவில்லை. பாலய்யாவைப் பார்த்ததும் அவர் ஒரு குஸ்தி வீரர் என்று நினைத்த ஜான் அவருடன் குத்துச் சண்டைப் பயிற்சி செய்யலாம் என்றெண்ணினார்.

“அரே, பாலய்யா! நீ பலசாலியாத் தெரியுற. என்னோட சண்டை போட முடியுமா?” என்று கேட்டார்.

“மிஸ்டர் ஜான், ‘அரே’ன்னு சொல்லாதீங்க. அது மரியாதைக் குறைவான வார்த்தை” என்று கடுமையாக எதிர்ப்புத் தெரிவித்தார் பாலய்யா.

“அட! நீ ஆபிசரா என்ன?”

“இல்லை. ஆனா என்னை அவமதிக்குற அதிகாரம் உங்களுக்குக் கிடையாது. நான் உங்க அடிமை கிடையாது. நாம ரெண்டு பேருமே ரயில்வே தொழிலாளர்கள்.”

“எப்படி நடந்துக்குனமுன்னு எனக்குச் சொல்லித் தர்றியா? ஒரு சாதாரண பாயிண்ட்ஸ்மேன் நீ! நீ ஆம்பிளையா இருந்தா என்ன அடி!” என்று சொல்லியபடி பாலய்யாவின் முகத்தில் ஒரு குத்து விட்டார். இதனால் கடும் கோபமடைந்த பாலய்யா அவரின் முடியைத் தன் இடக்கையால் பிடித்துக்கொண்டு வலக் கையால் அவர் முகத்தில் ஒரு குத்துக் குத்தினார். கடுமையான அடியாக இருந்ததால் திரு. ஜான் நினைவிழந்து நடைபாதையிலேயே விழுந்தார்.

ரயில் நிலையத்தின் அவுட்டர் சிக்னலில் ஸ்டேஷன் மாஸ்டர் அல்லது உதவி ஸ்டேஷன் மாஸ்டர் மட்டுமே அளிக்கக் கூடிய சிக்னலுக்காகப் பயணிகள் ரயில் ஒன்று காத்துக்கொண்டிருந்தது. பாயிண்ட்ஸ்மேன்களில் இருவர் ஜானை ஸ்டேஷன் மாஸ்டர் அறைக்குத் தூக்கிச் சென்று அவரது முகத்தில் தண்ணீர் தெளித்து அவரது மயக்கத்தைத் தெளிய வைக்க முயற்சித்தனர். சிறிது நேரத்திற்கெல்லாம் எழுந்த ஜான் தன் வாயையும் முகத்தையும் துடைத்துக்கொண்டு பயணிகள் ரயிலுக்கான சிக்னலைக் கொடுத்தார். ரயில் தாமதத்தைத் தவிர்க்க முடியாமல் போனது. நடந்த சம்பவத்தைப் பற்றிய விசாரணை முடிந்தவுடன் பாலய்யா மீண்டும் இடமாற்றம் செய்யப்பட்டார். கன்பூர் முழுவதும் இந்தச் செய்தி காட்டுத் தீ போல் பரவியது. செய்தி கேள்விப்பட்ட அனைவரும் உதவி ஸ்டேஷன் மாஸ்டரின் செயலைக் கண்டித்தனர்.

பாலய்யா இம்முறை செகந்திராபாத் அருகிலேயே இருந்த சனத்நகர் ரயில் நிலையத்திற்கு இடமாற்றம் செய்யப்பட்டார். நரசம்மாவும் குழந்தைகளும் அவருடன் தங்கி இருந்தனர்.

~

நரசம்மா இப்போது ஐந்து குழந்தைகளைப் பார்த்துக் கொள்ள வேண்டியிருந்தது. ஒரு நாள் தன் மாமனார் வருவதைக் கண்டு

ஆச்சரியப்பட்டார். அவருடைய பையை அவரது கையில் இருந்து பெற்றுக்கொண்டு அவரது கால்களைக் கழுவிக் கொள்ளத் தண்ணீர்க் குவளையைக் கொடுத்தார்.

"எப்படிம்மா இருக்க?" என்று அயர்ந்து போயிருந்த தன் கால்களைக் கழுவியபடியே கேட்டார்.

"நான் நல்லா இருக்கேன். அத்தையும் எல்லய்யாவும் எப்படி இருக்காங்க?"

"அத்தம்மா நல்லா இருக்கா. எல்லய்யாவுக்குப் பாயிண்ட்ஸ் மேன் வேலை கிடைச்சிருக்கு" என்றார்.

"நல்ல விஷயம்!" என்று சொல்லியபடியே அவருக்குக் குடிக்கத் தண்ணீர் கொடுத்தார்.

அங்கு இரண்டு சிறுவர்கள் விளையாடிக்கொண்டிருப்பதைப் பார்த்தவர், "இன்னொரு பையன் யாரு?" என்று கேட்டார்.

"என் பையன்தான் மாமா" என்று நரசம்மா சொன்ன பதிலை அவரால் ஏற்றுக் கொள்ள முடியவில்லை.

"அவனும் உங்க பேரன்தான். லக்ஷ்மம்மா பையன்."

நரசய்யா ஆச்சரியப்பட்டார். அவரது முகத்தை உற்றுப் பார்த்தபோது அவனுக்கும் தனது மகனுக்குமான முகச் சாடை தெரிந்தது.

"அவன ஏன் இங்க வச்சிருக்க?" என்று கோபமாகக் கேட்டார்.

"அவனை விட்டுட்டு லக்ஷ்மம்மா ஓடிட்டா மாமா. அவன் உங்க பையனோட பையன்தான். அதான் நானே வளக்குறதுன்னு முடிவு பண்ணிடேன்!" என்றார்.

நரசய்யா தன் மருமகளை எண்ணிப் பெருமைகொண்டார். அவர் அந்தச் சிறுவனை வளர்ப்பதோடு மட்டுமின்றித் தனது அன்பையும் அரவணைப்பையும் கொடுத்துச் சொந்த மகனை விட இவனை நன்றாக வளர்க்கிறார். அவனைத் தூக்கிக் கொண்டதும் அவரது கண்கள் கலங்கின. "இவன் பேரு என்ன?" என்றார்.

"அஞ்சைய்யா" என்று முகத்தில் புன்னகையுடன் பதிலளித்த நரசம்மா, அவனைத் தன் மாமனாரிடம் இருந்து வாங்கிக் கொண்டார்.

பால்ராஜ் அப்போதுதான் வீட்டுக்குள் நுழைந்தான். தன் மூத்த பேரனைப் பார்த்ததும் நரசய்யா மகிழ்ச்சியடைந்தார்.

"அட! எவ்ளோ பெரிய பையனாயிட்ட! என்னப்பா பண்ணிகிட்டிருக்க!" என்று கேட்டார்.

"தாத்தா! அம்மாவுக்கு உதவியா இருக்கேன்" என்றான்.

"நல்ல விஷயம் பா!" என்று கூறியவர் நரசம்மாவின் பக்கம் திரும்பி "நரசம்மா, உன் பையன் நல்லா வளந்துட்டான். அவன் உனக்கு உதவியா இருக்குறது நல்ல விஷயம் மா!" என்றார்.

"வீட்டுல மட்டும் இல்ல மாமா! வெளியிலயும் சின்னச் சின்ன வேலை செய்யுறான். இப்போ பெயிண்டிங் பண்ணப் போறான்" என்று சொன்னவரின் குரலில் சோகம் தெரிந்தது.

"எங்க?"

"ரயில்வே பாலத்துல," என்று குரலடைக்கக் கூறினார்.

"ஏன் மா? அது ரொம்ப ஆபத்தான வேலையாச்சே... பாலத்துல பெயிண்ட் அடிக்குறது," என்று அங்கலாய்த்தார் நரசய்யா.

அவர்கள் பேசிக்கொண்டிருக்கும்போது பாலய்யா அங்கு வரவும் நரசம்மா அமைதியானார். அப்பா தகவல் சொல்லாமலேயே வந்திருந்தது ஆச்சரியத்தை அளித்தாலும் அவர்களின் முகத்தில் தெரிந்த கவலையைப் போக்கும் வண்ணம் "நான் அவனப் போகச் சொல்லிக் கட்டாயப்படுத்தலை பா! வீட்டுல நான் இல்லாதப்போ போயிடறான்!" என்றார்.

"அவன் சம்பாத்தியம் உனக்குத் தேவைப்படுதா?" என்று கடுமையான குரலில் கேட்டார் நரசய்யா.

"இல்ல பா!"

இதைக் கேட்ட பிறகு நரசய்யா சற்று அமைதியானார். "அப்போ இந்த மாதிரி ஆபத்தான வேலை செய்யறதுல இருந்து அவன நிறுத்து இல்லனா நான் அவனக் கூட்டிட்டுப் போறேன்!" என்றார்.

பால்ராஜின் கூலி தனக்குத் தேவையில்லை என்று தன் அப்பாவிடம் கூறியிருந்தாலும் அது தங்களுக்குத் தேவைப் படுகிறது என்பதைப் பாலய்யா அறிந்தேயிருந்தார். குடும்ப உறுப்பினர்களின் எண்ணிக்கை கூடிக்கொண்டே போவதோடு செகந்திராபாத்தில் படிக்கும் அப்பசாயுலுவுக்கும் அவர்கள் செலவு செய்ய வேண்டியிருந்தது. பாலய்யாவின் சம்பளத்தில் மட்டும் தேவையானவற்றைச் செய்து கொள்ள முடியாது. நரசம்மாவும் விதைக்கவும், களை எடுக்கவும், அறுவடை செய்யவும் வயல்களுக்குச் சென்றுகொண்டிருந்தார். வீட்டின் மூத்தவனான

பால்ராஜ் சிறு வயதிலிருந்தே நிறையப் பொறுப்புகளை ஏற்றுச் செய்துகொண்டிருந்தான். அம்மாவுடன் நெருக்கம் என்பதால் அவருடைய வேலைகளைப் பகிர்ந்துகொண்டான். சிறுவனாக இருந்தபோது அம்மா வேலைக்குச் சென்று விட்ட பிறகு தன் தம்பி, தங்கைகளைப் பார்த்துக்கொண்டவன் இப்போது வீட்டு வேலைகளைப் பகிர்ந்துகொண்டான். வீட்டு வேலை செய்யும் அளவுக்கு அப்பசாயுலுவும், பச்சம்மாவும் வளர்ந்து விட்ட பிறகு வெளியில் கூலி வேலை செய்யத் தொடங்கியிருந்தான். இந்தச் சிறு வயதில் அவன் வேலைக்குச் செல்வதில் பாலய்யாவுக்கும், நரசம்மாவுக்கும் உடன்பாடில்லைதான் என்ற போதிலும் வீட்டுத் தேவைகளுக்கு உதவ எண்ணினான் பால்ராஜ். குடும்பம் பெரிதாக ஆக நரசம்மா நிறைய சவால்களைச் சந்திக்க வேண்டியிருந்த போது பால்ராஜ்தான் அவருக்குப் பக்க பலமாக இருந்தான். நரசம்மாவின் வருமானமும் பால்ராஜின் வருமானமும் குடும்பத் தேவைகளை ஓரளவுக்குப் பூர்த்தி செய்ததோடு பால்ராஜிற்குப் பிறகு பிறந்த குழந்தைகள் கல்வி பெறவும் உதவியாக இருந்தது.

நரசம்மா மீண்டும் கர்ப்பமானதால் சீக்கிரமே வேலை செய்வதை நிறுத்த வேண்டியிருந்தது. இம்முறை தன் தந்தையின் வீட்டிற்குச் செல்வதில்லை என்றும் தன் வீட்டிலேயே குழந்தை பெறுவது என்றும் முடிவு செய்திருந்தார் நரசம்மா.

~

பாலய்யா நிஜாமின் ரயில்வேயில் பணியாற்றி வந்தார். இந்தியா ஒற்றை நாடாக இல்லாமல், அதன் சிறு சிறு மாநிலங்கள் வெவ்வேறு ஆட்சியாளர்களால் ஆளப்பட்டுக்கொண்டிருந்த சமயம் அது. தக்காணப் பகுதியின் பெரும்பகுதியை உள்ளடக்கிய ஹைதராபாத் மாநிலத்தை நிஜாம் ஆண்டுகொண்டிருந்தார். தன் மாநிலத்திற்கு உட்பட்ட பகுதியில்லை என்ற போதிலும் பிரிட்டிஷ் இந்தியப் பகுதியான பெஜவாடா (இன்றைய விஜயவாடா) வரை தண்டவாளங்கள் அமைத்திருந்தார் நிஜாம் மீர் உஸ்மான் அலி கான். பெஜவாடா பெரிய வியாபார நகரமாக இருந்தது. நிஜாமின் ரயில்வேயில் பணிபுரிந்தவர்கள் பிரிட்டிஷ் இந்திய எல்லைக்கு முந்தைய ஸ்டேஷனான எர்ருபாலம் தாண்டிச் செல்ல அனுமதிக்கப்பட மாட்டார்கள். அந்த ஸ்டேஷனுக்குப் பிறகு பிரிட்டிஷ் இந்திய எல்லை தொடங்கிவிடும். நிஜாமின் ஹாலி பணத்தை அங்கு பயன்படுத்த முடியாது. ஹாலி ரூபாயை விட அதிக மதிப்புக் கொண்ட இந்திய ரூபாய் அல்லது கலாதர் ரூபாயைப் பயணிகள் வாங்க வேண்டியிருக்கும். இந்த சேவைக்காக அந்நியப் பணத்தை மாற்றும் வசதி ஸ்டேஷனில் செய்யப்பட்டிருந்தது. இந்த எல்லையைத்

தாண்டி மக்கள் போவதும் வருவதும் அத்தனை இயல்பாக நடக்கவில்லை. எல்லைக்கு இருபுறமும் இருந்த மக்களின் சமூக கலாச்சார பழக்கங்களும் வித்தியாசமாகத்தான் இருந்தன. எல்லையைத் தாண்டுபவர்கள் மொழியையும், உடையையும் வைத்து அடையாளம் கண்டு கொள்ளப்படுவார்கள். நிஜாமின் ஆட்சியின் கீழ் வாழும் மக்களிடம் பேசவே பெசாவாடா மக்கள் பயந்தனர். பேச்சு வழக்கும் பிரச்சனையாகத்தான் இருந்தது. இருவருக்குமிடையில் தெலுங்கு மொழி பொதுவானதாக இருந்தாலும் ஹைதராபாத்தைச் சேர்ந்தவர்களின் தெலுங்கில் உருது கலந்திருக்குமென்பதால் அவர்கள் தனித்துத் தெரிவார்கள்.

'ரன்னிங்' என்றழைக்கபடும் ரயில்வேயின் ஒரு துறையில் பாலய்யாவுக்கு நிறைய நண்பர்கள் இருந்தார்கள். ஓட்டுநர்கள், தீயணைப்புப் படையினர், நிலக்கரித் தொழிலாளர்கள், காவலாளிகள் எனப் பலரும் இந்த ரன்னிங் துறையில் இருந்தனர். நிஜாமின் ஆட்சியின் கீழ் இல்லாத பெஜவாடா வரை சென்று வருபவர்கள் இவர்கள். இப்படிப் பயணப்படும் போதெல்லாம் தங்கள் பகுதியில் கிடைக்கப்பெறாத தரத்தில் இருக்கும் மாம்பழங்கள், இன்ன பிற அரிய பொருட்கள், எண்ணெய் ஆகியவற்றை வாங்கி வருவார்கள். நண்பர்கள் கேட்டுக் கொண்டால் அவர்களுக்குத் தேவையானவற்றையும் வாங்கி வரும் வழக்கம் இருந்தது.

"பெஜவாடாவுக்கு அடுத்து எப்போ போற?" என்று தன் நண்பன் நரசய்யாவைக் கேட்டார் பாலய்யா.

அவர்கள் ஒரு கள்ளுக் கடையில் அமர்ந்து குடித்துக் கொண்டிருந்தனர். தீயணைப்புத் தொழிலாளியாக இருந்த நரசய்யா அதிவிரைவு ரயில் வண்டிகளில் பெஜவாடா வரை அடிக்கடி சென்று வருபவர்.

"ஏன்?"

"எனக்குக் கொஞ்சம் விளக்கெண்ணெய் வாங்கிட்டு வரணும். எங்களுக்குச் சீக்கிரமே குழந்தை பிறக்கப் போகுது" என்றார் பாலய்யா. விளக்கெண்ணெய். கிடைப்பதற்கு அரிய பொருளாகத்தான் இருந்தது. என்றாலும், இன்றும் இருப்பது போல, புதிதாகப் பிறந்த குழந்தைகளுக்கு மசாஜ் செய்யவும் மலமிளக்கியாகவும் பயன்பட்டது.

"எக்ஸ்பிரஸ் ரயில்லதான் எனக்கு ட்யூட்டி. ஆனா அது எர்ருபாலம்—ல நிக்காது. நம்ம பணத்தை இந்திய ரூபாய்க்கு மாத்த முடியாதே!" என்றார்.

தன்னுடைய பையில் இருந்து ஒரு பிரிட்டிஷ் இந்தியக் காசை எடுத்தார் பாலய்யா. "என் கிட்ட ஒரு ரூபா இருக்கு." வெளிநாட்டு ரூபாய் என்று அந்த ஒரு நாணயம் மட்டுமே அவரிடமிருந்தது என்றாலும் விளக்கெண்ணெய் வாங்க அது போதுமானது. நரசய்யாவும் குழந்தை பிறக்கும் தக்க சமயத்தில் அதை வாங்கி வந்து விட்டார். பாலய்யாவின் வீட்டில் பிறந்த முதல் குழந்தை அது.

~

ஃபதேநகர் என்ற சிறிய ரயில்வே குடியிருப்பில் அவர்கள் இப்போது வாழ்ந்துகொண்டிருந்தனர். நரசம்மாவுக்குப் பிரசவ வலி எடுத்தது. அவருக்கு வலி தொடங்கியதுமே நரசய்யா சென்று ஒரு மருத்துவச்சியை அழைத்து வந்தார். மற்ற குழந்தைகள் பக்கத்து வீட்டில் உறங்கிக்கொண்டிருந்தனர். அருகாமை வீட்டில் இருந்த பெண்ணொருத்தி தண்ணீர் கொதிக்க வைத்திருந்தாள். வயதில் சிறியவளான அவளுக்கு, பிரசவ வலியின் இடையிலும் என்ன செய்ய வேண்டும் என்று நரசம்மா கூறிக்கொண்டிருந்தார். வலிமையான உடல் அமைப்புக் கொண்ட தாதி தொப்புள் கொடியை அறுக்கும் வெட்டரிவாளுடன் தயாராக இருந்தபடியே, குழந்தையை முக்கி வெளியே தள்ளுமாறு நரசம்மாவிடம் கூறிக் கொண்டிருந்தார். குழந்தைப் பிறப்பின்போது முதன்முறையாக நரசம்மாவுடன் இருந்தார் பாலய்யா. குடியிருப்பின் வெளியே மேலும் கீழும் பதட்டமாக நடந்துகொண்டிருந்தார். நரசம்மா கத்தும் ஓசையும், பின் குழந்தை அழும் சத்தமும் கேட்டது. அன்று பிறந்த ஆண் குழந்தை இந்தக் குடும்பத்தின் ஆறாவது குழந்தையும் இந்தப் புத்தகத்தின் ஆசிரியருமாவான். தாதி குழந்தையைக் குளிப்பாட்டி, துணி கொண்டு மூடிய பின்னர் உள்ளே வந்து குழந்தையைப் பார்க்குமாறு பாலய்யாவை அழைத்தார். அப்பொழுது பிறந்திருந்த தன் குழந்தையைப் பாலய்யா பார்த்தார். மகிழ்ச்சியில் திக்குமுக்காடிப் போன அவர் தன் பையிலிருந்து சில காசுகளை எடுத்துத் தீய சக்தி எதுவும் குழந்தையை அண்டாமல் இருக்க வேண்டி அதன் தலையை மூன்று முறை சுற்றி அந்தக் காசைத் தாதியிடம் கொடுத்தார். தன் உறவினர்களை எல்லாம் அழைத்துக் குழந்தைப் பிறப்பை விசேஷமாகக் கொண்டாடுவது என்று முடிவு செய்தார்.

குழந்தை பிறந்த 21வது நாள் பாலய்யாவின் வீடு உறவினர் களால் நிறைந்தது. பாலய்யாவின் அப்பாவும், மாமனாரும் உற்சாகமாகப் பேசிக்கொண்டிருந்தனர். சில பெண்கள் சமையல் செய்வதிலும், இன்னும் சிலர் நரசம்மாவை மஞ்சள்

தேய்த்துக் குளிப்பாட்டுவதிலும் மும்முரமாக இருந்தனர். ராமய்யா கொண்டுவந்திருந்த கள்ளுக்காக ஆண்கள் காத்துக் கொண்டிருந்தனர். எல்லாரும் அன்று சுவையான விருந்துண்டனர். பாலய்யா தன் மகனுக்கு சத்தியா என்று பெயரளித்தார்.

அடுத்த இரண்டு ஆண்டுகளில் நரசம்மா ஒரு பெண்ணும், ஒரு ஆணுமாக இரண்டு குழந்தைகளைப் பெற்றார். பெண்ணுக்கு லக்ஷ்மிபாய் என்றும் ஆணுக்கு யாதகிரி என்றும் பெயரளித்தனர்.

~

அவர்களது குடும்பம் எட்டுக் குழந்தைகளோடு அளவில் பெரியதாகியிருந்தது. இந்தக் காலம் அவர்களுக்குச் சிரமமான தாக இருந்தது. கடுமையாக உழைத்த போதிலும் குடும்பத்தின் அடிப்படைத் தேவைகளைப் பூர்த்தி செய்வதுகூட பாலய்யாவுக்குச் சிரமமாக இருந்தது. தான் பார்த்துக்கொண்டிருந்த வேலையோடு சரக்கு ஷெட்டிலும் வேலை பார்க்க ஆரம்பித்தார். டிரான்ஸ்—சிப்மெண்ட் வேலைக்கு ஆட்கள் தேவைப்பட்டார்கள். சரக்கு வண்டிகளிலிருந்து ரயில் பெட்டிக்கும், ரயில் பெட்டியிலிருந்து சரக்கு வண்டிக்கும் மூட்டைகளைத் தூக்கிச் செல்லும் தொழிலாளியாகப் பாலய்யா பணிபுரிந்தார். தாய்ப்பால் குடித்துக் கொண்டிருந்த தன் குழந்தையைப் பச்சம்மாவின் பராமரிப்பில் விட்டுவிட்டு நரசம்மா நாள் முழுவதும் விவசாயக் கூலியாக வேலை செய்தார். ஒவ்வொரு மதியமும் பால் குடிப்பதற்காகக் குழந்தையை நரசம்மாவிடம் தூக்கிச் சென்றாள் பச்சம்மா. 16 வயதான பால்ராஜ் பணத்திற்காகப் பல விதமான கூலி வேலை களைச் செய்தான்.

பாலய்யாவின் இரண்டாவது மகன் செகந்திராபாத் ரயில்வே பள்ளியில் படித்துக்கொண்டிருந்தான். அப்பசாயுலுவைப் போல் மற்ற குழந்தைகளையும் ரயில்வே பள்ளிகளில் படிக்க வைக்க முடியாவிட்டாலும் அவர்கள் வாழ்ந்த பகுதியிலேயே இருந்த மற்ற பள்ளிகளுக்கு அவர்களைப் படிக்க அனுப்பினார் பாலய்யா. நரசிம்மலு, அஞ்சைய்யா, சத்தியா ஆகிய மூவரும் பாலய்யா இடமாற்றம் செய்யப்பட்டுச் சென்ற ரயில் நிலையங்களுக்கு அருகில் இருந்த பள்ளிகளுக்குச் சென்றார்கள். ரயில் நிலையங் களிலிருந்து வெகு தூரத்தில் இருந்த ஆரம்பப் பள்ளிக்கூடங்களுக்கு நடந்தே சென்றனர்.

தீண்டத்தகாத சமூகத்திலிருந்து பள்ளி சென்றவர்கள் இவர்கள் மட்டுமே என்பதால் அங்குப் பல அவமதிப்புகளைச் சந்தித்தனர். மற்ற குழந்தைகளிடமிருந்து தனியே அமர வைக்கப்பட்டவர்கள், பள்ளியில் வைக்கப்பட்டிருந்த பானையிலிருந்து தண்ணீர்

எடுக்கவும் அனுமதிக்கப்படவில்லை. தங்கள் தாகத்தைத் தீர்த்துக் கொள்ள தொலைவில் இருந்த ஹரிஜன்வாடா வரை நடந்து செல்ல வேண்டியிருந்தது. இந்தியாவுக்கு அப்பொழுது சுதந்திரம் கிடைத்திருந்தாலும் கிராமப்புறங்களில் இருந்த பள்ளிக்கூடங்கள் தங்கள் போக்கில் எப்பொழுதும் போல் உறுதியாக இருந்தன.

ஆந்திராவில் இருந்த போனகாலு பகுதிக்குப் பாலய்யா இடமாற்றம் செய்யப்பட்டார். பாலய்யாவின் குடும்பத்தின் பூர்வீகமான தெலுங்கானாவிலிருந்து இந்த ஊர்ப் பழக்க வழக்கங்களில் மாறுபட்டிருந்தது. ஒரு பகுதியில் வாழும்போது அந்தப் பகுதியின் கலாச்சாரத்திற்கு ஒத்துப் போக மனிதன் பழகிக் கொள்கிறான். பாலய்யாவும் அவரது குடும்பமும் இந்தப் பகுதியில் வாழ்வதற்குப் பழகிக்கொண்டிருந்தனர். அதுவரை பாலய்யாவை ஐயா என்று அழைத்துக்கொண்டிருந்த குழந்தைகள், ஆந்திராவில் குழந்தைகள் தங்கள் அப்பாக்களை அழைப்பது போல் ‘நைனா’ என்று இனி அழைக்க வேண்டும் என்று பாலய்யா கூறினார். அதை பழக்கமாக்கிக்கொள்ள குழந்தைகளுக்கு நீண்ட காலம் பிடித்தது.

இந்தப் பகுதியின் பள்ளிக்கூடம் ஸ்டேஷனிலிருந்து ஒரு மைல் தொலைவில் இருந்தது. பாலய்யாவின் மகன்கள் மட்டுமே அந்தப் பள்ளியில் பயின்ற தீண்டத்தகாத சாதியினர். பாலய்யா தன் ஸ்டேஷன் மாஸ்டரிடம் வேண்டிக் கேட்டுக்கொண்டதன் பெயரில் அவர் தலைமை ஆசிரியரிடம் பேசியதாலேயே இதுவும் சாத்தியமானது. ஒவ்வொரு காலையும், சகோதரர்கள் மூவரும் பள்ளிக்கென வெகு தூரம் நடக்க வேண்டியிருந்தது. வகுப்பறையின் ஒரு ஓரத்தில் தாங்கள் கொண்டுவந்திருந்த சாக்கை விரித்து அதில் குந்த வைத்து அமர்ந்திருந்தனர். தீட்டாகிவிடும் என்ற பயத்தில் மற்ற குழந்தைகள் இவர்களைத் தொடுவதையே தவிர்த்தனர். ஆசிரியர் இவர்களின் சிலேட்டில் எழுத வேண்டியிருந்தால் ஒரு இந்துப் பையனை அழைத்து இவர்களின் சிலேட்டில் தண்ணீர் தெளித்து அதைத் தீட்டு நீக்கிச் சுத்தம் செய்த பின்னரே அதில் எழுதினார். அவர்களுடன் விளையாட யாரும் இல்லாததால் அவர்கள் மூவருமே சேர்ந்து விளையாடினர். அவர்களுக்கு வகுப்பெடுத்த பிராமண ஆசிரியர் அவர்கள் செய்த சிறிய தவற்றிற்குக்கூட கடுமையாக அடித்தார். அவர்களின் வருகையால் வகுப்பு அசுத்தமாகி விட்டதாக மீண்டும் மீண்டும் கூறினார். அந்தப் பகுதி படேல் ஒருவரின் தலையீடு மட்டும் இல்லாமல் போயிருந்தால் என்றைக்கோ இவர்களை திருப்பி அனுப்பி இருப்பார். ஒரு கிராமத்தின் அல்லது டவுனின் தலைமைப் பொறுப்பை ஏற்று நடத்தியவர்கள்

படேல்கள். போலிஸ் படேல் என்றழைக்கப்பட்டவர் சட்டம் ஒழுங்கையும், மாலி பட்டேல் என்றழைக்கப்பட்டவர் வருமானம் மற்றும் பொது நடவடிக்கைகளையும் கவனித்துக்கொண்டனர். ரயில்வேயில் பணிபுரிந்த பாலய்யாவுக்கு இவர்கள் இருவரின் ஆதரவும் இருந்தது.

தன்னுடைய குழந்தைகளின் மீது திணிக்கப்பட்ட அவமதிப்பும், ஏச்சுக்களும், பாகுபாடும் அவர்களைக் கல்வி பயில வைப்பதிலிருந்து பாலய்யாவைத் தடுத்து நிறுத்தவில்லை. இந்த ஏச்சுப் பேச்சுக்களைப் புறம் தள்ளுமாறு தன் குழந்தைகளுக்கு அறிவுறுத்தினார். கல்வி கற்பதன் மூலம் மட்டுமே இந்த அநீதியிலிருந்து விடுபட்டு அவர்கள் ரயில்வே உயரதிகாரிகளாக முடியும் என்று அவர்களிடம் வலியுறுத்தினார். கிளாஸ் *IV* தொழிலாளியான பாலய்யாவும் இதையேதான் விரும்பினார். ஒவ்வொரு மாலையும் அவர்களுடன் அமர்ந்து ட்யூஷன் வாத்தியார் போல் அவர்கள் அன்று பயின்றதை மீண்டும் மீண்டும் சொல்லச் சொல்லி கேட்பார். பள்ளி செல்வதை நிறுத்தியிருந்த பச்சம்மா, அவர் இல்லாத நேரங்களில் சகோதரர்களுக்குப் பயிற்சி அளிப்பாள். அவர்களின் குடும்பம் தாரூரில் இருந்தபோது பள்ளி சென்றுகொண்டிருந்த பச்சம்மா மூன்றாம் வகுப்பு வரை படித் திருந்தாள். விகாராபாத்தில் இருந்த பெண்கள் விடுதிக்கு அனுப்பி அவளைப் படிக்க வைக்க வேண்டும் என்று பாலய்யா எண்ணி னாலும் அவரது தங்கை பெண்டம்மா அதை உறுதியாக மறுத்துவிட்டார். ஆனாலும் தன் சகோதரர்களின் கல்வியில் ஆர்வம் காட்டிய பச்சம்மா, அப்பா இல்லாத நேரங்களில் அவர்களுடன் அமர்ந்து அவர்களைப் படிக்க வைத்தாள். சிறுவனான சத்தியாவுக்கு அதிக கவனம் தேவைப்பட்டதால் அவனைச் சிறப்புக் கவனம் எடுத்துப் பார்த்துக்கொண்டாள். அழுக்குத் துணியுடன், முகத்தில் தூசியுடன் வீடு திரும்பும் அவனைப் பார்த்து மனதார சிரிப்பாள். பபூன் மாதிரி இருப்பதாக அவனைப் பாசமாகக் கேலி செய்வாள். சிறுவனான அவனுக்குத் தன் சாக்கைத் தரையில் சரியாக விரிக்கக்கூடத் தெரியாது. தரையில் கைவைக்கக் கூடாது என்றும் தெரியாது. அதே கையை முகத்தில் வைக்கக் கூடாது என்றும் தெரியாது. அவனது தோற்றத்தைப் பார்த்துச் சில நேரங்களில் சிரிப்பவள், சில நேரங் களில் அடிக்கவும் செய்வாள். ஆனாலும் ஒவ்வொரு மாலையும் அவனைக் குளிப்பாட்டிவிடுவாள். இந்த மூன்று சிறுவர்களும் அவர்களின் தந்தையின் கட்டுப்பாட்டுக்குள்ளும், அவர் இல்லாத சமயங்களில் அக்காவின் கண்காணிப்பிலும் வளர்ந்தனர்.

~

பாலய்யா, தன் குடும்பத்தோடு பீபீ நகருக்குச் சென்றே நீண்ட காலம் ஆகியிருந்தது. பாலய்யாவின் மாமனார் மகிழ்ச்சியாக இருந்தார். அவரின் மருமகன், தன் இரண்டாம் மனைவி, லக்ஷ்மம்மாவை முழுவதுமாக மறந்திருந்தார், அவரது மகள் தன் கணவருடன் மகிழ்ச்சியாகவும், சமாதானமாகவும் வாழ்ந்தார். அவருடைய பேரக் குழந்தைகள் அனைவரும் பள்ளிக்குச் சென்று கொண்டிருந்தனர். இரண்டாவது பேரன் செகந்திராபாத்தில் உள்ள மிகப் பெரும் பள்ளியில் பயின்றுகொண்டிருந்தான். அவர்கள் அனைவரும் அவரது மகனின் திருமணத்திற்கு வந்திருந்தனர். மல்லய்யாவின் குடும்பத்தில் கடைசித் திருமணம் அதுதான். அது கொண்டாட்டத்திற்கான நேரமாக இருந்தது. சாப்பிடுவது, குடிப்பது தனது மச்சினிச்சிகளை வம்பிழுத்துக்கொண்டிருப்பது தவிர பாலய்யாவுக்கு வேறெந்த வேலையும் இருந்திருக்கவில்லை. மல்லய்யாவின் குடும்பத்தினர் அனைவரின் மரியாதையையும் பெற்றிருந்த பாலய்யாவுக்கு எப்பொழுதும் சிறப்புக் கவனம் அளிக்கப்பட்டது. பாலய்யாவுக்கு ஒற்றைப் பனை மரத்தின் கள் கிடைக்க ஏற்பாடு செய்திருந்தார் மல்லய்யா. உயர் சாதியினரான ரெட்டிகளுக்கும் மற்ற நிலச்சுவான்தாரர்களுக்கும் மட்டுமே கிடைக்கப் பெறும் இந்த உரிமையைப் பெறுமளவு வசதி மல்லய்யாவிடம் இருந்தது.

ராமய்யாவின் கல்யாணம் கோலாகலமாக நடந்தது. திருமண நிகழ்வுக்குப் பிறகு அனைவரும் யாதகிரி குட்டாவிற்குச் செல்வதென ஏற்பாடு செய்யப்பட்டிருந்தது. தனது மகனின் திருமணம் நன்றாக நடந்து முடிந்தால் அங்கிருக்கும் நரசிம்ம சாமி கோயிலுக்கு வருவதாக மல்லய்யா வேண்டியிருந்தார். பீபீ நகரிலிருந்து 20 மைல் தொலைவில் தெலுங்கானாவின் நல்கொண்டா மாவட்டத்தில் இருக்கும் ராய்கிரின் பிரபலமான மலைக் கோயிலான இந்த நரசிம்ம சாமி கோயில், பக்தர்கள் வரும் முக்கியமான இடமும்கூட. அந்தக் காலத்தில் இந்த மலை மீதேறி சாமி கும்பிடும் உரிமை தீண்டத்தகாதவர்களுக்கு வழங்கப்பட்டிருக்கவில்லை. சாதி இந்துக்கள் பயன்படுத்தாத, இவர்களுக்கென அமைத்துக் கொடுக்கப்பட்ட ஒரு பாதையில் சென்று மலை அடிவாரத்தில் ஒரு இடத்தில் தீண்டத்தகாதவர்கள் சாமி கும்பிட வேண்டும். இந்தக் கோயிலுக்குச் செல்ல நான்கு மாட்டு வண்டிகள் ஏற்பாடு செய்யப்பட்டிருந்தன. இவற்றில் ஓர் வண்டியில் சமையலுக்குத் தேவையான அடுப்புகளும், விறகும், அரிசி பருப்பும், இன்ன பிற பொருட்களும் ஏற்றப்பட்டன. அதே வண்டியில் பலி கொடுப்பதற்கான ஆடும் கட்டப்பட்டது. மாட்டு வண்டி நகர நகர ஆடும் அதுனுடனேயே நடக்கும். கல்யாண வீட்டார் மீதம் இருந்த வண்டிகளில் ஏறினர்.

யாதகிரி குட்டாவை அடைவதற்கு மல்லய்யாவின் கோஷ்டிக்கு நான்கு மணிநேரம் பிடித்தது. தீண்டத்தகாதவர்களுக்காக இருந்த திறந்த வெளிக் கிணற்றில் குளித்து விட்டு, சௌல்ட்ரி என்றழைக்கப்படும் தீண்டத்தகாதவர்களுக்கான தங்கும் விடுதியில் குழந்தைகளை விட்டு விட்டுப் பெரியவர்கள் – மணமகன் மண மகள் உட்பட – அனைவரும் மலை அடிவாரத்திற்கு நடக்கத் தொடங்கினர். கோயில் காரியங்களைச் செய்வதற்கெனத் தீண்டத்தகாத சாதியைச் சேர்ந்த ஆடு வெட்டுபவர் ஒருவர் எப்போதும் அங்கு இருந்தார். பலியாட்டின் முகத்தில் மஞ்சளும், குங்குமமும் பூசி ஒரு வாளி தண்ணீரை அதன் மீது ஊற்றியதும் ஆடு தன் உடலைச் சிலிர்த்தது. “சாமி படையல ஏத்துக்கிட்டாரு. ஆட்டை வெட்டுங்க” என்று மல்லய்யா கத்தினார். ஆடு வெட்டுபவர் ஒரே வெட்டில் ஆட்டின் தலை யைத் துண்டாக்கினார்.

அவர்கள் அனைவரும் மூன்று நாட்கள் மலையடிவாரத்தி லேயே தங்கி இருந்தனர்.

அவர்கள் வீடு திரும்பியதும் மல்லய்யாவின் தங்கை ‘வடி நிம்படம்’ அல்லது ‘பிய்யம் போய்யடம்’ என்ற சம்பிரதாயத்திற்கு ஏற்பாடு செய்தார். வீட்டில் மகனுக்கோ, மகளுக்கோ திருமணம் முடிந்ததும் செய்யப்படும் சம்பிரதாயம் இது. ஏற்கனவே திருமணமாகியிருக்கும் மகள்களுக்காகச் செய்யப்படும் இந்தச் சடங்கில் ஒவ்வொரு மகளும், தனது கணவருடன் அமர வைக்கப் படுவார். மூன்று அல்லது ஐந்து திருமணமான ஜோடிகள் இவர்கள் ஒவ்வொருவருக்கும் அரிசி, கொப்பரை தேங்காய், பாக்கு மற்றும் வெற்றிலையைத் தருவார்கள். மகள்களின் குடும்பங்களுக்கு நல்ல விஷயங்கள் வந்து சேரும் என்ற நம்பிக்கையில் இந்தச் சடங்கு நிறைவேற்றப்படுகிறது. இந்தச் சடங்கு முடிந்ததும் மகள்களும், மருமகன்களும் விடைபெற்றுத் தத்தம் வீடுகளுக்குத் திரும்புவார்கள். மல்லய்யா தன் மகள்களுக்கும், மருமகன்களுக்கும் புது உடைகள் எடுத்துக் கொடுத்தார்.

பாலய்யாவின் குடும்பம் ஏழு நாட்களுக்குப் பிறகு வீடு திரும்பியது. தாத்தாவின் வீட்டில் குழந்தைகள் கொண்டாட்டமாக இருந்து விட்டுத் திரும்பியிருந்தனர். நரசம்மாவுக்கும் தன் தங்கைகளோடு நேரம் செலவழிக்கக் கிடைத்தது. அதைவிட முக்கியமாக வீட்டு வேலையிலிருந்து ஒரு வாரம் விடுதலை கிடைத்திருந்தது.

~

பால்ராஜுக்குப் பதினெட்டு வயதாகியிருந்தது. பாலய்யா தன் மகனுக்கு வேலை வாங்கிக் கொடுக்க வேண்டும் என்று நினைத்தார். அது சம்பந்தமாக திரு. பிராங்கிளினைச் சந்தித்த போது அவர் பால்ராஜுக்கு வேலை தருவதாக உறுதியளித்தார். இன்று நல்ல ஒரு தொழிலாளியாக இருக்கும் பாலய்யாவுக்குத் தான் இரண்டாம் வாய்ப்பு அளித்ததையும் எண்ணி மகிழ்ச்சி யடைந்தார்.

எதிர்பார்த்திருந்தது போலவே நேர்காணலுக்கான கடிதம் பால்ராஜுக்கு அனுப்பப்பட்டது. ரயில்வே துறையின் கடை நிலைப் பணியான 'பாக்ஸ் மேன்' வேலை அவனுக்குக் கிடைத்திருந்தது. அவன் வயதில் அவனது தந்தை இருந்தது போலவே பால்ராஜும் நல்ல ஆரோக்கியத்தோடு இருந்தான். பணிக்கான நேர்காணலும் நல்ல முறையில் முடிந்தது. பால்ராஜ் பணியில் சேருவதற்கான உத்தரவை எதிர்பார்த்துக் குடும்பத்தில் அனைவரும் காத்துக்கொண்டிருந்தனர். நரசம்மாவுக்கும் மகிழ்ச்சி தான் என்ற போதிலும் தனக்கு மிகப் பெரும் பலமாக இருந்த தன் மகன் வேறொரு இடத்திற்குச் செல்ல வேண்டியிருக்கும் என்ற எண்ணம் அவரைக் கலங்க வைத்தது.

அவனது அப்பாவின் பணி வாழ்க்கை தொடங்கிய பெல்லம்பல்லி ரயில் நிலையத்திலேயே தற்செயலாக பால்ராஜுக்கும் வேலை கிடைத்தது. லால்குடா ரயில்வே மருத்துவமனையில் உடல் தகுதித் தேர்வு முடித்துவிட்டு பெல்லம்பல்லிக்குச் சென்று அவன் பணியில் சேர வேண்டும். பால்ராஜ் கிளம்புவதற்கான ஆயத்தங்களை அவனது அம்மா செய்துகொண்டிருந்தார். அவனது அப்பா பயன்படுத்திய அதே பெட்டியில் ஒரு மாதத்திற்குத் தேவையான பொருட்களை வைத்து பால்ராஜும் எடுத்துச் செல்வது என்று முடிவு செய்யப் பட்டது. தனியாக வாழும்போது கவனத்தில் எடுத்துக்கொள்ள வேண்டிய விஷயங்கள் பற்றி தினம் ஒரு மணி நேரமாவது நரசம்மா அவனுடன் பேசினார். ஒரு வழியாக அவன் கிளம்புவதற்கான ஆயத்தங்கள் முடிந்தன. வீட்டிலிருந்த அனைவரும் உணர்ச்சிவயப்பட்ட நிலையில் இருந்தனர். அழுது அழுது நரசம்மாவின் கண்கள் ரத்தச் சிவப்பாக இருந்தன. பால்ராஜின் தம்பிகளும், தங்கையும் தேற்ற முடியாத துயரத்தில் இருந்தனர். பாலய்யா இவர்கள் அனைவரையும் தேற்ற முயன்று கொண்டிருந்தார். தான் இல்லாமல் தன் அம்மா எப்படிச் சமாளிக்கப் போகிறாரோ என்ற வருத்தம் தான் பால்ராஜுக்கு அதிகமாக இருந்தது. அம்மாவை விட்டுப் பிரிகிறோம் என்று நினைத்தபோதுதான் கண்ணில் தேங்கியிருந்த கண்ணீர் அவன்

என் தந்தை பாலய்யா

கன்னங்களில் உருண்டோடியது. அம்மாவிடமும், உடன் பிறந்தவர்களிடமும் விடைபெற்றுக்கொண்டு தன் அப்பாவுடன் கிளம்பினான். பாலய்யாவின் மூத்த மகனுக்கு ரயில்வேயில் வேலை கிடைத்திருந்தது. எலுகடி குடும்பத்தினர் மூன்றாவது தலைமுறையாக ரயில்வேயில் பணியாற்றத் தொடங்கியிருந்தனர்.

~

அவர்கள் இருவரும் பெல்லம்பல்லி ரயில் நிலையத்தை அடைந்தனர். பால்ராஜூக்கு அந்த இடம் புதிதாக இருந்தது. அங்கு தனது பணி வாழ்க்கையைத் தொடங்கியிருந்த பாலய்யாவுக்கோ அந்த இடம் மாறிப் போயிருந்ததாகத் தோன்றியது. 18 ஆண்டுகளுக்குப் பிறகு அவர் அந்த இடத்திற்கு வந்திருந்தார். பாக்ஸ் மேனாக தான் வேலைக்குச் சேர்ந்தபோது அந்த இடம் எப்படி இருந்தது என்று நினைத்துப் பார்க்க முயன்றார். புதிதாக ஒரு நடைபாதை கட்டப்பட்டிருந்ததோடு பயணிகளுக்கான வசதிகள் நிறைய செய்யப்பட்டிருந்தன. தன்னைப் போல அதே வேலையில் அதே இடத்தில் தன் மகனும் பணிக்குச் சேர்வது ஒரு ஆச்சரியமான ஒற்றுமையாக பாலய்யாவுக்குத் தோன்றியது. தன்னை விடச் சற்று உயர்ந்த பதவியில் தன் மகன் பணிக்குச் சேர முடியவில்லையே என்றெண்ணி வருந்தினார். பால்ராஜ் தன் பெட்டிகளைத் தூக்கிக் கொள்ள, இருவரும் ஸ்டேஷன் மாஸ்டரின் அறையை நோக்கி நடந்தனர். பாலய்யா தனது சீருடையில் இருந்ததால் ஸ்டேஷன் மாஸ்டரிடமும், மற்ற ஊழியர்களிடமும் தன்னை அறிமுகப்படுத்திக் கொள்வது அவருக்கு எளிதாக இருந்தது. பணிக்கான உத்தரவை எடுத்து மரியாதையுடன் ஸ்டேஷன் மாஸ்டரின் கையில் கொடுத்தான் பால்ராஜ். புதிதாகப் பணிக்குச் சேர்ந்திருந்த இன்னும் இருவருடன் பகிர்ந்து கொள்ளும் அடுக்குப் படுக்கை அறை அவனுக்குத் தற்காலிகமாக அளிக்கப்பட்டிருந்தது. பாலய்யா அங்கு பணியாற்றியபோது உதவி ஸ்டேஷன் மாஸ்டராக இருந்தவர்தான் இப்போது ஸ்டேஷன் மாஸ்டராக இருந்ததால் அவரிடம் பேசி தன் மகனுக்குச் சிறிய ரயில்வே குடியிருப்பை ஒதுக்கித் தருமாறு கேட்டு வாங்கினார் பாலய்யா.

அடுத்த நாள் அப்பாவும், மகனும் ரயில் நிலையத்தின் ஒரு ஓரத்தில் இருந்த பெஞ்ச் ஒன்றில் ரயிலுக்காகக் காத்துக் கொண்டு அமர்ந்திருந்தனர். பாலய்யா ஊருக்குத் திரும்ப வேண்டியிருந்தது. தன் மகன் வீட்டை விட்டுப் பிரிந்து வாழ வேண்டுமே என்றெண்ணி வருந்தினாலும் அவன் தனக்கெனச் சம்பாதிக்கத் தொடங்குவான், தனித்து வாழத் தொடங்குவான் என்றெண்ணி மகிழ்ந்தார்.

"கவனமா இருக்கணும் பா! வேலைக்குச் சரியான நேரத்துக்குப் போகனும்"

"சரிப்பா!"

"பெரியவங்களுக்கு மரியாதை கொடுக்கனும். இன்னும் ஒரு முக்கியமான விஷயம்..." என்று சொல்லி சற்றே தயங்கியவரைப் பால்ராஜ் எதிர்பார்ப்புடன் பார்த்தான். "தேவையில்லாத சகவாசம் வேண்டாம். உன் தாத்தா மட்டும் இல்லன்னா நான் என் வாழ்க்கைய இழந்திருப்பேன்."

"என்ன சொல்றீங்க?" என்று ஆச்சரியமாகக் கேட்டான் பால்ராஜ்.

"நான் தப்பான ஆளுங்களோட சேர்ந்து, என் நேரத்தை யெல்லாம் குடிச்சே அழிச்சு, என் வேலையையும் இழந்துட்டேன். உங்க தாத்தாவாலதான் நான் இன்னைக்கு இவ்ளோ நல்ல நிலைமையில இருக்கேன்."

"கவலைப்படாதீங்கப்பா! என் மேல நம்பிக்கை வைங்க!" என்று சொல்லித் தன் தந்தையின் முகத்தைப் பார்த்தான். அவரது கண்களில் நீர் கோர்த்திருந்தது. நடைமேடையில் ரயில் வந்து சேர இருவரும் எழுந்து நடக்கத் தொடங்கினர்.

ரயில் நகரத் தொடங்கியபோது பாலய்யா தன் மகனை நோக்கிக் கையசைத்தார். அவரது கலங்கிய கண்களினூடாக அவரது மகனும் கையசைப்பது தெரிந்தது.

தன் அறைக்குத் திரும்பிய பால்ராஜைத் தனிமை சூழ்ந்து கொண்டது. அவன் முதன் முறையாகத் தன் குடும்பத்தை விட்டுப் பிரிந்து வாழ்கிறான். தான் இல்லாமல் அம்மா எப்படி சமாளிக்கிறாரோ என்று யோசித்தான். அம்மா அவனுக்கு இரண்டு நாட்களுக்குத் தேவையான உணவைக் கொடுத்தனுப்பி யிருந்தார். சாப்பாடு கட்டப்பட்டிருந்த துணிப் பொதியை அவிழ்த்து சோள ரொட்டித் துண்டு ஒன்றை எடுத்து கடித்தான். இந்த ரொட்டிக்கான மாவை நாட்டுப்புறப் பாடல்கள் பாடிக் கொண்டே அம்மா அரைக்கும் காட்சி நினைவுக்கு வர அவனால் அதற்கு மேல் சாப்பிட முடியவில்லை.

அடுத்த நாள் அவனது பணி வாழ்க்கையின் முதல் நாள். ஆங்கிலோ இந்திய டிரைவர் ஒருவரின் பெட்டியைத் தூக்குவதற் காக அவருடைய குடியிருப்புக்குச் சென்றிருந்தான். கதவை மெதுவாகத் தட்டியதும், "யார் அது? உள்ள வா!" என்று கரகரப்பான குரல் கேட்டது.

"நான்தான். உங்க பாக்ஸ் மேன்."

பால்ராஜின் குரல் மென்மையாக இருந்தது. அந்த டிரைவர் தனது பெல்ட்டை இறுக்கிக்கொண்டிருந்ததைப் பால்ராஜால் பார்க்க முடிந்தது. அவர் குண்டாக இருந்தார். இரண்டு கைகளிலும் பச்சை குத்தியிருந்தார். அவருடைய மீசையும், கிருதாவும் பழுப்பு நிறத்தில் இருந்தது. அவரது வீட்டினுள் நுழையத் தயங்கி நின்றுகொண்டிருந்த பால்ராஜைப் பார்த்து, "ஏய்! உள்ள வா! நீ புதுசா? உன் பேரு என்ன?" என்று கேட்டார்.

"பால்ராஜ் சார். புது பாக்ஸ் மேன்."

அவர் அவனைப் பார்த்தார்.

"சரி என் பெட்டியை எஞ்சினுக்கு எடுத்துட்டு போ!"

அவர் ஆங்கிலோ – இந்தியர் என்பதால் அவனை அவரது வீட்டினுள் அனுமதித்ததோடு அவன் பெட்டியைத் தூக்கித் தலையில் வைக்கவும் உதவினார்.

அந்த ஸ்டேஷனில் நான்கு பாக்ஸ் மென் இருந்தனர். அதில் இருவர் சூத்திர சாதியைச் சேர்ந்தவர்களாகவும், இருவர் தீண்டத்தகாத சாதியைச் சேர்ந்தவர்களாகவும் இருந்தனர். உயர் சாதி ஓட்டுநர்களும், பிராமண கார்டுகளும் தங்கள் பெட்டிகளைச் சூத்திரர்கள்தான் தூக்க வேண்டும் என்று இப்போதும் விரும்பினர். ஆங்கிலோ இந்தியர்களின் வீட்டுக்குள் நுழைந்து புழங்க அனுமதிக்கப்பட்டது தீண்டத்தகாத சாதியினருக்குப் புதிய அனுபவமாக இருந்தது. ஆங்கில நிர்வாகத்தின் மூலமும், நல்ல வாய்ப்புகளை வழங்குவதன் மூலமும், கிறிஸ்தவம் இப்படித் தான் தன் இரு கரங்களை விரித்துத் தீண்டத்தகாதவர்களுக்கான கதவுகளைத் திறந்துவிட்டது.

தன் தந்தையை விட நன்றாக எழுதவும், படிக்கவும் கற்றிருந்தான் பால்ராஜ். தன் முன்முயற்சியால் ஆங்கிலமும் கற்றுக்கொள்ளத் தொடங்கியிருந்தவன் ரயில் நிலையங்களின் பெயர்களை ஆங்கிலத்தில் எழுதக் கற்றுக்கொண்டிருந்தான். தன் கையெழுத்தையும் ஆங்கிலத்தில் போடக் கற்றுக்கொண்டிருந்தான். அவனுடைய ஆளுமை அனைவரையும் கவர்வதாக இருந்ததால் வெகு விரைவிலேயே தொழிலாளர்கள் மத்தியில், குறிப்பாக ஓட்டுனர்கள், கார்டுகளின் மத்தியில் பிரபலமடைந்தான்.

~

பால்ராஜ் வேலைக்குச் சேர்ந்திருந்த புதிதில் வீட்டில் அனைவரும் அவன் தங்களுடன் இல்லாததை எண்ணி வருந்தினர். நரசம்மா அவனது இருப்பையும், அவனது உதவிகளையும் எண்ணி

ஏங்கினார். அவருடைய மகள் பச்சம்மா இப்பொழுது வீட்டு வேலைகளை ஏற்றுச் செய்யத் தொடங்கியிருந்தாள். பால்ராஜ் இல்லாததை எண்ணி நீண்ட நாட்கள் அவர்களால் வருந்திக் கொண்டிருக்க முடியவில்லை. பாலய்யா சிர்பூர் காகஸ் நகருக்கு மாற்றலாகிச் செல்ல வேண்டியிருந்தது. இன்று போல் அன்றும் இந்த நகர் அதன் காகிதத் தொழிற்சாலைகளுக்காக அறியப்பட்டிருந்தது. ஒவ்வொரு இடமாற்றத்தின்போதும் தன் மகன்களின் கல்வி விஷயத்தில் சிரமப்படுவது போல இம்முறையும் பாலய்யா சிரமப்பட்டார். இந்த முறை தன் மூன்று மகன்களையும் அரசு ஆரம்பப்பள்ளியில் சேர்த்தார். காலம் வேகமாகக் கடந்து குழந்தைகளின் ஆண்டு விடுமுறைக்கான நேரம் வந்தது. நரசம்மா மீண்டும் கருவுற்றிருந்ததால் நரசம்மாவும், குழந்தைகளும் பீபீநகரில் வாழ்ந்து வந்த நரசம்மாவின் தங்கை லக்ஷ்மம்மாவின் வீட்டிற்குச் சென்றனர். தன் அக்காவையும், அக்காவின் குழந்தைகளையும் பல நாட்களுக்குப் பிறகு பார்த்த லக்ஷ்மம்மா மகிழ்ச்சியுற்றார். இம்முறை பிரசவ காலம் நெருங்க நெருங்க வழக்கத்திற்கு மாறான உணர்வு நரசம்மாவுக்கு ஏற்பட்டது. உடல் கனம் அதிகமாக இருப்பது போல உணர்ந்தவருக்கு நடப்பதும், சாதாரண வேலைகளைச் செய்வதும்கூடச் சிரமமாக இருந்தது. தாதியை அழைத்தபோது அவர் நரசம்மாவைப் பரிசோதித்து விட்டு இம்முறை இரட்டைக் குழந்தைகள் பிறக்க வாய்ப்பிருப்பதாகக் கூறினார்.

தன் மகளைக் கூடுதல் அக்கறையோடு கவனித்த மல்லய்யா அவர் எந்த வேலையும் செய்யக் கூடாது என்று கூறிவிட்டார். அவரது உடல் நலன் பற்றிப் பெரிதும் வருந்தியவர் அவரைச் சத்தான உணவு வகைகளை உண்ணச் செய்தார். மாலை நேரங்களில் அவருடன் அமர்ந்து இருவருமாகக் கள் குடித்தனர். நரசம்மா தன் இரட்டைக் குழந்தைகளைப் பெற்றெடுக்கும் வரை அடிக்கடி வந்து அவரைப் பார்த்துச் செல்லுமாறு மருத்துவச்சியிடம் கூறியிருந்தார். இரட்டைக் குழந்தைகளைப் பெற்றெடுப்பது அந்தக் காலத்தில் ஆபத்தானதாகக் கருதப் பட்டதால் வீட்டில் அனைவரும் சற்றுக் கவலையுடன்தான் இருந்தனர். தாதிக்கும் அந்தப் பயம் இருக்கவே செய்தது. அனந்தராமில் வாழ்ந்து வந்த நரசம்மாவின் மற்றொரு தங்கை சாயம்மாவும் அக்காவுக்காகப் பீபீநகர் வந்திருந்தார்.

மருத்துவச்சியும், நரசம்மாவின் இரண்டு தங்கைகளும் பிரசவம் பார்க்க, ஒரு மாலை வேளையில் நரசம்மா இரட்டைக் குழந்தைகளைப் பெற்றெடுத்தார். வீட்டிற்கு வெளியே படபடப் புடன் காத்துக்கொண்டிருந்த மல்லய்யா அதன் பிறகுதான் நிம்மதி

யடைந்தார். சாயம்மாவுக்கு அதுவரை குழந்தை இருந்திருக்க வில்லை. பிறந்திருந்த இரட்டை ஆண் குழந்தைகளில் ஒன்றை மென்மையாகத் தொட்டுத் தூக்கியவர்,

"அக்கா, இது என் பையனா இருக்கட்டுமே" என்றார்.

"சரி எடுத்துக்கோ. உனக்கு ஒரு குழந்தையக் கொடுக்கனு முன்னுதான் ஆண்டவன் எனக்கு இரண்டு கொடுத்தான் போல," என்று சிரித்துக்கொண்டே சொன்னார் நரசம்மா.

சாயம்மா பெருமகிழ்ச்சியடைந்தார். தன் கையில் இருந்த குழந்தையை மீண்டும் மீண்டும் முத்தமிட்டவர் தான் தாயாகி விட்டதாக அனைவரிடமும் அறிவித்தார். இரட்டைக் குழந்தை களுக்கு ராம், லக்ஷ்மன் என்று பெயரளித்தனர்.

வேலை கிடைத்ததன் பிறகு முதன்முறையாகப் பீபீ நகர் வந்தான் பால்ராஜ். அவனைப் பார்த்த மல்லய்யா வியந்து போனார். அவன் பெரியவனாக, பலசாலியாக இருந்தான். அதோடு பொறுப்புள்ளவனாகவும் இருந்தான்.

"தாத்தா, எப்படி இருக்கீங்க?" என்று முகம் மலரக் கேட்டான் பால்ராஜ்.

அவனைக் கட்டிப் பிடித்துக்கொண்ட மல்லய்யா, "அப்பா! எவ்வளவு பெரியவனாயிட்ட!" என்றார்.

நரசம்மா தன் மகனைப் பார்த்ததும் உடைந்து அழத் தொடங்கினார். அவனைக் கட்டிபிடித்து முத்தமிட்டவர்,

"நல்லா இருக்கியா? ஒல்லியாயிட்ட! ஒழுங்கா சாப்பிடுறியா?" என்று விசாரித்தார்.

"நான் நல்லா இருக்கேன் மா" என்று பதிலளித்தான். தன் இரட்டைத் தம்பிகளைப் பார்த்தவன் பரவசமானான். ஒவ்வொரு குழந்தையையும் தூக்கிப் பார்த்து, "ரொம்ப அழகா இருக்காங்க" என்று மகிழ்ச்சியுடன் கூறியவனை நரசம்மா புன்னகையுடன் பார்த்துக்கொண்டிருந்தார்.

சின்னஞ்சிறுவனாக இருந்தபோது அவனைப் பார்த்துக் கொண்ட அவனது தாய்மாமன் ராமய்யா அன்று மாலை பால்ராஜை கள் குடிக்க அழைத்துச் சென்றார்.

~

பாலய்யா தன் வீட்டில் கடுமையான கால அட்டவணையைப் பின்பற்றினார். குழந்தைகள் ஒன்பது மணிக்கெல்லாம் உறங்கி விட்டுக் காலை நான்கு மணிக்கே எழுந்துவிட வேண்டும். குளித்து

முடித்த பிறகு அவர்களின் பாடங்களைப் படிக்கச் செய்வார். இன்னும் தூங்கி வழிபவர்கள் மீண்டும் தங்களின் முகத்தைக் கழுவி விட்டு வந்து நின்றபடியே தங்களின் பாடங்களை உரக்க வாசிக்க வேண்டும். இதனால் குழந்தைகள் சுய ஒழுங்கைக் கற்றுக் கொண்டார்கள். அம்மா இல்லாத நேரத்தில் பச்சம்மாதான் வீட்டு வேலைகளைப் பொறுப்பெடுத்துச் செய்தாள். பள்ளி செல்லும் தன் மூன்று தம்பிகளைக் கவனித்துக்கொண்டதோடு, குழந்தைகளாக இருந்த லக்ஷ்மிபாயையும், யாதகிரியையும் சேர்த்தே பார்த்துக்கொண்டாள். நரசம்மா விரைவிலேயே வீடு திரும்பினார். தன் இரட்டைக் குழந்தைகளோடு அல்லாமல் லக்ஷ்மனை மட்டும் கொண்டு வந்திருந்தார். பாலய்யாவின் ஒப்புதலோடு இரட்டையரில் ஒருவனான ராமைத் தத்தெடுத் திருந்தார் சாயம்மா.

பாலய்யாவுடன் பணியாற்றும் போசய்யா, பால்ராஜுக்காக வரன் ஒன்றை மனதில் வைத்திருந்தார். அந்தப் பெண் ஹுசுராபாதில் வாழ்ந்து வந்தாள். பாலய்யாவும், போசய்யாவும் ஹுசுராபாத் சென்று அங்கிருந்த ஹரிஜன் காலனியில் வாழ்ந்து வந்த அந்தப் பெண்ணின் தந்தை ரொண்டால கட்டைய்யாவைச் சந்தித்தனர். மாதிக சாதியில் முக்கியமானவராகக் கருதப்பட்ட கட்டைய்யா சொந்தமாக மூன்று ஏக்கர் நிலம் வைத்திருந்தார். அவருக்கு மூன்று மகன்களும், ஒரு மகளும் இருந்தனர். அவரது மகள் பள்ளியில் படித்துக்கொண்டிருந்தாள். மகன்கள் அவர்களுக்குச் சொந்தமான நிலத்திலும், அவர்கள் ஒத்திக்கு எடுத்திருந்த நிலத்திலும் விவசாயம் செய்து வந்தனர். அந்தச் சமூகத்தைச் சேர்ந்த பெரும்பான்மையானோரைப் போல் விவசாயக் கூலிகளாக அல்லாமல், இவர்கள் விவசாயிகளாக இருந்தனர். வீட்டின் பின்புறம் இவர்களுக்கென சொந்தமான கிணறும் இருந்தது. எல்லா வசதிகளும் கொண்ட தீண்டத்தகாத குடும்பம் அவர்களது. கூரை வீடுதான் என்றாலும் மூன்று அறைகளைக்கொண்ட பெரிய வீடு.

கிணற்றில் நீர் எடுத்துக் கை, கால்களைக் கழுவிய பிறகு இருவரும் கட்டைய்யாவுடன் பாயில் அமர்ந்தனர். ஒருவருக் கொருவர் வணக்கங்கள் பரிமாறிக்கொண்டு நலம் விசாரித்த பிறகு கட்டைய்யா, "நீங்க எந்த ஊரு" என்று பாலய்யாவிடம் கேட்டார்.

"வங்கபல்லி. ஆனா ரயில்வேயில வேலை பாக்கிறோம்," என்றார்

"ஓ! ரயில்வேயா?"

“நல்ல சம்பாத்தியம் இருக்கு. பையன் படிச்சிருக்கான்,” என்றார் போசய்யா.

“ரயில்வேயில வேலை பாக்குறதுனால இந்த வரன் சரிப்பட்டு வராதுன்னு நினைக்கிறீங்களா?” என்று பொறுமையிழந்தவராகக் கேட்டார் பாலய்யா.

“இல்ல! சும்மா தெரிஞ்சுக்கலாமேன்னு கேட்டேன்” என்று பாலய்யாவைச் சமாதானப்படுத்தும் வண்ணம் பதிலளித்தார் கட்டைய்யா.

“பொண்ணப் பாக்கலாமா?” என்று தங்களின் படபடப்பை வெளிப்படுத்தாமல் கேட்டனர். இங்கு வருவதற்கு முன்பே சாலையைப் பார்த்திருந்த பள்ளி ஜன்னலின் வழியாகப் பெண்ணைப் பார்த்துவிட்டுத்தான் இருவரும் வந்திருந்தனர். அவர்களுக்குப் பெண்ணைப் பிடித்திருந்தது.

“ஸ்கூல்ல இருந்து வரணும். என் பையன அனுப்பியிருக்கேன்” என்றார் கட்டைய்யா.

கட்டைய்யாவின் மகள் போசம்மா, பன்னிரெண்டு வயதில் தீண்டத்தகாத சமூகத்திலேயே மிக அழகான பெண்ணாக இருந்தாள். கருப்பான சுருட்டை முடியும், நீள மூக்கும், பெரிய அழகிய கண்களும்கொண்ட அவள் உயரம் குறைவானவளாக இருந்தாள். அவளது நெற்றியிலும் கன்னத்திலும் பச்சை குத்தப்பட்டிருந்தது. ராஜ போசம்மா சாமியின் பெயரைக் கொண்டிருந்தவளை ‘ராய போசு’ என்று அவளது குடும்பத்தினர் செல்லமாக அழைத்தனர். குடும்பத்தின் ஒரே பெண் பிள்ளை என்பதால் அண்ணன்களின் அரவணைப்பில் வளர்ந்தவளுக்கு வீட்டு வேலைகள் பெரிதாகத் தெரிந்திருக்கவில்லை. பள்ளியில் நன்றாகப் படித்தவள் தன் பாடங்களை வாய் விட்டுப் படிக்கும் போது அவளது பெற்றோருக்குப் பேரானந்தம் ஏற்பட்டது. இப்படியாக அவர்கள் மகிழ்ச்சியான குடும்பமாக இருந்தனர்.

திருமணத்திற்குக் கட்டைய்யாவும், பாலய்யாவும் சம்மதம் தெரிவித்தனர். கட்டைய்யாவின் மூத்த மகன் மல்லய்யா கொண்டு வந்த கள்ளை அனைவரும் குடித்த பிறகு பாலய்யாவும், போசய்யாவும் புறப்பட்டனர். சில நாட்கள் கழித்து நரசம்மாவும், பாலய்யாவின் தங்கை பெண்டம்மாவும் ஹைதராபாத் சென்று திருமணத் தேதியை முடிவு செய்தனர்.

திருமணமானபோது பால்ராஜுக்குப் பதினெட்டு வயதும், போசம்மாவுக்கு 12 வயதும் ஆகியிருந்தது. பித்தளைப் பாத்திரங்களோடு ஆயிரத்தோரு ரூபாயும் கொடுத்தார் கட்டைய்யா.

தீண்டத்தகாத சாதிகளில் இது அரிய வழக்கமாகக் கருதப்பட்டது. திருமணமான புதிதில் தன் மாமியார் செய்தது போலவே, மாமனார் மாமியாருடன் காகஸ்நகரில் சில மாதங்கள் இருந்த பிறகு, பெல்லம்பல்லியில் தன் கணவனுடன் சேர்ந்து புது வாழ்க்கையைத் தொடங்கினாள் போசம்மா.

~

நரசய்யா தன் ரயில்வே பணியிலிருந்து ஓய்வு பெற்றுத் தனது அம்மாவின் சொந்த ஊரான ஜன்காவுன்ல் குடியேறி இருந்தார். அங்கிருந்த ஹரிஜன் காலனியில் அவருக்குச் சொந்தமாகச் சிறு வீடொன்று இருந்தது. அவருடைய இளைய மகன் எல்லய்யா, செகந்திராபாத்தில் இன்றும் அதிக எண்ணிக்கையிலான மாதிக சமூகத்தினர் வாழும் பன்சிலால்பெட்டில் வாழ்ந்து வந்தார். ஸ்டேஷன் மாஸ்டர் ஒருவரிடம் ஆங்கிலம் பயிலத் தொடங்கிய எல்லய்யா, இப்பொழுது நன்றாக ஆங்கிலம் பயின்றிருந்தார். ரயில்வே வேலையில் சேர்ந்திருந்த அவரும் விரைவிலேயே ஷண்டிங் மாஸ்டர் என்ற பதவிக்கு உயர்ந்திருந்தார். அனைவராலும் மதிக்கப்பட்ட, அனைவர் மத்தியிலும் பிரபலமாக இருந்த அவர், தீண்டத்தகாத சமூகத்திலிருந்து கிளாஸ் III அதிகாரிகளாக உயர்ந்திருந்த வெகு சிலரில் ஒருவர். எலுகடி குடும்பத்திலிருந்து இத்தகைய உயர் பதவியை அடைந்த முதல் நபரும் இவரே. தன் தம்பியை எண்ணிப் பெருமையடைந்த பாலய்யா தன் பிள்ளைகளும் ரயில்வேயில் பெரிய அதிகாரிகளாக வருவார்கள் என்று இன்னும் உறுதியாக நம்பினார்.

பாயிண்ட்ஸ்மேன்களின் கண்காணிப்பாளரை ‘முக்கதம்’ என்றழைத்தனர். பாலய்யா ‘முக்கதமாக’ப் பதவி உயர்வு பெற்றிருந்தார். நிஜாமாபாத்துக்கு மாற்றலாகிச் செல்ல வேண்டும் என்றாலும், பதவி உயர்வும் கிடைத்ததால் அவர் அந்த சிரமத்தைப் பொருட்படுத்தவில்லை. மேலும், நிஜாம்–உல்–மல்க்–ன் பெயர் கொண்ட பெரிய நகரம் ஒன்றுக்கு அவர் மாற்றலாகிச் செல்கிறார். 1905ஆம் ஆண்டில் காசிகூடாவிலிருந்து மன்மாட்டிற்கு மீட்டர் கேஜ் ரயில் பாதையை அமைத்திருந்தார் நிஜாம். இந்தப் பாதையில், ஹைதராபாத்திலிருந்து 100 மைல் தொலைவில் நிஜாமாபாத் ரயில் நிலையம் இருந்தது.

பாலய்யாவின் குடும்பம் ரயிலில் நிஜாமாபாத் வந்திறங்கினர். பெரிய ரயில் நிலையமான இதில் பெரிய ரயில்வே யார்டும் இருந்தது. பச்சம்மாவின் பொறுப்பில் இருந்த குழந்தைகள் புது ஊருக்கு வந்திருந்ததில் மகிழ்ச்சியடைந்தனர். பாலய்யா ஸ்டேஷன் மாஸ்டரைச் சந்தித்தபோது அவர் அவர்களுக்குக் குடியிருப்பு

ஒன்றை ஒதுக்கினார். ரயில்வேயின் பல்வேறு மட்டத்தில் பணியாற்றிய தொழிலாளர்களுக்காகக் கட்டப்பட்டிருந்த 100 வீடுகள்கொண்ட அந்தக் காலனியில் இவர்களுக்கும் ஒரு குடியிருப்பு வழங்கப்பட்டது. இவர்களது புது வீட்டின் வாசலில் இருந்த பெரிய வேப்ப மரத்தின் இலைகள் வெயிலுக்கு இதமான நிழலை வழங்கிக்கொண்டிருந்தன. அந்த இடத்திலிருந்து சற்றுத் தொலைவில் இருந்த காம்ப்பவுண்டு சுவர்கொண்ட குடியிருப்பில் ஸ்டேஷன் மாஸ்டர்கள், பெர்மனெண்ட் வே இன்ஸ்பெக்டர்கள் மற்றும் பிற அலுவலர்களுக்கான பங்களாக்கள் இருந்தன. தண்டவாளத்தைத் தாண்டி கிளாஸ் *II* அலுவலர்களுக்கெனத் தனித் தனி பங்களாக்கள் இருந்தன.

குழந்தைகளைப் பள்ளியில் சேர்ப்பதுதான் பாலய்யாவின் உடனடித் தேவையாக இருந்தது. முக்கதமாக அவர் நான்கு பாயிண்ட்ஸ்மேன்களின் வேலையைக் கண்காணிக்கும் பதவியில் இருந்தாலும் அவர் கிளாஸ் *IV* ஊழியராகத்தான் இருந்தார். ஆயினும் தான் உடுத்தும் உடையில் அதிகக் கவனத்துடன் இருந்தார். பணியில் இல்லாத நேரங்களில் சுத்தமான வெள்ளை வேட்டியும், அதனுடன் இஸ்திரி போடப்பட்ட சட்டையும், மேலே ஒரு கோட்டும் அணிந்திருப்பார். கருமையான அவருடைய கற்றை முடி எப்பொழுதும் எண்ணெய் தேய்த்து இருக்கும். அடர்த்தியான அவரது மீசையும் சரியான அளவில் பராமரிக்கப்பட்டிருக்கும். தன் குழந்தைகளைச் சேர்ப்பதற்காக அவர் அந்த பகுதியிலுள்ள பள்ளிக்குச் சென்றபோது அதன் தலைமையாசிரியர் அவரைப் பக்கத்துக் கிராமத்தின் பட்டேல் என்று எண்ணிவிட்டார். நரசிம்மலுவும், அஞ்சைய்யாவும் முறையே மூன்றாம் மற்றும் இரண்டாம் வகுப்பில் சேர்க்கப்பட்டனர். சத்தியா வீட்டின் அருகிலேயே இருந்த ரயில்வே பள்ளியில் ஒன்றாம் வகுப்பில் சேர்க்கப்பட்டான்.

இந்தப் பள்ளிகளில் தீண்டாமை கடைபிடிக்கப்படாமல் அனைத்து மாணவர்களும் ஒன்றாகப் பெஞ்சில் அமர முடிந்ததால் குழந்தைகள் மகிழ்ச்சியுடன் இருந்தார்கள். ரயில்வே துறை பாலய்யாவின் சீருடைக்காக அவருக்குக் கொடுத்திருந்த துணியில் குழந்தைகளின் சீருடைகள் தைக்கப்பட்டன. அவரது காற்சட்டைக்காகக் கொடுக்கப்பட்ட துணியிலிருந்து தடிமனான நீல காற்சட்டையும், தலைப்பாகைக்காகக் கொடுக்கப்பட்ட மெல்லிய நீல துணியில் மேற் சட்டையும் தைக்கப்பட்டன. நரசிம்மலுவும், அஞ்சைய்யாவும் டவுன் வழியாக இரண்டு மைல்கள் நடந்து பள்ளிக்குச் சென்றனர். தண்டவாளத்திற்கு அந்தப் பக்கம் ஒரு பெரிய கட்டிடத்தில் இருந்த பள்ளிக்குப் பச்சம்மா சத்தியாவை அழைத்துச் சென்றாள். மூன்று பேரில்

அஞ்சைய்யா மென்மையான குணம் படைத்தவனாக இருந்ததால் பள்ளியில் அவனுக்கு எந்தப் பிரச்சனையும் ஏற்படவில்லை. சத்தியா எந்தப் பிரச்சனைக்குள்ளும் சிக்க முடியாத அளவு சிறுவனாக இருந்தான். நரசிம்மலுவோ இவர்களுக்கு நேரெதிராக இருந்தான். நிறைய நண்பர்களைச் சேர்த்திருந்த அவன் சில சமயம் வகுப்புக்குச் செல்வதைத் தவிர்த்துவிட்டு அவர்களுடன் விளையாடினான். இதைப் பற்றித் தெரிந்துகொண்ட பச்சம்மா நரசிம்மலுவின் நடவடிக்கைகளைப் பள்ளியில் கேட்டுத் தெரிந்து கொண்டு அவன் தவறிழைத்திருக்கும் பட்சத்தில் அவனை அடித்தோ, சுடும் வெயிலில் நிற்க வைத்தோ தண்டித்தாள். அவளுடைய கவனமான கண்காணிப்பினால்தான் அவளது தம்பிகள் பள்ளிக்குச் சரியான நேரத்தில், சுத்தமாக, தேவையான பொருட்களைத் தவறாமல் எடுத்துக்கொண்டு செல்ல முடிந்தது.

பிற்காலத்தில் இவர்கள் மூவரும் தங்களது குழந்தைப் பருவத்தைப் பற்றி பேசும் போதெல்லாம் நிஜாமாபாத்தில் அவர்கள் வாழ்ந்ததைப் பற்றித்தான் நினைவுகூருவார்கள்.

தீண்டத்தகாத சாதியைச் சேர்ந்த மற்ற குழந்தைகளைப் போல் அல்லாமல் இவர்களின் வீட்டில் கண்டிப்பான ஒழுங்கு பின்பற்றப்பட்டது. பாலய்யாவின் கண்காணிப்பில் ஒவ்வொரு காலையும் 4 மணிக்கெல்லாம் எழுந்து அவர்கள் தத்தம் பாடங் களைப் படித்தனர். மாலை நேரங்களிலும் பாலய்யா வீட்டிற்குத் திரும்பியவுடன் அவர்கள் வெளியில் சென்று விளையாட மாட்டார்கள். அதிகம் விளையாடுவது பிள்ளைகளின் கவனத்தைப் படிப்பில் இருந்து திசைதிருப்பும் என்று எண்ணினார் பாலய்யா. நரசம்மாவும் தன் குழந்தைகளுக்காக நல்லதொரு எதிர்காலத்தை எதிர்பார்த்து வைத்திருந்தார். ஒவ்வொரு காலையும் எழுந்து அவர்களின் பெரிய குடும்பத்தில் அனைவரும் உண்ண என மாவரைத்து 50 சோளமாவு ரொட்டிகளைச் சுடுவார். அதனுடன் உண்பதற்காகப் பருப்போ, காய்ந்த மிளகாய்ப் புளி வைத்து அரைத்த புளிகாரத் துவயலோ செய்வார். இதைத் தவிரப் பிற உணவு வகைகள் அனைத்தும் ஆடம்பரமானதாக இருந்தது. இதோடு தேவை ஏற்படும் போதெல்லாம் விவசாயக் கூலியாகவும் வேலை பார்த்தார்.

தொடர்ந்த கண்காணிப்பு நல்ல விளைவுகளை ஏற்படுத்தியது. மூன்று சிறுவர்களும் தங்களது படிப்பைக் கவனத்தில் எடுத்துக் கொள்ளத் தொடங்கியிருந்தனர். இன்னும் சில பழக்கங்களையும் கற்றுக்கொண்டார்கள். பச்சைத் தண்ணீரில் அவர்கள் குளிக்கக் கற்றுக்கொண்டது வாழ்க்கை முழுவதற்குமான பழக்கமாக மாறியது. தங்கள் வேலைகளைத் தாங்களே செய்து கொள்ள

வேண்டிய கட்டாயம் அவர்களுக்கு இருந்தது. தங்கள் துணிகளைத் துவைத்துக் கொள்வது, இஸ்திரி போடுவது ஆகிய வேலைகளைச் சிறு வயது தொடங்கி வேலை கிடைக்கும்வரை தாங்களே செய்துகொண்டனர்.

இவர்களுக்கும் இளையவர்களான லக்ஷ்மிபாயும், யாதகிரி யும் விரைவிலேயே பள்ளி செல்லும் வயதை அடைந்தனர். செகந்திராபாத்தில் படித்துக்கொண்டிருந்த அப்பசாயுலுவைத் தவிர்த்து இப்போது இன்னும் 5 குழந்தைகளைப் பள்ளிக்கு அனுப்ப வேண்டிய நிலையில் இருந்தார் பாலய்யா. சறுக்குப் பாறையில் வெறுங்காலுடன் ஏறுமளவு சிரமமான இந்தப் பணியைத் தனது மனைவி மற்றும் மகளின் உதவியில்லாமல் பாலய்யாவால் செய்து முடித்திருக்க முடியாது. அடுத்த ஒரு வருடத்திற்குள்ளேயே பச்சம்மா வயல் வேலைக்குச் செல்லத் தொடங்கினாள். தீண்டத்தகாத சமூகத்தைச் சேர்ந்த பல பெண்களைப் போல நரசம்மாவும் தன் கைக்குழந்தையான லக்ஷ்மணனைத் தூக்கிக்கொண்டு வயலுக்குச் சென்றார். அங்கிருந்த மரத்தில் தொட்டில் கட்டிக் குழந்தையைத் தூங்க வைத்து விட்டு வேலை செய்பவர் அவ்வப்போது அவனுக்குப் பாலூட்ட மட்டும் இடைவேளை எடுத்துக் கொள்வார்.

மற்ற ரயில்வே தொழிலாளர்களின் குழந்தைகள் போல நரசிம்மலு, அஞ்சையா, சத்தியாவும்கூட குடும்ப வருமானத்திற்குத் தங்களின் பங்கைத் தர ஆரம்பித்தனர். நேரம் கிடைத்த போதெல்லாம், நிசாமாபாத் ரயில் நிலையத்தில் நின்று செல்லும் ரயில்களிலிருந்த பயணிகளுக்குக் கரும்புத் துண்டுகள் விற்றனர். கரும்புத் துண்டுகளை தோளில் சுமந்து சென்று, "கன்னா, கன்னா... ஒரு அணாவுக்கு ஒன்னு" என்று கூவி விற்றனர். நரசிம்மலு தான் இவர்களிலேயே சாமர்த்தியமானவன். அதிக கரும்புத் துண்டுகளை விற்பவனும் அவன்தான். பயணிகளிடமிருந்து விற்றக் காசை பெறுவதற்காக ஓடும் ரயிலில்கூட ஏறி இறங்குவான். நரசம்மா இந்த பணத்தை மண் பானை ஒன்றில் சேர்த்து வைத்து, அவசர தேவைக்காகப் பயன்படுத்துவார்.

~

பெரிய ரயில் நிலையமான நிஜாமாபாத்தில் கிளாஸ் IV ஊழியர் களாகச் சூத்திர, தீண்டத்தகாத சாதியைச் சேர்ந்த பலர் பணிபுரிந்து வந்தனர். ஹோலிப் பண்டிகையை இவர்கள் அனைவரும் இணைந்தே கொண்டாடினர். இந்தப் பண்டிகையில் இஸ்லாமியர்களைப் போன்ற பிற மதத்தினரும் கலந்து கொண்டனர். முக்கத்தமாகப் பணியாற்றிய பாலய்யா இந்தக் கொண்டாட்டத்தில் அதிக ஆர்வம் எடுத்துக்கொண்டார். குழு

ஒன்றிற்குத் தலைமைத் தாங்கி அலுவலர்களிடம் பண்டிகையைச் சிறப்பாகக் கொண்டாடுவதற்குத் தேவையான நன்கொடையை வசூலிப்பார். பண்டிகைக்கு ஒரு வாரத்திற்கு முன்பே குழந்தைகள் கொண்டாட்டத்தைத் தொடங்கிவிடுவார்கள். ஹோலிப் பாடல்களைப் பாடிக்கொண்டு சில நேரங்களில் கடைக்காரர்கள் அவர்களை விரட்டுவதைக்கூடப் பொருட்படுத்தாமல் கடை வாசல்களின் முன் நின்று மேளம் அடித்துப் பணம் கேட்பார்கள். சிறுவர்கள் குழுவின் தலைவனான நரசிம்மலுவின் வழிகாட்டுதலில் ஒரு வாரம் முழுக்க விறகுகளையும், எரிக்கத் தேவையான மற்ற பொருட்களையும் குழந்தைகள் ஓரிடத்தில் சேர்ப்பார்கள். ஹோலிப் பண்டிகைக்கு முந்தைய நாள் இந்தப் பொருட்களையெல்லாம் "காமுடு" என்றழைக்கப்படும் குவியலில் குவித்து அதன் மீது நெருப்பிட்டுத் தீமைகள் அழிவதாகக் கொண்டாடுவார்கள். நெருப்பைச் சுற்றி அமர்ந்து பெரியவர்கள் தங்கள் சாராயத்தை ரசித்துக் குடித்துக்கொண்டே பார்க்கக் குழந்தைகள் நெருப்பைச் சுற்றிப் பாடிக்கொண்டே ஆடுவார்கள். ஹோலிப் பண்டிகையின் அன்று ஒருவர் மீது ஒருவர் வண்ணம் பூசி இளவேனிற் காலத்தின் வருகையைக் கொண்டாடுவார்கள்.

~

"என்னப்பா பால்ராஜ், வாழ்த்துக்கள்"

ஸ்டேஷன் மாஸ்டர் அவரது அறையிலிருந்தபடியே பால்ராஜைப் பார்த்து இப்படிக் கூறியபோது, பால்ராஜ் ஏதோ தவறு நடந்துவிட்டது என்ற தயக்கத்துடனேயே அவரது அறைக்குள் நுழைந்தார். ஸ்டேஷன் மாஸ்டரோ, முகத்தில் ஒரு புன்னகையுடன், "பால்ராஜ் உனக்குப் பதவி உயர்வோட செகந்திராபாத்துக்கு மாற்றலும் கிடைச்சிருக்கு. கொடுத்து வச்சவன்யா நீ!" என்றார்.

"நன்றி சார்" என்று சொன்ன பால்ராஜுக்கு வேறு என்ன சொல்வதென்றே தெரியவில்லை. அவரது அறையிலிருந்து கையில் இடமாற்ற உத்தரவுடனும், முகத்தில் பெரிய புன்னகையுடனும் வெளியே வந்தார். பாயிண்ட்ஸ்மேனாக அவனுக்குப் பதவி உயர்வு கிடைத்திருந்தது. பதவி உயர்வைச் சற்றும் எதிர்பார்த் திராதவனுக்கு அதனுடன், செகந்திராபாத்திற்கு இடமாற்றமும் கிடைத்திருந்தது. அவன் ரயில்வேயில் சேர்ந்து இரண்டு வருடங்கள் ஆகியிருந்தது. அவனுக்கு இப்போது பத்மா என்ற ஆறு மாதப் பெண் குழந்தையும் இருந்தாள். இந்தச் செய்தியைத் தன் மனைவியுடன் பகிர்ந்துகொள்ளும் அவசரத்தில் ஓட்டமும், நடையுமாக வீடு திரும்பினான்.

வெகு விரைவிலேயே செகந்திராபாத்திற்குச் சென்றவர்கள், சிலகலகூடாவில் வீடு ஒன்றை வாடகைக்கு எடுத்தனர். அதுவரை அவர்களின் மாமாவுடன் வாழ்ந்து வந்த அப்பசாயுலு தன் அண்ணனின் குடும்பத்துடன் வாழத் தொடங்கினான். உயர் நிலைப் படிப்பை முடிப்பதற்கு முந்தைய வகுப்பில் இருந்த அப்பசாயுலுவுக்கு, தனக்குப் பொறுப்பேற்றுக்கொண்ட அண்ணனுடன் வசிப்பது மகிழ்ச்சியைத் தந்தது. பால்ராஜின் மனைவி போசம்மாவுக்கு 15 வயதுதான் ஆகியிருந்தது என்றாலும், அவளது அர்ப்பணிப்பும், பொறுப்புணர்ச்சியும் அனைவரும் அறியும் வண்ணம் இருந்தது. அடுத்த 15 வருடங்களில், அந்தப் பெரிய குடும்பத்தை ஒன்றாக வைத்திருந்ததோடு தனக்கென ஏழு குழந்தைகளையும் பெற்றெடுத்தாள் இவள்.

~

அனந்தராம் கிராமத்தில் நரசம்மாவின் தங்கை சாயம்மா தான் தத்தெடுத்த மகனான ராமுவைப் பேரன்புடனும், அக்கறையுடனும் வளர்த்தார். தன் குழந்தையைப் பார்த்துக் கொள்வதற்கென வயல் வேலையைக்கூட விட்டிருந்தார். சிறிது காலத்திலேயே அவன் அவரைத் தனது தாயென அடையாளம் காணத் தொடங்கியிருந்தான். அது அவருக்குப் பெரும் மகிழ்ச்சி அளித்தது. அவனுக்கெனப் பார்த்துப் பார்த்து உடைகளும், அருகில் இருந்த போங்கிர் டவுனில் இருந்து பொம்மைகளும் வாங்கித் தந்தார். ஒன்றரை வயதானபோது திடீரென அவனுக்குக் கடுமையான காய்ச்சல் வர அவனைத் தூக்கிக்கொண்டு மருத்துவரிடம் ஓடினார். ஆனால் அந்த சிகிச்சை அவனது உடல்நிலையை மீட்டெடுக்கவில்லை மாறாக அவனது நிலையை இன்னும் மோசமாக மாற்றியது. பதட்டமானவர், அவனை மந்திரவாதியிடமும் (sorcerer) இன்னும் பலரிடமும் தூக்கிச் சென்றார். காய்ச்சல் வந்த மூன்றாம் நாளில் அவன் இறந்தபோது அந்த நாள் சாயம்மாவின் வாழ்க்கையின் இருண்ட நாளாக மாறிப் போனது.

"மகனே! என் அக்காக்கிட்ட இருந்திருந்தா நீ பொழைச் சிருப்ப. உன்ன நான்தான் கொன்னுட்டேன் ஐயா!" என்று மார்பில் அறைந்துகொண்டு கட்டுப்படுத்த முடியாதவராய்த் தன் செல்ல மகனுடைய உடலின் அருகில் அமர்ந்து அழுது கொண்டிருந்தார். நரசம்மாவைப் பார்த்ததும், "அக்கா! என் பையன் என்ன விட்டுட்டுப் போயிட்டான். கடவுளுக்குக் கண்ணேயில்லை, அக்கா!" என்று நரசம்மாவை இறுகப் பற்றிக் கொண்டு அழுதவர் தன் நிலையை மறந்தவராய் இருந்தார்.

நரசம்மா பெருந்துயரத்தில் இருந்தார். ஒரு வேளை அவனைத் தன்னுடனே வைத்திருந்தால் அவன் இறந்திருக்க மாட்டானோ என்று எண்ணுவதை அவரால் தவிர்க்க முடியவில்லை. ஆனாலும் அப்படி நினைப்பதைக் கட்டுப்படுத்த முயன்றார். அவரது சோகம் பெரிதுதான் என்றாலும், அவரது தங்கையின் சோகம் இன்னும் பெரிதாகத் தோன்றியது. தனக்கென ஒரு குழந்தை இருக்க வேண்டும் என்ற அவரது கனவு தகர்ந்திருந்தது. இறந்த குழந்தையைப் பார்த்ததும் பாலய்யா உடைந்தழுதாலும் தன்னைத் தேற்றிக்கொண்டு அழுதுகொண்டிருந்த இரண்டு பெண்களையும் தேற்ற முயற்சி செய்தார்.

அந்த ஊர் மக்களும் சாயம்மாவின் மகன் இறந்ததை எண்ணி அழுதனர். அவன் பில்லி சூனியத்தால்தான் இறந்து போனதாகவும் பேசிக்கொண்டனர்.

"அந்த சூனியக்காரன்தான் என் பையன் உயிரை எடுத்தான். அவன் யாருன்னு எனக்குத் தெரியும். ஆண்டவன் அவன் தலையை வெடிக்க வைப்பான். என் சாபம் பலிக்கும் அக்கா!" என்று கூறி மீண்டும் உடைந்து அழுதார் சாயம்மா.

அந்த மணித்துளிகள் கொடுமையானவையாக இருந்தன. குழந்தையைப் புதைத்தபோது சாயம்மா மயங்கி விழுந்தார். அவரை சுய நினைவுக்குக் கொண்டு வர ஒரு மணி நேரம் ஆனது. அவருக்கு அந்த இறப்பு பேரதிர்ச்சியாக இருந்தது. தன் மகனைத் தன்னிடம் இருந்து எடுத்துக்கொண்ட ஆண்டவனைச் சபித்துத் தீர்த்தவர் முழு நேரமும் தன் குழந்தையின் பொம்மைகளைக் கையில் வைத்துத் தடவிக்கொண்டேயிருந்தார்.

நரசம்மாவும், பாலய்யாவும் ஊரிலிருந்து திரும்பி வந்ததும், செகந்திராபாத்திலிருந்து இரண்டு மகன்களும், மூத்த மருமகளும் வந்து அவர்களோடு சில நாட்கள் தங்கியிருந்து அவர்களுக்கு ஆறுதல் அளிக்க முயன்றனர்.

நரசிம்மலு, அஞ்சைய்யா, சத்தியா மூவரும் முறையே ஆறாம், ஐந்தாம், நான்காம் வகுப்புகளில் படித்துக்கொண்டிருந்தபோது தன் பிள்ளைகளுக்கு நிலையான தரமான கல்வியைக் கொடுக்க செகந்திராபாத் திரும்புவது என்று பாலய்யா முடிவு செய்தார்.

சத்தியா பேசுகிறார்

நான்காம் வகுப்பு படித்துக் கொண்டிருந்த போது பள்ளிக்குத் தினமும் தனியே செல்லத் தொடங்கினேன். அது வரை தண்டவாளத்தைத் தாண்டி மறுபுறம் பெரிய மைதானத்தின் பின்னாலிருந்த பள்ளிக்கு என் அக்கா பச்சம்மாவின் உதவியோடு சென்றேன். பரந்து விரிந்திருந்த அந்த மைதானத்தில் மாலை வேளைகளில் நாங்கள் கால்பந்து விளையாடுவோம். அப்பா ட்யூட்டியில் இருக்கும் நேரம் என்றால் அவர் கண்ணில் படாமல் விளையாட வேண்டும். குழந்தைகள் விளையாட்டில் அதிகக் கவனம் செலுத்தினால் படிப்பில் அக்கறை இருக்காது என்று எண்ணிய அப்பா ஒவ்வொரு மாலையும் எங்களை வீட்டில் அமர வைத்துப் படிக்க வைப்பார். அவர் வீட்டில் இருந்தால் எங்களால் விளையாட முடியாது. நாங்கள் விளையாடுவதைப் பார்த்தால் எங்களை நன்றாக அடித்து விட்டு, கவனமாகக் கண்காணிக்குமாறு அக்காவிடம் சொல்லிச் செல்வார்.

ரயில்வே ஆபிசர்களுக்கான பங்களா, மைதானத்தின் மறுபுறம் இருந்தது. நான் விளையாடிக் கொண்டிருக்கும்போது என் நண்பன் ராமமூர்த்தி அவனுடைய பங்களாவின் வாசலில் நின்று கொண்டிருப்பதைப் பார்ப்பேன். கிளாஸ் *I*–ன் கீழ் வரும் பெர்மணண்ட் வே இன்ஸ்பெக்டர் ஒருவரின் மகன் அவன். ரயில்வே கேங்க்மேன் ஒருவர் உடன் வர, பள்ளிக்கு வரும் வசதி கொண்டவன். பிராமண சாதியைச் சேர்ந்தவன் என்பதால் என்னைப் போலத் தீண்டத்தகாதவர்களுடன் விளையாட அவனுடைய தந்தை அவனை அனுமதிக்க மாட்டார். ஆனால் ராமமூர்த்தி எனது உற்ற தோழன். வகுப்பறையில் அருகருகே அமர்ந்திருக்கும் போது ஒருவரையொருவர் தொட்டுப் பேசுவதில்

பிரச்சனையில்லை. அவன் வீட்டிலிருந்து கொண்டு வரும் பொருட்களை நான் பயன்படுத்த அனுமதிப்பான். சாதியும், தீண்டாமையும் எங்கள் நட்பில் பொருட்டாக இல்லை. இள வயதினரான எங்களுக்கு இந்தத் தீய வழக்கத்தைப் பற்றித் தெரிந்திருக்கவில்லை. ஆயினும் அவன் உடன் வரும் கேங் மேனின் முன்னால் அவனது கை என் மீது படாமல் பேசுவான்.

ஒரு மதிய வேளை. வெப்பம் அதிகமாக வீசிக் கொண்டிருந்தது. நான் மறுத்ததையும் மீறி அவன் வீட்டுக்கு என்னை அழைத்துச் சென்றான். அவனுடைய அப்பா வேலைக்குச் சென்றிருந்தார். அம்மா வெளியில் சென்றிருந்தார். அவனது வீட்டிலிருந்த சோபாவில் நாங்கள் இருவரும் அமர்ந்தோம். அதற்கு முன்பு அத்தனை மெத்தென இருந்த சோபாவில் அமர்ந்து பழக்கப்படாத எனக்கு அதில் அமர்ந்தது வித்தியாசமாக இருந்தது. பஞ்சு போல இருந்த அந்த சோபாவில் நானும் என் நண்பனும் குதித்து விளையாடத் தொடங்கினோம்.

“பன்னிப் பயலே! தேவடியாப் பயலே! இறங்கு கீழ! எவ்வளவு தைரியம் இருந்தா எங்க பாபு பக்கத்துல உக்காருவ?” அவர்களின் பிராமண சமையல்காரன் கத்தினான்.

சோபாவிலிருந்து இறங்கி என் நண்பன் நிற்கச் சொல்வதைக் கூடப் பொருட்படுத்தாமல் வீதியில் ஓடத் தொடங்கினேன். நான் திரும்பிப் பார்த்தபோது “ஏன் என் ஃபிரண்டத் திட்டுன?” என்று அவன் அந்தச் சமையல்காரனைத் திட்டிக்கொண்டிருந்தான்.

“அவன் தீண்டத்தகாதவன். போய்க் குளிங்க. இல்லன்னா அப்பா கிட்டச் சொல்லுவேன்” என்று சமையல்காரன் அவனை மிரட்டினான்.

எரிச்சலடைந்த என் நண்பன், சமையல்காரனைத் துரத்துவதையும், அதற்கு அந்தச் சமையல்காரன் “என்னைத் தொடாதீங்க பாபு. நீங்க தீட்டுப்பட்டிருக்கீங்க” என்று சொல்லிக் கொண்டு ஓடுவதையும் நான் பார்த்தேன்.

என்னைச் சபித்தபடியே வீட்டை நோக்கி நடந்து கொண் டிருந்தேன். நான் ஏன் தீண்டத்தகாதவன் என்று என்னையே கேட்டுக் கொண்டேன். அந்த வேலைக்காரன் மீது எனக்குக் கடுங்கோபம் வந்தது. நான் எப்படி அந்த இடத்தை அசுத்தப் படுத்தினேன்? இதுபோன்ற அவமானத்தை நான் சந்திக்கும் முதன் முறை அல்ல இது. சாதி இந்துக்கள் இருக்கும் இடங்களி லெல்லாம் இது நடக்கும். அவர்களைப் பொறுத்த வரை நாங்கள் தீண்டத்தகாதவர்கள். அவமானப்படுத்தப்பட வேண்டியவர்கள். பாரபட்சமாக நடத்தப்பட வேண்டியவர்கள். இதில் வியப்புக்குரிய

விஷயம் என்னவென்றால், என் வாழ்நாள் முழுவதும் பிராமணர்கள் தான் என் உற்ற நண்பர்களாக இருந்துள்ளார்கள். அண்ணன்கள் என்னை, பிராமணர்களைக் குறிக்கும் 'பந்துலு' என்ற சொல் கொண்டு கூட கேலி செய்திருக்கிறார்கள்.

நாங்கள் எந்தச் சாதியைச் சேர்ந்தவர்கள் என்று யாரேனும் விசாரித்தால் அப்பா 'ஹரிஜன்' என்று பதில் தருவார். சுய மரியாதை கொண்டவர்தான் என்றபோதும், தீண்டாமை அப்பாவைப் பெரிதும் காயப்படுத்தவில்லை. அவரைப் பொறுத்த வரை அது சமூகக் கட்டமைப்பின் ஒரு அங்கம். ரயில்வே துறைக்கு வெளியில் இருந்த பொதுச் சமூகத்தைப் பற்றி அவர் அறிந்திருக்கவில்லை.

~

நான் வீட்டிற்குள் நுழைந்ததும் என் முகம் ஏன் இப்படி வாடிப் போயிருக்கிறது என்று அம்மா கேட்பார் என்று நினைத்தேன். ஆனால், அம்மாவும் அப்பாவும் ஏதோ தீவிர விவாதத்தில் இருந்தனர். அப்பாவின் கையில் ஒரு கடிதம் இருந்தது.

"பால்ராஜா, எனக்கு நகரத்துக்கு மாற்றலாகியிருக்கு" என்று அப்பா, அம்மாவிடம் சொல்லிக் கொண்டிருந்தார்.

கணவன் மனைவி ஒருவரையொருவர் பெயர் கொண்டு அழைக்கும் பழக்கம் அப்போது இருந்திருக்கவில்லை என்பதால் அவர்கள் ஒருவரையொருவர் என் மூத்த அண்ணனின் பெயர் கொண்டு அழைக்கும் வழக்கத்தைக் கொண்டிருந்தனர். செகந்திராபாத்திற்கு மாற்றலாகி இருப்பதை எண்ணி அப்பா மகிழ்ச்சியடைந்தார்.

அம்மாவின் முகத்தில் சந்தோஷம் தெரியவில்லை. தன்னுடைய கணவனின் வருமானத்தை வைத்துக் கொண்டு நகரத்தில் இத்தனைப் பெரிய குடும்பத்தை நடத்துவது சிரமம் என்று தனது கலக்கத்தை அவர் வெளிப்படுத்தியபோது அவரது குரல் வருத்தம் தோய்ந்ததாக இருந்தது.

அப்பா எரிச்சலடைந்தார். இங்கு இருந்தால் அம்மாவும், அக்காவும் வயலில் வேலை செய்து வீட்டிற்குக் கூடுதல் வருமானம் கொண்டு வருவார்கள் என்றும் நகரத்தில் அது முடியாது என்றும் அப்பா அறிந்தேயிருந்தார். ஆனாலும் எங்களை நகரத்தில் உள்ள பெரிய பள்ளிகளில் படிக்க வைக்க வேண்டுமென அவர் விரும்பியதால் அம்மாவைச் சம்மதிக்க வைக்க முயன்றார். "பாத்துக்கலாம் பால்ராஜா! ஒரு வேளை சாப்பிடலைன்னாலும் பரவாயில்ல. நம்ம பசங்க பெரிய

பள்ளிக்கூடத்துக்குப் போகனும். அங்க ஒரு ரயில்வே ஸ்கூல் இருக்கு. நாம ஃபீஸ் கூட கட்ட வேண்டாம்."

"நம்ம ஒரு வேளை சாப்பிடாமப் போனாலும், உங்க சம்பளம் பத்தும்னு நினைக்கிறீங்களா? குடும்பத்துக்குக் கொஞ்சம் கூடுதல் வருமானம் கொண்டு வர நான் அங்க எந்த வேலையும் செய்ய முடியாது." என்றார் அம்மா.

"பால்ராஜ் அங்க தான இருக்கான். அவன் உதவி செய்வான்." என்றார் அப்பா.

பால்ராஜுக்கென இப்போது ஒரு குடும்பம் இருந்ததால் அவனுக்கு பாரமாக இருக்கக் கூடாது என்று அம்மா எண்ணி னாலும், அப்பா கட்டாயப்படுத்தியதால் வேறு வழியில்லாமல் ஒத்துக் கொண்டார்.

வேறு ஊருக்குச் செல்வது எங்களுக்கு மகிழ்ச்சியானதாகத் தான் இருந்தது. ஒவ்வொரு முறை அப்பாவுக்கு இடமாற்றம் கிடைக்கும்போதும் பைகளைக் கட்டிக் கொண்டு புது இடத்திற்குக் கிளம்புவது எங்களுக்கு மகிழ்ச்சியான ஒன்றாக இருந்தது. அதோடு ஒவ்வொரு முறை இப்படிச் செல்லும்போதும் ரயிலில் செல்லும் வாய்ப்பும் கிடைத்தது! மற்ற சந்தர்ப்பங்களில் இல்லாதது போல் இம்முறை அப்பாவும் சந்தோஷமாக இடம் பெயர்ந்தார். தன் பிள்ளைகள் நகரத்தில் படிக்க வேண்டும் என்பது அப்பாவின் ஆசை. நாங்கள் யாரும் இது வரை நகரத்திற்குச் சென்றது கிடையாது. நரசிம்மலு மட்டும் இரண்டொரு முறை மளிகை சாமான் கொடுக்க நகரத்திற்குச் சென்றிருக்கிறான். அப்படிக் கொடுத்து விட்டு அவன் வீடு திரும்பும்போது சிறுவர்கள் அனைவரும் அவனைச் சூழ்ந்து கொண்டு நகரம் எப்படி இருந்தது என்று கதை கேட்போம். அவனும் ஒவ்வொரு முறையும் ஒவ்வொரு கதை சொல்வான் – பஸ்ஸின் மீது பஸ் இருந்ததாகவும் (டபுள் டெக்கர்), கட்டிடம் ஒன்றின் மீது சினிமா தியேட்டர் இருந்ததாகவும் – நாங்கள் அனைவரும் அவன் சொல்வதை வியப்புடன் கேட்டுக் கொண்டிருப்போம். நகரத்தைப் பற்றி அவன் சொல்லும் போதெல்லாம் அங்கு செல்ல வேண்டும் என்ற ஆசை எங்களுக்கு மேலிடும்.

பெட்டிகளைக் கட்டியாகிவிட்டது. அப்பா பள்ளியிலிருந்து எங்களின் டிரான்ஸ்பர் சர்டிபிகேட் வாங்கி வந்தார். கடைசி நாளன்று ராமமூர்த்தி என்னை நோக்கி ஓடி வந்தான். நாங்கள் சீக்கிரம் பிரியப் போகிறோம் என்பதை உணர்ந்தோம்.

"நீ போறியா சத்தி?"

"ஆமா. அப்பாவுக்கு மாற்றலாயிடுச்சு. செகந்திராபாத் போறோம்"

ராமமூர்த்தி சுற்றி முற்றிப் பார்த்து, அவன் உடன் வரும் கேங் மேன் எங்கும் இல்லை என்பதை உறுதி செய்து விட்டுத் தன் கையிலிருந்து பேனா ஒன்றை என் கையில் திணித்து விட்டு அங்கிருந்து ஓடினான். அவன் என்னைத் திரும்பிப் பார்க்கவேயில்லை.

நிஜாமாபாத்தோடு நாங்கள் அனைவரும் நெருங்கிப் போயிருந்தோம் என்பதால், அதை விட்டுப் பிரியும் எண்ணம் புது இடத்திற்குச் செல்லும் விறுவிறுப்பைக் குறைத்தது. அப்பாவுக்கு வந்த கடைசி இடமாற்றம் அது தான். விதி எங்கள் வாழ்க்கையின் புதுத் திருப்பங்களை நோக்கி எங்களை இட்டுச் சென்று கொண்டிருந்தது.

~

அந்தப் பயணிகள் ரயில் செகந்திராபாத்தை நோக்கி நகர்ந்து கொண்டிருந்தது. எண்ணற்ற ரயில்களையும், ரயில்வே தண்டவாளங்களையும், தண்டவாளங்களுக்கு இடையே இருந்த எண்ணற்ற சிக்னல்களையும் பார்ப்பது எங்களுக்கு ஆச்சரியமானதாக இருந்தது. நரசிம்மலுவைத் தவிர்த்து மீதம் இருந்த எங்கள் அனைவருக்கும் இது கண் கொள்ளாக் காட்சியாக இருந்தது. பல தண்டவாளங்களால் பிரிக்கப்பட்ட இரண்டு பெரிய நடைமேடைகள் இருந்தன. அவற்றுள் ஒன்று பிராட் கேஜ் ரயில்களுக்கும், மற்றொன்று மீட்டர் கேஜ் ரயில்களுக்குமானது. ஸ்டேஷனில் இறங்கியவுடன், ஒன்றாக ஒரே இடத்தில் இருக்குமாறு அம்மா எங்களை நோக்கிக் கத்தினார். ஏழு பிள்ளைகளில் யாரும் தொலைந்து போகக் கூடாது என்பதில் கவனமாக இருந்த அவர் எங்களை எண்ணிச் சரி பார்த்து அனைவரும் இருக்கிறோமோ என்று உறுதி செய்தார். கூட்டமாக நின்று கொண்டும், நடந்து கொண்டும் இருந்தவர்களைத் தாண்டி பால்ராஜ் எங்களை நோக்கி ஓடி வந்து கொண்டிருந்தான். ஒரு ரயில் நிலையத்தில் அவ்வளவு கூட்டத்தை நான் பார்த்தது அதுவே முதல் முறை. பலர் தங்களது பெட்டிகளைத் தலையில் தூக்கி வைத்தபடி நடைமேடையை நோக்கி நடந்து கொண்டிருந்தனர். எனக்கும், அத்தனை படிகட்டுகள் ஏறி அந்த நடைமேடையில் நடக்க வேண்டும் என்ற ஆசையிருந்தாலும், பால்ராஜ் எங்கள் அனைவரையும் அதற்கு நேரெதிர் திசையில் நடக்குமாறு கூறினான். அப்பாவும், அவனும் கனமான பெட்டிகளைத் தலையில் சுமந்து கொண்டு நடந்தனர். அம்மா, எங்களது

இளைய சகோதரனான லக்ஷ்மனைக் கூட்டிக் கொண்டு நடந்து கொண்டிருந்தார்.

அங்கிருந்த பல சிக்னல்களை இணைத்த வயர்களைப் பார்த்த படியே தண்டவாளங்களைத் தாண்டி நடக்கத் தொடங்கினோம். 'A' 'B' என்ற ஆங்கில எழுத்துக்கள் எழுதப்பட்ட இரண்டு பெரிய கேபின்கள் உயரமான ஒரு இடத்தில், ஸ்டேஷன் முகப்புக்குச் சற்று தூரம் தள்ளியே அமைக்கப்பட்டிருந்தன. ஸ்டேஷனுக்குள் வந்து சேரும் ரயில்களுக்கும், கிளம்பும் ரயில்களுக்கும் ஒரு கேபின் மேன் இங்கிருந்து தான் சிக்னல் கொடுப்பார்.

ஸ்டேஷனுக்கு அருகில் மூன்று ரயில்வே காலனிகள் இருந்தன. ஸ்டேஷனுக்கு அருகிலேயே இருந்த காலனி சிமெண்ட் ஃபைல் என்றும், தண்டவாளங்களின் இருபுறமும் இருந்த காலனிகள் பில்ச்சர் ஃபைல், ரெத்தி ஃபைல் என்றும் அழைக்கப்பட்டன. பாயிண்ட்ஸ்மேன்களுக்கும், கேங் மேன்களுக்குமான காலனி தான் இவை இரண்டுமே என்றபோதும் சிமெண்ட் ஃபைலையும், பில்ச்சர் ஃபைலையும் ஒரு அகலமான சாலை பிரித்தது. இந்தக் காலனிகளில் உள்ள குடியிருப்புகள் ஒன்றோடு ஒன்று ஒட்டி ஒரு நேர் கோட்டைப் போல் இருந்ததாலும், அதே போன்ற நேர்கோட்டில் ஒன்றன் பின் ஒன்றாகப் பல வரிசைகள் இருந்ததாலும் இவற்றிற்கு ஃபைல் என்ற அடைமொழியை ஆங்கிலேயர்கள் வழங்கி இருந்தனர்.

நாங்கள் பில்ச்சர் ஃபைலை நோக்கி நடக்கத் தொடங்கினோம். என் மூத்த அண்ணனுக்கு அங்கு தான் குடியிருப்பு ஒதுக்கப் பட்டிருந்தது. நாங்கள் அங்கு செல்வதை சில பெண்கள் கதவிடுக்கு வழியே ரகசியமாகவும், இன்னும் சிலர் ஆர்வத்துடனும் பார்த்துக் கொண்டிருந்தனர். வயதில் பெரியவர்கள் மூவர் முன்னே நடக்க, பின்னால், வாத்துக்கள் வரிசையில் செல்வது போல, ஏழு குழந்தைகள் சென்று கொண்டிருந்தால் அது விசித்திரமான காட்சியாகத் தானே இருக்கும்.

பால்ராஜுக்கு ஒதுக்கப்பட்டிருந்த குடியிருப்பு சிறியதாகத் தான் இருந்தது. அளவில் சற்றுப் பெரிய அறை ஒன்றும், சமையலறையும், வராந்தாவும் கொண்ட வீடு அது. ஒரே நேரத்தில் நாங்கள் அனைவரும் அமரக் கூட அந்த வீட்டில் இடமில்லை. இரவு உணவை சிறு குழுக்களாகப் பிரிந்து உண்டோம். அப்பா "என்ன செய்வது" என்ற பாவனையில் பால்ராஜைப் பார்த்தார்.

"கவலைப்படாதீங்க பா! நிறையப் பேர் இருக்குற குடும்பங்க எல்லாம் வீட்டு முன்னாடி ஷெட் ஒன்னு போட்டுத் தான் வாழ்றாங்க. முன்னாடி இருக்குற வீட்டு சுவருக்கு முட்டுக்

கொடுத்து ஷெட்டு கட்டி, அவங்க வீட்டு வாசல் வரைக்கும் இழுத்துக்குவாங்க”

அப்படிக் கட்டப்பட்ட சில ஷெட்டுகளை அவன் அப்பாவிற்குக் காட்டியதும், அப்பா அதற்கான பொருட்களை அடுத்த நாளே வாங்குமாறு அவனிடம் கூறினார்.

1956ஆம் ஆண்டின், ஒரு கோடை கால இரவு அது. நாங்கள் அனைவரும் வீட்டிற்கு வெளியிலேயே படுத்துத் தூங்கினோம். அடுத்த நாள் காலை கண் விழித்த எனக்கு அந்தத் திறந்த வெளியில் அங்கெங்கே நெருப்பு மூட்டப்பட்டிருந்தது வியப்பளித்தது. தூங்கிக் கொண்டிருந்த நரசிம்மலுவை எழுப்பி அவை என்ன என்று கேட்டேன். “எதுக்கு இப்ப என்ன எழுப்புற? சமைக்குறதுக்கு அடுப்பு மூட்டியிருக்காங்க” என்று எரிச்சலுடன் பதிலளித்துவிட்டுப் போர்வையை இழுத்து மூடிக்கொண்டு மீண்டும் தூங்கிப் போனான். எரிந்துகொண்டிருந்தவைக்கு அருகில் சென்று பார்த்தபோது அவை அடுப்புகள்தான் என்பதை உறுதி செய்துகொண்டேன். மூன்று கால்கள் கொண்ட உலோகத் தகடு ஒன்றும், அதன் அடிப்பகுதியில் நிலக்கரி போட வசதியான இன்னொரு தகடும் இருந்தன. உலோகத் தகட்டின்மீது பாத்திரம் வைக்க ஏதுவாக உலோகத்தாலான தகளி ஒன்றும் இருந்தது. நிலக்கரியைக் கீழ்த் தகட்டில் போட்டு அது எரிந்து முடிந்து கங்கு ஆகும் வரை காத்திருந்து, பின்னர் அந்த அடுப்பை வீட்டுக்குள் எடுத்துச் சென்று அதன்மீது பாத்திரங்களை வைத்துச் சமைப்பார்கள்.

அப்பாவும், அண்ணன்களும் நாள் முழுதும் வேலை செய்து வீட்டின் முன்னால் ஷெட் ஒன்றைக் கட்டினார்கள். அன்றிலிருந்து பல ஆண்டுகளுக்கு அது தான் எங்கள் வீடாக இருந்தது.

~

முன்பு அவருடன் பணிபுரிந்த சிலரோடு அப்பா பேசிக் கொண்டிருந்தார். “தண்ணீ எப்ப வரும்?” என்று அந்தத் தெருவின் கடைசியில் இருந்த தண்ணீர்க் குழாயைப் பார்த்தபடி கேட்டார். குவார்டர்ஸின் ஒவ்வொரு வரிசையிலும், ஒரு குழாய் இருந்தது. தண்ணீர் நாள் முழுவதும் வருவதில்லை என்பதால், தண்ணீர் வரும் நேரம் குழாய் அருகில் நீண்ட வரிசை இருக்கும்.

“காலையில ஆறு மணிக்கு. ஆனா நம்ம தெருவுல ஒரு வழக்கம் இருக்கு பாலய்யா. ரயில் பரிசோதனைத் துறையில வேலை பாக்குற துளசி ராம் தான் முதல்ல தண்ணீர் பிடிப்பான். அதுக்கு அப்புறம் தான் மத்தவங்க குழாயைத் தொடணும்” என்றார் ஒருவர்.

“ஏன். குழாய் அவனுக்குச் சொந்தமா?” என்று அப்பா ஆர்வத்தோடு கேட்டார்.

“அவன் குஸ்தி போடுறவன். பிராமணன். அவன் தான் இந்தக் கட்டளை போட்டிருக்கான்.”

“இது அநியாயம். சரி நாளைக்குப் பாக்கலாம்” என்றார் அப்பா.

அடுத்த நாள் காலை தண்ணீர் பிடிக்கத் தயாராக இருக்குமாறு அன்று இரவே எங்களிடம் சொன்னார். அதிகாலையில், என்னுடைய அண்ணன்கள் தண்ணீர் பிடிக்கக் குடத்தோடு குழாயில் நிற்க, அப்பா சற்று தள்ளி ஓரமாக உட்கார்ந்திருந்தார். கொஞ்ச நேரத்திற்கெல்லாம், தோளில் பூணூல் அணிந்திருந்த ஒரு தடியான ஆள் குழாயை நோக்கி வந்தான். அங்கு வைக்கப்பட்டிருந்த பாத்திரங்களை எட்டி உதைத்துத் தள்ளிவிட்டு, “யாரு இங்க பாத்திரத்தை வச்சது? நான் தொடுறதுக்கு முன்னாடிக் குழாயை யாரும் தொடக் கூடாதுன்றத மறந்துட்டீங்களா?” என்று கத்தினான்.

அப்பாவுக்குத் தாங்க முடியாத கோபம் வந்தது. அவரது கண்கள் சிவந்தன. அவன் உதைத்துத் தள்ளிய பாத்திரங்களை எடுத்தவர், அவன் மீது பாயாத குறையாக, “எவ்வளவு தைரியம் இருந்தா பாத்திரத்தை எட்டி உதைப்ப? இது ஒன்னும் உன் அப்பன் சொத்து கிடையாது. யாரு முதல்ல வர்றாங்களோ, அவங்க முதல்ல தண்ணீ பிடிப்பாங்க.”

“நீ புதுசா. இங்க என்ன வழக்கமுன்னு உனக்குத் தெரியாதா?” என்று அவன் கேட்டான்.

“உன் வழக்கத்தப் பத்தியெல்லாம் எனக்குக் கவலை இல்ல. இது ரயில்வே சொத்து. முதல்ல வர்றவங்க, முதல்ல தண்ணீ பிடிப்பாங்க,” என்றார்.

அவன் அப்பாவை உற்றுப் பார்த்தான். அப்பா, அதற்குள்ளாக ஒரு கையால் தனது வலத் தொடையையும், பின்னர் இடது கையையும் தட்டி ஒரு குஸ்தி வீரன் இன்னொரு குஸ்தி வீரனைச் சண்டைக்கு அழைப்பது போல் அழைத்தார். அவன் அவரைப் பார்த்தான். பின்னர் அங்கு நின்றவர்களைப் பார்த்தான். அப்பாவுடன் சண்டை போடத் தைரியம் இல்லாமல் அங்கிருந்து அமைதியாகச் சென்றான். அந்தத் தெருவில் வசித்தவர்களுக்குக் கிடைத்த பெரிய வெற்றியாக அது இருந்தது. அன்றிலிருந்து முதலில் வந்தவர்கள் முதலில் தண்ணீர் பிடித்துக் கொண்டு செல்லத் தொடங்கினர்.

அடுத்த நாள், வடக்கு லல்லாகூடாவில் இருந்த ரயில்வே பள்ளிக்கு அப்பா எங்களை அழைத்துச் சென்றார். உயர் நிலைப் பள்ளி வகுப்புகள் பெரிய கட்டிடம் ஒன்றிலும், அதன் வலப் பகுதியில் இருந்த பெரிய ஷெட்டுகளில் நடுநிலைப் பள்ளி வகுப்புகளும், தொடக்கப் பள்ளி வகுப்புகளும் இருந்தன. பள்ளி வளாகத்தில் பெரிய மரங்கள் இருந்தன. பள்ளி வளாகத்தைச் சுற்றி ஒரு காம்பவுண்ட் சுவரும் இருந்தது. தனது மொடமொடப்பான சீருடையை அணிந்து வந்திருந்த அப்பா, தலைமையாசிரியரின் அறைக்குள் நுழைந்ததும் அவருக்கு சல்யூட் செய்தார். அப்பாவின் பின்னால் நாங்கள் அனைவரும் வரிசையாக அறைக்குள் நுழைந்தோம். தலைமையாசிரியர் எங்களைப் பார்த்துப் புன்னகைத்தார். மாற்றலாகி வரும் ரயில்வே பணியாளர்களின் குழந்தைகளைப் பள்ளியில் சேர்த்துக் கொள்ள வேண்டும் என்ற உத்தரவு இருந்ததால் அந்தப் பள்ளியில் எங்களைச் சேர்ப்பது எளிமையானதாக இருந்தது. நரசிம்மலுவும், அஞ்சைய்யாவும் ஆறாம் வகுப்பில் சேர்க்கப்பட நான் ஐந்தாம் வகுப்பில் சேர்க்கப் பட்டேன். அந்தப் பள்ளியில் ஆங்கில வழியிலும், தெலுங்கு வழியிலும் பாடங்கள் கற்பிக்கப்பட்டன. நாங்கள் அது வரை தெலுங்கு வழியிலேயே படித்திருந்ததால் இங்கும் அதையே தேர்ந்தெடுத்தோம்.

முதல் நாளே அனைத்து மாணவர்களும் அணிவகுத்து நின்ற அசெம்பிளி நடந்தது. ஒரே இடத்தில் அத்தனை மாணவர்களை நான் பார்த்தது அதுவே முதன்முறை. ஒன்றாம் வகுப்பிலிருந்து பத்தாம் வகுப்பு வரை மாணவர்கள் அனைவரும் வரிசையில் நின்று கொண்டிருந்தனர். ஐந்தாம் வகுப்பு மாணவர்களின் வரிசையில் கடைசியில் நின்று கொண்டிருந்த நான் அங்கு நடந்தவற்றை ஆர்வத்துடன் பார்த்துக் கொண்டிருந்தேன். காலை வழிபாட்டிற்காக விளையாட்டுத் திடலில் ஆயிரத்திற்கும் மேற்பட்ட மாணவர்கள் கூடியிருந்தனர். பேண்ட் இசையுடன் கூடிய கூட்டு வழிபாட்டின் சத்தம், பள்ளி வளாகம் முழுக்க எதிரொலித்தது. பள்ளித் தலைமையாசிரியரான திரு. எம்.கே. நரசிம்மய்யா, அப்பசாயுலுவைப் பள்ளியில் சேர்த்தபோது இருந்த அதே தலைமையாசிரியர். மாணவர்கள் அனைவரையும் பார்ப்பதற்கு ஏதுவாக உயரமான மேடையில் நின்று கொண்டிருந்தார். அவருக்கேயுரிய பாணியில் கோட்டு சூட்டும், பளிச்சிடும் பிரவுன் ஷூக்களும் அணிந்து நிமிர்ந்து நின்றிருந்தார். கையில் கம்பு ஒன்றை வைத்திருந்தவர், தன்னைக் கடந்து செல்லும் ஒவ்வொரு மாணவனையும் உற்றுப் பார்த்து, சுத்தமான சீருடை அணியாதவர்களையும், தலை முடியைச் சீவாமல் இருந்தவர்களையும், நகம் வளர்த்திருந்தவர்களையும் தனியாக

நிற்க வைத்துக் கொண்டிருந்தார். நல்லவேளை நான் ஒழுங்காக வந்திருக்கிறேன் என்று கடவுளுக்கு நன்றி சொல்லியபடியே அவரது கூரிய பார்வையைக் கடந்து சென்றேன். நாங்கள் கிளம்பும்போது எல்லாம் சரியாக இருக்கிறதா என்று சரிபார்த்து அனுப்பும் என் அக்கா பச்சம்மாவால் தான் இது சாத்தியமானது. நான் முன்னுதாரணமாகக் கொண்டிருந்தவர்களில் எங்களது தலைமையாசிரியரும் ஒருவர். அவருடைய சுத்தமான, நேர்த்தியான தோற்றம் என்னை எந்த அளவுக்கு ஈர்த்ததோ அதே அளவுக்கு அவர் ஒவ்வொரு மாணவன் மீதும் செலுத்தும் தனிப்பட்ட அக்கறையும் என்னை ஈர்த்தது. தக்க முறையில் உடையணிவதன் முக்கியத்துவத்தை நான் என் வாழ்நாள் முழுவதற்குமாகக் கற்றுக் கொண்டதற்கு அவர் தான் காரணம்.

~

பள்ளியில் பல தரப்பட்ட மாணவர்கள் படித்தனர். ரயில்வே துறையில் வேலை பார்த்த கிளாஸ் *I* தொழிலாளர்களின் பிள்ளைகளைத் தவிர்த்து மற்ற எல்லா மட்டத்திலும் பணியாற்றிய தொழிலாளர்களின் குழந்தைகள் அங்குப் படித்தனர். தெலுங்கு வகுப்புகளில் படித்த பெரும்பாலான மாணவர்களின் தந்தைமார்கள் களாசிகளாகவோ, ரயில்வே ஒர்க் ஷாப்புகளில் பணிபுரியும் முறைசாராத் தொழிலாளர்களாகவோ தான் இருந்தனர். அதே நேரம், ஆங்கில வழியில் பயிற்றுவிக்கப்பட்ட வகுப்புகளில் படித்த மாணவர்களின் தந்தைமார்கள் உயர் மட்டத்தில் பணிபுரிந்த தொழிலாளர்களாக இருந்தனர். வகுப்பறைகளில் எல்லா மாணவர்களும் ஒருவரோடொருவர் இயல்பாகப் பழகினார்கள்.

சற்று தாமதமாகப் பள்ளியில் சேர்ந்தாலும் கல்வியாண்டின் தொடக்கம் என்பதால் நிறையப் பாட வகுப்புகளை இழந்திருக்கவில்லை. ஆனாலும் சக மாணவர்களுக்கு அந்நியனாகத் தெரிந்தேன். முந்தைய நாள் அப்பா வாங்கிக் கொடுத்திருந்த புத்தகங்கள் அடங்கிய பையை இறுகப் பற்றியபடி கடைசி பெஞ்சில் உட்கார்ந்திருந்தேன். வருகைப் பதிவேட்டில் பதிவு செய்ய ஆசிரியர் என் பெயரைச் சொல்லி அழைத்தபோது எனது குரல் சன்னமாக ஒலித்தது.

“புதுசா? சத்தமா பதில் சொல்லு,” என்று என்னைப் பார்த்துக் கத்தினார் ஆசிரியர்.

“ஆமா சார்,” என்று நடுங்கியபடியே எழுந்து நின்றேன்.

என்னைப் பார்த்த ஆசிரியர், மற்றொரு மாணவனிடம் திரும்பி “ஏய், பிரேம் குமார் இவனை உன் பக்கத்துல உக்கார

வச்சுக்கோ," என்றார். தயக்கத்துடனும், நடுக்கத்துடனும், பின்னாளில் என் நண்பனாக மாறிய பிரேம் குமாரின் அருகில் சென்று நான் அமர்ந்தேன். சொல்லப் போனால், என் பள்ளிக் காலங்களில் எனக்கிருந்த உற்ற நண்பன் அவன் தான். என் சகோதரர்களைப் போல முதலில் சென்று மற்றவர்களுடன் பழகுவது எனக்குச் சிரமமானதாக இருந்தாலும், என்னிடம் பழகியவர்களிடம் நானும் நன்றாகப் பழகினேன்.

பள்ளி முடிந்ததும், அருகிலிருந்த புறநகர் ரயில் நிலையமான துகாராம் கேட்டிற்கு அப்பசாயலு எங்களை அழைத்துச் சென்றான். அங்கிருந்து செகந்திராபாத் செல்லும் ரயிலில் நாங்கள் ஏறினோம்.

எங்களில் இளையவர்களான லக்ஷ்மிபாயும், யாதகிரியும் வீட்டின் அருகிலேயே இருந்த அரசு தொடக்கப் பள்ளியில் சேர்க்கப்பட்டிருந்தனர். இப்போது எங்கள் குடும்பத்திலிருந்து ஆறு பேர் பள்ளியில் படித்துக் கொண்டிருந்தோம்.

அன்று மாலை, ஷெட்டில் நாங்கள் படிப்பதற்குத் தேவையான அனைத்தையும் அப்பா தயார் செய்துகொண்டிருந்ததைப் பார்த்தோம். படிக்கும்போது எந்தத் தொந்தரவும் ஏற்படாத சூழலை உருவாக்க அவர் முயற்சி செய்துகொண்டிருந்தார். ஷெட்டின் எதிரெதிர் மூலைகளில் இரண்டு பெரிய மண்ணெண்ணெய் லாந்தர்களையும், இரண்டு கயிற்றுக் கட்டில்களையும் வைத்தார். எங்களில் சிலர் கயிற்றுக் கட்டிலிலும், சிலர் கட்டிலுக்குக் கீழும் படுத்துக்கொண்டோம். இரவு பத்து மணிக்குத் தூங்கிக் காலை நான்கு மணிக்கு எழுந்துகொள்ள வேண்டும் என்ற கண்டிப்பான ஆணை எங்களுக்கு இடப்பட்டிருந்தது. காலையில் நாங்கள் பாடங்களை வாய் விட்டுப் படிக்கும்போது அப்பாவும் எங்களுடன் அமர்ந்திருப்பார். தூங்கி வழிபவர்களை மீண்டும் முகம் கழுவி விட்டு வந்து படிக்குமாறு கூறுவார். அதிகாலை எழுந்து கொள்ள வேண்டும் என்று நாங்கள் கற்றுக்கொண்ட இந்தப் பழக்கம், இன்று வரை தொடர்கிறது. இன்றும், ஆறு மணிக்கு மேல் தூங்கிவிட்டால் செய்யக் கூடாத ஏதோ ஒன்றைச் செய்த உணர்வு எனக்கு ஏற்படும்.

~

நகரத்திற்கு வந்து ஆறு மாதங்களுக்கும் மேல் ஆகியிருந்தது. நாங்கள் அனைவரும் எங்களின் இந்த வாழ்க்கைக்குப் பழக்கப்பட்டுக் கொண்டிருந்தோம். என்னுடைய அண்ணியும், அம்மாவும் காலை உணவுக்குச் சோள ரொட்டிகள் தயாரிப்பதிலும், மதிய உணவுக்குச் சோறும், பருப்பும் செய்வதிலும் பரபரப்பாக

இருப்பார்கள். ஒரே பள்ளியில் படிக்கும் நாங்கள் அனைவரும் மதிய உணவைச் சேர்ந்து சாப்பிட வேண்டும் என்று விரும்பிய அப்பா தனித்தனி டப்பாவில் சாப்பாடு தந்து விடமாட்டார். எங்களுக்கான பெரிய சாப்பாட்டு டப்பாவை நானும் அஞ்சைய்யாவும், மாறி மாறித் தூக்கிச் செல்வோம். ஒரு கையில் சாப்பாட்டு டப்பாவையும், மறு கையில் புத்தகப் பையையும் சுமந்து கொண்டு சரியான நேரத்தில் ரயில் நிலையம் சென்று சேர்வதற்காக நாங்கள் அனைவரும் ஓடுவதைப் பார்த்து ஸ்டேஷனில் நின்றிருக்கும் பலரும் சிரித்ததுண்டு. சாப்பாட்டு டப்பாவை தூக்கிச் செல்ல வேண்டியிருந்ததைப் பற்றி நானும் அஞ்சைய்யாவும் புலம்பினாலும், மூத்தவர்களான அப்பசாயுலு வுக்கும், நரசிம்மலுவுக்கும் இந்த ஏற்பாடு மிகவும் பிடித்திருந்தது.

எங்கள் படிப்பு விஷயத்தில் அப்பா மிகுந்த கவனத்துடன் இருந்தார். நாங்கள் படிப்பில் எவ்வாறு தேறி வருகிறோம் என்பதைக் கவனமாகப் பார்த்து வந்தவர், எங்களின் ஆசிரியர் களைச் சந்தித்துப் பேசுவதையும் வழக்கமாகக் கொண்டிருந்தார். நண்பர்களோடு பொழுது போக்குவதை அப்பா கண்டித்தது போலவே பால்ராஜூம் கண்டித்தான். அப்பாவோ, அண்ணனோ வீட்டில் இருந்தால் எங்களின் நண்பர்கள் வீட்டுப் பக்கமே வர மறுப்பார்கள்.

எனக்குச் சற்றும் பிடிக்காத மற்றொரு வேலை, சோளத்தைத் தலையில் சுமந்து கொண்டு ரேஜிமேண்டல் பஜாரில் இருந்த ரைஸ் மில்லுக்குச் செல்வது. முன்பெல்லாம், அம்மாவே சோள மாவு அரைத்து விடுவார். ஆனால் நகரத்துக்கு வந்த பிறகு எங்களில் ஒருவர், சோளத்தைச் சுமந்து சென்று அரைத்து மாவை எடுத்து வருவோம். எங்கள் குடும்பம் பெரிது என்பதால் சோளத்தின் அளவும் அதிகமாக இருக்கும். நாங்கள் சுமந்து செல்லும் சட்டியைப் பார்த்து பலரும், ஹோட்டல்களுக்கு விற்பதற்காக அதை எடுத்துச் செல்கிறோமா என்று கேட்டுக் கேலி செய்வார்கள். ஞாயிற்றுக் கிழமைகளில், நரசிம்மலுவும், அஞ்சைய்யாவும், நானும் எங்களின் உடைகளைத் துவைத்து, இஸ்திரி போட்டு வைப்போம். பேண்ட்டுகளை நானும், சட்டைகளை அஞ்சைய்யாவும் தேய்ப்போம்.

பள்ளிக்குச் செல்லும் வழியில் அப்பசாயுலுவும் அவனது நண்பர்களும் ஆங்கிலத்தில் பேசிக் கொள்வதை நான் பார்ப்பேன். அவனுக்கு அருகில் அமர்ந்து கொண்டு, அவன் பேசுவதில் சில வார்த்தைகளையாவது கற்றுக் கொள்ள முயற்சிப்பேன். அவர்கள் என்ன பேசிக் கொள்கிறார்கள் என்பது புரியாவிட்டாலும் அதை ரசித்துக் கொண்டிருப்பேன். நானும் ஆங்கிலம் கற்றுக் கொண்டு

என் அண்ணனைப் போல் பேச வேண்டும் என்பது எனது ஆழ்ந்த விருப்பமாக இருந்தது. விளம்பரப் பலகைகள், ரயில்வே கோச்சுகள் என ஆங்கிலத்தில் எழுதப்பட்ட அனைத்தையும் வாசிக்கத் தொடங்கினேன். நான் தவறாக வாசித்தால் அண்ணன் அதைத் திருத்துவான். கூட்ஸ் வண்டிகளில் எழுதப்பட்டிருந்த ஆங்கில வாக்கியம் எனக்கு இன்னும் நினைவிருக்கிறது *"Not to be loose shunted"* (தளர்வாக இணைக்கப்படக் கூடாது). அதே போல ஆங்கில வார்த்தைகளை உச்சரிக்கும் விதம் பற்றி என் நண்பன் குல்கர்னியோடு நான் வைத்துக் கொண்ட பந்தயங்களும் எனக்கு நன்றாக நினைவிருக்கின்றன. வார்த்தைகளை உருவாக்கிய எழுத்துக்களை மனப்பாடம் செய்யவும் கற்றுக் கொண்டிருந்தேன். மராட்டி பிராமணனான குல்கர்னி, ரயில்வே எழுத்தரின் மகன். என் நெருங்கிய நண்பர்களுள் ஒருவனான அவனும், என் வாழ்க்கையின் முக்கியமான நண்பன். அவனையும், பிரேம் குமாரையும் தவிர்த்து மதன் குமார், சலபதி, சிம்ஹம் என எனக்கு மற்ற நண்பர்களும் இருந்தனர்.

~

1957: அந்தக் கல்வியாண்டின் இறுதி என்பதால் எங்களது ஆண்டுத் தேர்வுகள் தொடங்கியிருந்தன. அப்பசாயுலு அந்த ஆண்டு பத்தாம் வகுப்புத் தேர்வு எழுதவிருந்தான். தேர்வுக்குத் தயாரிக்கும் பொருட்டு அவன் தீவிரமாகப் படித்துக் கொண் டிருப்பதை நான் பார்ப்பேன். அதிகாலை ஒரு மணி வரை அவன் படித்துக் கொண்டிருப்பான். அப்பாவுக்கு இரவு ட்யூட்டி இல்லையென்றால் அவரும் அவனுடன் அமர்ந்திருப்பார். என்னுடைய இந்த அண்ணனுக்குக் கடுமையான உழைப்பின் மீது நம்பிக்கையிருந்தது. அப்பசாயுலு பத்தாம் வகுப்பில் தேர்ச்சி பெற்று ரயில்வேயில் நல்ல வேலையில் சேர்வான் என்று பெரும் நம்பிக்கை கொண்டிருந்தார் அப்பா. அப்பசாயுலு ஸ்டேஷன் மாஸ்டர் ஆவதைத் தான் பார்க்க வேண்டும் என்பது அவரது குறிக்கோள். அப்பசாயுலுவும் தனது பத்தாம் வகுப்புத் தேர்வைச் சிறந்த முறையில் எழுதினான் என்பதைச் சொல்லத் தேவையில்லை. எங்கள் குடும்பத்திலேயே மெட்ரிகுலேஷன் தேர்வில் தேர்ச்சி பெற்ற முதல் நபரும் அவன் தான். அப்பா பெருமகிழ்ச்சியடைந்தார். தன் நெருங்கிய நண்பர்களை அழைத்து இந்த நிகழ்வைக் கொண்டாடினார்.

"பாலய்யா, உன் பையன் சீக்கிரமே ஸ்டேஷன் மாஸ்டர் ஆயிருவான்," என்று சாராயத்தைக் குடித்தபடியே சொன்னார் ஒருவர்.

"நம்ம வேலை பிள்ளைகளுக்குப் படிப்பக் குடுக்குறது. மத்தத அந்தப் படிப்புப் பாத்துக்கும்," என்று சிரித்தபடியே சொன்னார் அப்பா.

"பாலய்யா, என்னால அதப் பண்ண முடியாது பா. என் பையன களாசியா வேலைக்கு எடுத்துக்கச் சொல்லி ஃபோர்மேன் கிட்ட சொல்லிட்டேன்," என்றார் மற்றொருவர்.

அவரிடம் திரும்பிய அப்பா, "என்னோட எல்லாப் பிள்ளைகளையும் படிக்க வைக்கிறதுன்னு நான் முடிவு செஞ்சுட்டேன். நான் ஒரு வேள சாப்பிடலைன்னாலும் பரவாயில்ல, அவங்க படிக்கணும்."

அப்பாவின் இந்த வார்த்தைகள் என் மீது கடுமையான தாக்கத்தை ஏற்படுத்தின. ஆறாம் வகுப்பிற்குச் செல்லவிருந்த நான் படிப்பின் மீது அதிகக் கவனம் செலுத்தத் தொடங்கினேன். வகுப்பறையில் இன்னும் ஆர்வத்துடன் பங்கேற்கத் தொடங்கினேன்.

அப்பசாயுலுவுக்கு அப்போது பதினேழு வயது தான் ஆகியிருந்தது என்பதால், அவன் ரயில்வே வேலைக்கு விண்ணப்பிக்க ஒரு வருடம் காத்திருக்க வேண்டியிருந்தது. இதற்கிடையில், அப்பாவுக்கு உதவுவதற்காக அவன் சில வேலைகள் செய்யத் தொடங்கியிருந்தான். உதாரணமாக, மழைக் காலங்களில் ரயில்வே பாலங்களுக்கடியில் எவ்வளவு நீர் தேங்கியிருக்கிறது என்று பார்த்து வரச் செல்வான். அப்பாவுக்கு உதவியாக இருப்பது என்றால், பல இடங்களுக்கும் செல்ல வேண்டியிருக்கும் என்பதாலும், சில நேரங்களில் இரவும் வேலை செய்ய வேண்டும் என்பதாலும் அம்மாவுக்கு இது கொஞ்சமும் பிடிக்காமல் போனது. அப்பாவோ, அவனை உற்சாகப் படுத்தியதோடு ஒருவன் தன் சம்பாத்தியத்தில் வாழ்வது பற்றி மகிழ்ச்சி கொள்ள வேண்டும் என்றும் சொல்வார்.

ஒரு நாள் மதிய வேளை. மாதத்தின் ஏழாவது நாள் என்று மட்டும் எனக்கு நினைவிருக்கிறது. அது பால்ராஜ் சம்பளம் வாங்கும் நாள். வழக்கத்தைப் போலவே, பிறை வடிவிலான பிஸ்கெட்டுகளை வாங்கி வந்திருந்தான் பால்ராஜ். நான் வீடு திரும்பியதும் அப்பா உற்சாகமாகவும், அம்மா சோகமாகவும் இருப்பதைப் பார்த்தேன். ரயில்வேயின் தொலைத் தொடர்புத் துறையில் சிக்னலராக அப்பசாயுலுவுக்கு வேலை கிடைத்திருந்தது. ஸ்டேஷன் மாஸ்டர் ஆவதற்கு முன்னால் செய்ய வேண்டிய வேலை இது. தான் எண்ணியது போலவே தன் மகன் ஸ்டேஷன் மாஸ்டராகப் போகிறான் என்று அப்பா மகிழ்ச்சியடைந்தார். அம்மாவோ, தன் மகன் பயிற்சிக்காகப் புஸாவல் செல்ல வேண்டுமே என்று வருந்தினார்.

கிளாஸ் III அலுவலராகவிருந்ததால், என் அண்ணனுக்கு நல்ல உடைகளும், காலணிகளும் தேவைப்பட்டன. கூட்டுறவுக் கடன் வழங்கும் மையம் ஒன்றிலிருந்து கடன் பெற்ற அப்பா, அவனுக்கு நான்கு பேண்ட், சட்டைகளும், ஒரு ஜோடி ஷூவும் வாங்கிக் கொடுத்தார். அதோடு, காலம் காலமாகப் பயன் படுத்தப்பட்டு வந்த டிரங்க் பெட்டிக்குப் பதிலாக, தோலால் செய்யப்பட்ட பெட்டியும் அவனுக்கு வாங்கிக் கொடுத்தார். எங்கள் குடும்பத்தின் முதல் லெதர் பெட்டி அது.

இதெல்லாம் நடந்து கொண்டிருந்த நேரத்தில் தாத்தா எங்களைப் பார்க்க வந்தார். நீண்ட நாட்களுக்குப் பிறகு வந்திருந்த அவருக்கு, வயதாகியிருந்தது. கூன் விழுந்திருந்தது. கைத்தடி ஒன்றை ஊன்றி நடந்தார். அவர் வரும் போதெல்லாம் குழந்தைகள் எல்லோரும் அவரைச் சூழ்ந்து கொண்டு பேய்க் கதைகள் கேட்போம். எங்களுக்கு அவர் மீது கொள்ளைப் பிரியம். இலை ஒன்றில் புகையிலையைச் சுற்றிப் புகைப்பதற்காக அவர் தயார் செய்யும்போது அவருக்கு உதவுவது எனக்குப் பிடித்திருந்தது. பீடியைப் பற்ற வைக்க இன்றும் சிக்கிமுக்கிக் கல்லைத் தான் பயன்படுத்தினார். அதாவது கூழாங் கற்களும், கயிறும், இரும்புத் துண்டு ஒன்றும் வைத்துத் தீ மூட்டும் கருவி ஒன்றைத் தான் பயன்படுத்தினார். சுருட்டு அளவுக்கு இருந்த பீடியைக் கொஞ்சம் புகைத்த பிறகு அணைத்துப் பின்னர் புகைப்பதற்காகத் தலைப்பாகையின் இடுக்கில் வைத்துக் கொள்வார். புது உடை உடுத்தி வந்து நின்ற அப்பசாயுலுவைத் தாத்தா மன நிறைவோடு பார்த்ததை நான் கவனித்தேன். அப்பாவிடம் திரும்பி

"ராமசாமி! என் பேரனப் பாத்தியா! லாட்சாஹிப் மாதிரி எப்படி அம்சமா நடக்குறான் பாத்தியா!" என்றார்.

"ஆமா பா! என் பையன் மாஸ்டர் மாதிரி தான் இருக்கான்" என்றார் அப்பா. அவன் பார்வையிலிருந்து மறையும் வரை இருவரும் அப்பசாயுலு போவதையே பார்த்துக் கொண்டிருந்தனர்.

ரயில்வேயில் சிக்னலராகப் பணியில் சேர்ந்த அப்பசாயுலு, விரைவிலேயே ஸ்டேஷன் மாஸ்டர் பதவிக்கு முன்னேறினான். பின்னாளில், கல்வித் துறையின் மீதிருந்த ஆர்வத்தால், இந்தப் பணியை விட்டுப் பேராசிரியராகப் பணிபுரிந்தான். அவன் அப்படிச் செய்தது அப்பாவைக் கடுமையாகப் பாதித்தது. ஏனெனில், அவரைப் பொறுத்தவரை ஸ்டேஷன் மாஸ்டராக இருப்பது, பேராசிரியராய் இருப்பதை விட உயர்வானது.

~

1957ஆம் ஆண்டிலிருந்து ரயில்வே துறை தனது பணியாளர்களுக்கு நியாய விலை உணவுப் பொருட்கள் தருவதை நிறுத்திக் கொண்டது. ரயில்வே துறையின் விரிவாக்கமும், தொழிலாளரின் எண்ணிக்கை உயர்வும், இந்தச் சேவை தொடர்வதற்கான சூழலை உருவாக்கவில்லை. இதை சற்றும் எதிர்பார்த்திராத தொழிலாளர்கள் கடுமையான பாதிப்பிற்கு உள்ளானார்கள். இதன் தாக்கம், என் குடும்பத்திலும் தெரிந்தது. இதன் விளைவாக நிறையப் பேர் கொண்ட ரயில்வே தொழிலாளர்களின் குடும்பங்கள், உள்ளூர் பனியாக்களிடம் கடன் பெற வேண்டிய சூழல் ஏற்பட்டது. ஏறக்குறைய அனைத்துத் தொழிலாளர்களும் நிரந்தரக் கடனாளிகளாக மாறினர்.

ஒவ்வொரு கல்வியாண்டின் தொடக்கமும் சிரமமானதாக இருந்தது. ஒவ்வொரு வருடமும், தன் வருங்கால வைப்பு நிதியிலிருந்து பணம் எடுக்க வேண்டும் என அப்பா, அம்மாவிடம் கூறக் கேட்டிருக்கிறேன். நாங்கள் பட்டியல் சாதி மாணவர்கள் என்பதால் எங்களுக்குக் கல்வி உதவித் தொகை வழங்கப்பட்டது. ஆனால் அவ்வளவு கம்மியான தொகையில் எங்களால் நல்ல சீருடைகள் கூடத் தைத்துக் கொள்ள முடியவில்லை. தன்னிடம் இருந்த பணத்தை எங்கள் கல்வி தவிர வேறு எதற்கும் பயன்படுத்துவதில்லை என்று அப்பா உறுதியாக இருந்தார். ஆனால், அந்த ஆண்டு பால்ராஜும் கடன் வாங்க வேண்டிய தேவை ஏற்பட்டது.

மனப்பாடம் செய்வது எனது தனித் திறமையாக இருந்தது. இதனாலேயே பாடங்கள் பெரிதாக இருந்தாலும், சிறிதாக இருந்தாலும் நான் அவற்றை எளிதில் மனப்பாடம் செய்து விடுவேன். அதனாலேயே, வகுப்பிலும் முதல் இடம் பெற்று வந்தேன். ஆனால் எனக்கு எதிரிகள் இருந்தனர். மதன் குமார் தான் என்னுடைய பரம எதிரி. முதலிடத்திற்கான போட்டியில் எனக்கு இணையாக இருந்தது அவன் மட்டுமே. அவனுக்குக் கணக்கு நன்றாக வரும். எப்பொழுதும் நூற்றுக்கு நூறு மதிப்பெண்கள் வாங்குவான். ஆனால் மற்ற பாடங்களில் நான் கெட்டி என்பதால் வகுப்பில் முதல் மாணவனாக இருந்தேன். அவன் பொறாமைப்படும் குணம் கொண்டவன். சாதி என்ற விஷயம் பின்னணியில் தான் இருக்கும் என்றாலும் அவனும், அவனது நண்பர்களும் சாதி அடுக்கில் நான் வகித்த இடத்தைக் கூறி என்னைக் கிண்டல் செய்தார்கள். நான் வகுப்பறைக்குள் நுழையும்போது அவன் தன் நண்பர்களிடம் வகுப்பறையின் ஒரு சுவரைக் காட்டி “இது யாரோடது” என்பான். அவர்கள் அந்தச் சுவர் தங்களது என்பதை குறிக்கும் தெலுங்குச் சொல்லான “மாதி” என்று பதில் தருவார்கள். “சரி. அது என்னது?” என்று சுவரைக்

காட்டிக் கேட்பான். அவர்கள் அதற்குச் "சுவர்" என்பதைக் குறிக்கும் தெலுங்குச் சொல்லான "கோடா" என்று பதில் தருவார்கள். அந்த இரண்டு வார்த்தைகளையும் இணைத்துச் சொல்லுமாறு அவன் கேட்க, அவர்கள் அனைவரும் "மாதி கோடா" என்று சொல்லிக் கத்துவார்கள். "மாதி கோடா" என்ற சொல் மாதிக சாதியைச் சேர்ந்தவன் என்று பொருள்படும். இப்படி நடக்கும் போதெல்லாம் நான் கூனிக் குறுகிப் போனாலும், அவர்களை எதிர்த்துக் கேட்பதை மட்டும் செய்யவில்லை. அந்தக் குழுவை எதிர்ப்பதில் எனக்கு யாருடைய ஆதரவும் கிடைக்காது என்பதை உணர்ந்திருந்தேன்.

ஏறக்குறைய இதே நேரத்தில் தான் என் வகுப்பில் சிலர் என் நண்பர்களாயினர். நல்ல கால்பந்து வீரனான பண்டரி, கிருஷ்ணா, பாலய்யா மற்றும் சிலர் எனது நண்பர்கள் ஆயினர். எங்கள் பள்ளி, விளையாட்டில் சிறந்து விளங்கிய பள்ளிகளுள் ஒன்றாக இருந்தது. ஹாக்கி, கால்பந்து ஆகிய விளையாட்டுகளுக்கான சிறப்பு வசதிகளைக் கொண்டிருந்தது. பள்ளிகளுக்கிடையேயான கால்பந்து மற்றும் ஹாக்கி போட்டிகளில் தொடர்ந்து வெற்றி பெறும் பள்ளியாகவும் நாங்கள் இருந்தோம். எங்கள் பள்ளி நன்றாக விளையாடிய மற்றொரு விளையாட்டு கபடி. நரசிம்மலு நல்ல கபடி வீரன். எங்கள் பள்ளி அணியின் அங்கமாகவும் இருந்தான். எங்களின் பி.டி. மாஸ்டர் திரு. பிரான்சிஸ் சிறந்த விளையாட்டு ஆசிரியர். கடுமையாக வேலை வாங்குபவர். முரட்டுத்தனமான கண்டிப்பான ஆள். விளையாட்டில் நல்லொழுக்கம் கடைபிடிப்பது, விதிமுறைகளை மதிப்பது ஆகியவற்றில் மிகுந்த கண்டிப்புடன் இருப்பவர். நன்றாகப் படிப்பவனாக இருந்தாலும் விளையாட்டில் ஆர்வமில்லாதவனாக இருந்ததால் உடற்கல்வி ஆசிரியர்க்கு என் பால் அதிருப்தி இருந்தது. கண்டிப்பு மிகுந்த ஆசிரியரான அவர், தனது வகுப்பு நேரத்தில் யாரும் சும்மா இருப்பதை அனுமதிக்க மாட்டார். இதனாலேயே ஒவ்வொரு உடற்கல்வி வகுப்பும் எனக்கு ஒரு கெட்ட கனவைப் போல இருக்கும். சில நேரங்களில் மோசமான வார்த்தைகள் பேசும் வழக்கம் கொண்டிருந்த அவர் மாணவர்களை, "அபே" "ரே" என்று மதிப்பற்ற முறையில் அழைக்கவும் செய்தார். இருந்தாலும், மனதளவில் நல்லவராக இருந்த அவரைப் பெரும்பாலான மாணவர்களுக்கு மிகவும் பிடித்திருந்தது. எங்களின் தலைமை ஆசிரியருக்குப் பிறகு பள்ளியில் பிரபலமானவராக அவர் தான் இருந்தார்.

விளையாட்டு வகுப்புக்கு வரும் மாணவர்கள் நீல நிற அரைக் காற்சட்டையும், வெள்ளைக் கையில்லாத பனியனும் அணிய வேண்டும் என்பதில் அவர் குறிப்பாக இருந்தார்.

அந்தச் சீருடையில் இல்லாத மாணவர்கள் அவரின் வகுப்பு நேரம் முடியும் வரை மைதானத்தைச் சுற்றி ஓட வேண்டும். இந்தக் கடுமையான சோதனைக்கு நான் ஒரே ஒரு முறை உட்படுத்தப்பட்டேன். வீட்டைச் சென்றடைந்ததும், கால் வலி தாங்க முடியாமல் குப்புற விழுந்து அழத் தொடங்கினேன். வலியால் துடித்துக் கொண்டிருந்த எனது உடலில் தைலத்தைத் தேய்த்து விட்ட அம்மா, உடற்கல்வி ஆசிரியரைத் திட்டித் தீர்த்து விட்டார். அப்பாவின் தலைப்பாகைக்கான துணியில் அரைக் காற்சட்டைகள் தைத்திருந்தாலும், பனியன்கள் எங்களிடம் இருக்கவில்லை. ஆனால் இந்தச் சம்பவத்திற்குப் பிறகு அப்பா, உடனடியாக எங்களுக்குப் பனியன்கள் வாங்கித் தந்தார்.

அடுத்த நாளே, எங்களது புவியியல் ஆசிரியர் விடுப்பு எடுத்திருந்தார். எந்த ஆசிரியர் விடுப்பில் இருந்தாலும், அந்த வகுப்பை நடத்தும் பொறுப்பு உடற்கல்வி ஆசிரியருக்குக் கொடுக்கப்பட்டது. ஆனால், தனது வகுப்பல்லாத நேரங்களில் அவர் மாணவர்களை மைதானத்திற்குக் கூட்டிச் செல்ல மாட்டார். அதற்குப் பதிலாக, அவருக்கு மிகவும் விருப்பமான தலைப்பான, நன்னடத்தைகள் பற்றி மாணவர்களிடம் பேசுவார். தெலுங்கு வழி வகுப்புகளில் படித்த மாணவர்களாகிய நாங்கள், பெரும்பாலும் கடை நிலை ரயில்வே தொழிலாளர்களின் பிள்ளைகளாக இருந்ததால் சமூக நன்னடத்தைகள் பற்றித் தெரிந்து கொள்வதில் ஆர்வமாக இருந்தோம்.

“ஒரு பார்ட்டியில கப்–ல டீ கொடுத்தா எப்படிக் குடிப்பீங்க?” என்று கேட்டார் உடற்கல்வி ஆசிரியர்.

“சாஸர்ல ஊத்தி மட மடன்னு குடிச்சிருவோம் சார்” என்று கூட்டாகப் பதில் வந்தது.

அவர் சத்தமாகச் சிரித்தார். “அட அசட்டுப் பசங்களா! டீ அப்படிக் குடிக்கக் கூடாது. சாஸர் மரியாதைக்காக உங்களுக்குக் கொடுக்கப்பட்டிருக்கு. அதுல டீ–ய ஊத்தி நாய் மாறிச் சத்தமாக் குடிக்கக் கூடாது. அது நல்ல பழக்கம் கிடையாது. சாஸரச் சரியாப் பிடிச்சு, கப்–ல இருந்தே டீ–யக் குடிக்கணும். அது தான் நல்ல பழக்கம்.” எங்களுக்கு இது வேடிக்கையாக இருந்தது. எந்தச் சந்தர்ப்பங்களில் எந்த மாதிரி உடை அணிய வேண்டும் என்றும், கழுத்தில் ‘டை’ அணிவது எப்படி என்பதையும், அதில் ஒற்றை முடிச்சு, இரட்டை முடிச்சுப் போடுவது எப்படி என்பதையும் கற்றுத் தந்தார். கிறிஸ்தவர் என்பதால் பலவகை உணவுகளைச் சுயமாக எடுத்துச் சாப்பிடும் பஃபே முறையில் எவற்றை எப்படிச் செய்ய வேண்டும் என்பதைப் பற்றி அவர் அறிந்திருந்தார். அதையே எங்களுக்கும் சொல்லிக் கொடுத்தார்.

“டைனிங் டேபிள்–ல எப்படிச் சாப்பிடணுமுன்னு உங்களுக்குத் தெரியுமா? என்று அடுத்துக் கேட்டார். யாருக்கும் அதற்கான பதில் தெரியாது என்பதையும் அறிந்தே இருந்தார்.

“தெரியாது சார்” மீண்டும் கூட்டாகப் பதிலளித்தோம். மேசைக் கைக்குட்டையை மடிப்பது எப்படி என்று எங்களுக்குக் கற்றுத் தந்தார். கத்தி மற்றும் முள்கத்தியைப் பயன்படுத்துவது எப்படி; எவ்வகை உணவுகளை உண்பதற்கு ஸ்பூன்களைப் பயன்படுத்த வேண்டும்; கத்தியையும் முள்கத்தியையும் பயன்படுத்தி ஒரு கறித் துண்டையோ, ரொட்டியோ சத்தம் வராமல் வெட்டுவது எப்படி என்பதெல்லாம் கற்றுத் தந்தார். பார்ட்டிகளில் உண்பதற்காக வைக்கப்பட்டிருக்கும் சூப் உட்பட்ட பல உணவுப் பொருட்களைப் பற்றிக் கூறினார். இறுதியாக, “சாப்பிட்டு முடிச்சதுக்கு அப்புறம் இதுக்கு மேல சாப்பாடு வேணாமுன்னு எப்படி சொல்லுவீங்க?” என்று கேட்டார்.

“சாப்பாடு போதுமுன்னு கத்துவோம் சார்” என்பது தான் எங்களது பதிலாக இருந்தது. எங்களைப் பார்த்த அவர், “அப்படியில்ல. உங்க ஸ்பூனையும், முள்கத்தியையும் கவுத்தி வச்சிரணும். அப்படி செஞ்சா உங்களுக்குச் சாப்பாடு போதுமுன்னு அர்த்தம்” என்றார்.

தனது வகுப்பல்லாத நேரங்களில் இப்படியான பாடங்களைத் தான் உடற்கல்வி ஆசிரியர் பகிர்ந்து கொண்டார். அவருடைய வகுப்புகள் சலிப்பூட்டுபவையாகவே இருக்காது. அவரோடு மைதானத்தில் இருப்பதை விட வகுப்பில் இருப்பதையே நான் விரும்பினேன். அதே நாள் வகுப்பு முடிந்த பிறகு சந்திக்குமாறு என்னிடம் கூறியவர் “(அரே) ஏய் சத்தி, கிளாஸ்ல நல்ல பையனா தான் இருக்க நீ. அது நல்லது தான். ஆனா, உன் உடம்பும் நல்லா இருக்கணுமுல்ல,” என்றார்.

பதிலுக்குச் சொல்ல ஏதும் இல்லாததால் நான் அமைதியாக இருந்தேன். என் தோற்றமே என் உடல் நிலையைக் காட்டிக் கொடுத்தது. நான் மிகவும் ஒல்லியாக இருந்தேன். எந்தளவுக்கு என்றால் என் குடும்பத்தில் அனைவரும் என்னைப் ‘பக்கோடு’ ஒல்லிபிச்சான் என்று அழைத்தனர்.

தொடர்ந்து பேசிய ஆசிரியர், “இன்னையில இருந்து தினம் அரை மணி நேரமாவது ஓடிப் பழகு. அடுத்த வருஷம் ஃபுட் பால் டீம்–ல உன்னைச் சேத்து விடுறேன்.”

“சரி சார். நான் பிராக்டிஸ் பண்றேன்,” என்று சுருக்கமாக எனது பதிலை முடித்துக் கொண்டு அடுத்த வகுப்பிற்கு ஓடினேன்.

~

தாத்தா இப்பொழுது எங்களுடன் வாழ்ந்து கொண்டிருந்தார். நாங்கள் ஒரு ஆட்டு மந்தை வைத்திருந்தோம். தாத்தா அவற்றை மேய்ச்சலுக்குக் கூட்டிச் செல்வார். ஞாயிற்றுக் கிழமைகளிலும் மற்ற விடுமுறை நாட்களிலும் நானும் அவருடன் செல்வேன். ரயில்வே ஓய்வு கிளப்பின் திறந்த மைதானத்தில் தாத்தா ஆடுகளை மேய்ச்சலுக்காக விடுவார். அந்த நாட்களில், ஏன் 1970களின் தொடக்க ஆண்டுகள் வரை கூட அந்த மைதானம் திறந்து தான் இருந்தது. சின்ன விளையாட்டு அரங்கத்தைக் கொண்ட அந்தப் பெரிய மைதானத்தைச் சுற்றி இரண்டு மூன்று மைல்களுக்குச் சுற்றுச் சுவர் இருந்தது. இதை ஒட்டி ஆள் நடமாட்டமில்லாத சின்ன மலை ஒன்று இருந்தது. அந்தப் பகுதியினர் அதை 'அட்ட குட்ட' என்றழைத்தனர். குழந்தைகளாக இருந்த போது, தாத்தா ஆடு மேய்த்துக்கொண்டிருக்க, நாங்கள் அந்த மலையின் மீது விளையாடுவோம். தன் கண்பார்வையிலிருந்து எங்கும் ஓடி விட வேண்டாம் என்று எங்களை நோக்கிக் கத்துவார் தாத்தா. இந்த முப்பது ஆண்டுகளில் அட்ட குட்டா பெருமளவிலான மாற்றங்களுக்கு உள்ளாகியிருக்கிறது. யாரும் வசிக்காத பகுதியாயிருந்து இன்று நூற்றுக்கணக்கான பெரிய வீடுகளையும், முறையான சாலைகளையும் கொண்ட பகுதியாக அது மாறியிருக்கிறது.

மாலை வேளைகளில் ஆடுகளை எங்கள் ஷெட்டின் ஒரு ஓரத்தில் கட்டி விட்டு, மண்ணெண்ணெய் விளக்கு சுத்தம் செய்து ஏற்றப்படும். கட்டில்களின் கயிறு தொள தொளவென்றிருந்தால் தாத்தா அவற்றை இறுக்கிக் கட்டுவார். அவரும், லக்ஷ்மனும் ஒரு கட்டிலில் படுத்துக் கொள்ள, அஞ்சைய்யாவும் நரசிம்மலுவும் இன்னொரு கட்டிலில் படுத்துக் கொள்வார்கள். நானும் யாதகிரியும் கட்டில்களின் அடியில் படுத்துக் கொள்வோம். மழைக் காலங்கள் சிரமமானவையாக இருந்தன. விடாமல் பெய்யும் மழை எங்களை இரவில் தூங்க விடாது. ஷெட்டின் மறுபுறம் நனைந்தபடி இருக்கும் ஆடுகள் அங்குமிங்கும் நடந்து கொண்டும், சத்தம் போட்டுக் கொண்டும் இருப்பதால் தூங்குவது முடியாத காரியமாகிவிடும். மழை நீர் ஒழுகிக் கொண்டிருக்கும் இடங்களில் வைக்கப்பட்ட பாத்திரங்களில் தண்ணீர் சொட்டும் சத்தத்தினால் பல இரவுகள் எங்கள் தூக்கம் கெடும். அதோடு அந்தப் பாத்திரங்கள் நிறையும்போது தண்ணீரை ஊற்றுவதற்காக நள்ளிரவில் விழிக்க வேண்டி வரும். மழை நீர் தரையை முழுவதும் நனைப்பதால் தூங்க முடியாமல் கட்டிலில் ஏறி அமர்ந்திருந்த நாட்களும் உண்டு.

அது போன்ற நாட்களில் நாங்கள் அனைவரும் ஒரே வரிசையில் அமர்ந்து இரவு உணவை உண்போம். தாத்தாவையும்

சேர்த்து நாங்கள் 13 பேர் இருப்போம். 13 என்பது பெரிய எண்ணிக்கை தான். அம்மாவும், அண்ணியும் உணவு பரிமாற ஒரு வார்த்தைகூடப் பேசாமல் நாங்கள் அனைவரும் சாப்பிடு வோம். சாப்பிடும்போது பேசுவது அப்பாவுக்குக் கொஞ்ச மும் பிடிக்காது. பெரும்பாலும், சோள ரொட்டி, பருப்பு, ஏதேனும் ஒரு குழம்பு ஆகியவையே எங்களது உணவாக இருந்தது. வெள்ளிக்கிழமைகளில் ஆட்டிறைச்சி பரிமாறப்படும். அனைவருக்கும் ஒரு சில துண்டுகளாவது வரும் வண்ணம் அம்மா பரிமாறுவார். அப்பாவும், தாத்தாவும் ஆளுக்கொரு பித்தளைப் பாத்திரத்தை இடது கையில் பிடித்தபடி சாப்பிடுவார்கள். நாங்கள் அனைவரும் அலுமினியத் தட்டுகளில் சாப்பிடுவோம். தினமும் ஒரு வேளை வீட்டிலிருக்கும் அனைவரும் சேர்ந்து சாப்பிட வேண்டும் என்ற இந்தப் பழக்கம், கூட்டுக் குடும்பம் உடைந்து அனைவரும் தனித்தனியே வாழத் தொடங்கிய பின்னரும் தொடர்கிறது. ஒரே வித்தியாசம் என்னவென்றால், இன்று எல்லோரும் தங்களுக்குப் பிடித்த உணவு வகைகளை, சாப்பாட்டு மேசையில் அமர்ந்து சாப்பிடுகிறோம். இருந்தாலும், அன்றைய நாட்களில் எங்களுக்குக் கிடைத்த உணவைப் பகிர்ந்து சாப்பிட்ட நினைவுகள் எனக்கு மகிழ்ச்சியைத் தருகின்றன.

~

அப்பாவுக்குப் பயணங்கள் விருப்பமானவையாக இருந்தன என்பதால் 1958 இன் கோடைக் காலத்தில் வட இந்தியாவிலிருந்த புனிதத் தலமான ரிஷிகேஷுக்கு எங்களை அழைத்துச் செல்வது என்று முடிவு செய்தார். அவருடைய நண்பர் ஒருவர் அந்த ஊரைப் பற்றியும், அதில் ஓடும் கங்கை ஆற்றைப் பற்றியும் கூறியதால் நாங்கள் எல்லோரும் அதைப் பார்க்க வேண்டும் என்று அப்பா விரும்பினார். அண்ணியும், பச்சம்மாவும் உதவ அம்மா பயணத்திற்கான ஏற்பாடுகளைச் செய்யத் தொடங்கினார். ஏழிலிருந்து பத்து நாட்களுக்கான தின்பண்டங்களையும், மூன்று நாட்கள் வரை வரக் கூடிய பூரிகளையும், ஊறுகாயையும் அவர்கள் தயார் செய்தனர். எங்களுக்குக் கிடைக்கக் கூடிய இலவச பாஸ்களைப் பயன்படுத்தி ரயிலில் பயணம் செய்ய இருந்தோம். நாங்கள் பயணிக்கும்போது அனுமதிச் சீட்டு எடுப்பதை அப்பா விரும்பியதில்லை.

நாங்கள் கிளம்ப வேண்டிய நாளன்று தக்ஷின் எக்ஸ்பிரஸ் வருவதற்காக எங்கள் குடும்பம் முழுவதும் செகந்திராபாத் ரயில் நிலையத்தில் காத்துக் கொண்டிருந்தோம். எங்களிடம் நிறையப் பெட்டிகள் இருந்தன. ஆளுக்கு ஒவ்வொரு பெட்டி அவர்களின் பொறுப்பாகக் கொடுக்கப்பட்டிருந்தது. ஓய்வு

எடுக்கும் இடங்களில் சமைப்பதற்குத் தேவையான அரிசி, பருப்பு, சமையல் எண்ணெய் ஆகியவை அடங்கிய பெரிய பெட்டியைப் பால்ராஜ் தலையில் சுமந்து கொண்டிருந்தான். எங்கள் 13 பேரின் உடைகள் அடங்கிய பெரிய பெட்டியை அப்பாவும், பயணத்தின்போது சாப்பிடச் சமைத்து வைக்கப்பட்ட உணவுப் பண்டங்கள் அடங்கிய பெரிய பெட்டியை அண்ணியும் சுமந்தனர். விறகுகளைத் துணியில் சுற்றி அஞ்சைய்யாவும், நரசிம்மலுவும் மாறி மாறி தூக்கிக் கொண்டனர். எங்கள் பொருட்களைச் சுற்றி நின்று கொண்டு ரயில் வரும் திசையைப் பார்த்தபடி நின்றிருந்தோம். ரயிலின் அன்ரிசர்வ்டு பெட்டியில் எங்களை ஏற்றி விடுவதற்காக வந்திருந்த தன் நண்பர்களுடன் பால்ராஜ் பேசிக் கொண்டிருந்தான். ரயில் நின்றதும் பால்ராஜின் நண்பர்களின் உதவியோடு எங்கள் அனைவருக்கும் இருக்கைகள் கிடைத்தன. ஜன்னல் சீட்டில் யார் அமர்வது என்று லக்ஷ்மிபாயுடன் நான் வாக்குவாதம் புரிந்ததும் இறுதியில் அவளுடன் அந்த இருக்கையைப் பகிர்ந்து கொள்வது என்று முடிவெடுத்ததும் எனக்கு நினைவிருக்கிறது.

அந்தக் காலத்தில் மூன்றாம் வகுப்புப் பெட்டிகள் நீண்ட குறுகிய அறைகள் கொண்டவையாக இருந்தன. இவற்றில் மரப் பெஞ்சுகள் எதிரெதிரே அமைக்கப்பட்டிருந்தன. ரயிலின் கூரையிலிருந்து தொங்கிய மின்விசிறிகளால் நிறைந்து வழிந்த பெட்டிகளின் இறுக்கத்தைக் கொஞ்சமும் தளர்த்த முடியவில்லை. பெரும்பாலான ஸ்டேஷன்களில் ஒற்றைத் தண்டவாளம் மட்டுமே இருந்ததால், ஒன்றுடன் ஒன்று மோதிக் கொள்வதைத் தவிர்க்க வேண்டி எதிரெதிர் திசையிலிருந்து வரும் ரயில்கள், காத்திருந்து பின்னர் ஸ்டேஷன்களுக்குள் நுழைய வேண்டியிருந்தது. அப்பொழுது புகை வண்டிகள் மட்டுமே இருந்தன. இவை அதிவேகத்தில் செல்லும்போது புகையைக் கக்கின. அப்பாவின் மடியில் அமர்ந்து கொண்டு வெளியே, எதிர்த் திசையில் "நகரும்" பொருட்களைப் பார்ப்பதில் எனக்கு ஆனந்தம் இருந்தாலும் புகையும், தூசியும் கண்களில் விழுந்து அசௌகரியத்தை ஏற்படுத்தியது. அன்று மாலை நாக்பூரை அடைந்தோம். அப்பா எங்களுக்கு ஒரு கூடை நிறைய ஆரஞ்சுப் பழங்களை வாங்கிக் கொடுத்தார். சில மணி நேரத்திற்கு ஒரு முறை அம்மாவும் எங்களுக்குத் தின்பண்டங்கள் கொடுத்தபடி இருந்தார். இரவு உணவு முடித்த பிறகு அப்பாவும் பால்ராஜூம் பெட்டியிலிருந்து படுக்கை விரிப்புகளை எடுத்துச் சீட்டுகளுக்கு இடையில் ரயிலின் தரையில் விரிக்க நாங்கள் அவற்றில் படுத்து உறங்கினோம்.

ஒரு பகல் முழுவதையும், ஒரு இரவையும் ரயிலில் கழிப்பது எங்கள் அனைவருக்கும் ஒரு புது அனுபவமாக இருந்தது. ரயிலின் ஆட்டமும், அதிவேகமாகச் செல்லும்போது அது எழுப்பிய சத்தமும் எனக்கு மிகவும் பிடித்திருந்தது. அடுத்த நாள் காலை வழக்கம் போல் நாங்கள் சீக்கிரமே எழுப்பி விடப்பட்டோம். மற்ற பயணிகள் முழிப்பதற்கு முன்பே நாங்கள் முகம் கழுவி சுத்தமாக இருந்தோம். இன்றைக்கும், ரயிலில் பயணிக்கும்போது என் சிறு வயது நினைவுகளை எண்ணிச் சிரித்துக் கொள்வேன். முதல் வகுப்பில் பயணம் செய்தாலும், மற்ற பயணிகள் ஆழ்ந்த உறக்கத்தில் இருக்கும் போதே எழுந்து கழிப்பறையைப் பயன்படுத்தி விடுவேன்.

அம்மாவும், அண்ணியும் காலை உணவிற்குப் புளி சாதம் பரிமாறினார்கள். நண்பகல் வேளையில் ரயில் மலைகளின் ஊடே பாம்பைப் போல நெளிந்து சென்றதைப் பார்ப்பது பரவசம் அளிப்பதாக இருந்தது. சில நேரம் சட்டென்று இருட்டாகி, ரயிலின் ஓசையும் மாறிவிடும். இது முதல் முறை நடந்தபோது வயதில் சிறியவர்களாக இருந்தவர்கள் எல்லோரும் பயத்தில் கத்தினோம். நான் அப்பாவை இறுகப் பற்றிக்கொண்ட சிறிது நேரத்திற்கெல்லாம் பழையபடி வெளிச்சத்திற்கு வந்தோம்.

“அப்பா, ஏன் திடீருன்னு இருட்டாயிடுச்சு. நாங்க பயந்துட்டோம்” என்றேன்.

“டிரெயின் சுரங்கத்துக்குள்ள போச்சு பா” என்று அப்பா சிரித்துக் கொண்டே சொன்னார்.

“சுரங்கம்ன்னா என்ன?” என்று தெரிந்து கொள்ளும் ஆர்வத்தில் கேட்டதும் அப்பா ஒரு ஆசிரியரைப் போல விளக்கம் கொடுக்கத் தொடங்கினார். கையில் ஒரு ஆரஞ்சுப் பழத்தை எடுத்துக் கொண்டு, அதன் நடுவில் கையால் துளை ஒன்றை ஏற்படுத்தினார். “இது தான் ஒரு மலைன்னு வச்சுக்குவோம், நான் அதுக்குள்ள ஒரு ஓட்டை போட்டிருக்கேன் இல்ல, இப்படித் தான் மலையைக் குடைஞ்சு சுரங்கம் போட்டிருக்காங்க. இது வழியா நுழைஞ்சு ரயில் இன்னொரு பக்கம் வந்துரும். மலைக்குள்ள சூரிய வெளிச்சம் வராதுன்றதால தான் இருட்டா இருக்கு” என்றார்

அவர் இப்படிச் சொல்லிக் கொண்டிருக்கும் போதே நாங்கள் இன்னொரு சுரங்கத்திற்குள் சென்றோம். ஆனால் இம்முறை நாங்கள் பயப்படவில்லை.

அன்று மாலை தில்லி சென்றடைந்தோம். தில்லி ரயில் நிலையத்தின் நடைமேடைகள் பெரிதாக இருந்ததால் நாங்கள் அனைவரும் ஒரே இடத்தில் இருக்க வேண்டும் என்று அம்மா கவனமாக இருந்தார். ஏழைப் பயணிகள் தங்குவதற்கான இடமான சௌல்ட்ரிக்கு நாங்கள் அனைவரும் சென்றோம். அங்குப் பொதுக் கழிப்பறைகளும், உறங்குவதற்கான இடமும் இருந்தன. இங்கும் மற்ற எவரும் எழுவதற்கு முன் நாங்கள் எழுந்து குளித்து முடித்தோம். முழு நேரமும் ஜன்னலருகில் உட்கார்ந்திருந்ததால் என் தலைமுடியில் சேர்ந்திருந்த தூசைச் சுத்தம் செய்த நானும் மகிழ்ச்சியடைந்தேன். காலை உணவிற்குப் பூரியும் சட்னியும் சாப்பிட்ட பிறகு தில்லி மாநகரத்தைச் சுற்றிப் பார்க்கக் கால் நடையாகக் கிளம்பினோம். தில்லியின் பரந்து விரிந்த சாலைகளும், குதிரை வண்டிகள் உட்பட அங்கிருந்த வகை வகையான வண்டிகளும் எங்களுக்கு ஆச்சரியமூட்டுவதாய் இருந்தன. பின்னர் தில்லியின் மார்கெட்டான கன்னாட் ப்ளேஸ்க்கு நடந்து சென்றோம். தில்லி அப்போதே பெரிய கட்டிடங்கள் நிறைந்த இடமாய் இருந்தது. அப்பா இரண்டு குதிரை வண்டிக்காரர்களிடம் பேசி எங்களைத் தில்லி முழுவதும் சுற்றிப் பார்க்க ஏற்பாடுகள் செய்தார். நாங்களும் முக்கிய இடங்களான செங்கோட்டை, ஜந்தர் மந்தர், இந்தியா கேட், ராஷ்ட்ரபதி பவன் ஆகிய இடங்களுக்குச் சென்றோம். அன்று மாலையே ரிஷிகேஷுக்கு ரயில் ஏற வேண்டியிருந்ததால் ஒரே நாளில் இந்த இடங்கள் அனைத்தையும் பார்க்க வேண்டியிருந்தது.

அன்று மாலை, ஜெனரல் கம்பார்ட்மெண்டில் மீண்டும் பயணம் செய்ய வேண்டியிருந்தது. அகலமான ஆறுகள் மீது அமைக்கப்பட்ட பெரிய பாலங்களை ரயில் கடந்ததைப் பார்க்க விறுவிறுப்பாக இருந்தது. கங்கை ஆற்றைக் கடக்கும்போது காணிக்கையாக தூக்கிப் போட அப்பா எனக்கு ஒரு பைசா நாணயம் கொடுத்திருந்தார். அனைவரின் பாவங்களையும் தன் நீர் கொண்டு போக்க வல்ல கங்கைத் தாய்க்கான காணிக்கையாக அது கருதப்பட்டது. அடுத்த நாள், கங்கை நதி ஆனந்தமாகப் பாயும், மரங்கள் நிறைந்த மலைப் பகுதியான ரிஷிகேஷைச் சென்றடைந்தோம். நேரே மலைப்பகுதிக்குச் சென்று ஆற்றில் குளித்தோம். சிலீரென்று இருந்த நீரில் நடுங்கியபடியே குளித்து முடித்தோம். அப்பாவும், பால்ராஜும் நல்ல ஆழத்திற்குச் சென்று குளித்தார்கள். பின்னர் உடை மாற்றிக் கொண்டு சாமி கும்பிடுவதற்காகக் கோயிலுக்குச் சென்றோம்.சாதி இந்துக்களோடு வாழ்ந்து பழகியிருந்ததால் அவர்களின் வழிபாட்டு முறைகளை நாங்கள் அறிந்திருந்தோம். அதனால் கோயிலுக்குள் செல்வது அத்தனை சிரமமாக இருந்திருக்கவில்லை. இதன் பிறகு தான்

தங்குமிடத்திற்குச் சென்று காலை உணவருந்தி, பின்னர் லக்ஷ்மண் ஜூலா என்றழைக்கபடும் ஆற்றுப் பாலத்திற்குச் சென்றோம். ஆற்றின் மீதிருந்த அந்தப் பாலத்தில் நடந்தபோது அதன் அதிர்வுகளையும், காற்றில் அது ஆடுவதையும்கூட உணர முடிந்தது. நடக்கும்போது அது ஆடுவதால்தான் இந்தப் பாலத்திற்கு “ஜூலா” (ஊஞ்சல்) என்று பொருள்படும் இந்திப் பெயர் வழங்கப்பட்டதாகவும், ராமாயணத்தின் முக்கியக் கதை மாந்தர்களுள் ஒருவரான லக்ஷ்மணனால் கட்டப்பட்டதால் “லக்ஷ்மண் ஜூலா” என்ற பெயர் வந்ததாகவும் அப்பா கூறினார்.

சில நாட்களில் வீட்டுக்குத் திரும்பும் நெடும் பயணத்தைத் தொடங்கினோம். திரும்பி வரும்போது, உணவுப் பொருட்கள் கணிசமான அளவு முடிந்திருந்ததால் எங்களது சுமை பாதியாகக் குறைந்திருந்தது. சாப்பிடுவதற்குப் போதுமான அளவு உணவில்லாமல் போய்விடுமோ என்ற பயத்திலேயே வேகவேகமாக வீடு திரும்பினோம் என்று தான் சொல்ல வேண்டும். பத்துப் பன்னிரெண்டு நாட்களுக்குப் பிறகு ஒரு வழியாகச் செகந்திராபாத் திரும்பினோம். இந்தப் பயணம் எந்த அளவுக்குச் சந்தோஷமானதாக இருந்ததோ அதே அளவுக்குக் களைப்பானதாகவும் இருந்தது. நாங்கள் வீடு வந்து சேர்ந்தது அம்மாவுக்கு நிம்மதியளித்தது. எங்களில் ஒருவர் கழிப்பறையைப் பயன்படுத்தச் சென்ற போதோ, நாங்கள் மொத்தமாக ஒரு ரயிலிலிருந்து மற்றொரு ரயிலுக்கு மாறும் போதோ யாரும் தொலைந்து விடக் கூடாது என்று பயந்து பயந்து எங்களைப் பாதுகாத்தார். இவ்வளவு நீண்ட பயணத்திற்கு எங்கள் அனைவரையும் அழைத்துச் சென்றது குறித்து அப்பாவுக்கு அடிக்கடி திட்டு விழுந்தது. மீண்டும் எங்களை இப்படி ஒரு பயணத்தில் கூட்டிச் செல்லக் கூடாது என்று அவரிடம் சத்தியமும் பெற்றுக் கொண்டார் அம்மா. இப்போது எண்ணிப் பார்க்கும்போது அது பிரமாதமான பயணமாகத் தோன்றுகிறது. அப்பா எங்கள் அத்தனை பேரையும் அழைத்துக் கொண்டு, டிக்கட் முன்பதிவு செய்யப்படாத ரயில் பயணத்தில் எப்படிச் சென்றார் என்று எண்ணிப் பார்க்கும்போது பிரமிப்பாக இருக்கிறது.

~

கோடை விடுமுறை முடிந்து வகுப்புகள் மீண்டும் தொடங்கின. நானும், நரசிம்மலுவும், அஞ்சைய்யாவும் அடுத்த வகுப்பிற்குத் தேறியிருந்தோம். வகுப்புகள் தொடங்கிப் பல நாட்களுக்குப் பிறகும் நண்பர்கள் எங்களைச் சூழ்ந்து கொள்ள எங்களின் பயணத்தைப் பற்றியும், தில்லியைப் பற்றியும் நிறையக் கதைகள் சொன்னபடி இருந்தேன். யாதகிரியும், லக்ஷ்மிபாயும்

செகந்திராபாத்தில் இருந்த தொடக்கப்பள்ளியில் படித்துக் கொண்டிருந்தனர். வீட்டின் அருகிலேயே இருந்த அரசுப் பள்ளியில் லக்ஷ்மன் சேர்ந்திருந்தான். வழக்கம் போல் அப்பா தனது வருங்கால வைப்புநிதியிலிருந்து கடன் பெற்று எங்கள் கல்விச் செலவுகளை ஈடுகட்டினார். இம்முறை தனித்தனிச் சாப்பாட்டு டப்பாக்களை எடுத்துச் செல்வதற்கு அப்பா ஒப்புக் கொண்டதால் நான் மகிழ்ச்சியடைந்தேன்.

நரசிம்மலுவும் அஞ்சையாவும் படிப்பில் சராசரியாகத் தான் இருந்தனர். சில நேரங்களில் சராசரிக்கும் குறைந்த மதிப்பெண்கள் பெற்றனர். நானோ வகுப்பிலேயே முதல் மாணவனாக இருந்தாலும் கணக்குப் பாடத்தைக் கற்பதில் இன்னும் சிரமம் இருந்தது. கணக்குப் பாடம் கற்றுத் தர வீட்டில் யாரும் இல்லை என்பதால் மற்ற பாடங்களை மனப்பாடம் செய்வது போல் கணக்குப் பாடத்தையும் புரியாமலேயே மனப்பாடம் செய்ய ஆரம்பித்தேன். கணக்கில் இப்படி இருந்தாலும் ஆங்கிலம் நன்றாகப் படித்தேன். பல நேரங்களில் என் நண்பர்கள் ஆங்கிலத்தில் விடுப்புக் கடிதம் எழுதித் தரச் சொல்லி என்னைக் கேட்டனர். எங்களது ஆங்கில ஆசிரியரான திரு. சீதாராமா சாஸ்திரி எங்களுக்கு இருந்த சிறந்த ஆசிரியர்களில் ஒருவர். ஆங்கில வகுப்புகள் எடுக்கும்போது ஒரு தெலுங்கு வார்த்தைகூட பயன்படுத்த மாட்டார். அவரது வகுப்புகள் எனக்கு மிகவும் பிடித்தவையாக இருந்தன. வீட்டில் வாய் விட்டு வாசிக்கும்போது அவரைப் போலவே வாசித்துப் பழகினேன். நான் இப்படி வாசிக்கும்போது சில நேரம் அப்பா என் அருகில் உட்கார்ந்து கொண்டு நான் என்ன வாசிக்கிறேன் என்று உற்றுக் கவனித்துக் கொண்டிருப்பார். திரு. சாஸ்திரி எனக்குப் பெரிய ஊக்கமாக இருந்தார். எப்பொழுதும் நல்ல ஆடைகளையே அணிந்த அவர், பல நேரங்களில் கோட் சூட்டும், டை–யும் அணிந்திருந்தார். இருந்தாலும், அவர் சொல்லிக் கொடுத்ததைப் பின்பற்ற முடியாததால், என்னுடைய சக மாணவர்கள் பலருக்கு அவரது வகுப்பு பிடிக்காமல் போனது.

நான் ஏற்கனவே சொன்னது போலவே, தெலுங்கு வழி வகுப்புகளில் படித்த மாணவர்களுக்கும், ஆங்கில வழியில் படித்த மாணவர்களுக்குமிடையில் வித்தியாசங்கள் இருந்தன. வர்க்க, சாதி அடிப்படையிலான பிரிவினை இயல்பாகவே இருந்தது. தெலுங்கு வழி வகுப்புகளில் படித்த பெரும்பான்மையான மாணவர்கள் மெட்ரிகுலேஷன் தேர்வுகளுக்குத் தகுதியடைய மாட்டார்கள் என்பது ஆசிரியர்களே அறிந்த ஒன்று. இப்படிப் பட்ட மாணவர்களில் பெரும்பான்மையானோர் ரயில்வே

பட்டறைகளில், தனித்திறன் தேவைப்படாத வேலைகளில் சேர்வார்கள். ரயில்வே தொழிலாளர்களின் குழந்தைகளான இவர்களுக்கு அந்த வேலை கிடைப்பது எளிமையான காரியமாக இருந்தது. ஒரு களாசியின் மகன் எளிதில் களாசியாக வேலைக்குச் சேர முடியும். பல நேரங்களில் கூடுதல் வருமானம் கிடைக்கும் என்பதால் பெற்றோரும் இதையே விரும்பினார்கள். சில நேரங்களில் இதே காரணத்துக்காகப் பிள்ளைகளைப் பள்ளியிலிருந்து வெளியே எடுக்கவும் செய்தார்கள். தங்களின் பெற்றோரைப் போலவே இந்த இளவயதினரும் சீக்கிரமே திருமணம் செய்து, குழந்தைகளும் பெற்றுக் கொண்டனர். தன் பிள்ளைகளைப் படிப்பதிலிருந்து நிறுத்துவதில் அப்பாவுக்குச் சிறிதும் உடன்பாடிருந்ததில்லை. பிள்ளைகளுக்கு நல்ல எதிர்காலம் ஏற்படுத்தித் தருவதை உறுதி செய்யாத தனது சக தொழிலாளர்களை அவர் பல முறை கடிந்து கொண்டதையும் நான் பார்த்திருக்கிறேன். தீண்டத்தகாத சமூகத்திலிருந்து வெகு சிலரே (என் அண்ணனைப் போல) ஆங்கில வழி வகுப்புகளில் படித்து வந்தனர். அரசு வேலைகளில் ஆங்கிலத்திற்கு முன்னுரிமை அளிக்கப்பட்டதால், மெட்ரிகுலேஷன் தேர்வுகளில் வெற்றி பெற்றதுமே இவர்களுக்கு நல்ல பதவிகளில் வேலை கிடைக்கும்.

~

அந்த வருடத்தின் பாதியில் அப்பசாயுலு, புசாவலில் தனது பயிற்சியை முடித்துக் கொண்டு பம்பாயில் இடைக்காலப் பணியில் அமர்த்தப்பட்டான். பம்பாய் கிளம்புவதற்கு முன் விடுமுறையில் வீட்டுக்கு வந்து எங்களுடன் ஒரு வாரம் செலவிட்டுச் சென்றவன், எங்கள் ஒவ்வொருவருக்குமென ஒரு பரிசு வாங்கி வந்தான். அண்ணனின் பழக்க வழக்கங்களிலும், அவனை மற்றவர்கள் அணுகிய விதத்திலும் நான் நிறைய வித்தியாசங்களைக் கவனித்தேன். எங்கள் வீட்டிலேயே முதல் ஆபிசரான அவனுக்கு அனைவரும் கூடுதல் கவனம் கொடுத்தனர். அலுவலர் பணி வரிசையில் கடைசிக் கட்ட அலுவலராகப் பணியில் சேர்ந்திருந்தாலும், பின்னாட்களில் என் சித்தப்பா எல்லய்யாவும் ஆபீசராக ஆனார் என்றாலும் அப்போதைக்கு, அந்த இளம் வயதில், அப்பசாயுலு தான் எங்கள் குடும்பத்தின் முதல் ஆபீசராக இருந்தான். குறிப்பாக, தாத்தா பெரு மகிழ்ச்சி அடைந்தவராய் இருந்தார். அண்ணன் அவருக்காக வாங்கியிருந்த புது ஆடைகளைப் பார்த்ததும் அவரையும் அறியாமல் அவரது கண்கள் கலங்கின. அவனது ஆசைத் தம்பியான எனக்கு அவன் வாங்கித் தந்த அழகான பேனாவைப் பட்டப்படிப்பு முடிக்கும்

வரை பத்திரமாக வைத்திருந்தேன். பயிற்சி பெறுபவனாக அவனது அனுபவங்கள் எப்படி இருந்தன என்பதை எங்களுடன் பகிர்ந்து கொண்டான். அவனுக்கு அந்தப் பயிற்சி மிகவும் பிடித்திருந்ததால் சின்னச் சின்ன விவரங்களைக் கூட விடாமல் பகிர்ந்து கொண்டான். பயிற்சி பெறும் மற்றவர்களோடு ஒரே மேசையில் உட்கார்ந்து உண்பது குறித்தும், அவர்கள் உண்ட உணவைக் குறித்தும் கூட விவரித்தான். பயிற்சி பெற வந்திருந்த ஒவ்வொருவருக்கும் தனிக் கட்டிலும், சுத்தமான மெத்தையும் வழங்கப்பட்டிருந்தது பற்றியும், அவர்களில் பெரும்பாலானோர் தாமதமாக எழுந்து காலை உணவுக்கு வேகவேகமாகக் கிளம்பி ஓடுவது பற்றியும் கூறினான். அண்ணனுக்கு 4 மணிக்கே எழுந்து கொள்ளும் பழக்கம் இருந்ததால் அவன் மற்றவர்களிலிருந்து வேறுபட்டே இருந்தான். அவனது அனுபவங்கள் பற்றி விடாமல் கேள்வி கேட்டுக் கொண்டே இருந்தேன் நான். அன்றிலிருந்து இரண்டு நாட்கள் கழித்து, ஒரு மாலை வேளை, அண்ணன் என்னை மினர்வாவுக்கு (தியேட்டருக்கு) அழைத்துச் சென்றான். "ஜிஸ் தேஷ் மே கங்கா பெஹ்தி ஹே" என்ற இந்திப் படத்தைப் பார்த்தோம். இடைவேளையில் எனக்கு அவன் தின்பண்டங்கள் வாங்கிக் கொடுத்தபோது நான் குதூகலமானேன்.

அந்த வாரம் அதிவேகமாகக் கடந்து அப்பசாயுலுவும் பம்பாய் கிளம்பினான். ஸ்டேஷனில் ஒரு கூட்டமே கூடியிருந்தது. எங்கள் குடும்பம், அப்பாவின் குடும்பம், பால்ராஜின் நண்பர்கள், இவர்களைத் தவிர்த்து எங்கள் சாதியைச் சேர்ந்த மற்றவர்களும் அப்பசாயுலுவை வழியனுப்ப ஸ்டேஷனுக்கு வந்திருந்தார்கள். அம்மா அமைதியாக அழுதபடியே நின்றிருந்தார். அண்ணன் அவரைச் சமாதானப்படுத்த முயன்று கொண்டிருந்தான். அவன் அவ்வளவு தொலைவு செல்ல வேண்டியிருந்ததைக் குறித்து எங்களுக்கு வருத்தமாக இருந்தது. ரயில் நகரத் தொடங்கியதும் அப்பசாயுலு எங்களுக்குக் கையசைத்து விடைபெற்றான். ரயில் கண் பார்வையிலிருந்து மறைவதைப் பார்த்து நான் உள்ளுக்குள் அழுதபடி நின்றேன். நாங்கள் அனைவரும் மௌனமாக வீடு திரும்பினோம்.

~

இந்த நேரத்தில் அம்மாவும், அண்ணியும் கர்ப்பமாக இருந் தார்கள். மாமியாரும், மருமகளும் ஒரே நேரத்தில் கர்ப்பமாக இருப்பது அந்த நாட்களில் சாதாரணமான ஒன்று. அம்மா ஒரு பெண் குழந்தையையும் அண்ணி ஒரு ஆண் குழந்தையையும் பெற்றெடுத்தார்கள். அது தான் அம்மாவின் கடைசிப் பிரசவமாக இருந்தது. இப்பொழுது எங்களுக்குப் பொம்மையைப் போன்ற அழகான குட்டித் தங்கை இருந்தாள். அவளை நாங்கள்

ஷமா என்றழைத்தோம். பால்ராஜின் மகன் கிருஷ்ணா ராவ் என்றழைக்கப்பட்டான்.

அண்ணிக்கு அதன் பிறகும் குழந்தைகள் பிறந்தன. அவருக்கும், அண்ணனுக்கும் கடைசியாகப் பிறந்த இரட்டைக் குழந்தைகளோடு சேர்த்து ஏழு குழந்தைகள் மொத்தம்.

~

இந்த வருடத்தில் தான் பள்ளியின் கால்பந்து அணியின் கோல் கீப்பராக திரு. பிரான்சிஸ் என்னைத் தேர்ந்தெடுத்தார். ஒல்லியான தேகம் கொண்டவனாக இருந்தாலும் என்னுடைய மறுவினை ஆற்றல் *(reflexes)* நன்றாக இருந்தது. என் உடல்வாகை எண்ணி எப்போதும் வருந்திய அப்பசாயுலு இம்முறை வீட்டுக்கு வந்திருந்தபோது ஒரு மாணவனின் வாழ்க்கையில் விளையாட்டின் முக்கியத்துவத்தை எடுத்துக் கூறி அப்பாவைச் சமாதானப்படுத்தியிருந்தான். கல்வி அல்லாத மற்ற விஷயங்களில் இப்போது நாங்கள் அப்பாவின் சம்மதத்தோடு பங்கெடுத்தோம்.

எங்களுடைய கால்பந்தாட்ட மைதானம் ரயில்வே தண்டவாளங்களின் மறுபுறம் இருந்ததால் மைதானம் ஒன்றையும், தண்டவாளங்களையும் தாண்டி நாங்கள் அங்கு செல்ல வேண்டியிருந்தது. நான் தினமும் பயிற்சி செய்யத் தொடங்கியிருந்தேன். பள்ளிகளுக்கிடையேயான போட்டிகள் தொடங்குவதற்கு ஒரு மாதத்திற்கு முன்பிலிருந்து ஒவ்வொரு நாளும் பள்ளி நேரம் முடிந்து ஒரு மணி நேரம் பயிற்சிகள் செய்யத் தொடங்கினோம். இதனால் மூன்று சகோதரர்களும் ஒன்றாக வீட்டுக்குத் திரும்பாமல் அவரவர் பள்ளி நேரமும், பயிற்சி நேரமும் பொறுத்துத் தனித்தனியாக வீடு திரும்பினோம். ஒவ்வொரு நாள் பயிற்சியின் முடிவிலும் எங்கள் ஆசிரியர் எங்களுக்கு வாழைப்பழமும், பிஸ்கெட்டுகளும் உண்ணக் கொடுத்தபடியே விளையாட்டின் நுணுக்கங்கள் பற்றிப் பேசுவார். விரைவிலேயே லீக் போட்டிகள் பற்றிய அறிவிப்பு வந்தது. செயிண்ட் பாட்ரிக்ஸ் பள்ளி, செயிண்ட் மேரீஸ் பள்ளி, எஸ். பி. ஜி. பள்ளி ஆகிய அணிகள் வலிமையானவையாக இருந்தன. அனைத்து அணிகளின் நிறை குறைகளையும் அறிந்திருந்த எங்கள் ஆசிரியர் ஒவ்வொரு அணியையும் எப்படி வீழ்த்துவது என எங்களுக்குச் சொல்லிக் கொடுத்தார். பயிற்சிக் காலம் ஒரு மணி நேரத்திலிருந்து இரண்டு மணி நேரமாக உயர்ந்தது. ஒரு நாள், என்னைத் தனியே அழைத்த ஆசிரியர், வால்நட்டுகளை உண்ணக் கொடுத்தபடியே பேச ஆரம்பித்தார் “சத்தி, நீ திறமையான கோல்கீப்பர், உன்னை நம்பித்தான் நம்ம டீமோட வெற்றி இருக்கு” என்று கூறினார்.

ஆர்வத்தில், கோல் போஸ்டின் ஓரங்களில் கூட தாவி பந்தைப் பிடிப்பேன் நான். பள்ளியின் சிறந்த கோல்கீப்பராக இருந்ததால் பிரபலமானவனாகவும் இருந்தேன். ஆனால் விளையாட்டின்போது ஏற்பட்ட காயங்களை எண்ணிக் கொஞ்சமும் வருந்தாதவனாகவும் இருந்தேன். இது என் ஆசிரியருக்கு என்னைக் குறித்த வருத்தத்தை ஏற்படுத்தியதால் தான் அவர் என்னைத் தனியாக அழைத்துப் பேசினார்.

"சார், என்னால முடிஞ்ச எல்லாத்தையும் செஞ்சு சிறப்பா விளையாடுவேன் சார்."

என்னுடைய பதில் அவருக்குத் திருப்தி அளித்தது. வரவிருந்த பந்தயங்களில் அணிந்து கொள்ள என எங்களுக்கு டீ சர்ட்டுகளும், ஷார்ட்ஸும், விளையாட்டு ஷூக்களும் வழங்கப்பட்டன. எங்களுடைய முதல் போட்டி செயிண்ட் பேட்ரிக்ஸ் பள்ளியுடன் நடந்தது. ஆட்டத்திற்கு முந்தைய நாள் மாலை பயிற்சியின்போது திரு. பிரான்சிஸ் பதட்டமாக இருந்தார். யாரும் பந்தை எடுத்துக் கொண்டு தனியே முன்னேறக் கூடாது என்றும் ஒருவர் மற்றவருக்குப் பந்தைக் கடத்திக் கடத்தித் தான் முன்னேற வேண்டும் என்றும் உறுதியாகச் சொன்னார். கோல் அடிக்க முயற்சி செய்யும் வீரரிடம் இருந்து பந்தைப் பிடுங்குவது எப்படி என்று எனக்கு மீண்டும் சொல்லிக் கொடுத்தார். இது முடிந்ததும், நாங்கள் அனைவரும் வட்டமாக அமர அவர் எங்களிடம் பேசினார்.

"பாய்ஸ், உங்களோட முழு முயற்சியும் கொடுத்து ஸ்கூலுக்கு நல்ல பெயர் வாங்கித் தர வேண்டிய நேரம் இது."

"யெஸ் சார்! செயிண்ட் பாட்ரிக்ஸ் ஸ்கூல ஜெயிக்கிறோம்" என்பது எங்களது கூட்டுப் பதிலாக இருந்தது.

"ஆமா! இந்த உற்சாகம் தான் வேணும். ஜெயிச்சீங்கன்னா அல்ஃபா ஹோட்டல்ல பிரியாணி வாங்கித் தருவேன். தோத்தீங்கன்னா முதுகெலும்ப உடைச்சிருவேன்" என்று சிரித்தபடியே சொன்னார்.

வெற்றி பெற வேண்டும் என்ற உந்துதலோடு அல்ஃபா ஹோட்டலுக்குச் சென்று பிரபலமான அதன் பிரியாணியைச் சாப்பிட வேண்டும் என்றும் எங்களுக்கு ஆசை ஏற்பட்டது.

அடுத்த நாள் சரியாக மதியம் இரண்டு மணிக்குப் பார்டன் மைதானத்தில் ஆட்டம் தொடங்கியது. எங்களுக்குக் கடைசி நேர அறிவுரைகளையெல்லாம் கொடுத்து முடித்த பிறகு, திரு பிரான்சிஸ் என் முதுகைத் தட்டி, "சத்தி! இந்த ஆட்டம் எப்படி

முடியப் போகுதுன்றது உன் கையில தான் இருக்கு. குட்லக்!" என்றார்.

"நம்ம தான் சார் ஜெயிப்போம்" என்று சொல்லி மரியாதை யுடன் அவரை வணங்கினேன்.

நெருக்கடியான ஆட்டமாகத் தான் அந்த ஆட்டம் இருந்தது. இரண்டு அணிகளும் ஆளுக்கு இரண்டு கோல்கள் அடித்து ஆட்டத்தைச் சமன் செய்திருந்தோம். இரண்டு அணிகளையும் ஆளுக்கு மூன்று பெனால்டி கோல்கள் அடிக்குமாறு ரெஃப்ரீ கூறினார். கோல் போஸ்டில் முழு கவனத்துடன் நின்று கொண் டிருந்தேன் நான். பந்தையும், பந்தை எத்தவிருந்த வீரனையும் பார்த்தேன். பெனால்டி அடிக்கவிருந்தவன், பேக்கர் பொசிஷனில் விளையாடிய நல்ல வீரன். எந்த இடைவெளியின் வழியாகப் பந்தைக் கோல் போஸ்டிற்குள் எத்துவது என்பதை அவன் கவனித்தான். அவன் பந்தை உதைத்ததும் வலப்புறமாகக் குதித்துக் கீழே விழுந்தாலும் பந்தைப் பிடித்து விட்டேன். எனக்குப் பின்னால் பெருங் கூச்சல் கேட்டது. முழங்கைகள் சிராய்த்திருந்ததில் எனக்கு ரத்தம் வந்தது. முதலுதவிப் பெட்டியை எடுத்துக் கொண்டு திரு. பிரான்சிஸ் என்னை நோக்கி ஓடிவந்தார். மகிழ்ச்சியாக இருந்ததால் ரத்தத்தை நான் பெரிதாகக் கண்டு கொள்ளவில்லை. அடுத்து, எங்கள் அணியின் முறை. பண்டரி பிரமாதமான வீரன். அனைவரும் பார்த்துக் கொண்டிருக்க கோல் போஸ்டின் இட மூலையில் பந்தை எத்திக் கோல் போட்டான் பண்டரி. எங்கள் அணியினர் சத்தம் போட்டு, ஆர்ப்பரித்து, ஆட்டம் போட்டுக் கொண்டிருந்தனர்.

எதிரணியிலிருந்து வேறொரு வீரன் பெனால்ட்டி ஷாட்டிற் காக முன் வந்தான். அவனுடைய உடற்கல்வி ஆசிரியர் அவனுக்குத் தீவிரமான அறிவுரைகள் வழங்கினார். முழங்கை வலித்தாலும், செய்வது அல்லது செத்து மடிவது, என்று உடற்கல்வி வாத்தியார் சொன்னதிற்கிணங்க மன உறுதியுடன் அங்கு நின்று கொண்டிருந்தேன். இந்த முறை வந்த வீரன் கோல் போஸ்டின் வல மூலையையே பார்த்துக் கொண்டிருந்தாலும், பந்தைக் கோல் போஸ்டின் மத்திய பகுதிக்கு நேரே எத்தினான். பெரிய முயற்சி செய்யாமலேயே நான் பந்தைத் தடுத்து நிறுத்தினேன். ஒன்றுக்கு பூஜ்ஜியம் என்றிருந்த ஆட்டத்தில் அடுத்து எங்கள் முறை. பண்டரி மீண்டும் கோல் அடித்தான். நாங்கள் வெற்றி பெற்றிருந்தோம்! எங்கள் அணியினர் மைதானத்தில் ஆடிப் பாடிக் கொண்டிருந்தனர். மகிழ்ச்சியடைந்த ஆசிரியர் என்னைக் கட்டிப்பிடித்துக் கொண்டார். என் நண்பர்கள் என்னைத் தோளில் தூக்கிக் கொண்டு ஆர்ப்பரித்தபடி சென்றனர்.

அன்று மாலை, கொடுத்த வாக்குப்படியே, அல்ஃபா ஹோட்டல் பிரியாணி எங்களுக்குக் கிடைத்தது. கல்வி தவிர்த்த மற்றொரு விஷயத்தில் எனக்குக் கிடைத்த முதல் வெற்றி இது தான். நான் மகிழ்ச்சியில் மிதந்து கொண்டிருந்தேன். அன்று மாலை நான் வீடு திரும்பியபோது என் காயத்தைப் பார்த்த பால்ராஜ் என்னைத் திட்டி, இனி நான் விளையாடக் கூடாது என்று எச்சரித்தான். இதை அறிந்த திரு. பிரான்சிஸ் அடுத்த நாள் என் வீட்டிற்கு வந்து, நான் வருங்காலத்தில் நல்ல விளையாட்டு வீரனாக வருவேன் என்றும் சிறு காயங்களை எண்ணி வருந்த வேண்டாம் என்றும் பால்ராஜிடம் பேசிச் சமாதானம் செய்தார். விளையாட்டில் அவருக்கிருந்த அர்ப்பணிப்பை எண்ணி நான் வியந்தேன். அந்தக் காலத்தில் ஆசிரியர்கள் அத்தனை அர்ப்பணிப்புள்ளவர்களாகத் தான் இருந்தார்கள்.

அந்த ஆண்டு பள்ளிகளுக்கிடையேயான கால்பந்தாட்டப் போட்டிகளில் நாங்கள் தான் வெற்றி பெற்றோம். இதன் பிறகு, பள்ளியில் பிரபலமான மாணவனாக மாறினேன். தலைமை யாசிரியர் என்னைத் தன் அறைக்கு அழைத்துப் பாராட்டினார். அது எனக்கு நிறைய மன உறுதி அளித்தது. இன்னும் என் முழங்கைகளிலும், முழங்கால்களிலும் இருக்கும் காயங்கள் அந்த நாட்களையும், என் ஆசிரியரையும் எனக்கு நினைவூட்டும்.

~

கல்வியாண்டின் இறுதி என்பதால் தேர்வுகள் நடந்து கொண் டிருந்தன. என்னுடைய போட்டியாளனான மதன் குமார் இம்முறை தேர்வுகளில் என்னைப் பின்னுக்குத் தள்ளி முதல் மாணவனாகத் தேர்ச்சி பெறப் போவதாக வழக்கமாக விடுவது போல சவால் விட்டிருந்தான். படிப்பு விஷயத்தில் நான் அதிகக் கவனத்துடன் இருந்தேன், என்றாலும் வீட்டிலும் நான் செய்ய வேண்டிய வேலைகள் இருந்தன. அவற்றுள் ஒன்று, 16:00 – 00:00 மணி வரையிலான கடைசி ஷிப்டில் பால்ராஜ் வேலை செய்யும்போது அவனுக்கு இரவு உணவு எடுத்துச் செல்வது. இரவு எட்டு மணி வாக்கில் அவனுக்கான உணவை எடுத்துக் கொண்டு ரயில்வே தண்டவாளங்கள் தாண்டிச் சென்று கேபினில் அதை வைக்க வேண்டும். மதன் குமாரின் சவாலை எண்ணி பதட்டமடைந்தவனாக இருந்த நான் சாப்பாட்டை எடுத்துக் கொண்டு வீட்டை விட்டுக் கிளம்பும்போது ஒரு பாடத்தைத் தேர்ந்தெடுத்து அதை மனதிற்குள் சொல்லிப் பார்த்தபடியே செல்வேன். அப்படி மும்முரமாகப் பாடத்தைச் சொல்லிப் பார்த்தபடி சென்ற ஒரு நாள். என் பின்னால் வந்த ரயிலின் சத்தத்தைக் கேட்கவேயில்லை. பாயிண்ட்ஸ்மேன் ஒருவர்

ஓடி வந்து என்னைச் சட்டென இழுக்காமல் இருந்திருந்தால் அன்று என் உயிருக்கு ஆபத்து ஏற்பட்டிருக்கும். நான் இறந்தே போயிருப்பேன்! என்னைப் பிடித்து இழுத்தவர் என் முகத்தில் அறைந்து என்னைச் சுயநினைவுக்குக் கொண்டு வந்தார். அன்றைய நாளிலிருந்து பால்ராஜுக்குச் சாப்பாடு கொண்டு செல்லும் நேரம், மறந்தும் என் பாடங்களைப் பற்றிச் சிந்திக்கவில்லை.

~

ஆண்டு இறுதித் தேர்வுகள் முடிந்தன. நான் மீண்டும் முதலிடம் பெற்றேன். இருந்தாலும் கணக்குப் பாடத்தில் மதன் குமாரை விடவும் மிகவும் பின்தங்கியிருந்தேன். மதிப்பெண் அட்டைகள் வழங்கப்பட்டன. அன்று மாலை பள்ளியிலிருந்து புத்தகப் பையுடன் வீடு திரும்பிக்கொண்டிருந்தபோது என்னுடன் படிக்கும் மாணவன் ஒருவனின் அப்பா, ரயில்வேயில் கேங் மேனாகப் பணி புரிபவர், என்னைப் பார்த்து,

"அரே சத்தியா, உன் மார்க் காட்டு. பாக்கலாம்," என்றார்.

நானும் அவரிடம் என் மதிப்பெண் அட்டையைக் காட்டினேன். அதைப் பார்த்தவர் மிகவும் வருத்தப்பட்டார்.

"நீ நல்லாவே படிக்க மாட்டியா? ஒரு சிவப்புக் கோடு கூட இல்லை? சிவப்புக் கோடு இருந்தா தான் நல்ல மார்க்குனு என் பையன் சொன்னான். அவன் கார்டு முழுக்கச் சிவப்புக் கோடாத் தான் இருக்கும்" என்றார்.

இதைக் கேட்டு எனக்குச் சிரிப்பு வந்தது. "சிவப்புக் கோடு இருந்தா அந்தப் பாடத்துல பெயில்–ன்னு அர்த்தம்" என்று சொன்னேன்.

தன் மகன் தன்னை இத்தனை நாட்கள் முட்டாளாக்கிக் கொண்டிருந்தது அவருக்கு அப்போது தான் விளங்கியது. அவர் பெருங்கோபம் கொண்டார். நான் அங்கிருந்து நகர்ந்து விட, அவர் தன் மகன் வருவதற்காகத் தெருவிலேயே காத்துக் கொண்டு நின்றார்.

~

அப்பா மீண்டும் ஒரு நெடும் பயணத்திற்குத் திட்டமிட்டார். ஆனால் இம்முறை அனைவரையும் அழைத்துச் செல்லாமல் நரசிம்மலுவையும், அஞ்சைய்யாவையும் என்னையும் மட்டும் அப்பசாயுலு பணிபுரியும் பம்பாய் நகருக்கு அழைத்துச் செல்ல இருந்தார். பயணத்தை எண்ணி நாங்கள் உற்சாகமடைந்தோம். அம்மாவும் அண்ணியும் அண்ணனுக்காக நிறையத்

தின்பண்டங்கள் செய்து கொடுத்தனர். அவனை நாங்கள் பார்த்து ஏறக்குறைய ஓராண்டாகியிருந்தது. அவன் விக்டோரியா டெர்மினஸ் ரயில் நிலையத்தில் சிக்னலராகப் பணிபுரிந்து வந்தான். அப்போதைக்கு இந்திய ரயில்வேயின் மிகப் பெரும் ரயில் நிலையமாகக்கூட விக்டோரியா ரயில் நிலையம் இருந்திருக்கக் கூடும்.

நாங்கள் பம்பாய் ரயில் நிலையத்தைச் சென்றடைந்தோம். அப்பசாயுலு எங்களை அழைத்துச் செல்லக் காத்துக் கொண்டிருந்தான். “ஐயோ! எவ்ளோ பெரிய ஸ்டேஷன்.” அண்ணன் என்னை அன்பாகக் கட்டிப்பிடித்தபோது நான் ரயில் நிலையத்தைப் பார்த்து வியந்து போவதில் மும்முரமாக இருந்தேன். அப்பசாயுலு அலுவலராக இருந்ததால், பரேல் பகுதியிலிருந்த ஹோட்டல் ஒன்றில் நண்பர் ஒருவருடன் தங்கி வந்தான். பன்னிரெண்டே வயதான நான், இந்தியாவின் மிகப் பெரிய நகரமான பம்பாயில் இருப்பதை எண்ணி எனக்குப் பூரிப்பாக இருந்தது. ஹோட்டலுக்குச் செல்லும் வழியெங்கும் பெரிய பெரிய கட்டிடங்கள் இருந்தன. சாலையின் இரு புறமும், மும்மூன்று வரிசையில் வாகனங்கள் சென்று கொண்டிருந்தன. தண்டவாளங்கள் மீது டிராம் வண்டிகள் சென்று கொண்டிருந்தன. மக்கள் நடைபாதையில் விறுவிறுப்பாக நடந்து கொண்டிருந்தார்கள். அப்பசாயுலு தங்கியிருந்த ஹோட்டல் சிறியது தான் என்றாலும் வாழ்நாளில் முதன்முறையாக நாங்கள் ஒரு ஹோட்டலில் தங்கினோம். இது எங்களுக்கு முற்றிலும் புது அனுபவமாக இருந்தது. ஹோட்டலில் எங்களுக்குக் கூடுதல் மெத்தைகள் கொடுத்தனர். படுக்கைகள் மெத்தென இருந்தன. நான் மகிழ்ச்சியில் அவற்றின் மீது குதித்துக் குதித்து விளையாடினேன். அடுத்த நாள் அண்ணனின் நண்பர் எங்களை ஊர் சுற்றிப் பார்க்க அழைத்துச் சென்றார். ஜுஹு கடற்கரை, சௌபாத்தி, கேட் வே ஆப் இந்தியா ஆகிய இடங்களுக்குச் சென்றோம். அரபிக் கடலைப் பார்க்க எங்களுக்குக் கொண்டாட்டமாக இருந்தது. தொடு வானம் வரை கடல் நீண்டு கிடந்தது. ஸ்டீம் போட் ஒன்றில் ஏறிக் கடலுக்குள் சென்றோம். அன்றிரவு உணவை ஹோட்டலில் உண்டோம். சிரித்த முகத்தோடு இருந்த சிறுவன் ஒருவன் எங்களுக்குப் பணிவோடு உணவு பரிமாறினான். அவன் பெயர் சக்கா ராம் என்பது எனக்கு இன்றும் நினைவிருக்கிறது.

பாம்பேயில் சில நாட்கள் மட்டுமே தங்கியிருந்தோம். அப்பசாயுலுவுக்கு அதிகம் செலவாகும் என்பதை அப்பா அறிந்திருந்ததார். அப்பசாயுலுவும் எங்களுடன் ஸ்டேஷனுக்கு வந்து எங்களை வழியனுப்பி வைத்தான். எங்களுக்குக் கை காட்டியபடியே அவன் நிற்க, ரயில் புகை கக்கியபடியே,

கிரீச்சென்ற ஒலி எழுப்பி ஸ்டேஷனிலிருந்து கிளம்பியது. இந்தப் பயணமும் ஒரு பிரமாதமான பயணமாக இருந்தது. அப்பா ஏதோ யோசனையுடனே இருந்தார். அப்பசாயுலுவின் இடைப் பணிக்காலம் முடிவுக்கு வந்து கொண்டிருந்தது. அவனுக்குப் பாம்பே டிவிஷனிலியே மாற்றலாகவிருந்தது. அப்படி நடந்தால் அவன் எங்கள் வீட்டிலிருந்தும், ஊரிலிருந்தும் இன்னும் சில காலம் விலகியிருக்க வேண்டியிருக்கும் என்பதால் அவனை செகந்திராபாத் டிவிஷனுக்குக் கொண்டு வருவது எப்படி என்று அப்பா யோசித்துக் கொண்டிருந்தார்.

~

நான் எட்டாம் வகுப்புப் படித்துக் கொண்டிருந்தபோது ரைபிள் ரேஞ்சிலிருந்த புது குவார்டர்ஸுக்கு குடிபெயர்ந்தோம். சுற்று வட்டாரத்தில் இருந்ததை விட இந்தப் பகுதியில் ரயில்வே தண்டவாளங்கள் 40 அடி உயரத்தில் இருந்தன. ஒரு படுக்கையறை கொண்ட குவார்டர்ஸ், இரண்டு படுக்கையறை கொண்டவை, மூன்று படுக்கையறை கொண்டவை என மூன்று வகைக் குடியிருப்புகள் இருந்தன. இருப்பதிலேயே சிறிய வீட்டினுள்ளேயே கூட குளியலறையும், கழிப்பறையும் கட்டப்பட்டிருந்தன. அதுவே எங்களுக்குப் புதுமையானதாக இருந்தது. பணிபுரியும் படிநிலையைப் பொறுத்துப் பணியாளர்களுக்கு இந்த வீடுகள் கொடுக்கப்பட்டிருந்தன. நாங்கள் முன்னால் இருந்த வீட்டை விட இந்த வீடு பெரியது என்றாலும், எங்கள் அனைவருக்கும் போதுமானதாக இல்லை. இருந்தாலும், ஓரத்தில் அமைந்திருந்த வீடு என்பதால் ஷெட் ஒன்றை அமைத்து வீட்டை விரிவாக்கிக் கொள்ள முடிந்தது. நானும், அஞ்சைய்யா, நரசிம்மலுவும் பத்தாம் வகுப்பு முடித்து பியூசி முடிக்கும் வரை இந்த வீட்டில் தான் வாழ்ந்தோம்.

இந்தக் குவார்டர்ஸ், பள்ளியின் அருகிலேயே இருந்ததால் நாங்கள் பள்ளிக்கு நடந்தே செல்லத் தொடங்கியிருந்தோம். இதற்கு முன்னால் புறநகர் ரயில்களிலும், பள்ளி சீக்கிரமே தொடங்கும் நாட்களில் “ஒர்க் மேன்” என்ற ரயிலையும் பயன்படுத்திப் பள்ளிக்குச் சென்று வந்தோம். ஒர்க் மேன் என்ற அந்த நீல நிற ரயில், எங்கள் கால்பந்து மைதானத்தின் அருகிலிருந்த ரயில்வே ஒர்க் ஷாப்பில் பணிபுரியும் தொழிலாளர்களை ஏற்றிக் கொண்டு அதிகாலை ஏழு மணிக்கெல்லாம் கிளம்பி செகந்திராபாத் – லால்குடா பாதையில் பயணப்படத் தொடங்கும். நான் அன்றாடம் கால்பந்துப் பயிற்சியில் ஈடுபட்டாலும் கல்வியிலும் கவனமாக இருந்தேன். அப்பாவும், வழக்கம் போல், தான் சம்பாதித்த அனைத்தையும் எங்கள் படிப்பிற்கோ, உணவிற்கோ

செலவிட்டதால் அவருக்கும், பால்ராஜுக்கும் பெரும் சிரமம் ஏற்பட்டது. எங்களிடமிருந்த ஆடுகள் பலவற்றையும் விற்க வேண்டிய நிலையும் ஏற்பட்டது. நரசிம்மலுவையும், அஞ்சையாவை யும் பள்ளிக்கு அனுப்பாமல் பணிமனைகளில் தினக்கூலிகளாக வேலைக்கு அனுப்புமாறு அப்பாவின் நண்பர்கள் பலரும் அவருக்கு அறிவுறுத்தினர். சில நேரங்களில் வெறும் சோளமாவு ரொட்டியும், மிளகாய்த் துவையலையும் மட்டுமே உண்ண நேரிட்டாலும் அவர்கள் இருவரும் படிப்பதை நிறுத்தக் கூடாது என்று அப்பா உறுதியாக இருந்தார். நாங்களும் எங்கள் நிலை குறித்துப் புலம்பவில்லை; புலம்பியும் எதுவும் நடக்கப் போவதில்லை.

இதே நேரத்தில் தான், ஏற்கனவே இருந்த தண்டவாளங்களுக்கு அருகில் புது தண்டவாளங்கள் அமைப்பதற்காக டன் கணக்கில் நிலக்கரிச் சாம்பலைக் கொட்டிக்கொண்டிருந்தது ரயில்வே துறை. சாம்பலோடு சேர்ந்து முழுதும் எரிந்திராத நிலக்கரித் துண்டுகளும் இருந்தன. டன் கணக்கில் சாம்பல் கொட்டப் பட்டதால், அதில் கணிசமான அளவு கரித் துண்டுகள் இருந்தன. தண்டவாளங்களுக்கு அருகே ரயில்வே குடியிருப்புகளிலிருந்த பெண்களும், குழந்தைகளும் சாம்பலைத் துழாவிக் கரியைச் சேகரித்து அருகில் இருந்த சுண்ணாம்பு சூளைகளுக்கு விற்கத் தொடங்கினர். அருகில் இருந்த பகுதியொன்றில் இது போன்ற சுண்ணாம்புச் சூளைகள் நிறைய இருந்தன. நாங்களும் – நான்கு சகோதரர்கள், இரண்டு சகோதரிகள், சில நேரங்களில் அண்ணி – கரித் துண்டுகளைச் சேகரித்து, அந்தக் கூடைகளை அருகில் இருந்த பத்மா ராவ் நகரில் சென்று விற்று வந்தோம். இப்படிச் செய்து ஒவ்வொருவரும், ஒரு நாளைக்கு ஒரு ரூபாய் சம்பாதித்தோம். அன்றைய நாளில் அது பெரிய தொகை. இந்தப் பணம் எங்கள் குடும்பத்தின் நிதி நிலைமைக்கும் அவசியமானதாக இருந்தது. இன்றைய நாள் வரை நான் செய்திருக்கிற வேலைகளிலேயே கசப்பான ஒன்றாக நான் இந்த வேலையைத் தான் கருதுவேன். நரசிம்மலுவுக்கு இந்த வேலை மிகவும் பிடித்திருந்தது. ஏனெனில் அவன் சம்பாதித்த முழுத் தொகையையும் வீட்டில் கொடுக்காமல் கொஞ்சம் காசைத் தனக்காக வைத்துக் கொண்டு திரைப்படங்கள் பார்த்தான். எங்களையும், அண்ணியையும் கூட, அப்படியே செய்யுமாறு சொன்னான். அண்ணியும் அவன் சொல்வதற்குத் தலையசைத்து வைத்தார். சில நேரங்களில், விற்ற ஒவ்வொரு கூடைக்கும் ஒரு பைசா விகிதம் நாங்களே வைத்துக் கொண்டோம்.

நிலக்கரி சேகரிப்பது ரயில்வேக்கு மிகுந்த இடையூறாக ஆனதால் இதைத் தடுக்க நடவடிக்கைகள் எடுக்கப்பட்டன. லத்திகள் கொண்ட ரயில்வே காவற்படையினர் கரித் துண்டுகள்

பொறுக்குபவர்களின் கூடைகளைப் பிடுங்கியும், அவர்களை அடித்தும் துரத்தினர். அதனால் கரி சேகரிப்பதில் சிரமம் ஏற்பட்டு, மெல்ல மெல்ல நின்றே போனது.

~

இந்தச் சமயத்தில் பச்சம்மாவுக்கும், டெக்ஸ்டைல் மில் ஒன்றில் பணி புரிந்து வந்த ராஜய்யா என்பவருக்கும் திருமணம் நடந்தது. நல்ல மல்யுத்த வீரனான ராஜய்யாவின் திறமையைச் செகந்திராபாத் நகரின், ராணி கஞ்ச் பகுதியில் அனைவரும் அறிந்திருந்தனர். திருமணத்திற்கு முந்தைய பேச்சு வார்த்தைகளில் ராஜய்யாவின் குடும்பத்தினர் தங்களைப் பற்றிய தகவல்களை வெளிப்படையாகச் சொல்லவில்லை. பெரிய வீடொன்றில் வசிப்பது போலக் காட்டிக் கொண்டவர்கள், உண்மையில், அந்த வீட்டின் ஒரு பகுதியில் மட்டுமே வாழ்ந்தனர். இது தெரிய வந்ததும் அப்பாவும், அம்மாவும் மிகவும் வருத்தமுற்றனர். ஆறாம் வகுப்போடு பள்ளி செல்வதிலிருந்து பச்சம்மாவை நிறுத்தியிருந்தனர். பெண் பிள்ளையைப் பள்ளிக்கு அனுப்பிப் பயனில்லை என்று சொல்லி அம்மா, அக்காவைப் பள்ளிக்கு அனுப்பவில்லை. அந்த முடிவை எண்ணி அப்பா இப்போது வருந்தினார். அக்கா படித்திருந்தால் அவளுக்கு இதை விட நல்ல வரன் பார்த்திருக்கலாம் என்று எண்ணினார். உண்மையைச் சொல்லப் போனால், எங்கள் குடும்பத்திலும், ஏன் அந்தக் காலத்தில் உயர் சாதியினர் மத்தியிலும் கூட பெண் பிள்ளைகளைப் படிக்க வைப்பது தேவையற்றது என்ற எண்ணம் இருக்கவே செய்தது. இதை எண்ணித் தான் அப்பா மனதைத் தேற்றிக் கொண்டார்.

அப்பசாயுலுவும், பம்பாயிலிருந்து மாற்றலாகி ஜால்னாவிற்கு வந்து விட்டிருந்ததால் மாதம் ஒரு முறை எங்கள் அனைவரையும் வந்து சந்திக்கத் தொடங்கினான்.

~

எங்கள் வீட்டிற்கு விருந்தினர்கள் எப்போதும் வந்த வண்ணம் இருந்தனர். அண்ணனின் குடியிருப்பு சிறியது தான் என்ற போதும் அப்பாவின் குடும்பத்திலிருந்தோ, அம்மாவின் குடும்பத்திலிருந்தோ யாரேனும் வந்து சில நாட்களாவது தங்கியிருந்து சென்ற வண்ணம் இருந்தனர். இதனால் வீட்டிலிருந்து படிப்பதில் சிரமம் இருந்தது. குறிப்பாக, அனைவரும் ஒரே அறையில் முடங்கிக் கிடக்கும் குளிர் காலங்களில் படிப்பது என்பது மிகவும் சிரமமானதாக இருந்தது. ஏற்கனவே, சமையலறையைக் கூடுதல் படுக்கையறையாக மாற்றி வராந்தாவின் ஒரு பகுதி

யைச் சமையலறையாக அண்ணன் மாற்றியிருந்தான். இரவு கழிவறையைப் பயன்படுத்த வேண்டுமென்றால் இடையில் படுத்திருக்கும் மனிதர்களை மிதித்து விடாமல் கழிவறையை அடைவதே பெரிய வேலையாக இருக்கும். ஏற்கனவே இருந்தவர்களோடு எங்கள் தாய்மாமா ராமய்யாவும், அவரது மனைவியும் வேறு சேர்ந்து கொண்டனர். அவர்கள் தங்குவதற்கென வராந்தாவின் ஒரு மூலையைப் பால்ராஜ் தயார் செய்திருந்தான். எங்கள் வீட்டிற்குத் தொடர்ந்து வந்து கொண்டிருந்த உறவினர்களையும், எங்களுக்கே போதுமான பணமில்லாதபோது அவர்களின் செலவையும் அப்பாவும், பால்ராஜும் எப்படிச் சமாளித்தார்கள் என்றெண்ணினால் மலைப்பாக இருக்கிறது.

பணப் பற்றாக்குறை இருந்தபோதும் லோக்கல் சுருட்டு புகைக்கும் பழக்கமும், மாலை வேளையில் சாராயம் குடிக்கும் பழக்கமும் அப்பாவுக்கு இருக்கவே செய்தது. எங்களுள் ஒருவர் அன்றாடம் சாராயக் கடைக்குச் சென்று துபாராவும், ராஸியும்* வாங்கி வருவோம். குழந்தைகள் நாங்கள் இந்த வேலையைச் செய்வது பால்ராஜுக்கு பிடிக்கவில்லையென்றாலும் அப்பாவை எதிர்த்துப் பேசும் தைரியமும் இல்லாததால் அவரிடம் ஏதும் சொல்லாமல், நாங்கள் ஒழுங்காகச் சென்று வருகிறோமா என்று மட்டும் கண்காணித்து வந்தான்.

~

வருட இறுதியை நெருங்கிக் கொண்டிருந்தோம். கடந்த மூன்று ஆண்டுகளில் நாங்கள் பயின்ற அனைத்துப் பாடங்களிலும் தேர்வுகள் நடக்கும். எங்களுக்குச் சில நல்ல ஆசிரியர்கள் வகுப்பெடுத்து வந்தனர். திரு. சாரங்கபாணி எங்களுக்குப் புவியியலும், வரலாறும் கற்றுத் தந்தார். எங்களுக்கு இருந்த மிகச் சிறந்த ஆசிரியர்களுள் ஒருவர் அவர். வகுப்பறையில் புத்தகத்தைத் தொடாமலேயே தான் வகுப்புகள் எடுப்பார். அவர் பாடங்களை விளக்கிய விதமும், எடுத்துரைத்த விதமும் எனக்குள் கற்கும் ஆர்வத்தைத் தூண்டின. தேதிகளை அவர் நினைவு வைத்துக் கொண்ட விதம் எனக்கு அதிசயமானதாக இருந்தது. எனக்கு அவற்றை மனப்பாடம் செய்வது அத்தனை சிரமமான காரியமாக இருந்தது. கதைகள் எப்படி மனதில் பதிவனவோ அதுப் போல அவரது பாடங்கள் என் மனதில் பதிந்தன. நான் நல்ல மதிப்பெண்கள் பெறும் பாடமாக வரலாறு இருந்தது.

---

* துபாரா, ராஸி – லிக்கர் வகைகள்

மற்றொரு நல்ல ஆசிரியர், எங்களுக்குத் தெலுங்கு கற்றுத் தந்த பரப்பிரம்ம சாஸ்திரி அவர்கள் . இசை நயமிக்க குரலில் அவர் கவிதைகள் உரைத்த விதம் பிரமாதமானதாக இருந்தது. மாணவர்கள் அனைவரும் அவற்றை ரசித்தோம். அவரது வகுப்புகள் அத்தனை அமைதியுடன் இருக்கும். நானும், மதன் குமாரும் அவருக்கு மிகவும் பிடித்த மாணவர்கள். ஒவ்வொரு வகுப்பிலும் எங்களை ஒரு கவிதை உரைக்கச் சொல்வார். “கான்டிக்ய கேஷி த்விஜிலு” என்ற பாடத்தை மூன்றே நாட்களில் படித்து ஒப்பிக்க வேண்டும் என்று ஒரு முறை சவால் விடுத்தார். எட்டு, ஒன்பது பக்கங்களுக்கு நீண்ட அந்தப் பாடம் நிறைய சமஸ்கிருத வார்த்தைகள் கொண்ட கடினமான ஒன்றாக இருந்த போதிலும் மதனும், நானும் அந்த சவாலை ஏற்றுக் கொண்டோம். மூன்றாவது நாள் அந்தப் பாடம் முழுவதையும் மனப்பாடம் செய்து எந்தத் தவறுமின்றி ஒப்பித்து முடித்து அனைவரின் பாராட்டையும் பெற்றேன். நான் சவாலை ஏற்று ஒப்பித்து முடித்ததால் மதன் அந்த பாடத்தை ஒப்பிக்குமாறு ஆசிரியர் அவனைக் கேட்கவில்லை.

திரு. சாஸ்திரி ஒரு பிராமணர். நான் தீண்டத்தகாதவன் என்று தெரிந்திருந்தும் என் மீது அக்கறை கொண்டிருந்ததோடு நான் அசாத்தியமான திறமையுடையவன் என்று அடிக்கடி கூறினார். அவருடைய தாக்கம் தான் நான் சைவத்திற்கு மாறியதற்குக் காரணம். சமஸ்கிருத இந்துக்கலாச்சாரத்தைப் பற்றி அறிந்து கொள்ளச் செய்ததும் அவர் மீதிருந்த மரியாதை தான். அருகில் இருந்த விநாயகர் கோயிலுக்குத் தினமும் சென்று ஹரிகதா (அ) அரியின் கதைகளைக் கேட்கத் தொடங்கினேன். ராமாயணத்திலிருந்தும், மகாபாரதத்திலிருந்தும் நிறையக் கதைகளைக் கொண்ட ஹரிகதா என்னை மிகவும் பாதித்தது. அந்த வயதில் அதீத பக்தியுடன் இருந்ததால் அம்மாவும், அப்பாவும், அண்ணன்களும் என்னைப் ‘பந்துலு’ (சாமியார்) என்று கேலி செய்தார்கள்.

~

ஆண்டு இறுதித் தேர்வுகள் முடிவு பெற்றன. நரசிம்மலுவையும், அஞ்சைய்யாவையும், என்னையும் இம்முறை நாட்டின் தெற்குக் கோடியில் இருக்கும் ராமேஸ்வரத்திற்கு அழைத்துச் செல்ல அப்பா முடிவு செய்திருந்தார். நீண்ட அந்தப் பயணம் முழுவதும் நான் அப்பாவின் அருகிலேயே இருந்தேன். ஒரு பகலும், இரவும் பயணம் செய்து நாங்கள் மெட்ராஸ் ரயில் நிலையத்தை அடைந்தோம். குளித்து, காலை உணவு முடித்த பிறகு ராமேஸ்வரம்

செல்லும் மீட்டர் கேஜ் ரயிலைப் பிடிப்பதற்காக எக்மோர் ரயில் நிலையத்திற்கு நடந்து சென்றோம். இந்தப் பகுதி மக்கள் தமிழ் மொழியைப் பேசினார்கள். செகந்திராபாத்தின் ரயில்வே தொழிலாளர்கள் மத்தியில் நிறையத் தமிழர்கள் இருந்ததால் இந்த மொழி எங்களுக்குப் பரிச்சயமான ஒன்றாகவே இருந்தது. எங்களுடன் பயணம் செய்தவர்கள் என்ன பேசுகிறார்கள் என்பதைப் புரிந்து கொள்ள முடிந்தாலும், தமிழ் பேசத் தெரியாததால் பதில் ஏதும் சொல்ல முடியாமல் இருந்தோம். ரயில் தாண்டிச் செல்லும் நிலையங்களின் பெயர்களை வாய் விட்டு வாசித்தபடி இருந்தேன். அப்பா என் திறமையைப் பார்த்துப் பெருமை கொண்டார். ரயில் பயணத்தின்போது நாங்கள் உண்ண இட்லியும், சாம்பாரும் வாங்கிக் கொடுத்தார். அப்படிப்பட்ட உணவை நாங்கள் உண்பது அதுவே முதல் முறை. அதனால் இட்லிகளை ரசித்து உண்டோம். 1958ஆம் ஆண்டில் ஹைதராபாத்திலும், தெலுங்கானாவிலும் இட்லி என்பது அத்தனை பிரபலமான உணவு கிடையாது. அங்கு எங்களுக்குக் கிடைத்ததெல்லாம் இரானி ஹோட்டல்களில் இருந்த தேநீரும், ரொட்டியும், சமோசாக்களுமே. அந்தச் சிறு இரானி ஓட்டல்களில் மக்கள் மணிக் கணக்கில் அமர்ந்து 'போனா' அருந்தியபடி பேசிக் கொண்டிருப்பார்கள். 'போனா' என்பது வழக்கத்தை விட அதிகப் பால் கலந்த தேநீர். 'ஒன் பை டூ சாய்' அதாவது ஒரே கோப்பைத் தேநீரை இருவர் பகிர்ந்து கொள்ளும் கட்டிங் டீ அந்தக் காலத்தில் பிரபலம். அந்த இரானி ஓட்டல்கள் இருந்த இடத்தில் இன்று மற்ற உணவகங்களும், பிற வியாபார நிலையங்களும் இருக்கின்றன. மீதமிருக்கும் ஒன்றிரண்டு இரானி ஓட்டல்களிலும் 'போனா' கிடைப்பதில்லை.

மீட்டர் கேஜ் ரயில்கள், பிராட் கேஜ் ரயில்களைப் போல வேகமாகச் செல்வதில்லை. திடீரென்று ஒரு இடத்தில் ரயில் நின்றபோது ஜன்னல் வழியே மிக அழகான காட்சி ஒன்றை நான் பார்த்தேன். முடிவற்று நீண்டு கொண்டிருந்த கடலின் விளிம்பில் நாங்கள் நின்றுகொண்டிருந்தோம். நான் பயந்து போய் அப்பாவின் கைகளை இறுகப் பற்றிக்கொண்டேன். "என்ன பா இது! நாம் மூழ்கிப் போயிருவோமா," என்று கேட்டேன். அப்பா சிரித்துக் கொண்டே என்னை தன் அருகில் அழைத்துப் "பயப்படாத, இது கடல். இந்தியப் பெருங்கடல்," என்றார்.

வரலாற்று ஆசிரியர், இந்திய நாட்டின் வரைபடத்தில் தெற்குக் கோடியில் இருக்கும் இந்தியப் பெருங்கடலைக் காட்டியது எனக்கு அப்போது தான் நினைவுக்கு வந்தது. பின்பு, ரயில் நின்றுகொண்டிருந்த இடம் பாம்பன் ரயில்

நிலையம் என்றும், கடலின் மீது கட்டப்பட்ட பெரிய பாலத்தில் பயணப்படும் முன் ரயில் அங்கு நிற்கும் என்றும் தெரிந்து கொண்டேன். அந்த நீண்ட பாலம் கப்பல்கள் செல்லும்போது செங்குத்தாகப் பிரிந்து வழி கொடுக்குமாம். பிரிட்டிஷ்காரர்களின் அற்புதமான தொழில்நுட்பம் அந்தப் பாலம். ஒரு ஆள் நடக்கும் வேகத்தில் ரயில் அந்தப் பாலத்தின் மீது நகர்ந்தது. பாலத்தின் மீது நாங்கள் ஏறிச் செல்ல ஆரம்பித்தபோது பயத்தில் கண்களை இறுக மூடிக் கொண்டு அப்பாவின் கைகளைப் பிடித்துக் கொண்டேன். சலனமற்றுக் கிடந்த அந்தக் கடல் நீரில் எந்நொடியும் விழுந்து விடுவோம் என்ற பயம் எனக்கு இருந்தது. நிலத்தின் மீது ரயில் நகர ஆரம்பித்தபோது தான் நான் நிம்மதிப் பெருமூச்சு விட்டேன். ராவணன் மீது போர் தொடுக்குமுன் ராமன் சிவனை வழிபட்ட இடம் என்று அறியப்படும் ராமேஸ்வரத்தை நாங்கள் அடைந்தோம். ராமன் இலங்கை சென்று ராவணனுடன் போர் புரிவதற்காக, குரங்குகளுடன் சேர்ந்து ஒரு பாலம் கட்டியதாக அப்பா கூறினார். 'ஹரிகதாவில்' நானும் அந்தக் கதையைக் கேட்டிருந்தது எனக்கு நினைவிருந்தது.

ராமேஸ்வரத்தில் இருந்த கோயில் மிகப் பிரம்மாண்டமாய் இருந்தது. அதற்கு முன்பு அத்தனைப் பெரிய கோயிலை நான் பார்த்திருக்கவில்லை. கருவூலத்தை அடைய நீண்ட பாதையைக் கடந்து சென்றோம். பூசாரி ஒருவர் அங்கிருந்த கிணறுகளுக்கு எங்களை அழைத்துச் சென்று அதன் நீர் கொண்டு எங்களைச் சுத்தம் செய்து கொள்ளுமாறு கூறினார். ஒவ்வொரு கிணற்றையும் வணங்கவும் சொன்னார். சாமி சிலையின் அருகில் நின்று கொண்டிருந்த பூசாரி என் கைகளில் தண்ணீர் போன்ற ஏதோ ஒன்றை ஊற்ற நான் அதைக் கண்களில் ஒத்திக் கொண்டு வாயில் ஊற்றிக் கொண்டேன். கசப்பாக இருந்த அது, தூய நீர் இல்லையென்றும், சந்தனம் என்றும் எனக்குப் பின்னால் தான் தெரிந்தது. மற்றவர்கள் அதைக் கன்னத்தில் தடவிக் கொண்டனர். என் சகோதரர்களும் மற்றவர்களைப் பார்த்து அப்படியே செய்தனர். எங்கள் அறியாமையைக் கண்டு நாங்கள் சிரித்துக் கொண்டோம். பின்னர், பூசாரி ஒருவர் சில சிவப்புக் கோடுகளைக் காட்டிச் சுற்றுலாப் பயணிகள் சிலரிடம் ஏதோ சொல்லிக் கொண்டிருப்பதைப் பார்த்தோம். புராணங்கள்படி அங்கிருந்த சிவலிங்கத்தை அனுமார் பெயர்த்தெடுக்க முற்பட்ட போது அவரது வால் வெட்டுப்பட்டு வந்த ரத்தத்தின் கோடுகள் அவை என்று அவர் சொல்லிக் கொண்டிருந்தார்.

நீண்ட தூரம் பயணித்து வந்திருந்த களைப்பில் அன்றிரவு சீக்கிரமே உறங்கிப் போனோம். அடுத்த நாள் ஊருக்குத் திரும்பத்

தயாரானோம். வீட்டிற்குத் திரும்பியபோது துக்ககரமான செய்தி ஒன்று எங்களுக்காகக் காத்திருந்தது. எங்களின் தங்கை ஷமாவை அம்மை நோய்க்கு நாங்கள் இழந்திருந்தோம். எங்களைப் பார்த்ததும் அம்மா கதறியழுதார். அப்பாவும் வாய் விட்டுக் கதறினார். அழகான அந்தக் குட்டிக் குழந்தையை இழந்தது அப்பாவுக்கும் பேரிடியாக இருந்தது. தங்களை விட்டு விட்டு ஊருக்குச் சென்றதற்காக அம்மா, அப்பாவைத் திட்டித் தீர்த்தார். தன்னைத் தானே சபித்துக் கொள்வதை தவிர அப்பாவால் வேறொன்றும் செய்ய முடியவில்லை. தங்கை புதைக்கப்பட்டிருந்த மைதானத்திற்கு நாங்கள் சென்றோம். அந்தச் சிறிய மேட்டின் மீது விழுந்து அழுதார் அப்பா. அப்பாவை அங்கிருந்து பால்ராஜ் தூக்கிச் செல்ல வேண்டியிருந்தது. ஷமாவின் மரணத்தைப் பத்து நாட்கள் அனுசரித்தோம்.

~

ஆண்டு விடுமுறை முடிந்ததும் நான் ஒன்பதாம் வகுப்பிற்கும், நரசிம்மலுவும், அஞ்சையாவும் பத்தாம் வகுப்பிற்கும் முன்னேறினோம். எங்கள் பள்ளி மற்றும் புத்தகச் செலவிற்காக அப்பா இம்முறை ஒரு கூட்டுறவுக் கடன் சொசைட்டியில் கடன் பெற வேண்டியிருந்தது. தினக் கூலிகளாகப் பணியாற்றும் நிலையைத் தவிர்ப்பதற்காக நாங்களும் முயற்சி செய்து படித்தோம்.

பம்பாய் டிவிஷனில் உதவி ஸ்டேஷன் மாஸ்டராகியிருந்தான் அப்பசாயுலு. இந்த மகிழ்ச்சியான நிகழ்வைக் கொண்டாட அப்பா உறவுக்காரர்களை வீட்டிற்கு அழைத்தார். சாதாரண கிளாஸ் *IV* தொழிலாளியாக இருந்து கொண்டு, தன் மகன் ஒருவனைப் படிக்க வைத்து உதவி ஸ்டேஷன் மாஸ்டர் பதவிக்கு உயர்த்தியிருக்கும் அப்பாவைப் பற்றி, செகந்திராபாத்திலிருந்து காசிபெட் வரை வாழ்ந்த எங்கள் சமூகத்தினர், பெருமையாகப் பேசிக் கொண்டனர். தாத்தா தான் அனைவரையும் விட அதிக மகிழ்ச்சியுடன் இருந்தார். இவை அத்தனையும் சாத்தியமாவதற் கான முதல் அடியை அவர் தான் எடுத்து வைத்தார் என்பதைக் குறித்துப் பெருமை கொண்டார். ஒவ்வொரு மாதம் எங்களைப் பார்க்க வரும்போதும் அப்பசாயுலு என் படிப்பைக் குறித்து விசாரிப்பான். அவனுடன் நேரம் செலவழிப்பது எனக்கு விருப்பமான ஒன்றாக இருந்தது. அப்பசாயுலு படிப்பைக் குறித்துக் கேட்டுவிடக் கூடாதென்பதாலேயே நரசிம்மலுவும், அஞ்சையாவும் அவனைத் தவிர்த்தனர். பள்ளியில் அவர்கள் தேறி வரும் விதத்தைப் பற்றிப் பேச அவர்கள் விரும்பவில்லை.

~

"சார், இந்த வருஷ விளையாட்டுப் போட்டிகள்ல நான் பங்கேற்காம இருந்துடவா?" திரு. பிரான்ஸிசிடம் இந்தக் கேள்வியைக் கேட்டபோது எனது குரல் தயங்கி ஒலித்தது.

"சத்தி, இல்ல. நீ அப்படிச் செய்ய முடியாது. நாம வெற்றி பெறுற நிலைமையில இருக்கோம்."

"ஆனா, படிப்பிலயும் கவனம் செலுத்தணும் சார். அடுத்த வருஷம் நான் பத்தாம் வகுப்புத் தேர்வு எழுதணும்."

"இந்த ஒரு வருஷம் மட்டும் விளையாடு. அடுத்த வருஷம் நான் உன்ன தொந்தரவு பண்ண மாட்டேன்." அவர் கவலையுடன் இருப்பது தெரிந்தது. பள்ளியின் பெயரைக் காப்பாற்ற நான் விளையாடியே தீர வேண்டும் என்று கூறி என்னைச் சம்மதிக்க வைத்தார். நான் எவ்வளவு நல்ல கோல் கீப்பர் என்பதையும், இத்தனைக் குறுகிய காலத்தில் எனக்கு மாற்றாக இன்னொருவரை அமர்த்துவது எவ்வளவு கடினம் என்பதையும் எடுத்துரைத்தார். எனக்கு அவர் மேல் அதீத மரியாதையுண்டு. ஒரு ஆசிரியராக அவர் திறமை வாய்ந்தவர் என்பதைத் தாண்டி அவர் என்னை அக்கறையோடு கவனித்துக் கொண்டார் என்பதும் அதற்கு ஒரு காரணம். என் குடும்பப் பின்புலம் அறிந்து, நான் உண்ணச் சத்தான உணவுப் பொருட்களைக் கொடுத்து, என் எதிர்ப்புச் சக்தியை வளர்த்துக் கொள்ள உதவினார். அப்படிபட்டவரின் பேச்சுக்கு மறுபேச்சுப் பேச நான் விரும்பவில்லை.

இதே நேரத்தில் நான் வேறொரு போட்டியில் பரிசு ஒன்றைப் பெற்றேன். வகுப்புகளுக்கிடையே நடந்த ஆங்கில எழுத்துப் போட்டியில் வெற்றி பெற்றதற்காக எனக்கு ஒரு ஆங்கில அகராதி பரிசாகக் கிடைத்தது. விலைமதிப்பற்ற பரிசாகக் கருதிய அதை நான் முதுநிலைப் பட்டப் படிப்புப் படித்து முடிக்கும் வரை பத்திரமாக வைத்திருந்தேன். எங்கள் ஆங்கில ஆசிரியரான சீதாராம சாஸ்திரி என்மீது மிகுந்த அக்கறை செலுத்தினார். தெலுங்கு வழி வகுப்புகளில் படித்தாலும் ஓரிரு ஆங்கில வார்த்தைகளையாவது பேசும் துணிவு எனக்கு மட்டுமே இருந்தது. ஆங்கிலத்தில் எழுதவும், ஆங்கில மொழியை இன்னும் நன்றாகக் கற்றுக்கொள்ளவும் அவர் என்னை ஊக்கப்படுத்தினார். ஒருநாள் அவரது வகுப்பு நடந்துகொண்டிருந்தபோது தலைமையாசிரியர் அலுவலகத்திலிருந்து வந்த உதவியாளர் ஒருவர், "சத்தியா யாரு," என்று கேட்டார்.

நான் எழுந்து நின்றேன்.

"தலைமையாசிரியர் உன்ன பாக்கணுமுன்னு சொன்னாரு," என்றார் அவர்.

ஆசிரியரின் அனுமதியோடு வகுப்பிலிருந்து வெளியேறிய எனக்குப் பயமும், என்னை ஏன் அழைத்திருப்பார்கள் என்ற வியப்பும் ஏற்பட்டது.

தலைமையாசிரியர் அறைக்குள் மாணவர்கள் நுழைய முடியாது. அந்த அறைக்குள் முதன்முறையாக நான் நுழைந்தேன். பெரிய அறையில், தலைமையாசிரியரின் நாற்காலிக்குப் பின்னால், மகாத்மா காந்தியின் படம் ஒன்று தொங்கியது. அதே சுவற்றில் இருந்த கண்ணாடி கதவிடப்பட்ட அலமாரிகளில் மாணவர்கள் வென்று கொடுத்த கோப்பைகள் அடுக்கப்பட்டிருந்தன. தலைமை யாசிரியர் தன் நாற்காலியில் கம்பீரமாக அமர்ந்திருந்தார்.

"உள்ள வரலாமா சார்?" என்று கேட்ட என் குரல் சன்னமாக ஒலித்தது.

"வா, சத்தியா," என்ற அவரது குரல் ஆழமானதாகவும், திடமானதாகவும் இருந்தது.

நான் கை கட்டியபடி அமைதியாக அவர் முன்னால் நின்றேன்.

"வாழ்த்துக்கள் தம்பி. அந்தக் கால்பந்தாட்டப் போட்டியில வெற்றி பெற்றதுக்கு," கடந்த ஆண்டுப் போட்டிகளைக் குறித்து அவர் பேசினார்.

"நன்றி சார். நாங்க எல்லாரும் சேர்ந்து ஜெயிச்ச போட்டி அது."

"ஆனா, குழுவோட முயற்சிகளுக்குப் பக்கபலமா இருந்து எதிரணி கோல் போட விடாம தடுத்தது நீ தான" என்றார்.

முகம் முழுக்கப் புன்னகையோடு அமைதியாக நின்று கொண்டிருந்தேன் நான்.

"இங்க பாரு சத்தியா, நீ நல்லாப் படிக்கவும் செய்யுற. நாளைக்கு நீ பெரிய ஆளா வரலாம். அப்ப உன் பேரு உனக்குத் தடையா வரும். அதுனால உன் பெயர சத்தியநாராயணா–ன்னு மாத்திரனுமுன்னு நான் நினைக்கிறேன்."

"சார் ..." எனக்கு என்ன சொல்வதென்று தெரியவில்லை.

"நான் உங்கப்பா கிட்ட சொல்லிட்டு உன் பெயர மாத்திறேன்."

தலைமையாசிரியர் என் மீது இத்தனை அக்கறை செலுத்துவது எனக்கு மகிழ்ச்சியளித்தது. அதுவும், என் பெயரை மாற்றுவது போன்ற முக்கியமான விஷயத்தில் அவர் அக்கறை எடுத்துக்

கொண்டுள்ளார் என்பது எனக்கு நிறைவைத் தந்தது. தன் மாணவர்கள் மீது அவர் எப்போதும் அக்கறை கொண்டிருந்திருக்கிறார். மாணவர்களின் பெயர்களை அவர்களது பெற்றோரின் சம்மதத்துடன் மாற்றி வைப்பார். என் பெயர் “யா” என்று முடிவதால் என் சாதியைக் காட்டிக் கொடுக்கிறது. “சிம்ஹம் (சிங்கம்)” என்றிருந்த என் வகுப்புத் தோழனின் பெயரை இந்துக் கடவுளைக் குறிக்கும் “நரசிம்ஹம்” என்று மாற்றினார். உயர்நிலைப் பள்ளித் தேர்வுக் குழுவுக்கு மாணவர்களின் பெயர்களை அனுப்பும்போது இத்தகைய மாற்றங்களை அவர் செய்வதுண்டு. இன்று எத்தனை தலைமையாசிரியர்கள் தங்கள் மாணவர்கள் மீது இத்தனை அக்கறையுடன் செயல்படுவார்கள் என்று எனக்குத் தெரியவில்லை. என் வாழ்நாள் முழுதும் நான் பின்பற்றும் நபராக அவர் மாறிப் போனார்.

என் ஒன்பதாம் வகுப்பில் நான் “சத்தியநாராயணா” என்றானேன்.

~

அந்த வருடக் கோடைக் காலம் வெப்பம் அதிகமானதாக இருந்தது. செகந்திராபாத்தின் பழமையான பள்ளிகளுள் ஒன்றான மெஹபூப் காலேஜில் நரசிம்மலுவும், அஞ்சைய்யாவும் தங்களுடைய பள்ளி இறுதியாண்டு தேர்வுகளை எழுதினர். அவர்கள் இருவரும் ரயில்வே பட்டறையில் வேலை பெற வேண்டுமா என்று விவாதம் ஒன்று எழுந்தது. அப்பா அதைக் கடுமையாக எதிர்த்ததோடு அண்ணன்கள் இருவரும் கண்டிப்பாகப் படிப்பைத் தொடர வேண்டும் என்றும் கூறினார். அப்பசாயுலுவைச் செகந்திராபாத் ரயில்வே சரகத்துக்கு மாற்றும் முயற்சிகளிலும் அப்பா ஈடுபட்டு வந்தார். இறுதியில் ஒப்புதல் இடப்பெயர்வுக்கான வாய்ப்பு அமைந்து, செகந்திராபாத்திற்கு அருகிலேயே இருந்த சிறிய ரயில் நிலையமான, கொடம்குராவுக்கு அண்ணன் மாற்றலாகி வந்தான்.

~

“பாலய்யா, அப்பசாயுலுவுக்கு ஏத்த பொண்ணு ஒருத்திய இப்ப தான் பாத்தேன்,” என்று அப்பாவின் நண்பர் ராமய்யா அவரிடம் ஒரு நாள் கூறினார்.

அப்பாவும் அண்ணனுக்குப் பெண் தேடிக் கொண்டிருந்ததால் ராமய்யா இப்படிக் கூறியவுடன் ஆர்வம் கொண்டு, “யாருடைய மகள்?” என்று கேட்டார்.

அவர்கள் அமர்ந்திருந்த வராந்தாவின் ஒரு மூலையில் அமர்ந்து படித்துக் கொண்டிருந்த என்னால் அவர்கள் பேசுவது என்னவென்று கவனிக்காமல் இருக்க முடியவில்லை.

"காசிபெட்–ல வேலை பாக்குற முக்கதம், நரசய்யா இல்ல, அவரு பொண்ணு தான். பாக்குறதுக்கு அழகா, சிவப்பா இருக்கா. ஸ்கூலுக்கும் போறா."

"நரசய்யாவுக்கு எத்தனை குழந்தைங்க?"

"இரண்டு மகன்களும், ஒருமகளும். பசங்க மூத்தவங்க. ஒருத்தன் TXR*–ஆ வேலை பாக்குறான். இன்னொருத்தன் கேங் மேனா இருக்கான். வசதியான குடும்பம் தான்."

"பால்ராஜ் கிட்ட பேசிட்டுச் சொல்றேன்" என்று பேச்சை முடித்துக் கொண்ட அப்பா, சட்டெனத் திரும்பி நான் படித்துக் கொண்டு தான் இருக்கிறேனா என்று பார்த்தார்.

~

மெட்ரிகுலேஷன் தேர்வு முடிவுகள் அன்றைய நாளிதழில் வெளியாகியிருந்தன. அப்பா நாளிதழ் ஒன்றை வாங்கி வந்து, வீட்டு வராந்தாவில் அமர்ந்து தேர்வு முடிவுகளைப் பார்த்துக் கொண்டிருந்தார். பால்ராஜ் அவரருகில் அமர்ந்திருந்தான். நரசிம்மலுவும், அஞ்சைய்யாவும் வீட்டினுள் அப்பாவின் கண் பார்வையிலிருந்து மறைந்திருந்து என்ன நடக்குமோ என்று படபடப்புடன் காத்துக் கொண்டிருந்தனர். முதல் மற்றும் இரண்டாம் பகுதிகளில் அவர்களின் எண்களைத் தேடியும் கிடைக்காததால் குடும்பமே பதட்டத்துடன் காத்திருந்தது. அப்பா, என்னை அழைத்து மீண்டும் முதல் மற்றும் இரண்டாம் டிவிஷன்களில் இவர்களின் எண்கள் இருக்கிறதா என்று சரி பார்க்கச் சொன்னபோது நரசிம்மலுவும், அஞ்சைய்யாவும் பயத்துடன் நின்றுகொண்டிருந்தனர். தேர்ச்சி பெற்ற எண் பட்டியலை மீண்டும் ஒரு முறை முழுவதும் தேடி மூன்றாம் டிவிஷனில் இவர்களது எண்களைக் கண்டுபிடித்தேன். அப்பாவும், பால்ராஜும் பெருங்கோபம் கொண்டதால், நரசிம்மலுவும், அஞ்சைய்யாவும் வீட்டிலிருந்து வெளியே வந்து இவர்களைப் பார்க்கவே பயந்தனர். இறுதியாக, அம்மா இவர்களின் சார்பாகத் தலையிட்டதால் அப்பாவும், அண்ணனும் கொஞ்சம் கோபம் தணிந்து காணப்பட்டார்கள்.

எலுகடி குடும்பத்தில் இன்னும் இரண்டு மெட்ரிகுலேஷன் பட்டதாரிகள் உருவாகினர். பிள்ளைகளைப் படிக்க வைக்க

---

* Train Examiner

வேண்டும் என்பதே அப்பாவின் குறிக்கோளாக இருந்ததால் பட்டதாரிகளின் எண்ணிக்கைகள் கூடுவது என்பது பெரும் சாதனையாக இருந்தது. இதில் நல்ல விஷயம் என்னவென்றால், இவர்கள் இருவரும் குறைந்த மதிப்பெண்கள் பெற்றிருந்தாலும், இவர்களைத் தொடர்ந்து படிக்க வைக்க வேண்டும் என்ற அப்பாவின் உந்துதல் தடைபடவில்லை. ஸ்டேஷன் மாஸ்டராக ஆனதன் மூலம் அப்பாவின் ஒரு ஆசையை அப்பசாயுலு நிறைவேற்றியிருந்ததால், தனக்குத் துணையாகச் சம்பாதிக்கத் தொடங்கியிருக்கும் முதல் இரண்டு மகன்களின் உதவியோடு மற்ற குழந்தைகள் இன்னும் அதிக உயரங்களை எட்ட வேண்டும் என்று அப்பா விரும்பினார். இதில் அற்புதமான விஷயம் என்னவென்றால், அண்ணன்களும் அப்பாவின் இந்த குறிக்கோளில் உறுதியாக இருந்தார்கள்.

எங்கள் குடும்பத்தின் பொருளாதார நிலையில் ஏற்பட்ட முன்னேற்றம், எங்களின் வாழ்முறையில் வெளிப்படத் தொடங்கி யிருந்தது. இப்பொழுதெல்லாம், கோதுமையும், அரிசியும், பருப்பும் எங்களின் அன்றாட உணவாகியிருந்தது. சோளமாவு ரோட்டிகளிலிருந்து, கோதுமையில் செய்யப்பட்ட சப்பாத்திகளை உண்ணத் தொடங்கியிருந்தோம். சில மண்பாண்டங்கள் அலுமினிய பாத்திரங்களாக மாறியிருந்தன. காலையில் சிறிதளவு பால் சேர்த்த தேநீர் குடிக்கத் தொடங்கியிருந்தோம். எங்களுக்கு இன்ன பிற ஆசைகளும் இருந்தன. எனக்கு, ஒரு ரேடியோ வாங்க வேண்டும் என்றிருந்த ஆசையை அப்பசாயுலுவின் திருமணத்தின்போது அவனது மாமனார் சீராகக் கொடுத்த ரேடியோ தீர்த்து வைத்தது.

~

அப்பசாயுலு மாதத்திற்கு ஒரு முறை, பெரும்பாலும் முதல் வாரத்தில், வீட்டிற்கு வந்து போவதுண்டு. இந்த முறை வந்தபோது நரசிம்மலுவும், அஞ்சைய்யாவும் பெற்றிருந்த மதிப்பெண்களைக் குறித்து அவன் திருப்தியடையவில்லையென்றாலும், அவர்கள் ப்ரீ–யுனிவர்சிட்டி கோர்ஸ் படிக்க வேண்டும் என்று அப்பா கூறியதை ஒப்புக் கொண்டான். செகந்திராபாத் கலை மற்றும் அறிவியல் கல்லூரியில் அவர்கள் இணைவதற்கான விண்ணப்பங்களை வாங்கி வந்தான். பட்டியல் சாதியினர் இலவசக் கல்விக்குத் தகுதிபெற்றவர்கள் என்பதால் அவர்களுக்குக் கல்லூரியில் இடம் கிடைப்பது எளிமையானதாக இருந்தது. அவர்கள் இருவருக்கும், ஆளுக்கு இரண்டு செட் ஆடைகள் வாங்கிக் கொடுத்தார் அப்பா. முதன்முறையாக அவர்களுக்கு முழுக் காற்சட்டைகள் கிடைத்தன! அவர்கள் கல்லூரிக்குச் செல்லத் தொடங்கியதும்

அன்றாடம் கல்லூரி பற்றிய புதுப்புது விஷயங்களைக் கூறினர். கல்லூரியில் பெரும்பாலும் நகரத்திலிருந்து வரும், வசதியான வீட்டுப் பிள்ளைகள் தான் படித்தார்கள் என்று நான் தெரிந்து கொண்டேன். ஆங்கில வழி வகுப்புகளில் படித்த அவர்கள், ஆங்கிலத்தில் தான் பேசிக் கொண்டனர் என்றும் தெரிந்து கொண்டேன். அந்தக் காலத்தில் கல்லூரிகளில் ஆங்கில வழியில் மட்டுமே வகுப்புகள் எடுக்கப்பட்டன. தெலுங்கு வழியில் படித்து வந்திருந்த நரசிம்மலுவும், அஞ்சைய்யாவும் அதற்கு ஈடு கொடுக்க முடியாமல் சிரமப்பட்டனர்.

~

பண்டாரு மைஸய்யா, சிலகலகூடா பகுதியில் ஒரு தலைவராக இருந்தார். அப்பசாயுலு சிறுவனாக அந்தப் பகுதியிலிருந்து தான் பள்ளிக்குச் சென்றான். நகராட்சி கார்பரேட்டராக இருந்த மைஸய்யாவுக்குச் சிமிண்டும் செங்கல்லும் கொண்டு கட்டப்பட்ட, பெரிய ஹால் கொண்ட சொந்த வீடு இருந்தது. வசதியற்ற ஹரிஜன பையன்களைத் தன் வீட்டில் வந்து படிக்குமாறு மைசயா ஊக்கப்படுத்துவார். அவருக்கு மூன்று மகள்களும், ஒரு மகனும் இருந்தனர். எங்களுக்கு அவர்களின் குடும்பத்துடன் நல்ல அறிமுகம் இருந்தது. அப்பசாயுலுவும் அந்த பகுதியில் வாழ்ந்தபோது மைஸய்யாவின் மூத்த மகள் யாதம்மாவுடன் நட்புக் கொண்டிருந்தான். பால்ராஜ் செகந்திராபாத்துக்கு மாற்றலாகிச் சென்றவுடன் அவர்கள் ஒருவரையொருவர் தொடர்பு கொள்ள முடியவில்லை. மைஸய்யாவுக்கும் ஏதோ தூர ஊருக்கு மாற்றலாகி இருந்தது. ஒரு நாள் அவர் எங்கள் வீட்டு வாசலில் வந்து நின்றார். அப்பாவுக்கு ஒரே ஆச்சரியம். அவர்கள் இருவரும் வராந்தாவில் அமர்ந்து நலம் விசாரித்தனர். அம்மா அவர்களுக்குத் தேநீர் கொடுத்தார்.

“போனி, உங்க பையனுக்குப் பொண்ணு பாக்குறீங்க போல?” என்றார் மைஸய்யா.

“ஆமா, கல்யாண வயசு வந்திருச்சுல்ல,” என்றார் அப்பா

“போனி, உங்க சத்தியத்தை மறந்துட்டீங்களா?”

“என்ன சத்தியம்?” அப்பா ஆச்சரியத்துடன் கேட்டார்.

“என் மகள, உங்க மருமகளா ஆக்கிக்குறேன்னு நாலு வருஷத்துக்கு முன்னாடி சத்தியம் செஞ்சீங்களே.”

தான் அப்படி ஒரு வாக்கை எப்போது கொடுத்தோம் என்று அப்பா நினைவு படுத்த முயற்சி செய்தார். நாலு வருடங்களுக்கு

முன்பு அவர்கள் இருவரும் நெருக்கமான நண்பர்களாக இருந்தது உண்மை தான். மைஸய்யா அப்பாவுக்கு நினைவுபடுத்த முயன்று கொண்டிருந்தார். அவர்கள் சாராயம் குடித்துக் கொண்டிருந்த போது செய்த சத்தியம் அது.

உள் அறையிலிருந்து இதைக் கேட்டுக் கொண்டிருந்த அம்மா, அப்பாவை அழைத்து "நீ சத்தியம் செஞ்சிருப்ப. கூட்டாளிகளோட குடிக்கும்போது நீ யோசிக்காமப் பேசுற ஆளு தான்," என்று தாழ்ந்த குரலில் சொன்னார்.

அப்பாவும், தான் இப்படி ஒரு சத்தியத்தைச் செய்திருப்போமா என்று தீவிரமாகச் சிந்தித்தார். அப்பசாயுலு, மைஸய்யா வின் மகளை ரகசியமாகச் சந்தித்து வருவதையும் அப்பா கேள்விப்பட்டிருந்தார். அப்பசாயுலுவும், யாதம்மாவும் திருமணம் செய்து கொள்வது தான் அனைவருக்கும் ஏற்றதாக இருக்கும்.

"சரி மைஸய்யா, என் பையனுக்கும் பொண்ணப் பிடிச்சிருக்கு போல."

மைஸய்யா புன்னகைத்தார். அப்பாவின் கால்களைத் தொட்டு மைஸய்யா வணங்கவும், இருவரும் கட்டிப் பிடித்துக் கொண்டனர்.

~

அப்பசாயுலுவின் திருமணத்தை அந்த ஆண்டின் கோடை காலத்தில் நடத்துவது என முடிவு செய்யப்பட்டது. யாதம்மாவை மணப்பது அப்பசாயுலுவுக்கும் மகிழ்ச்சியானதாகவே இருந்தது. கொடம்குராவில் இருந்தபோது அவன் அடிக்கடி யாதம்மாவைச் சந்தித்து வந்தான். மைஸய்யாவும் இதை அறிந்தேயிருந்தார். ஒரு வகையில் அவருடைய ஆதரவும் அவர்களுக்கு இருந்தது.

அப்பாவும், பால்ராஜும் திருமண ஏற்பாடுகளில் மும்முரமாக இருந்தனர். தன் மகளின் திருமணம் விமரிசையாக நடக்க வேண்டும் என மைஸய்யா விரும்பினார். அரசியல் தலைவர்கள் தொடங்கி அடிமட்டத் தொழிலாளர்கள் வரை பலரும் திருமணத்திற்கு அழைக்கப்பட்டிருந்தனர். திருமணத்திற்கான தேதி குறிக்கப்பட்ட நாளன்று சிறிய கொண்டாட்டம் ஒன்றிற்கு ஏற்பாடு செய்யப்பட்டிருந்தது. மதிய உணவுக்குப் பிறகு இரு தரப்பிலிருந்தும் நெருங்கிய உறவினர்கள் ஒன்று கூடி மணப்பெண்ணின் பெற்றோர் மணமகனுக்கு என்ன தருவார்கள், மணமகன் வீட்டார் மணப்பெண்ணுக்கு என்ன தருவார்கள் என்று பேசிக் கொண்டிருந்தனர்.

“நான் உங்க பொண்ணுக்கு ரெண்டு தோலா தங்கமும், வெள்ளிக் கொலுசும், பட்டு சேலையும் மத்த பொருட்களும் தர்றேன்” என்று சொன்ன அப்பாவின் குரல் ஆணித்தரமாக ஒலித்தது.

“அண்ணா, என் பையனுக்கு என்ன தர்றதா இருக்கீங்க?’ என்று அம்மா மெல்லிய குரலில் கேட்டார்.

“தங்கச்சி, அரைத் தோலா தங்கம், சமையலறைச் சாமான், கட்டில், சைக்கிள், மற்ற பொருட்களும் தர்றேன்” என்றார் மைஸய்யா. நான் ஒரு மூலையில் அமர்ந்து அனைவரின் கருத்துக்களையும் கேட்டபடி இருந்தேன். இறுதியில், இரு தரப்பினரின் முன்வைப்புகளும் ஏற்கப்பட்டன.

அது மே மாதம். கல்யாண மண்டபத்தில் நடத்தப்படும் திருமணம் ஒன்றை நாங்கள் முதன்முறையாகப் பார்த்தோம். அதிலும் அது என் அண்ணனுடைய திருமணம். திருமணத்திற்குப் பலரும் வரவேற்கப்பட்டிருந்தனர். மேளம் கொட்டும் வழக்கம் கொண்ட எங்கள் குடும்பத்தில் முதன்முறையாகப் பாண்டு வாத்தியம் இசைக்கப்பட்டது. பிராமணர்களைப் போல மந்திரம் ஓதாமல், அதுவும் வெறுமனே சுக்லாம்பரதம் என்று மட்டுமே சொல்லி மந்திரம் ஓதிய பைன்ட்லைனாவை, என் அண்ணனின் பிராமண நண்பர்கள் கேலி செய்தனர். திருமணத்திற்குப் பிறகு யாதம்மா ரைபிள் ரேஞ்சில் இருந்த எங்கள் வீட்டிற்கு வந்தார். அப்போதிலிருந்து அவரது பெயர் கிருஷ்ணவேணி என்றானது. அண்ணன் அப்போது பணிபுரிந்து கொண்டிருந்த மகுடி ஸ்டேஷனில் சரியான குடியிருப்பு வசதி அவனுக்கு இல்லாதிருந்ததால் சில மாதங்கள் கழித்துத் தான் அண்ணியைத் தன்னுடன் அழைத்துச் செல்ல முடிந்தது.

~

1960 தொடங்கி 15 ஆண்டுகள் என் குடும்பம் நெருக்கடியான சூழலில் இருந்தது. பண நெருக்கடியோடு சேர்ந்து அம்மாவின் உடல்நலமும் சீரற்றதாக இருந்தது. அம்மா சில நேரங்களில் சாமியாடவும் தொடங்கியிருந்தார். என் மூத்த அண்ணியின் குல தெய்வமான துர்க்கையம்மன், அண்ணி திருமணமாகி வந்தவுடன் அவருடனேயே எங்கள் குடும்பத்திற்கு வந்துவிட்டதாகச் சிலர் நம்பினர். எங்கள் வீட்டிற்கு அருகில் இருந்த சாமியார் ஒருவரிடம் அம்மாவை அழைத்துச் சென்றார் அப்பா. சாமியாரின் முன்னிலையிலேயே அம்மாவுக்குச் சாமி வந்தது. அம்மாவின் முடியை விரித்து விட்ட சாமியார், அவரது நெற்றியில் சாம்பல் பூசினார். பெருங்குரலெடுத்துக் கத்த ஆரம்பித்த அம்மா, சகல

சாமிகளின் பெயரையும் சொல்லி அழைத்தார். திடீரென நிமிர்ந்து உட்கார்ந்தார். பின்னர் பத்மாசன நிலையில் அமர்ந்தார். இந்த முழு நேரமும் உள்ளங்கைகளை முட்டியில் வைத்தபடி மெதுவாகச் சாமியாடிக் கொண்டிருந்தார். நான் மிகவும் பயந்து போயிருந்தேன். எங்களைச் சுற்றி அமர்ந்திருந்தவர்கள் அனைவரும் அம்மாவின் உடலில் சாமி இறங்குவதாக முணுமுணுத்துக் கொண்டனர்.

அம்மாவின் முன்னால் கைகட்டி அமர்ந்திருந்த சாமியார் அம்மாவின் உடலில் இறங்கியிருப்பது யார் எனக் கேட்டார்.

“என்னைத் தெரியலயா? நான் தான் துர்க்கையம்மன் வந்திருக்கேன்”

எரியும் சூடத்தை அம்மாவின் கையில் வைத்தார் அந்தச் சாமியார்; சாமி சிலைகளுக்குச் சூடம் காட்டிவிட்டு அதைத் தூக்கியெறிந்த அம்மாவுக்கு எந்த வலியும் இருப்பது போலத் தெரியவில்லை. அதன் பிறகு அம்மா மயங்கி விழுந்ததும் நான் அழத் தொடங்கினேன். அப்பா அம்மாவைத் தூக்கி உட்கார வைக்க அம்மா சுய நினைவுக்கு வந்தார். அப்போது தான் தூங்கியெழுந்தவர் போல இருந்தார். உள்ளங்கையில் எரிச்சலெடுக்கவும், தனக்கு என்ன ஆனது என்று கேட்கத் தொடங்கினார்.

அந்தச் சம்பவம் எங்கள் குடும்பத்தின் மீது பெரிய தாக்கத்தை ஏற்படுத்தியது. அன்றிலிருந்து அன்றாட வழிபாடுகள் எவையும் மேற்கொள்ளாமல் பண்டிகைகளுக்கு மட்டும் சாமி கும்பிடத் தொடங்கினோம். அம்மாவுக்கு அடிக்கடி சாமி வரத் தொடங்கியது. தலை விரிகோலமாகக் கையில் சாம்பலைப் பந்து போல் உருட்டி வைத்துக் கொண்டு, சகல தெய்வங்களின் பெயர்களையும் சொல்லிச் சத்தமாக அழைத்துச் சாமியாடுவார் அம்மா. அப்பாவும், பால்ராஜூம் அம்மாவின் முன்னால் பவ்யமாக அமர்ந்திருப்பார்கள். அப்பா, பணிவுடன் “அம்மா எங்களைக் காப்பாத்து மா! ஏன் மா என் பொண்டாட்டி உடம்புல வந்திருக்க?” என்று கேட்பார். அம்மா சாமியாடிக் கொண்டே, விக்கல் எடுப்பது போன்ற சத்தத்துடன், “நான் குழந்தைகளை ஆசீர்வதிக்க வந்திருக்கிறேன்,” என்பார். அப்பா எங்கள் அனைவரையும் அழைக்க, நாங்களும் ஓடி வந்து அம்மா வின் முன்னால் விழுந்து கும்பிடுவோம். அம்மா சாமியாடியபடியே எங்கள் நெற்றியில் சாம்பலைப் பூசுவார். நெடுங்காலத்திற்கு எங்கள் வீட்டில் வாரவாரம் நடக்கும் நிகழ்வாக இது இருந்தது.

~

அனைவரும் என்னை சத்தியநாராயணா என்றழைப்பது விநோதமாகப் பட்டது. வீட்டில் என்னைச் சத்யம் என்று அழைக்கத் தொடங்கியிருந்தனர்.

என்னுடைய பள்ளிக்கெனத் தெற்கு லல்லாகூடாவில் புதிய அழகான கட்டிடம் ஒன்று கட்டப்பட்டிருந்தது. இன்று அதில் *IRISET** ஹாஸ்டல் இருக்கிறது. பள்ளியின் சீனியர்கள் என்ற முறையிலும், பள்ளி இறுதி வருடத் தேர்வுகள் எழுதப் போகிறவர்கள் என்ற முறையிலும் எங்களுக்கு நிறைய முக்கியத்துவம் இருந்தது. ஒவ்வொரு ஆசிரியரும் தன்னுடைய பாடங்களை விரைவில் முடித்து, ரிவிஷனுக்குத் தயாராவதில் மும்முரமாக இருந்தனர். திரு. பிரான்சிஸூம் வாக்குக் கொடுத்தது போலவே என்னை விளையாட்டுப் போட்டிகளில் ஈடுபடுத்தாமல், அதே நேரம் என் கல்வி பற்றி விசாரித்தப்படியே இருந்தார். எனக்கும், மதன் குமார், பிரேம் குமார், சஹாபுதின் ஆகியோருக்கிடையிலும் கடும் போட்டி நிலவியது. மற்ற எல்லா நடவடிக்கைகளையும் நிறுத்திக் கொண்டு, எட்டாம் வகுப்பு மற்றும் ஒன்பதாம் வகுப்புப் பாடங்களுக்கான கால அட்டவணை ஒன்றைத் தயார் செய்து கொண்டு படிக்கத் தொடங்கியிருந்தேன். நான் விழித்திருந்த ஒவ்வொரு நொடியும் இந்த மூன்று ஆண்டுகளின் பாடங்களைப் படிப்பதில் செலவிட்டேன். என் வாழ்க்கையின் முக்கிய இலக்காகவும், முக்கியமான போட்டியாகவும் இந்தத் தேர்வுகள் இருந்தன. என் தயாரிப்பு முறைகளைப் பற்றி என் எதிரிகளுக்கு வெளிக்காட்டாமல் இருந்தேன். அவர்கள் கேட்கும் போதெல்லாம் நான் இன்னும் தேர்வுகளுக்கு முழுமையாகத் தயாராகத் தொடங்கவில்லை என்று சொல்லியபடியே இருந்தேன். கடுமையாக மதிப்பெண்ணிடப்பட்ட அந்தத் தேர்வுகளில் முதல் வகுப்பில் வெற்றி பெறுவது என்பது பெரிய காரியமாக இருந்தது.

வெகு விரைவிலேயே தேர்வுகள் தொடங்கிவிடும். அப்பா தன் முழுக் கவனத்தையும் என் தம்பிகள் மீது வைக்கத் தொடங்கியிருந்தார். ஆயினும் இரவு பத்து மணிக்கு மேல் எங்களைப் படிக்க வைக்கவில்லை அவர். அதே நேரம் காலை 4 மணிக்கெல்லாம் நாங்கள் எழுந்து படிப்பதை உறுதி செய்தார். உண்மையில் சொன்னால், தேர்வு நேரங்களில் நாங்கள் எடுத்த முயற்சிகளை விட அப்பா எடுத்த முயற்சிகள் தான் அதிகம். 15 நாட்கள் விடுப்பு எடுத்து நாங்கள் படிப்பதை மேற் பார்வையிடுவார் அப்பா.

நரசிம்மலுவும், அஞ்சைய்யாவும் படபடப்புடனே இருந்தனர். ஆங்கிலத்தில் இருந்த புத்தகங்களைப் படித்தால் கற்கும் வேகம்

---

* Indian Railway Institute of Signal Engineering and Telecommunication

குறைந்து விடும் என்பதால் கைடுகள் வாங்கிப் படித்தனர். திடீரென ஆங்கில வழி வகுப்புகளுக்கு மாறியதால் அவர்கள் அந்நியமான உலகத்தில் பிரவேசித்தது போல உணர்ந்தாலும் அதைப் பற்றி அப்பாவிடமோ, பால்ராஜிடமோ சொல்லும் தைரியம் அவர்களுக்கு இருந்திருக்கவில்லை. அப்பசாயுலு அவர்களின் நிலையை உணர்ந்து கொண்டான். சிரமங்கள் இருந்தாலும் தங்கள் பாடங்களைப் படிப்பதில் அவர்கள் சிரத்தை எடுத்தனர். அதிகாலை வேளையில் நாங்கள் அனைவரும் அமர்ந்து எங்கள் பாடங்களை வாய்விட்டுப் படித்தோம். இதில் அதிசயமான விஷயம் என்னவென்றால் எவ்வளவு சத்தமாகப் படித்தாலும் ஒருவரையொருவர் தொந்தரவு செய்ததாக நாங்கள் உணரவில்லை. நாங்கள் ஐவரும் ஒரே வரிசையில் அமர்ந்து மண்ணெண்ணெய் வெளிச்சத்தில் வாய் விட்டுப் படித்தோம் என்று நினைத்தால் இன்று வியப்பாக இருக்கிறது. சில வருடங்களுக்கு முன்னால் வரை கூட என் நான்கு மகள்களும் படிப்பதற்கென ஆளுக்கு ஒரு அறை வேண்டும் என்று கேட்டுக் கொண்டிருந்தனர்.

1961ஆம் ஆண்டின் தொடக்க மாதங்களில் ரயில்வே காலனிகளுக்கு மின்சாரம் வந்தது. தெருக்களும் மின் விளக்குகளால் ஒளியேற்றப்பட்டன. மண்ணெண்ணெய் விளக்குகளிலிருந்து மின் விளக்குகளுக்கு மாறிய விதம் மிகப் பெரும் அனுபவமாக இருந்தது. ஒளி வெள்ளத்தில் படிக்கத் தொடங்கியிருந்தோம் என்பது தான் உண்மை. சில நேரங்களில் தெரு விளக்கின் ஒளியில் அமர்ந்து படித்தது எனக்குப் பிடித்திருந்தது. ஆனால் அப்பா இல்லாதபோது தான் அப்படிச் செய்ய முடியும். கொஞ்ச நாட்களிலியே மக்கள் மண்ணெண்ணெய் விளக்குகளைக் கைவிட்டனர்.

அண்ணன்களைப் போலவே நானும் என் பள்ளி இறுதி வகுப்புத் தேர்வுகளை மெஹபூப் கல்லூரியின் விநோதமான, பழக்கப்படாத சூழலில்தான் எழுத வேண்டியிருந்தது. ஆசிரியர்கள் அனைவரும், குறிப்பாக எனது தலைமையாசிரியர், நான் முதல் வகுப்பில் தேர்ச்சி பெறுவேன் என்பதை உறுதியாக நம்பினார்கள். தலைமையாசிரியர் என்னை அவரது அறைக்கு அழைத்து. “இங்க பாரு சத்தி! உன் பெற்றொருக்கு அடுத்து, உன் ஆசிரியர்கள் தான் நீ வெற்றி பெற்றா சந்தோஷப்படுவாங்க. உன் பேருல நான் செஞ்ச சின்ன மாற்றம் உனக்குத் தன்னம்பிக்கையத் தருமுன்னு நினைக்கிறேன். ஒரு நாள் நீ பெரிய ஆளா வருவன்னு நான் நம்புறேன். ஆல் த பெஸ்ட்” என்றார்.

“நன்றி சார்!” என்று சொன்ன என் கண்கள் பனித்திருந்தன. ஆனால் அவருடைய எதிர்பார்ப்புகளை நிறைவேற்ற முடியுமா

என்று எனக்குத் தெரியவில்லை என்பதால் கொஞ்சம் கவலையாகத்தான் இருந்தேன்.

தேர்வு அறையில் நுழைந்த முதல் நாள், அந்த இடத்தின் கடுமை என்னைப் பதட்டமடைய வைத்தது. அங்கிருந்த ஆசிரியர்களும், கண்காணிப்பாளர்களும் எங்களுக்குப் பரிச்சயமில்லாதவர்களாக இருந்தனர். இருந்தாலும் தேர்வெழுதத் தொடங்கியதும் எனக்கு நம்பிக்கை ஏற்படத் தொடங்கியது. கணக்குத் தவிர மற்ற பாடங்களை நான் நல்ல முறையில் எழுதியிருந்தேன். கணக்கில் எல்லாக் கேள்விகளுக்கும் விடை எழுதியிருந்த போதும் நல்ல மதிப்பெண்கள் பெறுவேன் என்ற நம்பிக்கை எனக்கு இல்லை.

அண்ணன்களும் அந்த ஆண்டு பி.யூ.சி தேர்வுகள் எழுதியிருந்தனர். அதன் முடிவுகளைக் குறித்துப் பெரிய எதிர்பார்ப்புகள் ஏதுமின்றி இருந்தனர்.

~

1961ஆம் அண்டு மே மாத இறுதியில் மெட்ரிகுலேஷன் தேர்வு முடிவுகள் செய்தித் தாளில் வெளிவந்தன. அப்பா செய்தித் தாள் ஒன்றை வாங்கி வந்ததும் பதட்டத்துடன் என்னை அழைத்தார். பால்ராஜ் அவர் கையிலிருந்த செய்தித் தாளை வாங்கி முதல் வகுப்பில் தேர்ச்சி பெற்றவர்களின் வரிசையில் என் எண்ணைப் பல முறை தேடியும் கிடைக்கவில்லை. அதே நேரத்தில் என் வீட்டிற்கு வெளியில் நின்று கொண்டு சில நண்பர்கள் நான் இரண்டாம் வகுப்பில் தேர்ச்சி பெற்றிருப்பதாக உரக்கச் சொன்னார்கள். என்னால் அதை நம்ப முடியவில்லை. செய்தித்தாளில் திரும்பத் திரும்பத் தேடியும் இரண்டாம் வகுப்பில் தேர்ச்சி பெற்றதை என்னால் மாற்ற முடியவில்லை. எட்டு மதிப்பெண்களில் முதல் வகுப்பில் தேர்ச்சி பெறும் வாய்ப்பை இழந்திருந்தேன். நான் இரண்டாம் வகுப்பில் தேர்ச்சி பெற்றது என் கல்வி வாழ்க்கை முழுவதற்கும் தொடரும் ஒன்றாக இருந்தது. நான் சோகத்தில் இருந்தேன். அப்பாவாலும் இதை நம்ப முடியவில்லை. ஆனாலும், அந்த ஆண்டு எங்கள் பள்ளியிலிருந்து ஒருவரும் முதல் வகுப்பில் தேர்ச்சி பெறவில்லை என்பதை அறிந்ததும் சற்றே ஆறுதல் அடைந்தார் அவர்.

அந்த ஆண்டு ஒரு மாணவன் கூட முதல் வகுப்பில் தேர்ச்சி பெறவில்லை என்பது ஆசிரியர்களுக்கு அதிர்ச்சியளித்தது. மூன்று நாட்கள் கழித்துப் பள்ளிக்குச் சென்றதும் நான் சந்தித்த முதல் ஆசிரியர் திரு. சீதா ராமநாதம். ஆங்கிலத்தில் நான் வாங்கியிருந்த மதிப்பெண்களைப் பார்த்தவர், “சத்யம், கண்டிப்பா ஏதோ தவறு நடந்திருக்கு. நீ இங்கிலிஷில 35 மார்க் வாங்குறதுக்கான

வாய்ப்பே கிடையாது. 50 மார்க்குக்கான இரண்டாவது பேப்பர் கணக்குப் பண்ணாம விட்டிருப்பாங்க. நீ மறுகூட்டலுக்கு அப்ளை பண்ணு," என்றார்.

அவரது உறுதியான நம்பிக்கை எனக்குக் கொஞ்சம் ஆறுதளித்தது. நான் நன்றாகப் படித்த ஆங்கிலம் தவிர்த்த மற்ற பாடங்களில் நான் 60 சதவிகிதத்திற்கும் சற்று அதிகமான மதிப்பெண்கள் பெற்றிருந்தேன். பள்ளியில் முதல் மதிப்பெண் பெற்றிருந்ததும் எனக்கு ஆறுதலாக இருந்தது. அப்பாவுக்கு எந்த வருத்தமும் இருந்திருக்கவில்லை. நான் வகுப்பில் முதல் மதிப்பெண் பெற்றதே அவருக்குப் போதுமானதாக இருந்தது. ஆசிரியர்கள் அனைவரும் எனக்கு வாழ்த்துக்கள் தெரிவித்தனர். குறிப்பாகத் திரு. பிரான்சிஸ் என்னைப் பாராட்டியதோடு, கல்லூரியிலும் நான் விளையாட்டில் பயிற்சி பெற வேண்டும் என்று கேட்டுக் கொண்டார்.

ஒரு வாரம் கழித்து பியூசி தேர்வு முடிவுகள் வெளி வந்தன. நரசிம்மலு, அஞ்சைய்யா இருவருமே தேர்வில் தோற்றிருந்தார்கள். எங்கள் உறவினர்களில் சிலர், அவர்கள் இருவரும் வேலையில் சேர வேண்டும் என்ற கருத்தைக் கொண்டிருந்தனர். அப்பா மனமுடைந்து போயிருந்தாலும் அவர்கள் படிப்பை நிறுத்துவது என்ற கருத்துக்கு எதிராகவே இருந்தார். அவர்கள் இருவரும் தோல்வியடைந்த பாடங்களை மீண்டும் எழுத வேண்டும் என்று தான் பால்ராஜும் நினைத்தான். அப்பசாயுலு என்ன நினைக்கிறான் என்று அப்பா கேட்டனுப்பினார். அவனும், அவர்கள் இருவரும் தோல்வியடைந்திருந்த விலங்கியல் மற்றும் ஆங்கிலப் பாடங்களுக்கான தேர்வுகளை மீண்டும் எழுத வேண்டும் என்று நினைத்தான். அப்பாவும் அதற்குச் சம்மதித்தார். ஓராண்டு முழுவதும் வீட்டிலிருந்தபடி அவர்கள் இருவரும் இந்தத் தேர்வுகளுக்குப் படிக்க வேண்டும். அப்பா இப்படிச் செய்யக் கூடியவர் தான். நாங்கள் சரியாகப் படிக்கவில்லை என்றாலும் அவர் மனந்தளர மாட்டார். முயற்சியைக் கைவிடுவதில் நம்பிக்கையற்றவராக இருந்தார். எங்கள் தவறுகளிலிருந்து நாங்கள் கற்றுக் கொள்வோம் என்று நம்பினார். அப்படி மட்டும் அவர் நம்பாமல் இருந்திருந்தால் நாங்கள் தொடர்ந்து படித்திருக்கவே முடியாது. ஏனென்றால் கல்லூரிக் கல்வி அத்தனை கடினமாக இருந்தது. எங்களை வழிநடத்தவும் யாருமில்லை. பள்ளியில் நாங்கள் படித்திருந்த மொழி, கல்லூரிப் பாடங்களைப் படிப்பதற்கு உதவவில்லை.

கல்லூரிச் சூழலும் முற்றிலும் மாறுபட்டதாக இருந்ததால் உடன் பயின்ற மாணவர்களை விட தாழ்ந்தவர்களாக உணரத் தொடங்கினோம். கடைசி வரிசைகளில் அமர்ந்திருந்த எங்கள்

சமூகப் பின்புலனை ஒத்த மாணவர்கள் தவிர்த்து மற்ற மாணவர்களிடமோ, ஆசிரியர்களிடமோ பேசும் தைரியம் கூட எங்களுக்கு இல்லை. ஆசிரியர்களும், உயர் வகுப்புகளைச் சேர்ந்த மாணவர்களும் எங்களைப் பார்த்த உடனே நாங்கள் தலித்துகள் என்று புரிந்து கொண்டு எங்களை அலட்சியமாக நடத்தினர். வருகைப் பட்டியலில் கூட எங்கள் பெயர்கள் இறுதியில் தான் இடம்பெற்றன.

அண்ணன்களைப் போல நானும் செகந்திராபாத் கலை மற்றும் அறிவியல் கல்லூரியில் சேர்ந்தேன். அண்ணன்களுக்குச் செய்தது போலவே எனக்கும் இரண்டு செட் சட்டை பேண்டுகள் தைத்துக் கொடுத்தார் அப்பா. முதன்முறையாக முழுக் காற்சட்டை அணியவிருந்தேன் நான். செகந்திராபாத்திலிருந்து அஃப்சல்கஞ்ச் பகுதிக்கு எண் 7ஐக் கொண்ட டபுள் டெக்கர் பேருந்து ஒன்று செல்லும். என் கல்லூரி மாணவர்கள் அந்தப் பேருந்தில் ஏறி பாரடைஸ் என்ற பேருந்து நிறுத்தத்தில் இறங்க வேண்டும். அந்த நிறுத்தத்தின் அருகிலிருந்த உணவகம் ஒன்றன் பெயரைக் கொண்டு அந்தப் பெயர் வந்தது. நான் பெரும்பாலும் நடந்தே தான் சென்றேன். வருடத்தில் மொத்தம் 15 முறை பேருந்தில் பயணித்திருந்திருப்பேன். கல்லூரி எனக்கு முற்றிலும் புது அனுபவமாக இருந்தது. 60 மாணவர்கள் கொண்ட கூட்டமான வகுப்பாக எனது வகுப்பு இருந்தது. ஆண்களும் பெண்களும் சேர்ந்து படித்த கல்லூரி அது. ஆங்கில வழியில் பாடங்கள் எடுக்கப்பட்டன. எங்களின் ஆங்கில ஆசிரியையின் பெயர் திருமதி. கூப்பர். நான் ரயில்வே குவார்டர்ஸில் பார்த்திருந்த ஆங்கிலோ இந்தியர்களைப் போல இருந்தார் அவர். அவர் ஆங்கிலம் பேசிய விதம் எனக்குப் பிடித்திருந்தது. அவரது வகுப்புகளை ஆர்வத்துடன் கவனித்தேன். இயற்பியல், வேதியியல் பாடங்களுக்கான பிராக்டிக்கல் வகுப்புகள் ஆய்வுக் கூடங்களில் நடந்தன. ஆங்கிலம் ஓரளவுக்கு நன்றாகப் பேசத் தெரிந்திருந்தது என்றாலும் – இன்னாரின் மகன் என்று சொல்லுமளவுக்கு இல்லாததால் ஆசிரியர்களை அணுகுவது சிரமமாக இருந்தது. பணக்காரர்களின் பிள்ளைகளுக்கும், பலம் பொருந்தியவர்களின் பிள்ளைகளுக்கும் தான் ஆசிரியர்களை அணுகுவது எளிதாக இருந்தது. மாணவர்களின் பின்புலத்தை அடிப்படையாகக் கொண்ட பாகுபாடு கல்லூரியில் கண்டிப்பாக இருந்தது.

இட ஒதுக்கீட்டின் அடிப்படையில் படிக்கும் மாணவர்களின் பட்டியலில் என் பெயர் முதலாவதாக இருந்தது. நான் பெற்றிருந்த மதிப்பெண்களைப் பார்த்து நான் உண்மையிலேயே அந்தப் பட்டியலைச் சேர்ந்த மாணவன் தானா என்ற சந்தேகம் எழும்.

ஒரு நாள் கல்லூரி வாயிலில் என்னைச் சந்தித்த இரு மாணவர்கள் "நீ எஸ்.சி யா?" என்று முணுமுணுத்தனர்.

அவர்களின் கண்களை நேரே பார்த்து. "ஆம்" என்றேன்.

அன்றிலிருந்து அவர்கள் எனது நண்பர்கள் ஆயினர். ராஜேஷாம் மற்றும் மல்லய்யா அவர்களின் பெயர். நாங்கள் பேசிய விதமும், எங்களின் தோற்றமும் எங்களைத் தலித்துகள் என்று காட்டிக் கொடுத்தன. கல்லூரிப் படிப்பு முடியும் வரை நாங்கள் அனைவரும் ஒன்றாகவே இருந்தோம். கொஞ்சம் ஆங்கிலம் தெரிந்திருந்தவன் என்பதால் அவர்களின் சார்பில் நானே பேசுவேன்.

~

அப்பசாயுலு இப்போது செகந்திராபாத்திற்கு மாற்றலாகி வந்தான். பத்மா ராவ் நகரில் இருந்த சிலகலகூடாவில் அவனுக்கு அலுவலர் குடியிருப்பில் வீடு கொடுக்கப்பட்டிருந்தது. ரைபிள் ரேஞ்சில் இருந்த வீட்டை விட இந்த வீடு பெரிதாக இருந்தது. இரண்டு அறைகளும், பெரிய சமையலறை ஒன்றும், வீட்டின் பின்புறம் கொஞ்சம் இடமும் இருந்தன. ஒவ்வொரு அறையிலும் மின் விசிறிகள் இருந்தன. குளியலறையும், கழிப்பறையும் தனித்தனியே இருந்தன. வீட்டின் உள்ளேயே குழாயில் தண்ணீர் வந்தது. முதன் முறையாக எங்கள் வீட்டினுள்ளேயே குழாய் இருந்தது. 6 வருடம் ரைபிள் ரேஞ்சில் வாழ்ந்த பிறகு இந்த வீட்டுக்குக் குடிபெயர்ந்தோம். வீடுகள் மாறினாலும் வீட்டில் இருந்த பொருட்கள் அப்படியே தான் இருந்தன. வீட்டில் மேசை நாற்காலிகள் இல்லை. கயிற்றாலான கட்டில்கள் தான் இருந்தன. கிழிசல் துணிகளில் இருந்து தைத்த தடிமனான ரஜாய் போர்வைகள் தான் பயன்படுத்தப்பட்டன. அம்மாவும், அண்ணிகளும் தான் இந்தப் போர்வைகளின் வடிவமைப்பாளர்கள். சமையலறையில் ஸ்டீல் பாத்திரங்கள் பயன்படுத்தப்படவில்லை. ஆனால் அம்மா தான் பயன்படுத்தி வந்த மண் பானைகளுக்குப் பதிலாக அலுமினியப் பாத்திரங்களைப் பயன்படுத்தத் தொடங்கியிருந்தார். வீட்டின் பின்புறம் இருந்த காலி இடத்தில் ஷெட் ஒன்றைக் கட்டி அதைச் சமையலறை ஆக்கினார் அப்பா. காலனியிலேயே இந்த ஷெட்டில் இருந்து தான் காலையிலும், மாலையிலும் கரி அடுப்பின் புகை எழும்பியது. இப்போது முக்கியமான மற்றொரு பொருளும் எங்கள் வீட்டில் இருந்தது. ரேடியோ. அப்பா அடிக்கடி புலம்பியது போல அசெம்பிள்டு ரேடியோ, பிராண்டட் அல்ல. மைஸய்யா, அண்ணனின் திருமணத்தின் போது அளித்த சீர். பார்ப்பதற்கு அழகான ரேடியோ இல்லை

தான் அது. செவ்வக வடிவத்திலான அந்த ரேடியோவின் மேல் பகுதியில் குமிழ் வடிவில் திருகிகள் இருந்தன. அது பார்ப்பதற்கு எப்படி இருந்தாலும் சிலோன் ரேடியோ ஒலிபரப்பிய பாடல்கள் கேட்பதற்கும் அமீன் சயானியின் தொகுப்பைக் கேட்பதற்கும் நான் தான் அதை எந்நேரமும் பயன்படுத்தினேன். பால்ராஜும் அன்றாடம் ரேடியோ கேட்டான்.

நாங்கள், அப்பா மற்றும் பால்ராஜின் மேற்பார்வையில், பல ஆண்டுகள் சிலகலகூடாவில் பெரிய கூட்டுக் குடும்பமாக, வாழ்ந்து வந்தோம். குடும்பத்தில் மொத்தம் 22 பேர் இருந்தோம். அதில் மூவர் மட்டுமே சம்பாதித்தனர். மீதம் இருந்தோரில் பெரும்பாலானோர் இன்னும் பள்ளியில் படித்துக் கொண்டிருந்தோம். இரவு உணவு வேளையின்போது பார்த்தால் குருத்வாராவில் அன்னதானம் வழங்கப்படும் கூடம் போல எங்கள் வீடு காட்சியளிக்கும். பெரிய பாத்திரங்களுக்கிடையில் அமர்ந்து அம்மா சப்பாத்திக்களையோ, சோற்றையோ பரிமாற அண்ணிகள் உணவு நிறைந்த அலுமினியத் தட்டுகளை ஒவ்வொருவரிடமும் வழங்குவார்கள்.

~

காந்தி ஆஸ்பிட்டல் என்று அறியப்படும் கிங் எட்வர்டு மெமோரியல் ஆஸ்பத்திரியின் வெளி நோயாளிகளுக்கான வரிசையில் நானும் அம்மாவும் நின்று கொண்டிருந்தோம். அம்மாவுக்கு உடல் நலம் சரியில்லை. மருத்துவரிடம் செல்லும் போதெல்லாம் என்னையும் கூட்டிச் செல்லும் வழக்கத்தைக் கொண்டிருந்தார் அம்மா. வரிசையில் நின்றிருக்கும்போது மெல்லிய குரலில், அம்மா “தம்பி! டாக்டர் கிட்ட இங்கிலீசுல பேசு. அப்ப தான் என்ன நல்லா பாத்துப்பாரு” என்றார்.

“சரி மா!, கவலைப்படாதீங்க!” வெகுளித்தனம் நிறைந்த அவளது சோர்ந்த கண்களைப் பார்த்துச் சொன்னேன்.

ஆங்கிலத்தில் பேசினால் மருத்துவர்கள் அவரைக் கூடுதல் கவனத்தோடு பார்த்துக் கொள்வார்கள் என்று அவர் நம்பினார். நான் மருத்துவரிடம் பேசிய விதத்தைப் பார்த்துப் பெருமைக் கொண்டார். நான் ஆங்கிலம் பேசுவதில் அப்பாவைப் போலவே அம்மாவுக்கும் அதீதப் பெருமை. குறிப்பாக, பிரமாதமாக ஆங்கிலம் பேசும் அப்பசாயுலுவை எண்ணி அவர்கள் மிகவும் பெருமை கொண்டனர். நரசிம்மலுவும், அஞ்சைய்யாவும் அப்படியே செய்ய வேண்டும் என்று அப்பா அவர்களை வற்புறுத்துவார்.

~

கடந்த ஆண்டு தோற்றிருந்த பாடங்களில் தேர்ச்சியடைய நரசிம்மலுவும் அஞ்சைய்யாவும் முயன்று படித்துக் கொண்டிருந்த அதே நேரம், எனக்குப் பிடிக்காத பாடங்களைக் கூடப் படிக்க நான் முயன்று கொண்டிருந்தேன். கணக்கு, இயற்பியல், வேதியியல் பாடங்களைப் படிக்குமாறு அப்பா என்னைக் கட்டாயப்படுத்தியிருந்தார். எவ்வளவோ முயன்று படித்தாலும் அந்தப் பாடங்களைச் சரியாகப் படிக்க முடியாததால் நான் வருத்தத்தில் இருந்தேன். குறிப்பாகக் கணக்குப் பாடம் எனக்கு மிகவும் கடினமான ஒன்றாக இருந்தது. இயற்பியலும் எனக்குக் கடினமான பாடமாகத் தான் இருந்தது. இந்தப் பாடங்களைப் படிக்க உதவி செய்யவும் யாருமில்லாததால் சில நேரங்களில் மிகவும் விரக்தியடைந்தவனாக இருந்தேன். அப்பா என் மீது மிகுந்த எதிர்பார்ப்போடு இருப்பதை நான் நன்றாகவே அறிந்திருந்தேன். அப்பசாயுலுவுக்குப் பிறகு என் மீது தான் அவர் அதிக எதிர்பார்ப்பு வைத்திருந்தார். நரசிம்மலுவும், அஞ்சைய்யாவும் படிக்கும் விதத்தைப் பார்த்து அவர் ஏமாற்றம் அடைந்திருந்தாலும் அவர்களின் படிப்பை நிறுத்தவில்லை அவர். எங்கள் நிதி நிலை மிகவும் மோசமாக இருந்த போதிலும் அவர் அவர்களைத் தொடர்ந்து படிக்க வைத்தார். ஒவ்வொரு நாளும் இந்த எண்ணம் என்னை அலைகழித்தது. நான் நன்றாகப் படிக்க வேண்டும். அப்போது, சற்றே ஆறுதல் தரும் செய்தி எங்களுக்குக் கிடைத்தது. அண்ணன்கள் இருவரும் தங்களின் துணைத் தேர்வுகளில் தேர்ச்சி பெற்றிருந்தனர். அவர்கள் இருவரும் மேற்படிப்பிற்காகக் கல்லூரிக்கு அனுப்பப்படுவார்கள் என்று அப்பா உறுதியளித்தார்.

நரசிம்மலு துறுதுறுவென இருப்பவன். அவனுக்கு நிறைய நண்பர்கள் இருந்தனர். பின் வரிசையினரின் பிரதிநிதியாகவும் அவனே இருந்தான். அஞ்சைய்யா, அதற்கு நேர் மாறாக, குறைவான நண்பர்களையே கொண்டிருந்தான். பெரும்பாலும் வீட்டில் இருப்பதையே விரும்பினான். அதுவும் ஒரு விதத்தில் நல்லது தான். பால்ராஜ் என்ற கடுமையான ஆள் வீட்டில் இருக்கும்போது எங்களின் நண்பர்கள் அந்தப் பக்கம் வரவே பயப்படுவார்கள். நரசிம்மலு மட்டும் எப்படியோ இந்தக் கட்டுப்பாடுகளை எல்லாம் மீறி, பால்ராஜின் கண்களில் மண்ணைத் தூவித் தன் நண்பர்களோடு சுற்றித் திரிவான். மென்மையான குணம் படைத்த, அழகான இளைஞனாக வளர்ந்திருந்த அஞ்சைய்யா நன்றாக வரையும் திறமை பெற்றிருந் தான். அவனது கையெழுத்தும் அத்தனை அழகாக இருந்தது. இந்திப் பட ஹீரோ தேவ் ஆனந்தின் தீவிர ரசிகனான அவன், அவரைப் போலவே சிகை அலங்காரமும் செய்திருந்தான்.

அப்பசாயுலுவுக்கு அஞ்சைய்யாவின் மீது தனிப்பிரியம். சொல்லப் போனால், நாங்கள் மூவரும் நிறைய விதத்தில் ஒருவரையொருவர் ஒத்து இருந்தோம், நெருக்கமானவர்களாகவும் இருந்தோம்.

~

"என்ன ஆச்சு? ஏன் இவ்வளவு சீரியசா இருக்க?" பால்ராஜ் அப்பசாயுலுவிடம் கேட்டான்.

"இல்ல, உதவி யார்டு மாஸ்டரா எனக்கு டிரான்ஸ்பர் கிடைச்சிருக்கு," என்றான் அப்பசாயுலு.

"எங்க?"

"நீ வேலை பாக்குற யார்டுக்கு."

உதவி யார்டு மாஸ்டரின் உத்தரவின் பெயரில்தான் ஷண்டிங் மாஸ்டர் எந்தப் போகிகளை இணைத்து ரயிலை உருவாக்க வேண்டும் என்று பாயிண்ட்ஸ்மேன்களுக்குக் கூறுவார். பால்ராஜ் பாயிண்ட்ஸ் மேனாக வேலை பார்த்துக் கொண்டிருந்தான். அப்பசாயுலு மாற்றலாகி அங்கு சென்றால் அவனுக்குக் கீழ் பால்ராஜ் பணியாற்ற வேண்டி வரும்.

இந்த விவாதம் முழுவதையும் கேட்டுக் கொண்டிருந்த அப்பா, "அப்ப லீவு போட்டு வேற எங்கேயாவது டிரான்ஸ்பர் கேளு," என்றார்

"ஏன் பா?" என்று பால்ராஜ் கேட்டான்

"உனக்கு உயரதிகாரியா அவன் வேலை பார்க்க முடியாது," வருத்தத்துடன் சொன்னார் அப்பா.

பால்ராஜ் சிரித்தான் "கவலைப்படாதீங்க அப்பா. என் தம்பிக்குக் கீழ வேலை பாக்குறது எனக்குப் பெருமை தான்," என்றான்.

"இல்ல, அண்ணே! உனக்குச் சீனியரா என்னால வேலை பாக்க முடியாது."

"விடு டா! நம்ம எல்லாரும் ரயில்வேக்குத் தான் வேலை பாக்குறோம். அதோட வீட்டுல நீ எனக்கு பாஸ் கிடையாது. போதுமா. அதோட உனக்குக் கீழ வேலை பாக்குறது சுவாரஸ்யமாத் தான் இருக்கும்."

தான் இருந்த தர்ம சங்கடமான நிலையைக் கண்டு அப்பசாயுலு எரிச்சலும், சங்கடமும் அடைந்தாலும், பால்ராஜுக்குத் தன் தம்பியை எண்ணிப் பெருமையாக இருந்தது. பாயிண்ட்ஸ்

மேனாக இருந்ததால், அப்பசாயுலுவைவிட அரை மணி நேரம் முன்னரே பால்ராஜ் கிளம்பிச் செல்ல வேண்டியிருந்தது. ஆனால் அது பணியிடத்தில்தான். வீட்டில் பால்ராஜ்தான் தலைவன். தினமும் காலை வேலைக்குச் செல்வதற்கு முன் உறங்கிக்கொண்டிருக்கும் அப்பசாயுலுவின் தலையணைக்கு அடியில், அவனுக்கு அன்றைக்கான டீ காசாக, ஒரு அணாவை வைத்துவிட்டுச் செல்வான் பால்ராஜ்.

~

பால்ராஜும், அப்பசாயுலுவும் ஒரே யார்டில் வேலை பார்த்த தால் பல நேரங்கள் வேலை குறித்தான தீவிர வாக்குவாதத்தை வீட்டிலும் மேற்கொண்டனர். அப்பா அது போன்ற சந்தர்ப்பங் களில் தலையிட்டு வேலை விஷயங்களை வீட்டிற்குக் கொண்டு வரக் கூடாது என்று கறாராகச் சொல்வார். அவர்கள் மூவரும் ஒரே ஆப்பரேட்டிங் துறையின் கீழ் வேலை செய்ததால் வேலை குறித்தான விவாதங்களை வீட்டில் அவர்களால் முழுமை யாகத் தவிர்க்க முடியவில்லை. சில நேரங்களில் தங்களின் உயரதிகாரிகளைப் பற்றியும் அவர்கள் விவாதித்து நான் கேட்டிருக்கிறேன். அவர்களின் வேலை குறித்தான நுணுக்கமான தகவல்களை நான் அறிந்துகொள்ளத் தொடங்கியிருந்தேன்.

விதியின் விநோதப் போக்கை எண்ணி எனக்கு ஆச்சரியம் ஏற்பட்டது. அண்ணனும், தம்பியும் ஒரே இடத்தில் பணி புரிகின்றனர். அண்ணன் தம்பியின் கீழ் வேலை செய்யும் நிலை ஏற்படுகிறது. அப்பசாயுலுவின் படிப்புதான் இதற்குக் காரணம் என்று அப்பா எனக்கு விளக்கினார். உயர்கல்வி தான் ஒரு மனிதனை உயர்ந்த இடத்திற்கு எடுத்துச் செல்கிறது என்று சொல்லக் கிடைக்கும் எந்தச் சந்தர்ப்பத்தையும் அப்பா தவறவிடவில்லை. தனது மூத்த மகனைப் படிக்க வைக்கவில்லையே என்ற வருத்தம் அவருக்கு இருக்கவே செய்தது.

~

பெரும்பாலான தலித் குடும்பங்களைப் போல எங்கள் குடும்பத் திலும் பேயோட்டுதல், சூனியம் வைத்தல், தீய சக்திகளை ஓட்டுதல் ஆகியவை இயல்பானதாகக் கருதப்பட்டன. 1960களிலும் 1970களிலும் அப்பா, அண்ணன்கள், குடும்பத்தில் இருந்த மற்றவர்கள் என அனைவரும் இவற்றின் மீது ஆழ்ந்த நம்பிக்கைகொண்டிருந்தனர். குடும்பத்தில் யாராவது ஒருவருக்கு உடல் நலம் குன்றினால் அவர்களை, மருத்துவர்களைவிட மந்திரவாதிகளிடம் அழைத்துச் செல்லும் சாத்தியம்தான்

அதிகமாக இருந்தது. பால்ராஜின் 3 வயது மகள் ஷமாவுக்கு அப்படி ஒரு சம்பவம் நேர்ந்தது. ஷமாவுக்கு காய்ச்சல் அதிகமாகிக் கண்ணைக்கூடத் திறக்க முடியாமல் இருந்தாள்.

"மந்த்ராலா பாலய்யாகிட்ட கொண்டு போகலாமா?" என்று அம்மா கேட்டார்.

"ஆமா. அதுதான் நல்லது. கண் இமையில இருக்குற முடி நெட்டுக் குத்தா நிக்குது பாரு. பேய்தான் பிடிச்சிருக்கும்." இது அப்பா.

மெட்டுகுடா பகுதியிலிருந்த கிறிஸ்தவர்களுக்கான கல்லறைத் தோட்டத்தில்தான் மந்த்ராலா பாலய்யா வாழ்ந்து வந்தார். ஷமாவை அங்கு கொண்டு சென்றனர். இவர் போலி மருத்துவர் இல்லை. மந்திரவாதி. அந்தக் காலகட்டத்தில் எங்கள் குடும்ப மந்திரவாதிபோல இருந்தவர் அவர். ஏதோ மந்திரங்கள் முணங்கியபடியே ஷமாவின் முகத்தில் ஊதினார். பின்னர் எலுமிச்சைப் பழங்களை வெட்டி அவளது தலையைச் சுற்றிச் சுற்றினார். சில நேரங்களில் நோய்வாய்ப்பட்டவர்களின் இடக்கையில் தாயத்தும் கட்டுவதுண்டு. ஆனால் இம்முறை அதை அவர் செய்யவில்லை. இப்படியெல்லாம் செய்தால், அந்த நபரைப் பிடித்திருக்கும் தீய ஆவி பயந்து ஓடிவிடும் என்பதுதான் நம்பிக்கை. ஆனால் ஷமாவின் காய்ச்சல் குறைந்த பாடில்லை. என் அண்ணி மிகுந்த வருத்தத்தில் இருந்தார். ஷமாவைச் சுற்றியிருந்த துணிகூடக் காய்ச்சலின் சூட்டில் கொதித்தது. அழுவதற்குக்கூடச் சத்தின்றி இருந்தாள் அவள். அடுத்த நாள் காலை குழந்தையை மருத்துவமனைக்கு தூக்கிச் செல்லுமாறு அன்றிரவு முழுக்க நான் அண்ணியிடம் கெஞ்சிக் கொண்டிருந்தேன். அடுத்த நாள் காலை அப்பசாயுலு ஷமாவை மருத்துவமனைக்குத் தூக்கிச் சென்றான். வழக்கமாக துறுதுறுவென இருக்கும் குழந்தை அன்று எந்த அசைவுமின்றிக் கிடந்தாள். ஷமாவின் நிலையைக் கண்டு பதறிய மருத்துவர்கள் எங்கள் மீது கடுங்கோபம் கொண்டனர். ஷமாவுக்குப் போலியோ காய்ச்சல் வந்திருக்கிறது என்றும் எந்தக் குறையுமின்றி ஆரோக்கியமாக இருந்திருக்க வேண்டிய குழந்தை, எங்களின் அறியாமையினால், ஒரு கால் முடமாகி ஊனமுற்றிருப்பதாகவும் மருத்துவர்கள் கூறினார்கள். தன் குழந்தையைக் கண்டு நெஞ்சில் அறைந்து கொண்டு அண்ணி அழுதார். அவரை ஆஸ்பத்திரி வார்டில் இருந்து வெளியேற்றினார்கள். அந்தக் குழந்தை இன்று ஒரு இளம் பெண்ணாக வளர்ந்திருக்கிறார். உடல் ஊனத்தையும் மீறி, வேதியியல் பாடத்தில் முதுகலைப் பட்டம் பெற்றுத் தன்னம்பிக்கையினால் இன்று ஒரு பேராசிரியராகப் பணிபுரிந்து

வருகிறார். இரண்டு குழந்தைகளுக்குத் தாயான அவர், கிறிஸ்தவ மதத்தைத் தழுவியுள்ளார்.

என் இரண்டாவது அண்ணி கிருஷ்ணவேணியும் இது போன்ற நம்பிக்கைகளால் பாதிக்கப்பட்டவர்தான். இப்போது சிந்தித்துப் பார்த்தால் நாங்கள் கண்டுபிடித்திராத ஏதோ ஒரு மனநோய் அவருக்கு இருந்திருக்க வேண்டும் என்று தோன்றுகிறது. இரவு தூக்கத்திலிருந்து எழுந்து பாத்திரம் கழுவுவது, விநோதமான குரலில் தனக்குத் தானே பேசிச் சிரிப்பது என வித்தியாசமாக ஏதாவது செய்துகொண்டிருந்தார். ஏதோ ஆவிதான் அவரைப் பிடித்துக்கொண்டு இப்படியெல்லாம் செய்ய வைக்கிறது என்று அப்பாவும், அண்ணன்களும் நம்பினர். பகலில் இதைப் பற்றிக் கேட்டால் தான் இரவில் செய்தது எதுவும் அவருக்கு நினைவிருக்காது. மந்த்ராலா பாலய்யாவால் இந்த விஷயத்தில் எதுவும் செய்ய முடியவிலை. அப்பா, ரிச்சர்டு என்ற பெயர் கொண்ட புது மந்திரவாதியைக் கண்டுபிடித்தார். ரிச்சர்டு என்று பெயர் கொண்டவர் எப்படி மந்திரவாதியாக இருக்க முடியுமென்று நான் வியந்தேன். கிறிஸ்தவர்கள் மத்தியில் மாய மந்திரம் செய்யும் பழக்கமில்லை. தட்சணையாக, கருப்பு ஆடு ஒன்றும், சில எலுமிச்சைப் பழங்களும், மஞ்சள் தூளும், கருப்புப் பாசிமணிகளும், சாராயமும் கேட்டார் அவர். அப்பா, கிருஷ்ணவேணி, அப்பசாயுலு மூவரும் ரிச்சர்டைப் பார்க்கக் கிளம்பினார்கள். நானும் அவர்களுடன் செல்ல வேண்டும் என்று அப்பாவிடம் கேட்டேன். மதியத்திற்கு மேல் ஆகியிருந்ததால் நான் வர வேண்டாம் என்று அப்பா சொன்னார். ஆனால், அப்பசாயுலு என் சார்பாகக் கேட்டுக்கொண்டதால் நானும் உடன் வர அப்பா ஒப்புக் கொண்டார்.

அந்தி மாலையாகி இருந்தது. மரங்களும் அடர்ந்த புதர்களும் நிறைந்த பகுதியில் நாங்கள் காத்துக் கொண்டு நின்றிருந்தோம். (அந்தப் பகுதி தான் இப்போது இந்திரா பூங்காவாக மாற்றப்பட்டுள்ளது). சிறிய மரம் ஒன்றில் ஆட்டுக் குட்டியைக் கட்டினார் ரிச்சர்டு. அண்ணியைத் தன் முன்னால் உட்கார வைத்திருந்தார். அண்ணியின் உச்சந் தலையிலிருந்து கற்றை முடியை எடுத்து முடிச்சு ஒன்று போட்டார். தீ கங்கு இருந்த சிறிய மண் பானை ஒன்றில் சூடத்தையும், இன்னும் சில பொருட்களையும் போட்டு எரிக்கத் தொடங்கினார். ரிச்சர்டு மந்திரங்கள் ஓதத் தொடங்கியதும் அண்ணி விநோதமான சத்தங்கள் எழுப்பியபடி சாமியாடத் தொடங்கினார். கையிலிருந்த வேப்ப இலைகளைக் கொண்டு அண்ணியை அடித்தபடியே, "யார் நீ? ஏன் வந்த? நீ ஆம்பிளைப் பேயா, பொம்பிளைப் பேயா?" என்று மந்திரவாதி கேட்கத் தொடங்கினார்.

வாய் விட்டுச் சிரித்த அண்ணி, விக்கல் எடுப்பது போன்ற சத்தங்களை எழுப்பியபடியே, "நான் பொம்பிளைப் பேய், பிராமணப் பேய், எனக்குத் தயிர் சாதம் வேணும்," என்றார்.

அவர் முன்னால் தயிர் சாதத்தை வைத்ததும் அதை அள்ளி அள்ளிச் சாப்பிடத் தொடங்கினார்.

இது பயங்கரமான பேய் என்றும் அதை அந்த ஆட்டுக் குட்டிக்குள் அடக்கப் போவதாகவும் ரிச்சர்டு கூறினார். பாட்டிலில் இருந்த சாராயத்தை ஒரே மடக்கில் குடித்து முடித்து விட்டுப் பாட்டிலைத் தூக்கியெறிந்தார். பின்னர் மந்திரங்கள் ஓதியபடியே அந்த ஆட்டின்மீது மஞ்சள் தூள் தூவினார். பின்னர் ஆட்டைத் தரையில் தூக்கிப் போட்டு அதன் உயிர் பிரியும் வரை அதன் தொண்டையைக் கடித்தார். அவரது சக்தியைப் பார்த்து வியந்தபடி நான் நின்றுகொண்டிருக்கும்போதே அவர் பேயைக் கொன்று விட்டதாக அப்பா அறிவித்தார். அண்ணி மயக்கமுற்றிருந்தார். அவரது முகத்தில் தண்ணீர் தெளித்த பிறகு தான் சுயநினைவுக்கு வந்தார். அதிசயமாக, இந்தச் சம்பவத்திற்குப் பிறகு அவர் மெல்ல மெல்ல இயல்பு நிலைக்குத் திரும்பினார்.

இந்த வழக்கங்களின் மீது அப்பாவும், பால்ராஜும் அதீத நம்பிக்கை கொண்டிருந்ததால் இது போன்ற விஷயங்கள் எங்கள் வீட்டில் அடிக்கடி நடந்தன.

இது தவிர ஒவ்வொரு ஆண்டும் துர்க்கையம்மனை வழிபடும் வழக்கமும் எங்கள் வீட்டில் இருந்தது. ஒரு இரவு முழுக்கச் சாமியார் ஒருவர் தன் உதவியாளருடன் பூசை நடத்துவார். உடுக்கை ஒலிக்கு ஏற்றவாறு அவர்கள் மந்திரம் ஓதுவார்கள். அம்மா அந்தச் சாமியாரின் முன்னால் அமர்ந்திருக்கத் துர்க்கையம்மனை அம்மாவின் உடலில் வர வைப்பார் அவர். எங்கள் குவார்ட்டர்ஸில் வாழ்ந்த பிராமணர்கள் தங்கள் கதவு சன்னல்களை அடைத்துக் கொண்டு வீட்டினுள் இருப்பார்கள். கிளாஸ் *III* ஊழியர்களுக்கான அந்தக் குடியிருப்பில் யாருக்கும் நாங்கள் தீண்டத்தகாதவர்கள் என்று தெரிந்திருக்கவில்லை. விநோதமான வழிபாட்டு முறைகளைக் கொண்ட சூத்திரர்கள் என்றுதான் அவர்கள் எங்களை எண்ணிக்கொண்டிருந்தனர். அடுத்த நாள் காலையில், சாமியார் கதை ஒன்றைக் கூறிவிட்டு காணிக்கை கொடுப்பதற்காக வைக்கப்பட்டிருந்த ஆட்டை வெட்டி அதன் ரத்தத்தை, தீய ஆவிகள் அண்டாமல் இருக்க வீட்டைச் சுற்றித் தெளிப்பார். அப்பா இதைப் "பலி" என்று சொல்லுவார். இந்தப் பூசை முடிந்ததும் விருந்து கொடுக்கப்படும். இன்றும் நான் இதைப் பற்றிச் சிந்திப்பதுண்டு. வஜ்ராயன பௌத்த

முறையில் தலாய்லாமா தரையில் வரையும் வடிவங்களுக்கும் அன்று அந்தச் சாமியார் வரைந்த வடிவங்களுக்கும் ஒற்றுமைகள் இருக்கின்றன.

~

அதிகம் எதிர்பார்த்த என்னுடைய பியூசி தேர்வு முடிவுகள் வந்தன. தேர்வு முடிவுகளைப் பார்த்து நான் வியந்து போக வில்லை. மூன்றாம் வகுப்பில் தேர்ச்சி பெற்றிருந்தேன். அப்பாவும் அண்ணன்களும் தேர்வு முடிவுகளைக் கண்டு வருத்தமுற்றனர். நான் இந்த அளவுக்குக்கூட மதிப்பெண்கள் பெறுவேன் என்று எதிர்பார்த்திருக்கவில்லை என்பதால் ஒரு வருடத்தை வீணாக்காமல் தேர்ச்சி பெற்றுவிட்டோமே என்று எண்ணி மகிழ்ச்சியுற்றேன். நாங்கள் மேலும் படிப்பதென முடிவு செய்யப்பட்டது. என்ன படிக்கலாம் என்று முடிவு செய்ய அப்பசாயுலு எங்களுக்கு உதவினான். இளங்கலை படிப்பில் சேர அட்மிஷனும் வாங்கிக் கொடுத்தான். நான், அஞ்சைய்யா, நரசிம்மலு மூவரும் இளங்கலை அறிவியல் படிப்பில் சேர்வது என்று தீர்மானிக்கப்பட்டது. யார் என்ன படிக்க வேண்டும் என அப்பசாயுலு அளித்த ஆலோசனைகளின் படி முடிவு செய்தோம். நான் கணக்கு, இயற்பியல், வேதியியல் பாடங்களைப் படிப்பது எனவும் நரசிம்மலுவும், அஞ்சைய்யாவும் தாவரவியல், விலங்கியல், வேதியியல் பாடங்களைப் படிப்பது எனவும் தீர்மானிக்கப்பட்டது. அவர்கள் ஒரு வருடத்தை இழந்திருந்ததால் நாங்கள் அனைவரும் இப்போது ஒன்றாகப் படித்தோம். நான் நிஜாம் கல்லூரியில் படிக்க, அவர்கள் இருவரும் செகந்திராபாத் கலை மற்றும் அறிவியல் கல்லூரியில் தங்கள் படிப்பைத் தொடர்ந்தனர்.

~

ஜாகிர்தார் கல்லூரி என்று அறியப்பட்ட நிஜாம் கல்லூரிதான் அந்த பகுதியில் மிகச் சிறந்த கல்லூரியாக ஒரு காலத்தில் அறியப்பட்டது. அந்தக் காலகட்டத்தின் சிறந்த அரசு அலுவலர்களையும், தொழிலதிபர்களையும், அரசியல்வாதிகளையும், அரசு நிபுணர் களையும் உருவாக்கியிருந்தது இந்தக் கல்லூரி. இன்றும் அதே நல்ல பெயருடன் இருக்கிறது. இந்தக் கல்லூரிக்குத் தங்களின் பிள்ளைகளைப் படிக்க அனுப்புவதைப் பெரிய அரசு அதிகாரிகளும், தொழில் அதிபர்களும், வர்த்தகர்களும், அரசியல்வாதிகளும் விரும்புவார்கள். அப்படி ஒரு கல்லூரியில் நல்லவேளையாக எனக்கு இடம் கிடைத்தது. அத்தனை பெருமை மிகுந்த கல்லூரியில் சேருமாறு எனக்கு அழைப்பு வந்திருந்ததை

என் தந்தை பாலய்யா 215

எண்ணி அப்பசாயுலு மகிழ்ச்சியடைந்தான். செகந்திராபாத்திலிருந்த மற்றொரு கல்லூரியிலும் சேரும் வாய்ப்புக் கிடைத்து நான் அங்கு சேர வேண்டும் என்று பால்ராஜ் வற்புறுத்தியபோது கூட அதற்கு எதிராகப் பேசினான் அப்பசாயுலு.

மேற்படிப்பைத் தொடர்வதற்கான முதல் அடியை எடுத்து வைத்திருந்தேன். என் முன்னால் இருந்த மிகப் பெரும் கேள்வி அன்றாடம் கல்லூரிக்கு எப்படிச் சென்று வருவது என்பதுதான். அன்றாடம் செகந்திராபாத்திலிருந்து பஷீர்பாகிற்கு டாங்க் பண்ட் வழியாகச் செல்ல வேண்டும். அப்பா என்னை சைக்கிளில் செல்லச் சொன்னார். நெடுந்தூரப் பயணம் என்பதாலும் என் நண்பர்கள் எவரும் சைக்கிள் ஓட்டுவதில்லை என்பதாலும் நான் அதை மறுத்தேன். பால்ராஜ் எனக்குப் பஸ் பாஸ் ஏற்பாடு செய்ய எடுத்துக் கொண்ட நான்கு நாட்கள் நடந்தே கல்லூரிக்குச் சென்றேன். பஸ் பாஸின் விலை மாதம் 10 ரூபாய் மட்டும்தான் என்றபோதும் எங்களைப் போன்ற குடும்பத்திற்கு அது பெரிய விஷயமாகத் தான் இருந்தது. 7ஆம் எண் உடைய டபுள் டெக்கர் பஸ்ஸில் தான் நான் மூன்று ஆண்டுகளும் பயணம் செய்தேன்.

கல்லூரியில் எனக்குப் புதிய நண்பர்கள் கிடைத்தார்கள். இனம் இனத்தைச் சேரும் என்ற பழமொழியின் உண்மையை நான் அப்போது பார்த்தேன். காரில் வரும் மாணவர்கள் அவர்களைப் போன்றவர்களோடும், பைக்கில் வரும் மாணவர்கள் அவர்களைப் போன்றவர்களோடும் சேர்ந்து கொண்டார்கள். கிராம நிலச்சுவான்தாரர்களான ரெட்டிகளின் பிள்ளைகள் தங்களைப் போன்றவர்களோடே நட்புக் கொண்டனர். ஆங்கிலம் குறித்தான தாழ்வு மனப்பான்மை கொண்டிருந்த இவர்கள் தங்களுக்குள்ளாகத் தாய்மொழியிலேயே பேசிக் கொண்டனர். அந்தப் பகுதியைச் சேர்ந்தவர்கள் போல் அல்லாமல் இவர்களது இந்தியும் சுமாராகத் தான் இருந்தது. நான் இருந்த நட்பு வட்டம், பொருளாதார அடுக்கில் கீழ்மட்டத்திலிருந்தவர்கள் அடங்கிய சிறிய குழுவாகத்தான் இருந்தது. நிஜாம் கல்லூரியில் நான் ஏற்படுத்திக் கொண்ட முதல் நண்பனான ஜானகி மனோகர், வகுப்பில் நுழைந்த முதல் நாள் கடைசி வரிசையில் அமர்ந்து கொண்டிருந்தான். நான் சென்று அவனருகில் அமர்ந்து கொண்டு “சத்தியநாராயணா” என்று என்னை அறிமுகம் செய்து கொண்டேன். அவன் தொடக்கத்திலிருந்தே என்னை “சத்யன்” என்று அழைத்தான். என்னுடைய நண்பர்கள் அனைவரும் என்னை அப்படியே அழைக்கத் தொடங்கினர். கே.என். ஸ்ரீநிவாச ராவ், ரவி பிரகாஷ், பரத்வாஜ், ஷண்முகம் என இன்னும் பல நண்பர்களை ஏற்படுத்திக் கொண்டேன்.

இவர்களில் நான் மனோகரிடம்தான் அதிகப் பிணைப்புடன் இருந்தேன். நான் பயணம் செய்த அதே பேருந்தில்தான் ஷண்முகம் பயணம் செய்தான். ஷண்முகத்தின் அப்பா ஒரு நெய் வியாபாரி. அவர்களின் காலை உணவு பலமானது என்பதற்கு எடுத்துக்காட்டாகப் பேருந்தில் ஏறிய உடனேயே ஷண்முகம் தூங்கிப் போவான். எங்களின் நிறுத்தம் வரும்போது பல வேளை நான் அவனை எழுப்ப வேண்டியிருக்கும்.

~

முதலாமாண்டு இறுதியை நெருங்கிக்கொண்டிருந்தோம். ஒரு பெரிய புளியமரத்தின் அடியில் நின்றுகொண்டு அந்த ஆண்டு விடுமுறையின்போது மனோகர் தன் சொந்த ஊரான வாரங்கலுக்குச் செல்வதைப் பற்றி நானும் மனோகரும் பேசிக் கொண்டிருந்தபோது என் நண்பர்களுள் மற்றொருவனான தர்மராஜ் என்னை நோக்கி ஓடி வந்தான். தர்மராஜும் என்னைப் போன்றே தலித் குடும்பத்திலிருந்து வந்தவன். மனோகரின் அருகிலிருந்து என்னைத் தரதரவென இழுக்காத குறையாக அழைத்துச் சென்றவன், மெல்ல என் காதில், "அரே, சத்யம், நான் ஆபிசில கல்வி ஊக்கத்தொகை வாங்குறவங்களோட லிஸ்ட் பாத்தேன். அதுல உன் பேரும் இருந்துச்சு. நீ எஸ்.சியா?" என்று கேட்டான்.

"ஆமா, அதுனால என்ன?"

"வா போய் கிளர்க் கிட்டச் சொல்லி அந்த லிஸ்ட்ட நோட்டீஸ் போர்டுல போட வேணாமுன்னு சொல்லலாம். இல்லன்னா நம்ம நண்பர்களுக்கு விஷயம் தெரிய வந்து அவங்க நம்மளக் கேவலமா நடத்துவாங்க," என்றான்.

அவன் சொன்னது சரி தான். எங்களின் சாதியைப் பற்றி இங்கு யாரும் அறிந்திருக்கவில்லை. நாங்கள் அலுவலகத்திற்கு விரைந்தோம். தர்மராஜ் அங்கிருந்த கிளர்க்கிடம் பேசியதால் அந்த லிஸ்ட் நோட்டீஸ் போர்டில் போடப்படவில்லை. அண்ணன்களைப் போல நானும் ஊக்கத் தொகை பெற்றுக்கொண்டேன். அந்தப் பணத்திலிருந்து ஆளுக்கு ஒரு பேண்ட் சட்டையும், ஒரு ஜோடி ஷூக்களும் எங்களால் பெற்றுக்கொள்ள முடிந்தது. அவற்றை முதன்முறையாக அந்த ஆண்டின் இறுதியில், நாங்கள் அணிந்தோம். எங்கள் கல்வி ஊக்கத் தொகையிலிருந்து வந்த ஒவ்வொரு ரூபாயையும் அப்பா எங்களுக்காகவே செலவிட்டார்.

~

என் தந்தை பாலய்யா

நான் கல்லூரியில் இரண்டாம் ஆண்டு படித்துக்கொண்டிருந்த போதுதான் அப்பா விருப்ப ஓய்வு பெற்றார். ஒரு நாள் வருத்தம் தோய்ந்த முகத்துடன் வீட்டின் பின்புறம் அமர்ந்திருந்தார். அம்மா அமைதியாக அவரிடம் சென்று, "என்ன ஆச்சு பால்ராஜா? ஏன் ஒரு மாதிரி இருக்க?" என்று கேட்டார்.

"செக் அப்காக டாக்டர்கிட்டப் போனேன். எனக்கு வேலை செய்யுற உடல் தகுதியில்லன்னு சொல்லிட்டாங்க," என்று புலம்பலாக முணுமுணுத்தார் அப்பா.

இருவரும் சிறிது நேரம் அமைதியாக இருந்தார்கள். அம்மா பதட்டமடைந்தார். "என்னை இதைவிடச் சாதாரண வேலைக்கு மாத்தப் போறாங்க. கண் பார்வை தகுதி தேவைப்படாத ஏதாவது வேலைக்கு," என்று தொடர்ந்தார் அப்பா. "நம்ம பசங்ககிட்டப் பேசணும்."

"இதுக்கு அப்புறம் என்ன செய்வோம்? பசங்களோட படிப்ப நிறுத்திரலாமா?" என்று அம்மா வருத்தத்துடன் கேட்டார்.

அம்மா பயப்படுவதில் நியாயம் இருக்கிறது என்பதை அறிந்திருந்தாலும் இத்தனை சாதாரணமாகப் படிப்பை நிறுத்துவது பற்றி அவர் பேசியது அப்பாவைக் காயப்படுத்தியது. அவருடைய கனவுகள் அனைத்தும் கலைந்து போனதுபோல உணர்ந்தார் அப்பா. அப்பா, அம்மா, பால்ராஜ், அப்பசாயுலு ஆகியோர் இந்த விஷயத்தைப் பற்றி விவாதித்தார்கள். நாங்கள் படிப்பைத் தொடர வேண்டும் என்பதற்காகச் சாதாரண வேலைகூடச் செய்ய அப்பா தயாராக இருந்தார். ஆனால் அண்ணன்களுக்கோ அப்பா குறைந்த சம்பளத்துக்குப் பணியாற்றக் கூடாது என்ற எண்ணம் இருந்தது.

"அப்பா நீங்க பியூனா வேலை பாக்கக் கூடாது," என்றான் பால்ராஜ்.

"ஆனா, தம்பிங்க படிக்கணுமே பா!" என்றார் அப்பா.

"அப்பா, அதுக்கு நாங்க பொறுப்பு. நம்புங்க," என்றான் அப்பசாயுலு.

"நான் வீட்டில உக்காந்தா குடும்பம் நடத்துறது சிரமமா ஆயிரும் பா!" என்று அப்பா உண்மை நிலையை எடுத்துச் சொன்னார்.

"இல்ல பா! நீங்க பியூனா வேலை செய்யுறத எங்களால பாக்க முடியாது. நாங்க எல்லாத்தையும் பாத்துக்குறோம்," என்றான் பால்ராஜ்.

ஓய்.பி. சத்தியநாராயணா

பால்ராஜூம், அப்பசாயுலுவும் அப்பாவை ஒப்புக் கொள்ள வைக்க, அப்பா விருப்ப ஓய்வு பெறுவது என முடிவு செய்தார். அவரது அந்த முடிவு மிகவும் வலி மிகுந்ததாக இருந்தது. அந்த முடிவைத் தன் எஞ்சி இருந்த வாழ்நாள் முழுவதற்கும் எண்ணி வருந்தினார்.

அண்ணன்களின் பாரத்தைக் குறைக்க வேண்டி எங்கள் பங்கிற்குப் புதுப் புத்தகங்கள் வாங்காமல், நூலகத்திலிருந்து புத்தகங்களை எடுத்துப் படிக்கத் தொடங்கினோம்.

~

அப்பசாயுலு மெட்ரிகுலேஷன் கல்வி முடித்து ரயில்வேயில் அலுவலர் பதவியில் இருந்தாலும் நாங்கள் கல்லூரிக்குச் செல்வதைப் பார்த்ததும் அவனுக்கும் மேலும் படிக்க வேண்டும் என்ற எண்ணம் ஏற்பட்டது. இதற்குள்ளாக அவனுக்கு மூன்று பெண் குழந்தைகள் பிறந்திருந்த போதிலும், நைட் ட்யூட்டி கேட்டு வாங்கிவிட்டுப் பகல் நேரத்தில் செகந்திராபாத் கல்லூரியில் பியூசி வகுப்பில் சேர்ந்தான். படிக்கும் நேரத்தில் அவனும் எங்களுடன் வந்து புத்தகங்களுடன் அமர்ந்து படித்தது எனக்கு விநோதமாகவும் அதே நேரத்தில் உற்சாகமாகவும் இருந்தது. ஆளுக்கு ஒரு புத்தகத்துடன் அமர்ந்திருக்கும் மாலை நேரங்களில் எங்கள் வீடு படிப்பகம் போலத் தோற்றமளிக்கும். அவனுடைய பாடங்கள் என் பாடங்களிலிருந்து வேறுபட்டவையாக இருந்த போதும் அவன் வகுப்பில் எடுத்த குறிப்புகளை அப்பசாயுலு என்னுடன் பகிர்ந்து கொண்டான். அவனது ஆங்கில மொழிப் பயன்பாட்டில் நான் சில பரிந்துரைகளைச் செய்ய முடியும் என்று அவன் நம்பினான். அவன் படிக்க அமர்ந்ததும் குழந்தைகள் வந்து அவனைத் தொந்தரவு செய்தாலும் அவனது மன உறுதியை அது தளர்த்த முடியவில்லை. மாலை நேரங்களில் யாரும் ரேடியோ வைப் போட்டு விடாமல் பார்த்துக் கொண்டார் அப்பா.

இப்போது பால்ராஜ் வாங்கிய மர்ஃபி ரேடியோ ஒன்றை நாங்கள் வைத்திருந்தோம்.

~

நாங்கள் இப்போது கல்லூரியில் படித்ததால் நண்பர்கள் வீட்டிற்கு வருவது அனுமதிக்கப்பட்டிருந்தது. அப்படி வந்த நண்பர்களில் பெரும்பாலானோர் நரசிம்மலுவின் நண்பர்கள் தான். எனக்கும் அஞ்சைய்யாவுக்கும் அவ்வளவு நண்பர்கள் கிடையாது. அஞ்சைய்யாவின் நண்பர்களுள் வியாபாரிகளின்

பிள்ளைகளும் இருந்தனர். செலவுக்கென எங்களிடம் மிகக் குறைந்த பணமே இருந்தது. ஆனால் எங்கள் நண்பர்களில் சிலர் நன்றாகச் செலவு செய்யும் அளவு வசதி படைத்தவர்களாக இருந்தனர். ஒவ்வொரு மாதமும் 'பாக்கெட் மணியாக' பால்ராஜ் எனக்கு ஒரு ரூபாய் கொடுத்தான். இதை இன்று என் மகள்களிடம் சொன்னால், "அப்பா, நம்புற மாதிரி ஏதாவது சொல்லுங்க" என்று சிரிக்கிறார்கள். உண்மைதான். இன்று அந்தப் பணம் அவ்வளவு குறைந்ததாகத் தோன்றுகிறது. ஆனால் அந்தக் காலத்தில் அது மிகப் பெரும் தொகை. அதையும் நான் பார்த்துப் பார்த்துக் கவனமாகச் செலவழித்தேன். என் நண்பர்கள் வட்டாரத்தில் இருந்த நால்வரும் கன்பவுண்ட்ரியில் இருந்த ஒலிம்பியா தேநீர்க் கடைக்குச் சென்று அன்றாடம் தேநீர் குடித்தோம். ஒவ்வொரு நாளும் ஒவ்வொருவர் காசு கொடுக்க வேண்டும். ஒவ்வொரு நான்காவது நாளும் என் முறை வரும். ஒரு தேநீர் 5 பைசா என்றால் நால்வருக்கு 20 பைசா கொடுக்க வேண்டி வரும். சில நாட்கள் என்னிடம் தேநீருக்குக் கொடுக்கப் பணம் இருக்காது என்பதால், குடிக்காமலேயே இருந்து விடலாமா என்றெல்லாம் யோசிப்பேன். ஆனால் என் பங்கையும் சேர்த்து மனோகர் கொடுத்து விடுவான். கடையில் கிராமாபோனில் ஒலித்துக் கொண்டிருக்கும் பாடல்களைக் கேட்டபடியே தேநீர் குடித்துக் கொண்டிருப்போம்.

கணக்கு இன்னும் கடினமான பாடமாகவே இருந்தது. ஆனால் மனோகர் கணக்குப் பாடம் நன்றாகப் படித்தான். ஒவ்வொரு ஞாயிற்றுக் கிழமையும் அவனது வீட்டில் அமர்ந்து கணக்குப் பாடம் படிப்போம். அவன் எனக்கு உதவி செய்வான். இயற்பியலும் வேதியியலும் சற்று எளிமையாக இருந்தது. புரியவிலையென்றாலும் பாடங்களை மனப்பாடம் செய்ய முடிந்தது.

அப்பாவுக்கு இப்போது சம்பாத்தியம் எதுவும் இருந்திருக்க வில்லை. அவருடைய சுருட்டு வாங்குவதற்குக் கூட அவர் அண்ணன்களைச் சார்ந்து இருக்க வேண்டியதாக இருந்தது. அண்ணன்களும் அவருடைய ஒவ்வொரு தேவையையும் சிரத்தை யெடுத்துப் பார்த்துப் பார்த்து செய்தார்கள். ஆனாலும் அப்பா முகவாட்டத்துடன்தான் இருந்தார். விருப்ப ஓய்வு பெற்றுக் கொஞ்ச காலத்திற்கு ரயில்வே அலுவலகத்துக்குச் சென்று தன் பணிநாட்களுக்கான பணத்தைப் பெறுவதில் தன்னை மும்முரமாக வைத்துக் கொண்டார்.

~

ஒரு மாலை வேளை. நாங்கள் ஒருவர் பின் ஒருவராக வீடு திரும்பிக் கொண்டிருந்தோம். தம்பிகள் வீடு திரும்ப அப்பா காத்துக் கொண்டிருந்தபோது, பால்ராஜ் தன் கையில் ஒரு துண்டு காகிதத்தைக் கொண்டு ஓடி வந்தான். அவனுக்கு மூச்சு வாங்கியது.

"என்னாச்சுப்பா?" அப்பா பதட்டத்துடன் கேட்டார்.

"தந்தி," என்று அமைதியாகச் சொல்ல முயன்றான் பால்ராஜ்.

"என்ன தந்தி?"

"தாத்தா . . . தாத்தா செத்துட்டாரு," என்று சொல்லிய அவனது குரல் நடுங்கியது.

இந்தச் செய்தி எங்களுக்குப் பேரிடியாக இருந்தது. தலையைக் கைகளில் பிடித்தபடி அப்பா நிலத்தில் சரிந்தார். அம்மா மார்பில் அறைந்துகொண்டு ஓலமிட்டார். நானும், என் சகோதரர்களும் கண்ணீர் விட்டோம். தாத்தாவின் வாழ்நாள் முடிவுக்கு வந்துவிட்டது. தன் மனைவியைப் புதைத்துவிட்டு அந்த ஊரைத் திரும்பிக்கூடப் பார்க்காமல் வெளியேறிய வங்கபல்லியின் தீண்டத்தகாதவன், வாழ்க்கையிலிருந்து விடைபெற்றுக் கொண்டான். தாத்தா மட்டும் ரயில்வே துறையில் சேராமல் இருந்திருந்தால் எங்கள் குடும்பமே தடம் புரண்டிருக்கும். அவரின் இழப்பு எங்களுக்குப் பெரும்வலியை ஏற்படுத்தியது. அவர் என்னை ஆடு மேய்க்க உடனழைத்துச் சென்றது இன்றும் நினைவில் இருக்கிறது. நல்கொண்டாவில் இருக்கும் எங்கள் அத்தையின் வீட்டில்தான் அவர் உயிர் பிரிந்தது. நாங்கள் அங்கு விரைந்தோம். தாத்தாவின் மூத்த மகனான அப்பாதான் அவரது இறுதிச் சடங்குகளைச் செய்து முடித்தார். நல்கொண்டாவிலேயே பத்து நாட்கள் தங்கியிருந்து அனைத்துச் சம்பிரதாயங்களையும் செய்தோம்.

~

அப்பாவின் பணிக் கணக்குகள் ஒரு வழியாக முடிக்கப்பட்டன. அவருடைய வருங்கால வைப்பு நிதி, பணிக்கொடை என அவருக்குச் சில ஆயிரங்கள் கிடைத்தன. அப்போது ரயில்வே துறையில் ஓய்வூதியம் இல்லையென்றாலும் அப்பாவுக்குக் கிடைத்திருந்த சில ஆயிரங்கள் அவரது தன்னம்பிக்கையை அதிகரிக்கவே செய்தன. இப்போதெல்லாம் அப்பாவும் அண்ணன்களும் நண்பர்களைப் போலக் கள்ளுக் கடைக்கோ, சாராயக் கடைக்கோ அடிக்கடி சென்று குடித்துவிட்டு வருவதைப் பார்க்க முடிகிறது.

ஒரு நாள், "பிட்டா*, நான் என் கிராமம் வங்கபல்லிக்குப் போகப் போறேன்," என்று அப்பா சொன்னார்.

"ஆனா, ஏன்?" என்று அண்ணன்கள் கேட்டனர்.

"நம்ம குடும்பத்துக்குச் சொந்தமான நிலம் அங்க இருக்கு. உங்க கொள்ளுத் தாத்தா பல ஏக்கர் நிலம் வச்சிருந்தாரு. அதை மீட்டெடுக்கப் போறேன். விவசாயம் பண்ணப் போறேன்."

"வேணாம் அப்பா. பணத்தை வீணாக்காதீங்க. வாக்கர் டவுனுல பெரிய கட்டிடம் ஒன்னு இருக்கு. இந்தப் பணத்தை வச்சு நீங்க ஏன் அத வாங்கக் கூடாது?" என்று அப்பசாயுலு சொன்னான்.

அந்தக் கட்டிடத்தை வாங்குவதெல்லாம் வெறும் கனவு தான். நிஜத்தில் செய்ய முடியாது. குடிக்காமல் தெளிவாக இருந்திருந்தால் அப்பசாயுலுவும் இந்த யோசனையைக் கொடுத்திருக்க மாட்டான்.

"முடியாது. நான் செத்ததுக்கு அப்புறம் அந்த வீட்டுக்காக நீங்க அடிச்சுக்குறதுக்கா? உங்க எல்லாத்துக்கும் படிப்புக் கொடுத்திருக்கேன். அத வச்சு உங்களுக்கான வீட்டை நீங்களே வாங்கிக்கோங்க. என் அப்பா விட்டுட்டுப் போன என் மூதாதையரோட நிலத்தை மீட்கப் போறேன்" என்று அப்பா காட்டமாகச் சொன்னார்.

அப்பா குடித்திருந்தாலும் தன் திட்டத்தில் தெளிவாகத் தான் இருந்தார். அம்மா தலையிடும்வரை மூவரும் அதைப் பற்றியே பேசிக்கொண்டிருந்தனர்.

மறுநாள் காலை அப்பா தன்னுடைய திட்டத்தைப் பற்றித் தீவிரமாகச் சிந்திக்கத் தொடங்கினார். தன் கிராமத்துக்குத் திரும்பச் சென்று விவசாயம் செய்ய விரும்பினார். அந்த நிலத்தை மீண்டும் பெற முடியும் என்ற நம்பிக்கை இல்லாத அம்மாவோ, அப்பாவின் திட்டத்தை எதிர்த்துப் பேசிக்கொண்டேயிருந்தார். அப்பா, தன் திட்டத்துக்கு ஆதரவாக யாருமே பேசவில்லை என்றபோதிலும் நிலத்தை மீட்கும் எண்ணத்தை மாற்றிக் கொள்ளவில்லை. சித்தப்பா எல்லய்யாவுக்கும் அப்பாவின் திட்டத்தில் உடன்பாடிருந்ததால் இருவரும் அந்தத் திட்டத்தை நிறைவேற்றுவதென முடிவெடுத்தனர்.

~

---

* பிட்டா – குழந்தை

நான் இளநிலை அறிவியல் இரண்டாமாண்டு தேர்வுகளில் இரண்டாம் வகுப்பில் தேர்ச்சி பெற்றேன். நரசிம்மலுவும், அஞ்சையாவும் அப்படியே தேர்ச்சி பெற்றனர். எங்கள் அனைவருக்குமே இறுதி ஆண்டு சிரமமானதாக இருந்தது. அதே நேரம் அப்பசாயுலு தன் இளநிலைப் பட்டத்துக்காகச் செகந்திராபாத் கல்லூரியில் சேர்ந்திருந்தான். எங்கள் அனைவருக்குமான முன்னுதாரணம் அவன்தான். எங்கள் அனைவரிலும் சிறந்தவனும் அவன்தான். வேலையை விட்டு விட்டுப் படிக்க வந்ததால் நிறையத் தடைகள் ஏற்பட்டாலும் அவை எதுவும் கல்வி கற்க வேண்டும் என்ற அவனது முனைப்பை மாற்ற முடியவில்லை.

அப்பா எழுதப் படிக்கக் கற்றுக்கொண்டிருந்தாலும் பிள்ளைகளான நாங்கள்தான் குடும்பத்தின் முதல் தலைமுறைப் பட்டதாரிகள். பிள்ளைகள் எப்படியாவது உயர்கல்வி பெற்றுவிட வேண்டும் என்று அப்பா கொண்டிருந்த உறுதிதான் எங்களை இந்த இலக்கை எட்ட வைத்தது. பல நூறு ஆண்டுகளாக தீண்டத்தகாதவர்களுக்குக் கல்வி மறுக்கப்பட்டு வந்துள்ளது. அதனாலேயே இவர்கள் தலைமுறை தலைமுறையாகப் பிற சாதியினருக்கு ஊழியம் செய்துகொண்டே வந்துள்ளனர். கேள்வி கேட்பதற்கும், சுதந்திரமாகச் சிந்திப்பதற்குமான வாய்ப்புகள் அமையாததால் கல்வியை உள்வாங்க இவர்கள் தயார் நிலையில் இருந்திருக்கவில்லை. தரிசாக்கப்பட்ட நிலத்தை மீட்டெடுக்க வேண்டுமானால் உழுவதும், நீர் பாய்ச்சுவதும், விதை விதைப்பதும், களையெடுப்பதுமென நிறைய முயற்சிகள் மேற்கொள்ள வேண்டியிருக்கும். அது போலத்தான் பல ஆண்டுகளாகத் தேங்கிய நிலையிலேயே வைக்கப்பட்டிருக்கும் சிந்தனை ஓட்டத்தை அறிவு கொண்டு நிரப்ப நிறைய முயற்சிகள் மேற்கொள்ளப்பட வேண்டியுள்ளது. எங்கள் பிள்ளைகளைப் போல அன்று எங்களால் எளிதாகக் கல்வி கற்க முடியவில்லை. எங்கள் சூழல் மாறுபட்டதாக இருந்தது. அப்பாவின் நண்பர்கள் உட்பட வயதில் மூத்தவர்களிடமிருந்து கற்றுக் கொள்ளலாம் என்றால் அவர்களும் கல்வியறிவின்றி இருந்தனர். எங்கள் வீட்டுச் சூழலும் பிற தலித் குடும்பங்களின் சூழலை ஒத்துத் தான் இருந்தது. ஏதேனும் ஊடகங்கள் மூலமாக அறிவை வளர்த்துக் கொள்ளலாமென்றால் அதற்கான வாய்ப்புகளும் இருந்திருக்கவில்லை. கல்வியறிவு கொண்டவர்களிடமிருந்து கற்பதைப் போல சிறப்பான ஒன்று எதுவுமே இல்லை. இன்று, எங்கள் பிள்ளைகளுக்கு அவ்வாய்ப்பை ஏற்படுத்திக் கொடுக்க முடிகிறது. நாங்கள் வளர்ந்த சூழலில் எடுத்து வைக்கும் ஒவ்வொரு அடியும் சிரமமானதாகத் தான் இருந்தது. வகுப்பறையானாலும்

சரி, வெளி உலகமானாலும் சரி அதே நிலைதான். தன்னம்பிக்கை குறைந்து காணப்பட்ட எங்களைத் தாழ்வு மனப்பான்மை ஆட்கொண்டது.

இளநிலைப் பட்டப் படிப்பின் மூன்றாமாண்டுத் தேர்வை 1965ஆம் ஆண்டின் கோடை காலத்தில் எழுதினோம். கணக்குப் பாடத்தில் தேர்ச்சி பெற முடியாமல் போய்விடும் என்ற என் எண்ணம் உறுதியானது. நரசிம்மலுவும், அஞ்சைய்யாவும் தாவரவியல் பாடத்தில் தோல்வியுற்றனர். எங்கள் குடும்பமே கவலையில் ஆழ்ந்திருந்தது. அண்ணிகள் எங்களைத் தேற்ற முயற்சித்தார்கள். இதை ஒரு வகையில் எதிர்பார்த்திருந்ததால் நாங்கள் பெரிதாகக் கவலைப்படவில்லை. தோற்ற பாடத்தில் மீண்டும் ஒரு முறை தேர்வெழுதிப் பட்டபடிப்பை முடிக்கக் கல்லூரியில் அனுமதிப்பார்களா என்று மட்டும் நான் கவலை கொண்டிருந்தேன். வீட்டில் இதைப் பற்றி நிறைய விவாதங்கள் நடந்தன. நாங்கள் துணைத் தேர்வுகள் எழுதும் வாய்ப்பை வீட்டில் பேசி அப்பசாயுலுதான் பெற்றுத் தந்தான். இதற்காக நான் அவனுக்கு நன்றி சொன்னபோது, பரீட்சையில் தேர்ச்சி பெற்றால் எங்களை முதுநிலைப் பட்டபடிப்புப் படிக்க வைப்பதாக மட்டும் சொன்னான்.

~

அந்தக் காலத்தில், அம்மா தன் சித்தியை எப்பொழுதாவது சென்று சந்திப்பார். அவரின் சித்தி லிபர்ட்டி தியேட்டர் அருகிலிருக்கும் தோமலகூடா பகுதியில் உள்ள பங்களாக்களுள் ஒன்றில் பணியாளராக (உதவியாளராக) இருந்தார். அந்தப் பங்களாவின் அவுட் ஹவுசில் தங்கி இருந்தார். இன்று அந்த இடங்கள் ஷாப்பிங் காம்ப்ளெக்சாக மாற்றப்பட்டுள்ளன.

என் பாட்டியின் தங்கை அந்த சித்தி. அவருக்கும் அம்மாவை ரொம்பப் பிடிக்கும். அவரும் எங்கள் வீட்டுக்கு வந்து போவதுண்டு. அவரைப் பார்க்கப் போகும் நாட்களில், அம்மா என்னுடன் ஏழாம் நம்பர் பஸ்ஸில் வருவார். நாங்கள் லிபர்ட்டி தியேட்டர் அருகில் இறங்கி சிறிது தூரம் நடந்து “சித்தி – பாட்டியின்” பங்களாவை அடைவோம். சாலையின் இரு மருங்கிலும் இருக்கும் கட்டிடங்களை அம்மா ஆவலுடன் பார்ப்பார். “பிட்டா! நீயும் ஆபிசரானதுக்கு அப்புறம் இந்த மாதிரி வீடு கட்டுவியா? நான் அதைப் பார்க்கணும்” என்பார். எதிர்பார்ப்பால் நிறைந்திருக்கும் என் அம்மாவின் முகத்தில் எப்படியேனும் பிள்ளைகள் தன் ஆசையை நிறைவேற்றுவார்கள் என்ற நம்பிக்கை தெரியும்.

"கண்டிப்பா மா" என்று சொல்வேன்.

அம்மாவுக்குப் பெருங்கனவுகள் இருந்தன. அக்கனவுகள் காணுவதற்கான உரிமையும் அவருக்கு இருந்தது. நாங்கள் கல்வி பெற வேண்டுமென்பதற்காக விவசாயக் கூலியாகப் பணியாற்றிய அவர் எங்கள் வாழ்வில் பெரும்பங்காற்றியிருப்பவர். அவரது கனவுகளை நனவாக்கி அவருக்கு வசதியான வாழ்வைப் பெற்றுத் தந்துவிட வேண்டும் என்று விரும்பினேன். அம்மா என்னிடம் நெருக்கமாக இருப்பார். குழந்தையாக இருந்தபோது நான் அவரது உயிரைக் காப்பாற்றியதாகச் சொல்வார். ஒரு சமயம் அம்மாவின் மார்புகளில் சிறு கட்டிகள் இருந்திருக்கின்றன. அக்கட்டிகளால் உயிருக்கே ஆபத்து ஏற்பட்டுவிடுமெனப் பலர் சொல்லியிருக்கின்றனர். அப்போது ஒருநாள் அம்மாவின் மார்புகளில் பால் கட்டிக் கொண்டதால் வலியால் துடித்திருக் கிறார். அவர் சொன்னதற்கிணங்க நான் அவரின் மார்புகளிலிருந்து பால் குடித்திருக்கிறேன். அதுதான் தன் கட்டிகளைக் கரைத்து விட்டதாக அம்மா நம்புகிறார்.

~

"வணக்கம் பட்டேல்! வீட்டைக் கண்டுபிடிக்குறது சிரமமா இல்லையே?" வெள்ளை வேட்டியும் கட்டம் போட்ட சட்டையு மாகக் கிராமத்திலிருந்து வந்தவர் போன்ற தோற்றமுடைய ஒருவரை அப்பா வீட்டுக்குள் வரவேற்றார்.

"இல்ல ராமசாமி, கண்டுபிடிச்சுட்டேன்," என்று சொன்னவர் அப்பாவிடம் தன் பையைக் கொடுத்தார்.

அப்பாவைத் தவிர யாரும் விருந்தாளியை எதிர்பார்த்திருக்க வில்லை. பால்ராஜ் வேலைக்குத் தயாராகி வெளியேற இருந்தான். அப்பா அவனிடம், "பிட்டா, இவர் நரசிம்ம ராவ். இவர்தான் நம்ம கிராமம், அதான் வங்கபல்லியோட பட்டேல். உங்களையெல்லாம் பாக்கணுமுன்னு சொன்னாரு."

அண்ணன் புன்னகைத்தவாறே அவர் அமர நாற்காலி ஒன்றைக் கொடுத்தான். நான் ஒரு கோப்பைத் தண்ணீர் கொடுத்தேன். அடுத்த அறையில் அம்மா அப்பாவிடம் தாழ்ந்த குரலில் பேசிக்கொண்டிருந்தார்.

"பால்ராஜா, யாரு அவர்?"

"நம்ம கிராமத்து பட்டேல். ஊருல அவரச் சந்திச்சப்போ நமக்கு உதவி செய்யுறதா சொன்னாரு."

"அவரு எப்படி நம்ம வீட்டில தங்க முடியும்? நம்ம தீண்டதகாதவங்க," என்று அம்மா அப்பாவியாகக் கேட்டாள். பட்டேல்கள் உயர்சாதியைச் சேர்ந்தவர்கள்.

"அவரை இங்க யாருக்கும் தெரியாது. நல்ல மனுஷன் அவரு," என்று அப்பா சொல்லிச் சிரித்தார்.

அந்த நபர் குளித்து, உடை மாற்றிக் கொண்டார். அப்பாவிடம் இயல்பாகப் பேசியவர், நிலத்தை மீட்டுத் தருவதாக அம்மாவுக்கு உறுதி கொடுத்தார். அப்பாவும் அவரை முக்கிய விருந்தினராக உபசரித்துச் சாராயமும், வகை வகையான கறியும் உண்ணக் கொடுத்தார். பட்டேலை நாங்கள் உபசரித்த விதம் அவருக்கு மிகவும் பிடித்துவிட்டது.

இரவுப் பணி முடிந்து வீடு திரும்பிய அப்பசாயுலு வீட்டிலிருந்த புது நபரைப் பார்த்து ஆச்சரியப்பட்டான்.

"சத்தி, அங்க தூங்கிட்டு இருக்குற ஆள் யாரு?" என்று கேட்டான்.

"வங்கபல்லி கிராமத்தோட பட்டேல், நரசிம்ம ராவ்."

"அவரு இங்க என்ன பண்றாரு?"

"நம்ம நிலத்தை மீட்டுத் தர அப்பாவுக்கு உதவி செய்யப் போறாராம்."

இதைக் கேட்ட அண்ணன் ஏதோ யோசனையோடு பக்கத்து அறைக்கு உடை மாற்றச் சென்றான்.

எங்களுடன் மூன்று நாட்கள் தங்கியிருந்த பட்டேல் எங்கள் உபசரிப்பிலும் ஹைதராபாத் செகந்திராபாத் நகரங்களைச் சுற்றிப் பார்த்ததிலும் மகிழ்ச்சியடைந்தார். ஊருக்குத் திரும்பிச் சென்று நிலத்தினருகில் குடிசை போடுமாறு அப்பாவுக்கு அறிவுறுத்திவிட்டு ஊருக்குக் கிளம்பினார் பட்டேல். அப்படிச் செய்தால் நிலத்தின் மீதான அப்பாவின் உரிமை உறுதிப்படுத்தப்படும் என்றார்.

"தோரா! அவங்க என்ன அப்படிச் செய்ய விடுவாங்களா?" என்று அப்பா நம்பிக்கையின்றிக் கேட்டார்.

"ஏன்? நீ குடிசை போடும்போது நானே அங்க வந்து நிக்குறேன். நீ அங்கயே கொஞ்ச நாள் இருந்தா நானே இந்த விஷயத்தைப் பஞ்சாயத்துக்குக் கொண்டு போய் முடிச்சுக் கொடுக்குறேன்," என்றார்

அப்பாவுக்கு இதைக் கேட்டதும் நிலத்தை எப்படியும் மீட்டு விடுவோமென்ற நம்பிக்கை ஏற்பட்டது. தான் விரைவில்

ஒய்.பி. சத்தியநாராயணா

கிராமத்துக்கு வருவதாகச் சொல்லிப் பட்டேலை அனுப்பி வைத்தார்.

அப்பாவின் கையில் இருந்த கொஞ்சப்பணம் அவருக்கு நிறையத் தன்னம்பிக்கையைத் தந்திருந்தது. எப்படியும் தன் தாத்தாவின் நிலத்தை மீட்டு விட வேண்டும் என்று ஆசைப்பட்டார். அம்மாவுக்கு இதில் கொஞ்சமும் விருப்பமில்லை. இதை முன்னிட்டு அப்பாவிடம் எப்போதும் வாக்குவாதம் செய்து கொண்டிருந்தார்.

அப்போதுதான் ரயில் நிலையத்திலிருந்து திரும்பி வந்திருந்த அப்பாவிடம், "நம்ம நிலம் நமக்குக் கண்டிப்பா கிடைக்குமா அப்பா?" என்று கேட்டேன்.

"கண்டிப்பா."

"அதை வச்சு என்ன பண்ணுவீங்க அப்பா?"

ஒரு முட்டாளைப் பார்ப்பதைப் போல என்னைப் பார்த்து விட்டு "அது நம்ம மூதாதையரோடது. நமக்கு உரிமையானது. இதெல்லாத்தையும்விட, முறையான வேலை இல்லாம இருக்குற நான் அந்த நிலத்துல விவசாயம் செஞ்சு நல்ல விளைச்சல் பாப்பேன்."

"நிஜமாவா அப்பா? உங்களுக்கு விவசாயம் பண்ணத் தெரியுமா?" என்று கேட்டேன்.

"ஆமாம் பா! ரயில்வேயில வேலைக்குச் சேர்றதுக்கு முன்னாடி விவசாயம் தான் செஞ்சேன். இப்ப நீயும் உன் தம்பிகளும் மேல படிக்குறதுக்குக் காசு தேவைப்படுதில்ல, அதுக்காகவாவது நான் கிராமத்துக்குப் போய் ஏதாவது செய்யணும்."

நாங்கள் மோசமான மதிப்பெண் பெற்றிருந்தாலும் எங்களை மேலே படிக்க வைக்க வேண்டும் என்று அப்பா கொண்டிருந்த உறுதி என்னை வியப்பில் ஆழ்த்தியது. கிராமத்திலிருக்கும் நிலத்தைத் திரும்பப்பெற வேண்டும் என்று அவர் முயல்வதற்கு எங்கள் கல்விக்கான செலவுக்கு அது பயன்படும் என்பதும் காரணம். கல்வியில் நாங்கள் தேறி வரும் விதத்தை எண்ணி நான் அவமானப்பட்டாலும் எங்களால் இயன்ற வரை முயற்சிக்கிறோம் என்பதை அறிந்தே இருந்தேன். பரீட்சையில் நாங்கள் தோல்வியுற்றால் அதற்குப் பாடங்களை நாங்கள் புரிந்து கொள்ள முடியாததுதான் காரணம். ஆனாலும் நாங்கள் விடாமல் முயன்றதன் காரணம் குடும்பத்திலிருந்து நாங்கள் பெற்ற உற்சாகம்தான்.

நாங்கள் மூவரும் எலுகடி குடும்பத்தின் முதல் பட்டதாரிகளாய் ஆன தினம் அப்பா மகிழ்ச்சியில் திளைத்திருந்தார். மனசாரக் குடித்து மகிழ்ந்தார்.

"பால்ராஜா, நம்ம பிள்ளைங்க பாஸாயிட்டாங்க. நான் அவங்கள மேல படிக்க வைக்கப் போறேன்" என்று அம்மாவிடம் சொன்னார்.

அவர் போதையிலிருந்ததைப் பார்த்த அம்மா "இப்படிக் குடிச்சாப் படிக்க வைக்க முடியாது. போதும் அவங்க படிச்சது. இப்ப வேலைக்குச் சேரட்டும்," என்றார். அம்மா இப்படிச் சொன்னதும் அந்த விஷயத்தைப் பற்றித் தொடர்ந்து பேச வேண்டாம் என்று முடிவெடுத்த அப்பா, கட்டாயப்படுத்தியதால் கொஞ்சம் சாப்பிட்டுவிட்டு உறங்கச் சென்றார்.

~

1967ஆம் ஆண்டு, அக்டோபர் மாதம். வங்கபல்லி பட்டேல் சொன்னதற்கிணங்க அப்பா ஊருக்குச் சென்று நிலத்தை ஒட்டியிருந்த கிணற்றின் அருகில் ஒரு குடிசை போட்டார். தசரா கொண்டாட்டங்களுக்குப் பின் அம்மாவும், தங்கையும் வங்கபல்லியில் குடியேறினர். அப்பா அந்தக் குடிசையில் அனைத்து வசதிகளையும் செய்திருந்தார். கிராமத்து ஆட்கள் அவ்வப்போது குடிசைக்குள் எட்டிப் பார்த்து அங்கு செறிவாக அடுக்கி வைக்கப்பட்டிருந்த பொருட்களால் பிரமித்துப் போயினர். ஒவ்வொரு மாலையும் கிராமத்திலிருந்து சிலரேனும் குடிசையின் முன் கூடி விடுவர். அப்படித்தான் கிராமத்தினருக்கும் என் குடும்பத்தினருக்குமான பரிச்சயம் உருவானது. அந்த உறவை மேலும் பலப்படுத்தும் விதமாக அப்பா அவர்களுக்குக் கள் குடிக்கக் கொடுத்தார். என் தங்கை பயன்படுத்தி வந்த தையல் மெஷின் வீட்டினுள் நுழையும் அனைவரும் பார்க்கும் வண்ணம் வாசலருகிலேயே வைக்கப்பட்டிருந்தது. வீட்டிலிருந்த இரண்டு நாற்காலிகள், கட்டில்கள் என அனைத்தும் கிராமத்தினருக்கு அரிய பொருட்களாகத் தெரிந்தன. என் தங்கை லக்ஷ்மிபாயினுடைய நகரத்துத் தோற்றம் கிராமத்து பெண்களுக்கு மிகவும் பிடித்துவிட்டது. அவளது ஒவ்வொரு அசைவையும் அவர்கள் கவனிக்கத் தொடங்கினர். சில நேரங்களில் அவள் துணி தைத்துக் கொண்டிருக்கும்போது இப்பெண்கள் அவளிடம் நகர வாழ்க்கையைப் பற்றிக் கேள்விகள் கேட்பார்கள்.

அப்போதுதான் பட்டபடிப்பு முடித்திருந்த நாங்களும் சிறிது காலம் எங்கள் கிராமத்தில் தங்கியிருக்க வேண்டும்

என்ற அப்பாவின் விருப்பத்திற்கிணங்க அங்கு சென்றோம். ஊரை அடைந்தவுடன் என் சகோதரர்கள் ஊரைச் சுற்றிப் பார்க்கச் செல்ல நான் வீட்டைச் சுற்றிப் பார்த்துக்கொண்டிருந்தேன். வீட்டிற்கு வெளியேதான் அந்தப் பெரிய கிணறு இருந்தது. கிணற்றின் குறுக்களவு பத்தடி இருக்கும். கிணற்றின் உள் சுவர் கல்லால் ஆனது. கிணற்றின் ஒரு ஓரத்தில் மரச் சட்டகம் ஒன்றில் பெரிய கப்பி இணைக்கப்பட்டிருந்தது. ஒவ்வொரு காலையும் கிணற்றிலிருந்து பாசனத்துக்குத் தண்ணீர் இறைக்கப்படுவதை ஆவலுடன் பார்த்தேன். இரண்டு காளை மாடுகள் ஒரு நுகத் தடியில் இணைத்துப் பூட்டப்படும். அந்த நுகத்தடியில் நீளமான உறுதியான கயிறு கட்டப்படும். கயிற்றின் மறு நுனியில் ஒரு பெரிய வாளி கட்டப்பட்டிருக்கும். வாளியின் குறுகிய அடிப்பகுதியைத் தோலாலான ட்யூபோடு இணைத்திருந்தார்கள். இந்த ட்யூப் ஒரு யானையின் தும்பிக்கை அகலத்திற்கு இருந்தது. கயிற்றைக் கப்பி (உருளை) கொண்டு இழுத்தனர். காளை மாடுகளை மேட்டின்மீது ஏறி இறங்கச் செய்தார்கள். காளை மாடுகள் கிணற்றை நோக்கிப் பின்னால் நடக்க வாளியில் நீர் நிரம்பும். தோலாலான ட்யூப் மடங்கி வாளியின் அடிப் பகுதியைப் பிடித்துக்கொள்ளும். காளைகள் மேட்டில் ஏறத் தோலாலான ட்யூப் மேலே இழுக்கப்பட்டு வாளி தண்ணீரைச் சாய்த்துவிடும். கீழே ஊற்றும் தண்ணீர் கால்வாய் வழியாகப் பாய்ந்து நெல் வயலைச் சேரும். மீண்டும் வாளியில் தண்ணீர் நிரம்பும். கடப்பாரை யைக் கொண்டு கால்வாயைச் சில இடங்களில் வெட்டி, சில இடங்களில் மூடி என, ஒரு ஆள் ஒரே நாளில் பல பத்து ஏக்கர்கள்வரை நீர் பாய்ச்சிட முடியும். வயல்களுக்கு நீர் பாய்ச்சும் பிரமாதமான பாரம்பரிய முறை அது.

அப்பா பட்டேலை ஒவ்வொரு நாளும் சந்தித்துப் பேசினார். நகரத்தில் இருந்தது போலல்லாமல், ஊருக்குள் இருவரும் எட்ட நின்றே பேசினர். நிறையப் பேச்சுவார்த்தைகள் நடந்தன. நிலம் என் தாத்தாவின் சகோதரர்களின் பிள்ளைகளிடம் இருந்தது. அவர்கள் நிலத்தைத் திரும்பித் தர மறுத்தனர். தங்களின் முடிவிலிருந்து இம்மி அளவும் இசைந்து கொடுக்கவில்லை அவர்கள். அப்பா பிரச்சனையைச் சட்ட ரீதியாக அணுக முடிவு செய்தபோது பட்டேல் அவரைக் காத்திருக்கச் சொன்னார். சட்ட நடவடிக்கை சரியானதாக இருக்காது என்றும், தாத்தா நிலத்தைப் பயன்படுத்தாமல் விட்டுப் பல ஆண்டுகள் ஆகிவிட்டதால் எங்கள் தரப்பு வலுவற்று இருக்குமெனக் கூறினார். அப்பா தன் முடிவில் உறுதியாக இருந்தார். அப்பாவின் தம்பியும் அவருக்கு ஆதரவளித்ததால் ஹைதராபாத் மாவட்ட நீதிமன்றத்தில் வழக்கு தொடுக்கப்பட்டது.

கிராமத்திற்கு வந்து நான்கு மாதங்கள் முடிந்திருந்தபோது ஒருநாள் நாங்கள் திரும்பி வரவேண்டும் என அப்பசாயுலு செய்தி அனுப்பினான். நாங்கள் முதுநிலைப் பட்டப் படிப்புக்கு விண்ணப்பிக்க வேண்டும் என்று அவன் அழைத்திருந்ததால் அப்பா ஒருநாள்கூடத் தாமதிக்காமல் எங்களை அனுப்பி வைத்தார். நாங்கள் தொடர்ந்து படிக்க வேண்டுமெனவும், தோல்வியடைவதைப் பற்றிக் கவலைப்படக் கூடாதெனவும் சொல்லி அனுப்பி வைத்தார் அப்பா. ரயில் பயணம் முழுவதும் அப்பாவின் நினைவாகவே இருந்தது. நாங்கள் கல்வி கற்கத் தேவையான பணம் சம்பாதிக்கத் தாத்தாவின் கிராமத்தில் அப்பா குடியேறியிருந்தார். அண்ணன்களின் சம்பாத்தியத்தில் அவர் வாழ விரும்பாததும் ஒரு காரணம்தான். அப்பாவின் எதிர்பார்ப்புகளை நிறைவேற்ற முடியுமா என்று யோசித்துக் கொண்டேயிருந்தேன். ஏற்கனவே ஒருமுறை நாங்கள் தேர்வில் தோற்று, குடும்பத்தினருக்குப் போதுமான அளவு மனச்சோர்வும், செலவும் ஏற்படுத்தியிருந்தோம். என் ஆழ்ந்த சிந்தனையை நரசிம்மலு கலைத்தான்.

“சத்தி, எந்திரி. டிக்கெட் இன்ஸ்பெக்டர் வராரு. காசிபெட் கிட்ட வந்துட்டோம். அவர் இங்க வர்றதுக்குள்ள இறங்கிரலாம்,” என்றான்.

நானும் இறங்குவதற்காகக் கதவை நோக்கிச் சென்றேன். அனைத்து ரயில்வே தொழிலாளர்களின் குழந்தைகளைப் போல நாங்களும் டிக்கெட் எடுக்காமல் பயணித்துக் கொண்டிருந்தோம். டிக்கெட் இன்ஸ்பெக்டர் கேட்டால் “பணியாளர்களின் பிள்ளைகள்” என்று சொல்லிவிடுவோம். பல இன்ஸ்பெக்டர்கள் தாராளமாக நடந்து கொள்வார்கள். மிஞ்சிப் போனால் நாங்கள் இறங்க வேண்டிய ஸ்டேஷனுக்கு முன்னரே எங்களை இறக்கி விடுவார்கள். நாங்களும் வேறு ரயில் பிடித்துச் செல்வோம். சில நேரம் பெற்றொர்கள் தங்கள் பிள்ளைகளின் பயண விவரத்தை முன்னரே இன்ஸ்பெக்டர்களுக்குத் தெரிவித்து விடுவார்கள். அது போன்ற சந்தர்ப்பங்களில் நாங்கள் பயப்படத் தேவையில்லை.

வீட்டை அடைந்தபோது அப்பசாயுலு தன் இளங்கலைத் தேர்வுகளில் தேர்ச்சி பெற்றிருந்த செய்தியைக் கேட்டு மகிழ்ந்து போனோம். 1967 – 68ஆம் கல்வியாண்டு எங்கள் குடும்பத்திற்கு முக்கியமனதாக இருந்தது. பாலய்யாவின் நான்கு பிள்ளைகள் அந்த ஆண்டில் முதுநிலைப் பட்ட படிப்புக்கு விண்ணப்பித்தார்கள். ஒருவர் சமூக அறிவியல் பாடத்தையும், மூவர் (*pure science*) அறிவியல் பாடங்களையும் தங்கள் முதுநிலைப் படிப்பிற்குத் தேர்ந்தெடுத்திருந்தனர். வேலை வாய்ப்புச் சந்தையில் எந்த

படிப்புக்கான தேவை அதிகமாக இருக்கிறது என அப்பசாயுலுவா லும் யூகிக்க முடியவில்லை. இளநிலையில் வேதியியல் பாடத்தில் நல்ல மதிப்பெண்கள் பெற்றிருந்ததால் முதுநிலைக்கும் அதே பாடத்தைத் தேர்ந்தெடுத்தேன். நரசிம்மலு தாவரவியலையும், அஞ்சைய்யா விலங்கியலையும், அப்பசாயுலு முதுகலை சமூகவியலை யும் தேர்ந்தெடுத்தனர். தொடர்ந்து ரயில்வே துறையில் உதவி நிலைய மாஸ்டராக வேலை செய்தான் அப்பசாயுலு.

எங்கள் வாழ்வின் புது அத்தியாயமாக முதுநிலைப் படிப்பு இருந்தது. பிள்ளைகளுக்கு உயர் கல்வியளிக்க வேண்டும் என்ற தன் வாழ்நாள் இலட்சியத்தைப் பாலய்யா அடைந்திருந்தார். பல தலித் குடும்பங்களிலும், ரயில்வே அதிகாரிகளின் குடும்பங் களிலும் மெட்ரிகுலேஷன் வரை படிப்பதுகூட அப்போது சிரமமானதாக இருந்தது. செகந்திராபாத்திலிருந்து காசிபெட் வரை என் அப்பாவைப் பற்றிய பேச்சுதான். பிள்ளைகளை முதுநிலைப் படிப்புப் படிக்க வைத்ததன் மூலம் அவர் புகழ் பெற்றிருந்தார். ரயில்வேயில் கடைநிலை ஊழியராக இருந்த போதும் உயரதிகாரிகள்கூட அவர்மீது பெரும் மதிப்புக் கொண்டிருந்தனர்.

~

அதே ஆண்டு யாதகிரியும் உஸ்மானியா பல்கலைக்கழகத்தில் பொறியியல் படிப்பில் சேர்ந்தான். என் உடன் பிறந்தவர்களிலேயே யாதகிரிதான் அறிவாளி. சிவப்புத் தோல்காரன். பார்க்க அழகாக இருப்பான். எங்களிலிருந்து வித்தியாசமாக இருப்பான். எங்களைப்போல அல்லாமல் கணக்கில் நல்ல மதிப்பெண்கள் பெறுவான். வகுப்பில் எப்போதும் முதல் மாணவனாகத் தேர்ச்சி பெறுவான். யாதகிரி வளர்ந்து மேல்நிலைக் கல்வி பெறுவதற்குள் வீட்டில் கல்வி கற்பதற்கு ஏற்றச் சூழல் உருவாக்கப்பட்டிருந்தது. வீட்டில் வானொலி இருந்தது. ஒரு செய்தித்தாளும் வாங்கத் தொடங்கியிருந்தோம். இதனால் அவனைவிட மூத்தவர்களான எங்களைப் போலன்றி அந்த வயதிலேயே அவனுக்கு வெளியுலகப் பரிச்சயம் இருந்தது. தனது உயர்நிலைத் தேர்வுகளில் சிறந்த மதிப்பெண்கள் பெற்றிருந்தான். 1970களில் வாரங்கல்லில் இருந்த ரீஜினல் பொறியியல் கல்லூரி தவிர தெலுங்கானாவிலிருந்த ஒரே பொறியியல் கல்லூரியான உஸ்மானியா பல்கலைக்கழகத்தில் சேர்ந்தான். அதுமட்டுமின்றி அவன் இடஒதுக்கீட்டைப் பயன்படுத்தாமல் தன் சொந்த மதிப்பெண்களைக் கொண்டு பொறியியல் படிப்பில் சேர்ந்திருந்தான். குடும்பத்திலேயே முதல் ஆளாகப் பொறியியல் படிப்பில் அவன் சேர்ந்ததை

நாங்கள் கொண்டாடினோம். பால்ராஜ் யாதகிரிக்குக் கொஞ்சம் அதிகமான பணம் கொடுப்பதை எப்போதும் வழக்கமாகக் கொண்டிருந்தான். யாதகிரி அம்மாவின் செல்லம் என்பதால் எப்போதும் அவர் அருகில் அவன் அமர்ந்திருப்பதைப் பார்க்க முடியும். அவன் அம்மாவை "மம்மி" என்று அழைப்பதில் அம்மாவுக்கு அதீதப் பெருமை.

ஆனாலும் சின்னஞ்சிறு விஷயங்களுக்குக் கூட வாக்குவாதம் புரிவான். சிறுவயதிலேயே அவனுக்கு ஆடம்பர வாழ்வின் மீது நாட்டம் அதிகமாக இருந்தது. எங்களின் ஏழ்மையை அவன் வெறுத்தான். நாங்கள் வாழ்ந்த விதம் அவனுக்குப் பிடிக்கவில்லை. தன்னுடைய பணக்கார நண்பர்களைப் பற்றியும் அவர்களின் வசதியான வாழ்க்கையைப் பற்றியும் அதிகம் பேசுவான். அவனுக்குப் பிடித்த மாதிரி உணவு இல்லையென்றால் அந்த வேளைக்கான உணவை உண்ண மறுத்து விடுவான். முடியவே யில்லையென்றாலும் அம்மா அவனுக்கு விருப்பமானதைச் செய்ய முயற்சிப்பாள். ஆனால் வளர வளர யாதகிரியின் சிந்தனை ஓட்டத்தில் மாற்றங்கள் ஏற்பட்டன. அப்போதைய பல பொறியியல் மாணவர்களைப் போல யாதகிரிக்கும் இடதுசாரி சிந்தனைகள்மீது நாட்டம் ஏற்படத் தொடங்கியது.

~

ஒருநாள் என் கல்லூரி ஆய்வுக் கூடத்தில் நான் இருந்தபோது அப்பா வாசலில் வந்து நிற்பதைப் பார்த்து அதிர்ச்சியடைந்தேன். கிராமத்திலிருந்து எங்களைப் பார்ப்பதற்காக வந்திருந்த அவர் வெள்ளை வேட்டி, வெள்ளைச் சட்டை, நீலக் கோட் எனச் சிறப்புத் தருணங்களுக்கு அணியும் உடையை அணிந்திருந்தார். அவரைச் சந்திக்க ஆசிரியர் அனுமதி அளித்து நான் சென்ற போது என்னைப் பார்த்துப் புன்னகைத்தபடி அங்கு நின்று கொண்டிருந்தார் அப்பா. என்னை மேலும் கீழும் பார்த்தவரின் கண்களில் பெருமிதம் தெரிந்தது. "உன்னையும், புது காலேஜையும் பாக்கலாமுன்னு வந்தேன் பா!" என்றார். வகுப்பிலிருந்து வெளியேறியதால் நான் படபடப்புடன் இருப்பதைப் பார்த்தவர் என்னை மீண்டும் வகுப்பிற்குச் செல்லுமாறு கூறினார்.

அம்மாவையும், தங்கையையும் மட்டும் கிராமத்து வீட்டில் தனியாக விட்டு விட்டு வந்ததாக அவர் சொன்னபோது நான் சற்றுக் கவலையுற்றேன். எங்கள் நிலத்தில் குடிசை அமைத்த போது பட்டேலே உடன் நின்று யாரும் எங்களை எதிர்க்காமல் பார்த்துக் கொண்டதாக அப்பா பின்னர் சொன்னார்.

“அப்பா, நமக்கு அந்த நிலம் கிடைச்சிருமா?” என்று பால்ராஜ் கேட்டான்.

“ஆமா பா. ஹுசுராபாத் கோர்ட்டுல வழக்கு கூடப் பதிவு செஞ்சுட்டேன்,” என்றார்.

“அப்பா, உங்க அப்பா நிலத்தையும் ஊரையும் விட்டு வெளியேறி ரொம்ப காலம் ஆகுது. உங்க சொந்தக்காரங்கதான் அந்த நிலத்துல விவசாயம் செஞ்சு வாழ்ந்துட்டு இருக்காங்க. திடீருன்னு போய் நிலத்தை அவங்க கிட்ட வாங்குறது உங்களுக்குச் சரின்னு படுதா,” என்று யாதகிரி கேட்டான்.

அப்பா கடுங்கோபம் கொண்டார். “வாயை மூடு! உனக்கு என்ன தெரியும்? அது நம்ம முன்னோர்களோட நிலம். நமக்கு அந்த நிலத்தோட முழு உரிமையும் இருக்கு. பெரியவங்க பேசும் போது குறுக்க பேசாத முதல்ல,” என்று கத்தினார்.

யாதகிரி அப்பாவின் கண்களை நிமிர்ந்து கூடப் பார்க்காமல் அங்கிருந்து வெளியேறினான். எனக்கும் யாதகிரி சொல்வது சரியானதாகத்தான் தோன்றியது என்றாலும் அப்பா அந்த நிலத்தைத் திரும்பப் பெற்றே தீருவது என்பதில் உறுதியாக இருந்தார். அவரது தம்பியும், என் அண்ணன்களும் அவரது முடிவை முழுவதுமாக ஆதரித்தனர். அடுத்த நாளே கிளம்பி ஊருக்குச் சென்றுவிட்டார் அப்பா.

நாங்கள் வாழ்ந்து வந்த கிளாஸ் *III* ஊழியர்களுக்கான குவார்டர்சில், *3* கணவன் மனைவிகளுக்குப் பிறந்த *15* குழந்தைகளுடன் வாழ்ந்து வந்த, எங்கள் குடும்பம் தான் பெரியது. எல்லாரையும் சேர்த்து எங்கள் குடும்பத்தில் *21* பேர் இருந்தோம். ஒரு குடும்பத்திற்கென ஒதுக்கப்பட்ட அந்த வீட்டில் மூன்று குடும்பத்தினர் வாழ்ந்து வந்தோம். எப்படி அப்படி வாழ்ந்தோம் என்று எண்ணினால் வியப்பாகத்தான் இருக்கிறது. பால்ராஜிற்கு *7* குழந்தைகள் இருந்தனர். அப்பசாயுலுவுக்கு மூன்று. மாலை நேரங்களில் நாங்கள் படிக்கும் அறை நிரம்பி வழியும். சிலர் வாய்விட்டுப் படித்துக் கொண்டும், சிலர் எழுதிக் கொண்டும் – ஆனால் ஒருவர் ஒருவரால் தொந்திரவு செய்யப்படாமல் இருந்தோம். வீட்டுப் பாடங்களை முடித்த பிறகு தான் அண்ணி எங்களுக்கு இரவு உணவை அளிப்பார்.

பால்ராஜ் சொல்வதுதான் எழுதப்படாத சட்டம். கடுமை யான ஒழுக்கவாதியாக இருந்த அவனது அனுமதியைப் பெற்ற பிறகுதான் வீட்டிலிருந்து யாரும் வெளியே செல்ல முடியும்.

~

1968 தொடங்கி 1969 ஆண்டு வரையிலான காலம் இக்கட்டான தாக இருந்தது. தனி தெலுங்கானா மாநிலம் கேட்டு, மாபெரும் மக்கள் போராட்டம் தொடங்கி தீவிர அரசியல் போராட்டமாக மாறியது. ஒரு முழு கல்வியாண்டை நாங்கள் இழக்க நேரிட்டாலும் என் வாழ்க்கையின் ஒரு புது அத்தியாயத்தை அந்தக் கால கட்டம் தொடக்கியது. மக்கள் போராட்டத்தினால் கல்வி நிறுவனங்கள் மூடப்பட்டு இருந்தன. அப்போதுதான் ஜில்லா பரிஷத் அலுவலகத்திலிருந்து கிராமப் பள்ளிக்கூடம் ஒன்றில் ஆசிரியராக வேலை செய்ய அழைத்த கடிதம் எனக்கு வந்தது. ஜில்லா பரிஷத் என்பது மாவட்ட அளவிலான சுய நிர்வாக அமைப்பு. ஒவ்வொரு பட்டதாரியும் வேலை வாய்ப்புப் பதிவு அலுவலகத்தில் தங்களைப் பதிவு செய்து கொள்வதற்கான முறை ஒன்று புழக்கத்தில் இருந்தது. அப்படிப் பதிவு செய்தவர்களிலிருந்து காலியாக இருக்கும் பணியிடங்களுக்கு ஆட்கள் வேலைக்கு எடுக்கப்பட்டார்கள்.

“சின்னண்ணே, டீச்சரா வேலை பாக்குறதுக்கு ஜில்லா பரிஷதிலிருந்து கடிதம் வந்திருக்கு,” என்று அப்பசாயுலுவிடம் என் பணி உத்தரவைக் காட்டிச் சொன்னேன்.

“சத்தி, போய் வேலை பாரு. இது உனக்கு நல்ல வாய்ப்பு,” என்று அண்ணன் சொன்னான். என் முகம் குழப்பத்துடன் காணப்பட்டதோ என்னவோ, அவனே தொடர்ந்து, “இங்க பாரு சத்தி, இப்ப உனக்குக் காலேஜும் இல்லை. கிராமத்துல வேலை பார்த்தா உனக்குக் கொஞ்சம் அனுபவம் கிடைக்கும்,” என்றான் .

அவன் சொன்ன காரணத்தை நானும் ஒப்புக்கொண்டதால் வேலை இடமான கர்ணகோடாவுக்குச் செல்வதென முடிவு செய்தேன். அம்மா, அப்போது எங்களுடன் செகந்திராபாத்தில் இருந்தார். பேசிக்கொண்டிருந்தபோது நாங்கள் குறிப்பிட்ட கிராமத்தின் பெயரைக் கேட்டதும் நான் அங்கு செல்லக் கூடாது என்று உறுதியாகச் சொல்லிவிட்டார். நான் செல்லவிருந்த கர்ணகோடா கிராமம் அந்தக் காலத்தில் பில்லி சூனியத்திற்குப் பெயர்போன ஊராக இருந்தது. அம்மா நான் அங்கு செல்வதை எண்ணிப் பயந்து போனார். அவரை ஒத்துக்கொள்ள வைப்பது பெரும்பாடாக இருந்தது. சின்ன பிரச்சனை ஏற்பட்டாலும் நான் அங்கிருந்து உடனடியாக வெளியேற வேண்டும் என்று என்னை ஒத்துக்கொள்ள வைத்த பிறகுதான் அம்மா அமைதியானார். ஆனாலும் நான் கிளம்பும்போது அழவே செய்தார்.

நான் சின்னப் பெட்டி ஒன்றை மட்டும் எடுத்துச் சென்றேன். என் பெரிய குடும்பத்தை, அதிலும் குறிப்பாக, நரசிம்மலு மற்றும் அஞ்சைய்யாவைப் பிரிந்து செல்வது எனக்குப் புது அனுபவமாக

இருந்தது. தண்டூர்வரை ரயிலில் சென்றுவிட்டு, அங்கிருந்து பஸ் பிடித்துக் கர்ணகோடாவிற்கு அருகிலிருக்கும் கிராமம் வரை சென்று பின்னர் அங்கிருந்து நடந்து கர்ணகோடாவை அடைய வேண்டும். அந்த கிராமத்திற்குப் பேருந்து வசதி கிடையாது. பெரிய ஊர்களிலிருந்தும், பொது வசதிகள் கொண்ட இடங்களிலிருந்தும் வெகு தூரத்தில் இருந்த இந்தக் கிராமத்தில் மின்சார வசதியும் கிடையாது. பால்ராஜூம், அப்பசாயுலுவும் என்னை வழியனுப்ப ரயில் நிலையம் வரை வந்தார்கள். நான் செல்வதில் உடன்பாடில்லாத பால்ராஜ் என்னைத் தடுப்பதற்கான முயற்சிகளை இறுதிவரை மேற்கொண்டான். ஆனால் நான் என் முடிவில் உறுதியாக இருந்தேன். அப்படி இருந்தும் ரயில் கிளம்பும் போது அழுகவே செய்தேன். அண்ணன்கள் நடைமேடையில் நின்றபடி தங்களின் கண்களைத் துடைத்துக் கொண்டதைப் பார்த்தேன். "போன உடனே லெட்டர் போடு" என்று அவர்கள் சொன்னது எனக்குக் கேட்டது.

ரயில் தண்டூரை அன்று மதியம் சென்றடைந்தது. மக்கள் நெரிசல் மிகுந்த பேருந்தில் ஏறி கர்ணகோடாவுக்கு முந்தைய கிராமத்தைச் சென்றடைந்தேன். அங்கிருந்து சிலர் நடந்தே கர்ணகோடாவுக்குச் சென்றனர். அவர்களைப் பின்தொடர்ந்து நானும் சென்றேன். வயல் வெளிகளைத் தாண்டி அவர்களும், கையில் பெட்டியுடன் நானும் சென்றோம். நடக்கும் வழியில் கருப்பு மண் சகதியாக இருந்ததால் நடக்கவே சிரமமாக இருந்தது. முந்தைய நாள் மழை பெய்திருக்கும் போல. நான் அணிந்திருந்த ஷூ அந்தச் சகதியில் சிக்கிக் கொண்டே இருந்தது. சகதியில் சிக்காமல் காலை எடுத்து வைப்பதே சிரமமாக இருந்ததால் கொஞ்ச நேரத்தில் ஷூவைக் கழட்டிக் கையில் வைத்துக் கொண்டும், அவ்வப்போது பெட்டியைத் தலையில் வைத்துக் கொண்டும் நடந்தேன். தனியே வாழக் கற்றுக் கொள்வதற்கான முதல் பரீட்சையாக அதை நான் எண்ணிக்கொண்டேன். இறுதியில் ஒருவழியாகக் கிராமத்தை வந்தடைந்தோம்.

ஜில்லா பரிஷத்தின் பள்ளிக் கட்டிடம் ஊரிலிருந்து சற்று விலகி "ட" வடிவத்தில் இருந்தது. நான் பள்ளியைச் சென்றடைந்த போது வகுப்புகள் முடியும் நேரம் என்பதால் மாணவ மாணவிகள் பேசியபடியே பள்ளியை விட்டு வெளியேறிக் கொண்டிருந்தார்கள். என் பணி உத்தரவைப் பெற்றுக் கொண்ட தலைமையாசிரியர் நரசிம்ஹா என்னையும், சேறு படிந்திருந்த என் காற்சட்டையையும் ஏற இறங்கப் பார்த்தார்.

"ஓ! சிட்டியில இருந்து வந்திருக்கீங்க. பட்டப் படிப்பு முடிச்சிருக்கீங்க. ஊர் எவ்வளவு உள்ள தள்ளி இருக்குதுன்றதப்

பாத்திருப்பீங்கள்ல?" என்று சொன்னவரின் குரலில் நான் அங்கு தொடர்ந்து தங்க மாட்டேன் என்ற எண்ணம் வெளிப்பட்டது.

"ஆமா சார்" என்றேன் நான்.

"ஹைதராபாத்திலிருந்து வந்திருக்கீங்க. இங்கதான் தங்குற துன்னு முடிவு பண்ணிட்டீங்களா?" என்று தன் சந்தேகத்தை வெளிப்படையாகவே கேட்டார்.

"ஆமா சார்," என்ற எனது குரல் என் தன்னம்பிக்கையை விட ஓங்கி ஒலித்தது.

"சரி. இன்னைக்கு இரவும், நாளைக்கு இரவும் ஸ்கூல்லயே தூங்குங்க. அதுக்குள்ள மாணவர்களோ, ஆசிரியர்களோ நீங்க தங்குறதுக்குன்னு ஒரு இடத்தைப் பாத்திருவாங்க" என்றார்.

வாட்ச்மேன் பெட்டியைத் தூக்கிக் கொண்டு என்னை நூலகத்திற்குக் கூட்டிச் சென்றார். அன்றிரவு நூலகத்தின் நீண்ட மேசைகளைத் தான் நான் படுக்கையாகப் பயன்படுத்த வேண்டி யிருந்தது.

அடுத்த நாள் காலை கிராமத்தைச் சுற்றிப் பார்க்கச் சென்ற நான், அந்த கிராமம் ஒரு கோட்டைக்குள்ளும், கோட்டையைச் சுற்றியும் அமைந்திருப்பதைப் பார்த்து வியப்படைந்தேன். கோட்டைக்கான ஒற்றைக் கதவு 20 அடி உயரத்தில் உறுதியானதாக இருந்தது. கோட்டைக்குள் 300 வீடுகளும் கோட்டையை ஒட்டி ஏறக்குறைய அதே எண்ணிக்கையிலான வீடுகளும் இருந்தன. கிராமத்தைச் சுற்றி ஆழமான பெரிய குழி (அகழி) ஒன்று இருந்தது. கடந்த காலத்தில் எதிரிகளிடமிருந்து அந்தக் கோட்டையைக் காப்பாற்றிய அகழியாக அது இருந்திருக்கக் கூடும். அந்தக் கிராமத்தின் வீடுகளும், பின்னர் நான் அறிய வந்ததுபோல, சுற்று வட்டாரக் கிராமங்கள் பலவற்றின் வீடுகளும் ஷஹாபாத் கல் என்று பிரபலமாக அறியப்படும் கற்களைக் கொண்டு கட்டப்பட்டவை. அந்தப் பகுதி முழுவதும் கற் குவாரிகளால் நிறைந்திருந்தது. நகரங்களில் இந்த வகைக் கற்கள் தரையில் பதிக்கப்பட்டிருந்தாலும், இந்தக் கிராமங்களில் உள்ள வீடுகளின் சுவர்கள்கூட இந்தக் கற்கள் கொண்டுதான் கட்டப்பட்டிருந்தன. கோட்டைக் கதவிலிருந்து சற்றுத் தொலைவில் இருந்த பெரிய ஆலமரத்தின் அடியில் ஒரு அனுமார் கோயில் இருந்தது. அந்தக் கோயில் நூறாண்டுகள் பழமை வாய்ந்தது என்று அந்த மக்கள் கூறினர். ஒவ்வொரு அதிகாலையும் பெரிய நாகப்பாம்பு ஒன்று மரத்தின் உச்சிக்கு ஏறிப் படம் எடுத்துச் சூரிய பகவானை வழிபடும் என்று அந்த மக்கள் கூறியதைக் கேட்டு நான் வியப்படைந்தேன். பின்னாட்களில் இது போன்ற மயிர்க்

கூச்செரிய வைக்கும் நிறைய விஷயங்களை நான் கேட்க நேரிட்டது.

பள்ளியில் படித்த ஐந்தாவது வகுப்பு மாணவன் அனுமந்து நான் தங்குவதற்கெனப் பெரிய அறை ஒன்றைப் பார்த்தான். அந்தக் கிராமத்தின் குழந்தைகளுக்கு நான் பாடம் கற்றுக் கொடுத்தேன். குறைந்த காலமே அங்கு இருந்திருந்தாலும் அந்தக் கிராமம் எனக்குப் பெரிய ஆசிரியராக இருந்தது. என் வாழ்க்கையில் பின்னாட்களில் தனியே வாழ்வது எப்படி என்பது உட்பட எனக்குப் பெரும் உதவியாக இருந்த பல பாடங்களை, அந்தக் கிராமத்தில்தான் நான் கற்றுக்கொண்டேன்.

நான் பொய் சொன்ன ஒரே விஷயம் என் சாதியைப் பற்றியதுதான். என் உண்மையான சாதியைச் சொல்லாமல் இருக்க வேண்டும் என்று அண்ணன் கூறியிருந்தான். புது இடத்தில் என் சாதி இன்னது என தெரிந்தால் அவர்கள் என்னை ஒதுக்கி வைக்கக் கூடும் என்று அவன் எண்ணினான். கிராமங்களில் தீண்டாமை வழக்கம் நிலவியதோடு, கடுமையாகப் பின்பற்றவும்பட்டது. நான் சூத்திர சாதிகளுள் ஒன்றான, தெனுகு சாதியைச் சேர்ந்தவன் என்று சொல்வதென முடிவானது. என் சாதியை மறைப்பது என்பது எந்த நேரத்திலும் கண்டுபிடிக்கக் கூடிய பொய் ஒன்றைச் சொல்லி அதை அடைகாப்பதற்குச் சமம். தெனுகு சாதியைச் சேர்ந்த பலர் என் வீட்டிற்கு வந்து என் குடும்பத்தைப் பற்றியும், எனக்குத் திருமணமாகி விட்டதா என்பதையும் விசாரித்துச் சென்றனர். சிலர் இரவு உணவிற்குத் தங்கள் வீட்டிற்கு என்னை வரவேற்றனர். யாராவது, என்றாவது ஒருநாள் நான் தீண்டத்தகாத சாதியைச் சேர்ந்தவன் என்று கண்டுபிடித்துவிடுவார்களோ என்ற பயத்திலேயே நான் வாழ்ந்து வந்தேன். உண்மையில் என் சாதி என்ன என்பதை அவர்கள் அறிய வந்திருந்தால் என்னைக் கிராமத்திலிருந்தே விரட்டியிருப்பார்கள். அப்படி நடந்திருந்தால் என்னவாகியிருந்திருக்கும் என்பதைச் சிந்தித்துப் பார்க்கவே பயமாக இருக்கிறது.

பள்ளிக் கட்டடம் புதிதாகவும், நல்ல உள் கட்டமைப்பு வசதிகளைக் கொண்டதாகவும் இருந்தது. நான் சேர்ந்தபோது நூலகப் புத்தகங்களும், பயிற்சிக்கூடப் பொருட்களும் அதன் அட்டைப் பெட்டிகளிலிருந்து வெளியேகூட எடுக்கப்படாமல் இருந்தன. அந்தப் பள்ளியிலிருந்த ஆசிரியர்களுள் நான் மட்டுமே பட்டதாரி. தலைமையாசிரியர் உட்பட மற்ற அனைவரும் மெட்ரிகுலேஷன் தேர்வுகள் முடித்து ஆசிரியர் பயிற்சி பெற்றவர்கள். பொதுவாகவே அந்த ஊர் மக்கள் ஆசிரியர்கள்மீது மரியாதை கொண்டிருந்தார்கள். ஆசிரியர்களை “மாஸ்டர்” என்று

மரியாதையுடனே அழைத்தனர். நான் பட்டதாரி என்பதால் மட்டுமின்றி நகரத்திலிருந்து வந்திருந்தவன் என்பதாலும், மதிக்கப்பட்டேன். மேல் வகுப்புகளுக்குக் கணக்கும், பொது அறிவியல் பாடங்களும் நான் கற்றுக் கொடுப்பதாக முடிவானது.

பள்ளியின் நடவடிக்கைகளில் நான் என்னை மும்முரமாக ஈடுபடுத்திக் கொண்டேன். ஒரு முறை பத்தாம் வகுப்பு மாணவர் களுக்கு ஆக்ஸிஜனின் குணங்கள் பற்றிய வகுப்பு எடுத்துக் கொண்டிருந்தபோது மாணவி ஒருத்தி, "சார், கண்ணுக்குத் தென்படாத ஒன்றோட பண்புகள எப்படித் தெரிஞ்சுக்க முடியும்?" என்று கேட்டாள்.

அவளது கேள்வி என்னை வியப்பில் ஆழ்த்தியது. அது முக்கியமான கேள்வி. "உன்னால் அதை உணர முடியுமே" என்றேன். ஆனால் என்னுடைய பதில் அவளைத் திருப்திபடுத்தவில்லை.

"அதன் குணங்களை ஆய்வு செய்வதின் மூலம் கண்டுபிடிக்க முடியும்" என்றேன். மறு நாள் அதற்கான ஆய்வுகளை வகுப்பில் செய்து காண்பிப்பதாகவும் வாக்குக் கொடுத்தேன். மாணவர்கள் இதைக் கேட்டதும் மகிழ்ச்சியடைந்தார்கள்.

ஆக்ஸிஜன் தயாரிப்பதற்கான அனைத்துச் சாதனங்களும், ரசாயனங்களும் இருக்கின்றனவா என்று அன்று மாலை சரி பார்த்துக் கொண்டேன். அடுத்த நாள் காலை ஆக்ஸிஜனைக் கண்டுபிடிப்பதற்கான சில ஆய்வுகளையும், அப்படிக் கண்டு பிடிக்கப்பட்ட வாயு ஆக்ஸிஜன்தான் என்பதை உறுதி செய்யச் சில ஆய்வுகளையும் மாணவர்களுக்குச் செய்து காட்டினேன். பள்ளியில் முதன்முறையாகச் செய்யப்பட்ட ஆய்வு இதுதான். நான் செய்தது பெரிய சாதனை இல்லையென்ற போதும் மாணவர்கள் அதைக் கண்டு பெருமகிழ்ச்சியடைந்தார்கள். சக ஆசிரியர்களும் எனக்கு வாழ்த்துக்கள் தெரிவித்தார்கள். சீக்கிரமே, ஊர் மக்கள் அனைவரும் என்னைப் பற்றிப் பேசத் தொடங்கினார்கள். அந்த ஊரில் மட்டுமில்லாமல் ஊருக்கு வெளியிலிருந்த பள்ளிகளிலும் பேசப்படும் பிரபல ஆசிரியராக ஆனேன். மாலை நேரங்களில் மாணவர்கள் என் அறையில் திரளத் தொடங்கினர். ஊர்த் தலைவர்கள் என்னை அவர்கள் வீட்டிற்கு விருந்துக்கு அழைக்கத் தொடங்கினர். குறைந்த காலத்திலேயே, பள்ளியிலும் அந்த ஊரிலும் எனக்கென ஒரு இடத்தை உருவாக்கிக் கொண்டேன்.

சில மாலை வேளைகளில் மாணவர்களும், ஆசிரியர்களும் சேர்ந்து வாலிபால் விளையாடுவதுண்டு. மாணவர்கள் என்னுடன் நெருங்கிப் பழக ஆரம்பித்தார்கள். இரவு கூட நான் தனியே

விடப்படவில்லை. பாம்புகள் குறித்தான எனது பயத்தை அறிந்த சில மாணவர்கள் இரவு எனக்குத் துணையாக அறையிலேயே உறங்க ஆரம்பித்தார்கள். அந்த ஊரில் பாம்புகள் அதிகம் இருந்தன. சில நேரம் வீடுகளுக்குள்ளும் வந்தன. அந்த ஊர் மக்களுக்குப் பாம்புகள் குறித்த பயமில்லை. பாம்பாட்டிகளும் பாம்புகளை எளிமையாகப் பிடித்தனர். பாம்புக் கடிக்கு மருந்துகளும் வைத்திருந்தனர். நான் தங்குவதற்கான அறை தேடிக் கொடுத்த என் மாணவன் ஹனுமந்து ஒரு உதவியாளன் போல எனக்குத் தேவையானவை அனைத்தையும் செய்து கொடுக்கும் பொறுப்பைத் தானே ஏற்றுக்கொண்டான். நான் வேண்டாமென கண்டித்தபோதும் சில நாட்கள் வகுப்புகளைத் தவிர்த்துவிட்டு என் அறையில் எனக்கென ஏதாவது சமைத்து வைத்தான். அவனை எனக்கும் மிகவும் பிடித்துப் போனது என நான் சொல்லித் தெரிய வேண்டியதில்லை.

அன்று ஒரு ஞாயிற்றுக் கிழமை. புத்தகம் ஒன்றை படித்துக் கொண்டிருந்தபோது ஹனுமந்து, "மாஸ்டர், வாங்க நீச்சலடிக்கப் போலாம். பக்கத்துல ஒரு பெரிய கிணறு இருக்கு." என்றான். எங்களைச் சுற்றி இன்னும் சில மாணவர்களும் கூடியிருந்தனர்.

"வேணாம். எனக்கு நீச்சல் தெரியாது" என்றேன்.

"கவலைப்படாதீங்க சார். நாங்க உங்களுக்குக் கத்துத் தர்றோம்" என்று அனைவரும் ஒரே குரலில் கத்தினர். ஹனுமந்து எனக்காக ஒரு வேட்டியையும் எடுத்துத் தயாராக வைத்திருந்தான். அவர்களின் திட்டத்தில் உடன்பாடில்லை என்றாலும் அவர்கள் பின்னால் நானும் சென்றேன்.

நீருக்குள் இறங்கிச் செல்லப் படிகளைக் கொண்ட திறந்த கிணறு ஒன்றை நாங்கள் அடைந்தோம். மாணவர்கள் அனைவரும் தண்ணீருக்குள் குதித்தனர். அவர்கள் அனைவருமே நன்கு நீந்தத் தெரிந்தவர்கள். சிலர் கிணற்றுக்குள் நீந்தியபடியே ஒருவரையொருவர் பிடித்து விளையாடத் தொடங்கினர். இன்னும் சிலர் நீரின் ஆழத்தில் மூழ்கி சில நொடிகள் கழித்து வெளியே வந்தனர். இதைப் பார்த்தபோது எனக்குக் கொஞ்சம் பதட்டமாக இருந்தது. ஹனுமந்து எடுத்து வந்திருந்த வேட்டியில் ஒரு கயிற்றைக் கட்டுவது போல என் இடுப்பைச் சுற்றிக் கட்டிவிட்டுப் படிக்கட்டு வழியாக மெல்ல நீருக்குள் இறங்கும் படி கூறினான். நான் கடைசி சில படிக்கட்டுகளில் அமர்ந்து என் காலை நீருக்குள் நீட்டி விளையாடிக் கொண்டிருந்தபோது யாரோ சட்டெனப் பின்னால் இருந்து என்னைத் தண்ணீருக்குள் தள்ளி விட்டனர். அச்சத்தில் உறைந்துபோன நான் மூழ்கப் போகிறேன் என்று பயப்படத் தொடங்கியபோது என் இடுப்பில்

இருந்த வேட்டியைப் பிடித்து ஒரு நொடியில் என்னை மேலே இழுத்தனர் மாணவர்கள். படிக்கட்டில் ஏறி அமர்ந்த நான் அவர்களைச் சபிக்கத் தொடங்கினேன். ஹனுமந்துவும் மற்ற மாணவர்களும் என்னைப் பார்த்து சிரித்தபடியே பயத்தைப் போக்க இது தவிர வேறு வழியில்லை என்று கூறினர். அவர்கள் சொன்னது சரிதான் என்று பட்டதால் நானும் சிரத்தை எடுத்து நீந்தக் கற்றுக்கொண்டேன். என் இடுப்பில் கட்டப்பட்டிருந்த வேட்டியின் நுனியை அவர்கள் பிடித்துக் கொள்ள படிக்கட்டு களுக்கு அருகில் நீந்தத் தொடங்கினேன். சில வாரங்களிலெல்லாம் நன்றாக நீந்தக் கற்றுக் கொண்டதோடு, ஒவ்வொரு ஞாயிற்றுக் கிழமையும் அவர்களுடன் நீந்துவதைப் பழக்கமாக்கிக் கொண்டேன்.

என் அறைக்கு வருபவர்கள் பலரும் பேய்களைப் பற்றியும், இரவு நேரங்களில் அவற்றின் நடமாட்டத்தைப் பற்றியும் அடிக்கடி பேசுவார்கள். அவற்றின் கால்களிலிருந்து எழும் கொலுசொலியைக் கேட்க முடியும் என்றார்கள்.

“மாஸ்டர் நேத்து ராத்திரி ஒன்னுக்குப் போறதுக்குக் கிராமத்துக்கு இந்தாண்ட போனா, திடீருன்னு கிராமத்துக்கு அந்தாண்ட ஒரு மைல் தொலைவுல இருக்கேன்!” என்றார் மொகுலப்பா. மொகுலப்பா வயதில் பெரியவர். என் அறைக்கு அடிக்கடி வந்து பேசி இருந்துவிட்டுச் செல்வார். அவர் கேட்டுக் கொண்டதால் அவ்வப்போது ஓரிரு வார்த்தைகள் எழுதப் படிக்கவும் கற்றுத் தந்தேன்.

“அது எப்படி நடந்துச்சு?” என்று ஆச்சரியத்துடன் கேட்டேன்.

“பேய்தான் என்னைத் தூக்கிட்டுப் போயிருச்சு மாஸ்டர்” என்று வெற்றிலை பாக்கை மென்றபடியே கூறினார். இது போன்ற கதைகள் எனக்கு எரிச்சல் மூட்டினாலும் சற்றுப் பயமாகவும் இருந்தது.

நான் தங்கியிருந்த வீட்டின் உரிமையாளர் ராமுலு மந்திரவாதி. சில மாலை வேளைகளில் என்னுடன் அமர்ந்து மணிக்கணக்காகப் பேசுபவர், மந்திரவாதிகள் பற்றியும் அவர்கள் பேய் பிடித்தவர்களின் உடலில் இருந்து பேய்களை எப்படி வெளியேற்றுவார்கள் என்பதைப் பற்றியும் சொல்வார். “மாஸ்டர் நீங்க நல்ல புத்திசாலியா இருக்கீங்க. நான் உங்களுக்கு மந்திரம் சொல்லித் தர்றேன். நீங்க நகரத்துக்குத் திரும்பிப் போனதும் ஏழை மக்களுக்கு நல்லது செய்யுறதுக்கு இந்த மந்திரங்கள் உதவியா இருக்கும்” என்று ராமுலு ஒருநாள் சொன்னார்.

அவர் சொன்னது வேடிக்கையாக இருந்ததால் நான் அதைக் கேட்டுச் சிரித்தேன். என் சிரிப்பைச் சம்மதமாக எடுத்துக் கொண்டார் ராமுலு.

இவையெல்லாம் மூட நம்பிக்கைகள் என்று எனக்குத் தெரிந்தும் நான் சற்றுப் பயந்துதான் போயிருந்தேன். மாய மந்திரம் கற்றுக் கொள்ள வேண்டும் என்ற ஆசை என் மனதுக்குள் எழ ஆரம்பித்தது. அமாவாசை நெருங்க நெருங்க நான் என்ன செய்ய வேண்டுமென ராமுலு எனக்குச் சொல்லிக் கொடுக்கத் தொடங்கினார். நான் செய்ய வேண்டியவை சற்றுக் கடினமாக இருக்கும் என்றார் அவர். கல்லறை ஒன்றைத் தோண்டி, அதில் இருக்கும் மண்டை ஓட்டை வெளியில் எடுக்க வேண்டும். மண்டை ஓட்டை இரண்டு கைகளிலும் பிடித்தபடி, திறந்த கல்லறையின் முன்னால் அமர்ந்து மந்திரங்களை மீண்டும் மீண்டும் உச்சரிக்க வேண்டும். மந்திரத்தை மாற்றிச் சொல்லிவிட்டால் உயிருக்கே கூட ஆபத்து நேரிடும். திறந்து கிடந்த கல்லறையின் முன்னால் அமர்ந்து இரவு வேளையில் மந்திரங்களை எந்தத் தவறுமின்றி திரும்பத் திரும்ப சொல்வது என்ற எண்ணமே என் முதுகுத் தண்டைச் சில்லிட வைத்தது. ஆனாலும் நான் பின்வாங்கவில்லை. கல்லறைக்குச் செல்ல வேண்டியதற்கு முந்தைய நாள் சகல தயாரிப்புகளும் முடிந்திருந்தன. கல்லறையைத் தோண்ட ஒரு ஆளும் நிர்ணயிக்கப்பட்டிருந்தான். மாயமந்திரங்கள் கற்றுக் கொள்ள நான் தகுதியான மாணவன்தானா என்று என்னை ராமுலு ஆராய்ந்து கொண்டிருந்தார். என் இடக் கையில் இருந்த மச்சத்தைப் பார்த்தவர், "மாஸ்டர், நான் உங்களுக்கு இத கத்துத் தர முடியாது. நீங்க ஒரு அரிய மனுசன். மாய மந்திரங்கள் உங்கள ஒண்ணும் பண்ண முடியாது. நீங்களும் மாய மந்திரங்களப் பயன்படுத்த முடியாது. உங்க கையில இருக்குற அந்த மச்சம் உங்கள இதச் செய்ய விடாது," என்றார்.

நான் அப்போது உணர்ந்த நிம்மதிக்கு அளவேயில்லை. அதற்கு கொஞ்ச நேரத்திற்கு முன்னால் வரை கூட இந்த முட்டாள்தனமான காரியத்தைச் செய்யத் தூண்டிய அந்த நொடியை என் மனதுக்குள் நான் சபித்துக் கொண்டிருந்தேன்.

"மாஸ்டர், ஸ்கூலுக்கு முதல் நாள் வந்தீங்களே, அன்னைக்கு ராத்திரி ஸ்கூல்ல தனியாவா தூங்குனீங்க?" என்று கேட்டார் ராமுலு.

"ஆமா! அதுனால?"

"இப்பத்தான் எனக்குப் புரியுது. ஸ்கூல்ல பயங்கரமான பேய்ங்க இருக்கு. வேற யாராவதா இருந்திருந்தா அன்னைக்கே செத்துப் போயிருப்பாங்க" என்று சொல்லிச் சிரித்தார்.

எனக்கு எரிச்சல்தான் வந்தது. ராமுலு சொன்னது பொய்யாக இருக்க வேண்டும் என்று எண்ணிக் கொண்டேன்.

~

என் குடும்பத்தினரை மாதத்தின் முதல் வாரம் சென்று பார்த்து வந்தேன். அப்படி ஒருநாள் இரவு தாமதமாக வீடு சென்று சேர்ந்துவிட்டு, அடுத்த நாள் காலை எழுந்து தேநீர் குடித்துக் கொண்டிருந்தபோது அப்பா தன் முகத்தைக் கடுமையாக வைத்துக் கொண்டு என்னை நோக்கி வந்ததைப் பார்த்தேன். ஏனோ எனக்குள் பதட்டம் ஏற்பட்டது. அப்பாவின் முகத்தைக் கூட என்னால் நிமிர்ந்து பார்க்க முடியவில்லை.

"சத்தி, நீ கிராமத்துக்குப் போய் வேலை பாக்க வேண்டிய தேவை என்ன? என்று கோபமாகக் கேட்டார். அவரது கண்கள் சிவந்திருந்தன.

நான் படிப்பதை நிறுத்திவிடுவேனோ என்ற பயத்தில் தான் அவர் அப்படிக் கேட்கிறார் என்பதை நான் உணர்ந்து கொண்டேன்.

"அப்பா, சும்மா வீட்டுல உக்காந்திருக்க வேண்டாமேன்னு பாத்தேன். காலேஜும் மூடிக் கிடக்கு. திறக்கும்போது உடனடியா அந்த வேலையை விட்டுட்டுப் படிக்க வந்திருவேன்" என்றேன்.

இதைக் கேட்டதும் சற்று அமைதியானவர், "தம்பி சம்பாதிக்க ஆரம்பிச்சா படிப்பு மேல இருக்குற ஆர்வம் போயிரும். அதான் பயந்தேன்" என்றார்.

"அப்பா, கண்டிப்பா என் படிப்ப முடிப்பேன்" என்று அவருக்கு வாக்குக் கொடுத்தேன்.

~

அப்பா அவரது கிராமத்தில் குடியேறிப் பல மாதங்கள் ஆகியிருந்தன. நிலத்தை மீட்டெடுக்க அவர் தொடுத்திருந்த வழக்கிற்காக நிறையப் பணம் செலவிட்டும், வழக்கு அவருக்கு எதிராக நகர்ந்து கொண்டிருந்தது. அந்த நிலத்திற்கான வரி செலுத்திய சீட்டுகள் எவையும் அப்பாவிடம் இருந்திருக்கவில்லை. பல விசாரணைகளுக்குப் பிறகு, நீதிபதி தனது தீர்ப்பை அப்பா வுக்கு எதிராக வழங்கினார். அன்றிரவே அவர்கள் வாழ்ந்து வந்த வீட்டிலிருந்த பெரும்பாலான பொருட்களை எடுத்துக்

கொண்டு அம்மாவும், அப்பாவும் வெளியேறினர். இந்த வழக்கு நடத்தியதற்கான மொத்தச் செலவையும் அப்பா ஏற்றுக் கொள்ள வேண்டியிருந்தது. அப்பா தன் பணத்தை இழந்திருந்தார். அம்மா தன் உடல் நலத்தை இழந்திருந்தார். அம்மாவுக்குச் சர்க்கரை நோய் வந்திருந்தது. வழக்கில் ஏற்பட்ட தோல்வி அப்பாவுக்குப் பெரும் அதிர்ச்சியாக இருந்தது. அதிலிருந்து மீளவே அப்பாவுக்குப் பல காலம் எடுத்தது.

அப்பாவை நினைத்து எனக்கு வருத்தமாக இருந்தது. அவரது அருகில் இருக்க வேண்டும் என்று தோன்றியது. அந்தக் கல்வியாண்டின் முடிவில் வேலையை விடக் காத்துக் கொண்டிருந்தேன்.

~

கல்வியாண்டின் இறுதியை அடைந்துகொண்டிருந்தோம். ஆண்டுப் பரீட்சைகள் நிறைவுக்கு வந்துகொண்டிருந்த நேரம் எனக்கு வீட்டிலிருந்து தந்தி ஒன்று வந்தது.

யாதகிரியைக் காணவில்லை. STOP.

உடனே வரவும். STOP.

எனக்குப் பேரதிர்ச்சியாக இருந்தது. என் தம்பி வீட்டை விட்டு சென்று விட்டான் என்று நினைத்தபோதே எனக்கு அழுகை வந்தது. உடனே தலைமையாசிரியரின் அறைக்குச் சென்று தந்தியைக் காட்டி அவரின் ஒப்புதலைப் பெற்றுக் கொண்டு, சற்றும் தாமதிக்காமல், என் பொருட்களை எடுத்துக் கொண்டு அத்தனை அக்கறையுடன் என்னைக் கவனித்துக் கொண்ட ஹனுமந்துவிடம் விடைபெற்றுக்கொண்டு அங்கிருந்து கிளம்பினேன். வாழ்க்கையில் தனியாக வாழக் கற்றுக் கொடுத்த ஊரையும், மக்களையும் அப்படித்தான் பிரிந்து வந்தேன்.

பேருந்தில் பயணம் செய்த தூரம் முழுவதும், யாதகிரி ஏன் வீட்டை விட்டுச் சென்றான், எங்கு சென்றிருப்பான் எனச் சிந்தித்துச் சிந்தித்து ஒரு கட்டத்திற்கு மேல் அதைப் பற்றிச் சிந்திக்கவே முடியாமல் போனது.

யாதகிரி காணாமல் போனது எங்களுக்குப் பேரதிர்ச்சியாய் இருந்தது. காணாமல் போனபோது அவன் இஞ்சினியரிங் இரண்டாம் ஆண்டு படித்துக் கொண்டிருந்தான். காணாமல் போன அன்று பால்ராஜுற்குத் தர வேண்டிய இரவு உணவை எடுத்துக் கொண்டு வழக்கம்போல்தான் வீட்டை விட்டுக் கிளம்பியிருக்கிறான். அதுதான் அவனை வீட்டிலிருந்தவர்கள் கடைசியாகப் பார்த்தது. காவல்துறையிடம் புகார் கொடுத்திருந்தாலும் அதனால் பயனெதுவும் இல்லை.

நொடிந்து போயிருந்த அம்மா, என்னைப் பார்த்ததும் அழுது தீர்த்து விட்டார். "உன் தம்பி போயிட்டான். அவனப் பாத்து ஒரு வாரத்துக்கு மேல ஆச்சு." என்னை இறுகப் பிடித்துக் கொண்டு என் தோள்மீது தன் தலையை வைத்துக் கதறி அழுதார் அம்மா. அவரை அந்த நிலையில் பார்த்து என்னால் துக்கத்தை தாங்கிக்கொள்ள முடியவில்லை. அவரை ஆறுதல்படுத்தியபோது நானும் அழுதுகொண்டிருந்தேன். எங்கள் வீடே துக்கத்தில் மூழ்கியிருந்தது. பல நாட்களுக்கு ரேடியோ பாடுவதை நிறுத்திக் கொண்டது. சின்ன சத்தம் கேட்டபோதெல்லாம் அம்மா ஆவலுடன் வாசலைப் பார்த்தபடி இருந்தார்.

நான் வீட்டுக்குச் சென்றபோது அப்பா யாதகிரியைத் தேடிப் பம்பாய் சென்றிருந்தார். யாதகிரியை வெறிகொண்டு தேடிக்கொண்டிருந்தவர் அவன் பம்பாயில் கிடைக்காததும், கல்கத்தா, மெட்ராஸ் உட்பட மற்ற பெரிய நகரங்களிலும் அவன் புகைப்படத்தைக் கையில் ஏந்தியபடி தேடித் திரிந்தார். ஊருக்குத் திரும்பியதும் குறி சொல்பவர்கள், மத குருக்கள், சாமியார்கள் என அனைவரையும் சென்று பார்த்தும் எந்தப் பயனும் ஏற்படவில்லை. யாதகிரியின் மறைவு மர்மமானதாகவே இருந்தது. எங்கள் அனைவருக்கும் வலி மிகுந்ததாக இருந்தது. நாங்கள் யாரும் அவனைக் கடிந்து கொள்ளவில்லையென்றாலும் அவன் வீட்டை விட்டுச் சென்றது ஏன் என்று எங்களுக்குப் புரியவில்லை. எங்கள் குடும்பத்தில் நிகழ்ந்த மிகத் துன்பமான நிகழ்வு அதுதான். எங்கள் குடும்பத்தின் உறுப்பினர் ஒருவரை இழந்திருந்ததோடு அறிவாளியான, திறமையான இளைஞன் ஒருவனையும், எங்கள் குடும்பத்தின் முதல் பொறியியல் பட்டதாரியாகி இருந்திருக்கக்கூடிய ஒருவனையும் நாங்கள் இழந்திருந்தோம்.

~

1970ஆம் ஆண்டு என் சகோதரி லக்ஷ்மிபாய்க்குத் திருமணம் நடந்தது. அப்பொழுதும், இரண்டு பேரின் வருமானத்தில் இயங்கும் பெரிய குடும்பமாகத்தான் இருந்தது எங்கள் குடும்பம். அவர்கள் இருவருக்கிடையேயும் குழந்தைகள் பராமரிப்பு, வருமான வித்தியாசம் போன்ற சின்னச் சின்ன விஷயங்களுக்கெல்லாம் கருத்துவேறுபாடுகள் ஏற்பட்டு வந்தன. சில நேரங்களில் எழுந்த கருத்து வேறுபாடுகள் அப்பா தலையிட்டுத் தீர்த்து வைக்க வேண்டிய பெரிய பிரச்சனைகளாக மாறிப்போயின.

அப்பசாயுலுவும் நானும் குடும்ப விஷயங்களை வெளிப்படையாகப் பேசிக் கொள்ளும் பழக்கத்தைக் கொண்டிருந்தோம்.

நானும், நரசிம்மலுவும், அஞ்சைய்யாவும் எங்கள் படிப்பை முடிக்கும் தருவாய்க்கு வந்துவிட்டிருந்ததாலும், இன்னும் கொஞ்ச நாட்களில் நாங்களும் சம்பாதிக்கத் தொடங்கி விடுவோம் என்பதாலும், தன் குடும்பத்துடன் தனியே சென்று வாழ அப்பசாயுலு முடிவு செய்திருந்தான் என்பதை நான் அறிந்தே யிருந்தேன்.

“இங்க பாரு சத்தி, நீங்க மூணு பேரும் படிக்குறதுக்கு என்னாலான உதவிகள நான் செஞ்சுட்டேன். ஆனா, இனிமேலும் என் குழந்தைகளோட எதிர்காலத்தப் பணையம் வைச்சு நான் அதச் செய்ய முடியாது” என்று முதுநிலைப் பட்டப் படிப்புத் தேர்வொன்றை முடித்து வந்திருந்த என்னிடம் ஒரு மாலை வேளை அப்பசாயுலு கூறினான்.

“எனக்குத் தெரியும் சின்னண்ணா. எங்க மூணு பேருக்கும் வேலை கிடைச்ச அடுத்த நொடி நீங்க கிளம்பிப் போயிரலாம்” என்று நான் சொன்னேன்.

“ம்… என்னால ஒன்னு ரெண்டு மாசம்தான் காத்திருக்க முடியும்”

அப்பா வருவதைப் பார்த்ததும் எங்கள் உரையாடல் நின்றுபோனது.

முதுநிலைப் பட்டப் படிப்பில் நான் தேர்ந்தெடுத்திருந்த வேதியியல் பாடத்திற்கான வேலை வாய்ப்புகள் அந்த ஆண்டு அதிகம் இருந்தன. அதற்குக் காரணம் அந்த ஆண்டு அரசு துவங்கி யிருந்த அதிக எண்ணிக்கையிலான ஜூனியர் கல்லூரிகளும், அதில் போதுமான எண்ணிக்கையில் ஆசிரியர்கள் இல்லாததும் தான். என் தேர்வு முடிவுகள் வருவதற்கு முன்னரே நிர்மலில் இருந்த அரசு ஜூனியர் கல்லூரியில் இருந்து வேலைக்கான உத்தரவு எனக்கு வந்தது. அதிலாபாத் மாவட்டத்தில், கிராமங்கள் சூழ இருந்த சிறிய டவுன் தான் நிர்மல். அந்த காலகட்டத்தில் பலரும் சந்தித்து வந்த வேலைவாய்ப்பின்மையை நான் அனுபவிக்காமல் தப்பித்துக் கொண்டதை எண்ணி நான் மகிழ்ச்சியடைந்தேன். வேலைவாய்ப்பின்மை பலரது மனதில் விரக்தியை ஏற்படுத்திக் கொண்டிருந்தது. வேலையில் சேர ஒரு நாள் கூடத் தாமதிக்காமல் நிர்மலுக்குக் கிளம்பினேன். பள்ளியில் பணிபுரிந்த அனுபவத்தைக் கொண்டு நான் நன்முறையில் வேலை செய்தாலும் என் முதுநிலைத் தேர்வு முடிவுகள் இன்னும் வந்திராததால் தகுதியில் குறைந்த ஆசிரியராகவே இருந்தேன். ஆனாலும், நகரத்தில் வளர்ந்திருந்ததால் நான் பேசிய விதத்தைக் கொண்டும், உடை அணிந்த விதத்தைக் கொண்டும் மற்ற

ஆசிரியர்களைவிட மாணவர்கள் மத்தியில் ஒரு தாக்கத்தை ஏற்படுத்த முடிந்தது. நரசிம்மலுவுக்கும், அஞ்சைய்யாவுக்கும் இன்னும் வேலை கிடைத்திருக்கவில்லை.

சீக்கிரமே தேர்வு முடிவுகள் அறிவிக்கப்பட்டன. நாங்கள் நால்வருமே தேர்வுகளில் தேறியிருந்தோம். அப்பாவின் மகிழ்ச்சிக்கு அளவேயில்லை. அவரது நான்கு பிள்ளைகளும் முதுநிலைப் பட்டம் பெற்றிருந்தார்கள். அப்பா எத்தனை மகிழ்ச்சியாக இருந்தார் என்பது அவர் தெரிந்தவர்களையெல்லாம் சென்று சந்தித்துத் தன் மகன்களைப் பற்றிப் பெருமையாகப் பேசியதிலிருந்து தெரிய வந்தது. சீக்கிரமே, அஞ்சைய்யாவுக்கு, பைன்சாவிலிருந்த ஒரு கல்லூரியில் விலங்கியல் துறை துணை விரிவுரையாளராக வேலை கிடைத்தது. அரசிதழ் அறிவிப்பு ஒன்றின் மூலமாகத் தன் பெயரை நரசிங் ராவ் என்று மாற்றியிருந்த நரசிம்மலுவுக்கு, ஹைதராபாத்திலிருந்த அரசு உதவி பெறும் கல்லூரியான தர்மவந்த் ஜூனியர் கல்லூரியில் வேலை கிடைத்தது. எங்கள் குடும்பத்தில் பெரும் கொண்டாட்டங்கள் நடந்தன. குடும்பத்தில் இன்னும் மூன்று பேர் சம்பாதிக்கத் தொடங்கியிருந்தோம். இதன் பிறகு அப்பசாயுலு அவனது குடும்பத்துடன் பிரிந்து வாழ நேரிடும் என்பதை எண்ணி அப்பாவும் அம்மாவும் வருந்தினார்கள்.

~

எங்கள் கூட்டுக் குடும்பத்தை நடத்திச் சென்றதில் அப்பசாயுலுவுக்குப் பெரும் பங்கிருந்தது. அவனது உதவியில்லாமல் நாங்கள் எங்கள் படிப்பை முடித்திருக்க முடியாது. நாங்கள் தோற்றபோது கூட எங்களை ஒவ்வொரு கட்டத்திலும் படிக்கத் தூண்டிய அவன், நாங்கள் மூவரும் சம்பாதிக்கும் நிலைக்கு வந்தபிறகுதான் எங்களை விட்டுச் சென்றான். அப்போதும், அவனுக்கென்று ஒதுக்கப்பட்டிருந்த குவார்டர்ஸை எங்களுக்காக விட்டுவிட்டு அவன் வாடகை வீட்டிற்குச் சென்றான். அப்படிப்பட்ட என் அண்ணன் அப்பசாயுலு எனது உற்ற நண்பன், என் குடும்பத்தின் முதல் முனைவர் பட்டம் பெற்றவன், குடும்பத்தின் முதல் பேராசிரியர்.

பன்னிரெண்டு ஆண்டுகள் ரயில்வேயில் பணிபுரிந்த பிறகு அப்பசாயுலு தன் வேலையை ராஜினாமா செய்தபோது அது எங்கள் அனைவருக்கும் பேரதிர்ச்சியாய் இருந்தது. அவன் உயரதிகாரியாக வருவான் என்று எதிர்பார்த்திருந்த அப்பாவால் இதை ஏற்றுக்கொள்ள முடியவில்லை. அப்பசாயுலு கூடுதலாகப் படித்ததால் அப்பாவின் எதிர்பார்ப்பு இன்னும் உறுதியாகியிருந்தது. நான் அண்ணனைத் தொடர்ந்து சந்தித்து

வந்தேன். வேலையை ராஜினாமா செய்வதென்ற அவனது முடிவால் நானும் அவன்மீது வருத்தம் கொண்டிருந்தேன். நன்றாகப் போய்க் கொண்டிருந்த வேலையிலிருந்து அவன் ஏன் விலகினான் என்று எனக்குத் தெரிந்து கொள்ளத் தோன்றியது. அதோடு, இப்போது ஐந்து குழந்தைகளைக் கொண்டிருக்கும் அவன் தன் குடும்பத்தை எப்படி நடத்திச் செல்வான் என்றும் நான் வருந்தினேன்.

"சின்னண்ணா, நீ ஏன் வேலையில இருந்து விலகின?"

"எம். ஏ. முடிச்ச உடனே வேலைய விடுறதுன்னு நான் முடிவு செஞ்சிருந்தேன் சத்தி. 'சத்தியம்மா நரசிம்ஹ ராவ்' கல்லூரியில விரிவுரையாளரா சேந்திருக்கேன்."

"அண்ணா, அது தனியார் கல்லூரி. நிரந்தர வேலையும் கிடையாது."

"ம். தெரியும், நான் பெரிய ரிஸ்க்தான் எடுக்குறேன்"

"தேவையில்லையே. உனக்குக் குழந்தைங்க வேற இருக்காங்க" என்று சொல்லி அவன் முடிவுக்கு எதிர்ப்புத் தெரிவித்தேன்.

எனக்குத் தேநீர் போட்டுக் கொடுத்த அண்ணியின் கண்கள் கலங்கியிருந்தன. "சத்யம், பாரு எவ்வளவு பெரிய காரியம் பண்றார். நாங்கெல்லாம் நிர்கதியா நிக்க வேண்டியதுதான்."

"சத்தி, நான் அவசரமா இந்த முடிவ எடுக்கலை. நிதானமா தான் எடுக்குறேன். இவ்வளவு பெரிய ரயில்வே துறையில நான் ஸ்டேஷன் சூப்பரிண்டெண்ட் ஆகலாம். ஆனா எனக்கு அது வேணாம். நான் ப்ரொபசர் ஆகணும்." தனது முடிவில் உறுதியாக இருந்தவனை என்னால் எதுவும் செய்ய முடியவில்லை.

அவன் இத்தனை உறுதியாக இருப்பதை எண்ணி மகிழ்ந்தாலும், அவனது தற்போதைய நிச்சயமற்ற சூழல் எனக்கு வருத்தத்தைத் தரவே செய்தது.

"அண்ணி! கவலைப் படாதீங்க. எல்லாம் நல்ல படியாப் போகுமுன்னு நம்புவோம். அவனோட இந்த முடிவுனால அவனுக்கு நல்ல எதிர்காலமும், உங்க எல்லாத்துக்கும் நல்ல வாழ்க்கையும் கிடைக்குமுன்னு நம்புவோம்" என்று அண்ணிக்கு ஆறுதல் கூறினேன்.

~

அப்பசாயுலு எடுத்த முடிவின் ஒரு விளைவாக, அவனுக்கு ஒதுக்கப்பட்ட வீட்டை விட்டு நாங்கள் அனைவரும் வெளியேற

வேண்டியிருந்தது. ரைபிள் ரேஞ்சில் இருந்த பால்ராஜின் குவார்டர்ஸில் மீண்டும் குடியேறி அந்தச் சிறிய வீட்டில் வாழத் தொடங்கினோம். பால்ராஜின் 7 குழந்தைகள், அப்பா, அம்மா, நரசிங் ராவ் என அனைவரும் அந்த வீட்டில் வாழ்வது சிரமமானதாக இருந்தது. இப்போது போதுமான அளவு சம்பாத்தியம் இருந்ததால் பெரிய வீட்டிற்குக் குடிபோக வேண்டும் என்று நரசிங் ராவ் வற்புறுத்தினான். நாங்களும் பெரிய வீட்டில் குடியேறினோம். ஆனால், எங்களுக்குப் பழக்கப்பட்ட ரயில்வே குடியிருப்புகளை விட்டுச் சகல விதமானவர்களும் வசிக்கும் இடங்களுக்கு நாங்கள் செல்ல வேண்டியிருந்தது. அப்படி வீடு தேடிக் கண்டுபிடிப்பதும் சிரமமாக இருந்தது. ஒருவரின் சாதியைக் குறித்து விசாரித்தே அந்தப் பகுதிகளில் வீடு கொடுத்தனர். அது எங்களுக்குப் பிரச்சனையாக இருந்தது. ஒரு வழியாகச் சர்தார்ஜி ஒருவரின் வீட்டை வாடகைக்கு எடுத்துச் சீதாபல்மண்டிப் பகுதிக்கு இடம் மாறினோம்.

~

என் கடைசித் தம்பியும், அப்பாவின் செல்லப் பிள்ளையுமான லக்ஷ்மன் படிப்பில் பெரிய ஈடுபாடு காட்டவில்லை. நாங்கள் யாவரும் கொண்டிருந்ததைவிட அதிக வசதிகளைப் பெற்றிருந் தாலும் படிப்பின்மீது ஆர்வமில்லாததால் அவன் நல்ல மதிப்பெண்கள் எடுக்கவில்லை. பெரும்பான்மையான நேரத்தை நண்பர்களுடன் ஊர் சுற்றுவதிலேயே செலவிட்டான். இடைத் தேர்வுகளுக்கு விண்ணப்பித்து எழுதியபோதும் அதிலும் தேர்ச்சி பெறாததால் படிப்பதை நிறுத்திக் கொள்வது என்று முடிவு செய்தான். அதனால், உறுதியான கல்வி அடித்தளம் இல்லாமலேயே தன் பணி வாழ்க்கையைத் துவங்கி விட்டான். நியாய விலைக் கடை ஒன்றை வைக்கப் பின்னாட்களில் நாங்கள் அனைவரும் உதவியபோதும் அவன் வியாபாரத்தைச் சரியாக கையாளாததால் அதுவும் இழப்பில் முடிந்தது. அதிக சிரத்தை எடுத்துக் கொண்ட பிறகு மத்திய அரசின் நிறுவனமொன்றில் அவனுக்கு வேலை கிடைத்தது.

~

பால்ராஜிற்குக் கடைசியாகப் பிறந்த இரட்டைக் குழந்தைகள் தவிர அவனது குழந்தைகள் அனைவரும் இப்போது பள்ளிக்குச் சென்று கொண்டிருந்தனர். எங்கள் குடும்பத்திலிருந்து பள்ளிக்குச் செல்லும் அடுத்த தலைமுறை இவர்கள். நாங்கள் படித்த காலத்தில் இருந்தது போலன்றி இவர்கள் நகரத்தில் வளர்ந்தார்கள். தீண்டாமையும், இன்ன பிற சமூக அவலங்களும் அத்தனை

பெரிய பிரச்சனையாக இருக்கவில்லை. பால்ராஜ் சில சமயம் கடுகடுவென நடந்து கொண்டாலும், மனதளவில் நல்லவன். அதுவும் நான் மட்டுமே கொஞ்சம் கலகலவெனப் பேசி அனைவரையும் சிரிக்க வைக்கிறேன் என்பதால் என்மீது அவனுக்குப் பிரியம் அதிகம்.

இப்போது எங்கள் குடும்பத்தில், அப்பசாயுலு தவிர்த்து, நான்கு பேர் சம்பாதித்துக் கொண்டிருந்தோம். அதில் இருவர் வேறு இடங்களில் வாழ்ந்து வந்தனர். எங்கள் குடும்பத்தின் வாழ் முறையில் இப்போது சில மாற்றங்கள் ஏற்பட்டிருந்தன. நாங்கள் கோதுமை மாவுச் சப்பாத்தி உண்ணத் தொடங்கியிருந்ததோடு ஒவ்வொரு வேளை உணவோடும் காய்கறிகள் உண்ணத் தொடங்கியிருந்தோம். அப்பா மட்டும் அவ்வப்போது சோளமாவு ரொட்டிகள் கேட்டு வாங்கிச் சாப்பிட்டு வந்தார். இப்போது வீட்டில் மேசைகளும், நாற்காலிகளும், கூரையிலிருந்து தொங்கிய மின் விசிறிகளும் கூட இருந்தன.

அப்பா, தனது பெரும்பான்மையான நேரத்தைப் பைன்சா வில் வாழ்ந்து வந்த அஞ்சைய்யாவோடு செலவிட்டார். எங்கள் ஆறு பேரில் அவனுடன் தான் அப்பா அதிக நெருக்கம் காட்டினார். அவனும், அப்பாவை அதிகம் சார்ந்து இருந்தான். அப்பா, எங்கள் அனைவருக்கும் நல்ல வரன்கள் பார்த்துக் கொண்டிருந்தார். எங்கள் சாதியைச் சேர்ந்த பலரும் அப்பாவைச் சந்தித்துப் பேசித் திருமணம் முடிவு செய்யலாம் என்று ஆர்வம் காட்டினாலும், அப்பா ஒவ்வொரு திருமணத்திற்கும் தேவையான அவகாசம் எடுத்துக் கொண்டு அம்மாவுடன் பேசி நிதானமாகத் தான் முடிவு செய்தார்.

~

நான் நிர்மலில் பணியாற்றிக் கொண்டிருந்த மூன்றாவது மாதம், ஏற்கனவே நரசிங் ராவ் பணியாற்றிக் கொண்டிருந்த தர்மவந்த் ஜூனியர் காலேஜில் எனக்கும் வேலை கிடைத்தது. நிர்மலில் நான் பார்த்துக் கொண்டிருந்த அரசு வேலையில் நிறைய இலாபம் இருந்தது. பணிப் பாதுகாப்பு, போதுமான வருமானம் ஆகிய வற்றோடு பி.எப். மருத்துவ வசதிகள், பணி ஓய்வுப் பென்சன் ஆகியவையும் இருந்தன. ஆயினும், நகரத்தில் வாழ வேண்டும் என்று விரும்பியதால் அப்பாவின் எதிர்ப்பையும் மீறி நான் பார்த்துக் கொண்டிருந்த அரசு வேலையை விட்டு விட்டு அரசு உதவிபெற்ற கல்லூரியில் வேலைக்குச் சேர்ந்தேன்.

அப்பா நாங்கள் அனைவரும் அரசு வேலையில் சேர வேண்டும் என விரும்பினார். சில மாதங்களிலேயே சூர்யாபேட்

அரசு ஜூனியர் கல்லூரியில் நரசிங் ராவுக்கு – வேலை கிடைத்தது. அதே நேரத்தில் கோதாவரி கானியிலிருந்த அரசு பட்டப்படிப்புக் கல்லூரியில் எனக்கு வேலை கிடைத்தது. பட்டப்படிப்புக் கல்லூரி ஒன்றில் விரிவுரையாளராகச் சேர்வது என்பது ஜூனியர் காலேஜில் விரிவுரையாளராவதை விடப் பெரிய விஷயமாகும். இதனால், யார் தொலை தூரத்தில் சென்று வேலை பார்ப்பது, யார் அப்பா – அம்மாவுடன் தங்கியிருப்பது என்று எங்களுக்குள் வாக்குவாதம் ஏற்பட்டது.

"சத்தி, யாராவது ஒருத்தர் அப்பா, அம்மாவோட இங்க இருக்கனும். அஞ்சி ஏற்கனவே பைன்சாவுல இருக்கான். அடுத்த வருஷமே நம்ம வேலை பாக்குற காலேஜ் டிகிரி காலேஜ் ஆயிருமுன்னு உனக்குத் தெரியும்."

"அப்பண்ணா, நீ இங்க இரு. நான் கோதவரி கனி காலேஜூக்குப் போறேன்," என்றேன் நான்.

"சத்தி, இந்த காலேஜூல எனக்குப் பதவி உயர்வு கிடைக்குறது கஷ்டம். இது டிகிரி காலேஜா ஆனாலும், ஏற்கனவே தாவரவியல் துறைக்குன்னு ஒரு சீனியர் ஸ்டாஃப் இருக்குறதால என்னை எடுத்துக்க மாட்டாங்க. ஆனா உன் துறையில வாய்ப்புகள் அதிகம்," என்றான் நரசிங் ராவ்.

அண்ணன் சொன்னதிலும் உண்மை இருக்கத்தான் செய்தது. அதே போல எங்களுள் ஒருவர் அப்பா, அம்மாவுடன் தங்கியிருக்க வேண்டும். அதனால், இங்கேயே தங்கியிருப்பதென நான் முடிவு செய்தேன். அண்ணன்கள் அரசு வேலையில் சேர்ந்தனர்.

என் முடிவு குறித்து அப்பா மிகவும் வருத்தமுற்றார்.

நரசிங் ராவ் தான் செய்ய நினைத்த ஒன்றை எத்தனை தடைகள் வந்தாலும் செய்து முடிக்கும் அசாத்திய திறன் கொண்டவன். அந்த அரசு வேலையில் சேர்ந்த கையோடு தன் பாடத்தில் ஆய்வும் மேற்கொள்ள ஆரம்பித்தான். அவனது கடின உழைப்பு அவனுக்கு முனைவர் பட்டத்தைப் பெற்றுத் தந்தது. அவன் பின்னாளில் உஸ்மானியா பல்கலைக்கழகத்தில் பேராசிரியராகவும் வழி செய்தது.

~

குழந்தைகள் அனைவரும் பள்ளிக்குச் சென்றுவிட்டிருந்தனர். பால்ராஜ், குளியலறையில் தொண்டையைச் செருமிக் கொண்டிருக்கும் சத்தம் கேட்டது. நான் என் வகுப்புகளுக்குத் தயார் செய்துகொண்டிருந்தேன். அப்பா என் அருகில் அமர்ந்து கொண்டிருந்தார். அம்மாவும், அண்ணியும் சமையலறையில்

மும்முரமாக வேலை பார்த்துக் கொண்டிருந்தனர். அப்போது வாசலில் இளம் பெண் ஒருவர் வந்து நின்றார். நல்ல சிவப்பாக இருந்த அவருக்கு இருபது வயதிருக்கும். அழுது அழுது சோர்ந்து போயிருப்பது அவரைப் பார்த்ததும் தெரிந்தது. கையில் ஆடைகள் அடங்கிய பருத்திப் பை ஒன்று இருந்தது. வீட்டை விட்டி ஓடி வந்திருப்பாரோ?

"யாரு?" என்று அப்பா கேட்டார்.

அப்போது தான் அறைக்குள் வந்த பால்ராஜ் அந்தப் பெண் அப்பாவுக்குத் தெரிந்தவரா என்று கேட்டான். அவனது குரல் கேட்டு நடுங்கிய அந்தப் பெண் பதிலெதுவும் சொல்ல முடியாதவராக இருந்தார். குடிக்கத் தண்ணீர் கொண்டு வந்த அப்பா அவரை மெதுவாக உட்கார வைத்தார்.

அந்தப் பெண், சிரமப்பட்டுப் பேசினார். "என் பேரு வரலஷ்மி. என்னை வீட்டை விட்டுத் துரத்திட்டாங்க..."

"ஏன் மா? ஏன் இங்க வந்த?" என்று அப்பா அமைதியாகக் கேட்டார். என்ன நடந்திருக்கும் என்பதை அவர் ஓரளவு ஊகித்து விட்டார்.

பால்ராஜ் கொஞ்சமும் பொறுமையின்றிக் கத்த ஆரம்பித்தான். "அதுக்கு? இங்க ஏன் வந்த?"

"உங்க தம்பி நரசிங் ராவ்..." என்று சொல்ல ஆரம்பித்தவள் அழத் தொடங்கினாள்.

"உன்னக் கல்யாணம் பண்ணிக்குறேன்னு வாக்குக் கொடுத் திருக்கானா?" அப்பா அமைதியாகக் கேடார்.

அப்பா பேசிய விதத்தில் கொஞ்சம் தைரியம் பெற்றவராய்ப் பேசத் தொடங்கினார் அவர். "ஆமா. நாங்க ஒருத்தர ஒருத்தர் காதலிக்கிறோம். அவர் என்னைக் கல்யாணம் பண்ணிக்குறதா வாக்குக் கொடுத்திருக்காரு."

"நீ யாரு? உன் சாதி என்ன?" பால்ராஜ் கேட்டான்.

"நாங்க பிராமின்."

பால்ராஜ் ஆச்சரியமும் கடுங் கோபமும் கொண்டான். அப்பாவை அடுத்த அறைக்குள் அழைத்துச் சென்று. "அப்பா, அவள இப்பவே திருப்பி அனுப்புங்க. வீட்டை விட்டு ஓடி வந்திருக்கா அப்படிபட்ட ஒருத்திய நம்ம வீட்டில யாரும் கல்யாணம் பண்ணிக்க அனுமதிக்கக் கூடாது. அதவிட, பிராமின் பொண்ணு வேற."

"அமைதியா இருப்பா. அடைக்கலம் தேடி வந்திருக்கிற பொண்ணு அவ. பெத்தவங்க வீட்டை விட்டு அனுப்பியிருக்காங்க. அவளுக்கு உதவ யாரும் கிடையாது."

"அதுனால? கல்யாணமாகாத ஒரு பொண்ணுக்கு நாம அடைக்கலம் கொடுக்கக் கூடாது. நம்ம சாதிக்காரங்க நம்மளப் பத்தி என்ன நினைப்பாங்க? கல்யாணமாகாத தம்பிங்க இங்க இருக்காங்க. மறந்துராதீங்க!"

"எனக்கு அது புரியுதுப்பா! ஆனா அவ எங்க போவா? நாம இப்ப அவள வெளிய அனுப்புனா, அவ நேரா உன் தம்பி யைத் தேடி போவா. அவங்க ரெண்டு பேரும் கல்யாணம் பண்ணிப்பாங்க. அப்புறம் எந்த முகத்த வச்சுகிட்டு இந்தச் சமூகத்தை நீயும், நானும் ஏறெடுத்துப் பாப்போம்?"

அப்பா, இந்த விஷயத்தை மிகவும் அசாத்தியமாகக் கையாண்டு கொண்டிருந்தார். அந்தப் பெண் எந்தச் சாதியைச் சேர்ந்தவர் என்றோ, சமூகம் என்ன நினைக்குமென்றோ அப்பா கவலைப்படவேயில்லை. அவர் ஒரு மனிதனாக யோசித்தார். சமூகத் தலைவர்களின் எழுத்துக்களையெல்லாம் அவர் படித்த தில்லை. ஆனால் அவரது அன்பு அவரைச் சரியாக வழிநடத்திக் கொண்டிருந்தது. புத்தகங்கள் படிப்பதை விட மனிதத்தன்மை கொண்டிருப்பது அவசியம் என்று அவர் நிரூபித்துக் கொண் டிருந்தார். கடந்த நூற்றாண்டின் ஒப்பற்ற அறிஞரும், தீண்டத் தகாதவர்களின் தலைவருமான அம்பேத்கரைப் பற்றி அவர் எதுவும் அறிந்திருக்கவில்லை என்றபோதும், சமூக வழக்கங்களையும், மக்கள் மனதில் ஊறிப்போயிருக்கும் பழக்கங்களையும் உடைத்து எங்கள் குடும்பத்தில் கலப்புத் திருமணத்திற்கு முதல் வித்திட்டவர் அப்பா. என் அப்பா தொலைநோக்குப் பார்வை கொண்டவர். இன்று அம்பேத்கர் சிந்தனையாளர்கள் என்று சொல்லிக் கொண்டு கலப்புத் திருமணத்திற்குக் கூட ஆதரவு தெரிவிக்காத பல அறிவுஜீவிகளை விடப் பன்மடங்கு உயர்ந்தவர்.

அப்பா அந்தப் பெண்ணை வீட்டினுள் அழைத்ததில் பால்ராஜுக்குச் சிறிதும் உடன்பாடில்லை. அம்மாவும், அண்ணியும் அந்தப் பெண்ணை அறையினுள் அழைத்துச் சென்று பேசிக் கொண்டிருந்தனர். அம்மா அப்பாவிடம் வந்து, "பால்ராஜா, இந்தப் பொண்ணு பிராமணப் பொண்ணு. இவள நம்ம பையனுக்குக் கல்யாணம் பண்ணி வைக்கணுமா? நம்ம சொந்தக்காரங்க, மத்த குழந்தைங்களெல்லாம் பத்தி நினைச்சுப் பாரு. இந்த பொண்ணு நம்ம பையனக் கல்யாணம் பண்ணிகிட்டா நம்ம சாதி சனம் என்ன பேசுவாங்கன்னு யோசிச்சுக்கோ?"

"ஊரு என்ன சொல்லுமுன்னு நினைக்காத. உன் பையன் அவளக் கல்யாணம் பண்ணிக்குறதுக்குத் தயாரா இருக்குறதால தான் அவள நம்ம கிட்ட வரச் சொல்லியிருக்கான். அவன் வர்ற வரைக்கும் அந்தப் பொண்ணு இங்க இருக்கட்டும்."

பால்ராஜைப் போல அம்மாவுக்கும் இதில் உடன்பாடில்லை என்றபோதும் அப்பாவை எதிர்த்து எதுவும் செய்ய வேண்டாம் என்று முடிவு செய்தார்.

~

எங்கள் வீட்டிற்குப் புதிதாக வந்திருந்த வரலக்ஷ்மி வீட்டு வேலைகளில் பங்கெடுப்பதின் மூலம் அனைவரிடமும் நற்பெயர் பெற முயற்சி செய்தார். நான் கிளம்பத் தயாராகும்போது என் பேனாவையும், கைக்குட்டையையும் மறக்காமல் எடுத்துக் கொள்ளுமாறு எனக்கு நினைவுறுத்துவார். அது எனக்குச் சற்றுச் சங்கடமாக இருந்தது. சமையலில் அண்ணிக்கு உதவுவார். ஆனால் அவர் சமைத்த உணவுப் பண்டங்களில் எண்ணெய் மிகுந்து, சற்று இனிப்புச் சுவை தூக்கலாக இருக்கும். அதன் சுவை நன்றாகத்தான் இருந்தது என்றாலும் எங்களால் அதற்குப் பழக்கப்பட்டுக்கொள்ள முடியவில்லை. நாங்கள் சமைப்பது போல அவருக்கும் சமைக்கச் சொல்லித் தருமாறு அப்பா அண்ணியிடம் கூறினார்.

கடந்த மூன்று ஆண்டுகளாக அண்ணனுக்கும் வரலக்ஷ்மிக் கும் ஒருவரையொருவர் தெரியும் என்று நாங்கள் அறிந்து கொண்டோம். தனியார் தொடக்கப் பள்ளியொன்றில் ஆசிரியராகப் பணிபுரிந்த அவர் கீழ் நடுத்தர வர்க்கப் பிராமணக் குடும்பத்தைச் சேர்ந்தவர். என் அக்கா பச்சம்மாவுக்கு இந்த விஷயம் தெரிந்திருந்தது. நரசிங் ராவ், அக்காவுக்கு நெருக்கம் என்பதாலும், அவள் தன்னைப் புரிந்து ஆதரவு தருவாள் என்ற நம்பிக்கையிலும் அவளிடம் அத்தனை விஷயத்தையும் ஏற்கனவே சொல்லியிருந்திருக்கிறான்.

இப்படியாக, 1972ஆம் ஆண்டில் எங்கள் வீட்டில் முதல் கலப்புத் திருமணம் நடந்தது. எங்கள் வீட்டில் நடந்த பல "முதல்"– களில் இதுவும் ஒன்று. மாதிக ஒருவன் பிராமணப் பெண்ணைத் திருமணம் செய்து கொண்டான். மணம் புரிந்துகொள்ளும் இருவரின் பெற்றோரும் திருமணத்தின்போது இருக்க வேண்டும். மணப்பெண்ணின் அண்ணனோ, அப்பாவோ பெண்ணை மணம் முடித்துக் கொடுக்க வேண்டும். இந்தத் திருமணத்தில் மணமகளின் பெற்றோர் இல்லாததால், ஹமால் பஸ்தி (போர்ட்டர் காலனி) என்ற இடத்தில் பணிபுரிந்து வந்த சமூக சேவகியான

திருமதி பாரதி பெண்ணின் அம்மா ஸ்தானத்திலும், நரசிங் ராவின் நண்பன் ரமேஷ் அப்பா ஸ்தானத்திலும் இருந்து திருமணத்தை நடத்தினர். திருமணம் யாதகிரிகுட்டாவில் இருக்கும் நரசிம்ஹ சுவாமி சன்னிதானத்தில் நடந்தது. முப்பது ஆண்டுகளுக்கு முன் தலித்துகளுக்குக் கோவிலுக்குள் அனுமதி இல்லாததால் மலையடிவாரத்தில் நடத்தப்பட்ட திருமணங்களைப் போல அல்லாமல், இந்தத் திருமணம் சுவாமி சன்னதியின் அருகிலேயே நடந்தது.

திருமண நிகழ்வு முடிந்ததும் அம்மா அழுதுகொண்டிருப்பதைப் பார்த்து எனக்கு ஆச்சரியம் ஏற்பட்டது. மணமகளின் பெற்றோர் பங்கேற்காததால் அவரது மனம் கஷ்டப்படுமே என்று எண்ணி அம்மா அழுதுகொண்டிருந்தார்.

இப்போது நாங்கள் வாழும் விதம் முற்றிலுமாக மாறிப் போனது. கல்வி என்ற விஷயம் பலவற்றையும் மாற்றியிருந்தது. நாங்கள் உடுத்திய உடையும், பேசிய விதமும் எங்களை உயர் சாதியினரைப் போல மாற்றியிருந்தது. பிற இடங்களில் தலித்துகளை அடையாளப்படுத்தப் பயன்பட்ட பழக்கங்கள் நகரங்களில் உடைந்து போயின. பெண்கள் முழங்காலுக்கு மேல் சேலையை ஏற்றிக் கட்டாமல் உயர் சாதிப் பெண்களைப் போல உள்ளங்கால் வரை இறக்கிக் கட்டினர். தலித் பெண்களின் பெரும்பாலான வெள்ளி நகைகள், தங்கமாக மாறியிருந்தன. ஆண்களும், அரை நிர்வாணமாக இல்லாததால் சாதி இந்துக்களுக்குத் தலித்துகள் யார் என்று அவர்களின் தோற்றத்தைக் கொண்டு அடையாளம் காண்பது சிரமமாகிப் போனது.

நகரங்களில், உயர் சாதி வீட்டு உரிமையாளர்களுக்கு நீங்கள் என்ன சாதி என்று தெரியாமல் இருக்கும் வரை பிரச்சனையில்லை. தெரிந்து விட்டதென்றால் நீங்கள் அந்த வீட்டைக் காலி செய்யும் வரை பிரச்சனை இருந்து கொண்டேயிருக்கும். எங்கள் சாதியை மறைத்து வைப்பதும் கஷ்டமான காரியமாக இருந்தது. நாங்கள் நடை உடை பாவனையில் நிறைய மாறி இருந்தாலும் எங்கள் வீட்டிற்கு அடிக்கடி வந்து போன உறவினர்களைப் பார்த்தாலே அவர்கள் தலித்துகள் என்பது தெரிந்தது. அதனாலேயே எங்கள் சாதி அடிக்கடி வெளிபட்டு விட நாங்கள் வீட்டைக் காலிச் செய்ய வைக்கப்பட்டோம். நாங்கள் தலித்துகள் என்பதாலேயே வீடு வீடாக மாற வேண்டியிருந்தது எரிச்சலூட்டுவதாக இருந்தது.

~

எங்கள் சாதியில் இத்தனைக் கல்வியறிவு பெற்ற வெகு சில குடும்பங்களே இருந்ததால் பெண் பிள்ளைகளைப் பெற்ற

அப்பாக்கள் மத்தியில் என் அப்பா மிகவும் பிரபலமாக இருந்தார். அஞ்சைய்யாவுக்கு 28 வயதும், எனக்கு 27 வயதும் நடந்து கொண்டிருந்ததால் எங்களுக்குப் பெண் தேடி திருமணம் செய்து வைக்க அப்பா முயன்றுகொண்டிருந்தார். இன்று போல் அல்லாமல் அன்று தனக்கான பெண்ணைத் தேர்ந்தெடுப்பது, ரகசியமாகச் செய்தாலன்றி, ஏறக்குறைய சாத்தியமற்ற ஒன்றாகவே இருந்தது. அப்பா எங்களுக்குத் தகுந்த பெண்களைத் தேர்ந்தெடுப்பதில் மும்முரமாக இருந்தார். உறவினர்கள் செய்தி சொன்னபோதெல்லாம் சென்று பெண் பார்த்து வந்தார். அப்படி அவர் சென்று சந்தித்த ஒரு குடும்பம் சிவராம் என்பவருடையது. அவரது குழந்தைகள் நன்கு படித்திருந்தனர். சிவராம் எஞ்சின் டிரைவராகப் பணிபுரிந்தார். அவருக்கு மூன்று பெண் குழந்தைகளும் மூன்று ஆண் குழந்தைகளும் இருந்தனர். மகன்களில் இருவர் மருத்துவர்களாகவும், மூன்றாம் மகன் கட்டிடக்கலை நிபுணராகவும் இருந்தனர். எல்லா தலித் குடும்பங்களைப் போல அவரது பெண் குழந்தைகள் பள்ளிப் படிப்பு மட்டுமே முடித்திருந்தனர். அப்பா அஞ்சைய்யாவின் திருமணத்தைச் சிவராமின் மகள் ருக்மிணியோடு பேசி முடித்தார்.

அந்த நேரத்தில் மாநில அரசில் உயர் பதவியில் இருந்த டி.வி. நாராயணா மற்றும் தலித் அரசியல்வாதியாக இருந்த அவரது மனைவி டி.என். சதாலக்ஷ்மி தம்பதியினரின் கவனத்தை நான் ஈர்த்தேன். நான் பணிபுரிந்து கொண்டிருந்த பட்டப்படிப்புக் கல்லூரி முதல்வர் தாதே பிரசாதின் நண்பர் திரு. நாராயணா அவர்கள். அப்பா ரயில்வே துறையின் கீழ் மட்ட பணியாளர் என்ற போதும் நாங்கள் அனைவரும் நன்கு படித்து ஆசிரியர்களாகப் பணியிலிருப்பது கண்டு திரு. நாராயணா மகிழ்ச்சியடைந்தார். என் கல்வித் தகுதியும், என் பணி வாழ்க்கையை நான் தொடங்கிய விதமும் அவருக்கு மிகவும் பிடித்துப் போயின. அவரும் முதலில் பள்ளி ஆசிரியராகத்தான் தன் பணி வாழ்க்கையைத் தொடங்கியிருந்தார். அவரின் மகள் காயத்ரிக்கு என்னைத் திருமணம் செய்து வைக்க வேண்டும் என்று அப்பாவுக்குச் செய்தி அனுப்பினார். நாங்கள் அவர்களைவிடத் தகுதியில் மிகவும் குறைந்தவர்கள் என்றும், அந்தப் பெண்ணுக்கு நாங்கள் வாழும் சூழல் வசதியற்று இருக்கும் என்றும் பால்ராஜ் எண்ணினான். திரு. நாராயணா அரசு உயரதிகாரி என்பதால் எனக்கு இந்தச் சம்மந்தம் உதவியாக இருக்கும் என்று அப்பா எண்ணினார். இந்த விஷயம் குறித்து நிறைய விவாதங்கள் நடந்தன. என் திருமணம் பெரிய குடும்பத்தைச் சேர்ந்த பெண்ணுடன் நடக்க விருக்கிறது என்பதை அறிந்த என் உறவினர்கள், பையன் வீட்டார் பெண் வீட்டாரை விடத் தகுதியில் குறைந்தவர்களாக

இருக்கக் கூடாதென அப்பாவுக்கு அறிவுரை கூறினர். ஆயினும், உறவினர்களுடன் சென்று பெண்ணைப் பார்த்து வரத் தேதி குறிக்கப்பட்டது.

என் குடும்பத்தினர் பெண்ணின் வீட்டிற்குச் சென்றனர். அங்கு செய்யப்பட்டிருந்த தடபுடலான ஏற்பாடுகளும், திரண்டிருந்த பெருங்கூட்டமும் அவர்களை ஆச்சரியப்படுத்தின. தவறான வீட்டிற்கு வந்துவிட்டோமோ என்று என் குடும்பத்தினர் எண்ணினர். எப்படியாவது இந்தச் சம்மந்தத்தை முடித்து விட வேண்டும் என்ற அவசரத்தில் இருந்த பெண் வீட்டார், என் பெற்றோருக்குத் தங்கள் பெண்ணைப் பிடித்தே தீரும் என்ற நம்பிக்கையில் நிச்சயதார்த்தத்திற்கே ஏற்பாடுகளைச் செய்திருந்தனர். பால்ராஜைப் போன்ற பயங்களையே அம்மாவும் கொண்டிருந்தாலும் அவருக்குப் பெண்ணைப் பிடித்துப் போக அந்த விஷயம் சுமூகமாக முடிந்து 23 மே 1971ஆம் ஆண்டு என் திருமணம் நடைபெறுமென நிச்சயம் செய்யப்பட்டது.

என் திருமணத்திற்கு மூன்று நாட்கள் முன்பு, 20 மே 1971இல், அஞ்சைய்யாவின் திருமணம் ரயில்வே ஆடிட்டோரியத்தில் நடந்தது. எங்கள் குடும்பத்தில் நடந்த மற்ற எந்தத் திருமணத்தை விடவும் வித்தியாசமானதாக அந்தத் திருமணம் இருந்தது. எங்கள் குடும்பத்தில் அதுவரை நடந்த திருமணங்களிலேயே ஆடம்பரமானதும் அதுதான். முதன்முறையாக மணமக்கள் அமரும் பந்தல் முழுவதும் பூக்களால் அலங்கரிக்கப்பட்டிருப்பதையும், பிராமணப் புரோகிதர் மந்திரம் சொல்வதையும் அப்போது தான் பார்த்தேன். நரசிங் ராவின் திருமணமும் பிராமணப் புரோகிதரால் மந்திரம் சொல்லி தான் நடந்தது என்றாலும், அந்தத் திருமணம் கோயிலிலேயே நடந்தது. திருமணத்தில் பங்கெடுத்தவர்களில் பலர் நகரத்தைச் சேர்ந்தவர்களாக இருந்தனர். சாதி இந்துக்கள் பின்பற்றும் சடங்குகளே இதில் செய்யப்பட்டன.

என் திருமணமும் பிரம்மாண்டமாகத்தான் நடந்தது. பஷீர் பாக்கில் உள்ள லேடி ஹைதரி கிளப்பில் என் திருமணத்திற்கான ஏற்பாடுகளை என் மாமனார் மாமியார் செய்திருந்தனர். சமீபத்தில்தான் அந்தக் கிளப் இடிக்கப்பட்டது. பணக்காரர்களாக இல்லையென்றாலும் என் மாமனார் மாமியார் பிரபலமானவர்களாக இருந்ததால் என் திருமணத்தில் பல முக்கியப் பிரமுகர்கள் கலந்து கொண்டனர். என் கல்லூரியில் வேலை பார்த்த அனைத்து ஆசிரியர்களும், என் நெருங்கிய நண்பர்களான ராமா ராவும், சுப்பா ராவும் திருமணத்தில் கலந்து கொண்டனர். ஆர்ய சமாஜ் முறைப்படி நடந்த திருமண நிகழ்வில்

பிராமணர்களோ, பிராமணிய முறைகளோ செய்யப்படவில்லை. என் குடும்பத்தினர் பின் வரிசையில் அமர்ந்து என்ன நடக்கிறதென பார்த்துக் கொண்டிருந்தார்கள். பந்தி மட்டும் மூன்று வெவ்வேறு அறைகளில் ஏற்பாடு செய்யப்பட்டிருந்தது. அமர்ந்து சாப்பிட நினைத்தவர்களுக்கு ஒரு அறையிலும், பஃபே முறையில் சாப்பிட மற்றொரு அறையிலும், முக்கியப் பிரமுகர்களுக்கு மூன்றாவது அறையிலும் பிரித்து உணவு பரிமாறப்பட்டது. அத்தனை உணவு வகைகள் பரிமாறப்படுவதை என் குடும்பத்தினரும், உறவினர்களும் அப்போதுதான் முதன்முறையாகப் பார்த்தனர்.

இப்படியாகச் சில தினங்கள் வித்தியாசத்தில், வாக்கர் டவுனில் வாழ்ந்து வந்த எங்கள் குடும்பத்தில் இரண்டு புதிய உறுப்பினர்கள் சேர்ந்தனர்.

~

1970ஆம் ஆண்டிலிருந்து 1980ஆம் ஆண்டு வரை எங்கள் குடும்பத்தில் நிறைய மாற்றங்கள் நடந்தன.

திருமணம் என் வாழ்க்கையின் புது அத்தியாயமாயும், புது மைல் கல்லாகவும் ஆனது. என் மாமனாரின் உதவியோடு நரசிங் ராவையும், அஞ்சைய்யாவையும் நகரத்திற்கு மாற்றலாகி வர வைக்க முடிந்தது. என் மாமனார் – மாமியார் ஏற்பாடு செய்த விருந்துகளுக்குச் செல்வது எனக்குத் தொடக்கத்தில் மூச்சுமுட்டுவதாக இருந்தது. அதுபோன்ற விருந்துகளுக்கு நான் அதற்கு முன்பு சென்றிருந்ததில்லை.

எங்கள் கூட்டுக் குடும்பம் சீக்கிரமே உடைய ஆரம்பித்தது. சகோதரர்கள் ஒவ்வொருவரும் தனித் தனியே வாழ்க்கை நடத்தத் தொடங்கினோம். திருமணமான சில மாதங்களிலேயே அஞ்சைய்யா தன் மனைவியுடன் தனியே வாழ்வதென முடிவு செய்து சென்றான். அஞ்சைய்யா அன்றும், இன்றும் மிக நாணயமானவனாக இருக்கிறான். அப்பாவின் செல்ல மகனும் அவன்தான். குடும்பத்தை நெருக்கமாக உணர்ந்த அவனுக்கு வெகு சில நண்பர்களே இருந்திருக்கின்றனர். திருமணத்திற்கு முன்பு வரையும் அப்பாவை அதிகம் சார்ந்தே இருந்திருக்கிறான். என் அண்ணி ருக்மணி ஒரு பொறுப்பான குடும்பத் தலைவியாக இருந்து குடும்பத்தை நன்முறையில் நடத்துகிறார். அஞ்சைய்யாவுக்குத் தன் பணி வாழ்க்கையைத் தவிர்த்துக் கவலைப்பட வேறெதுவும் இருந்திருக்கவில்லை. இன்று வரையிலும்கூட அஞ்சைய்யாவும் அண்ணியும் இணக்கமான தம்பதிகளாகவே வாழ்ந்து வருகின்றனர்.

தெலுங்கு வழியில் படிக்கும் மாணவர்களுக்கு விலங்கியல் பாடம் கற்றுத் தந்த அஞ்சைய்யா சிறப்பான ஆசிரியராகத் திகழ்ந்தான். தன்னளவில் நிறைவாக உணர்ந்த அவன், சகோதரர்கள் அனைவரும் முனைவர் ஆய்வு மேற்கொள்ளச் சொன்ன போதும் அதற்கான முயற்சியை மேற்கொள்ளவில்லை. எதையும் எளிமையாக எடுத்துக் கொள்ளும் குணமுடைய அவன் நகர அரசு கல்லூரி முதல்வராகப் பணி ஓய்வு பெற்றான்.

அஞ்சைய்யா தனிக் குடித்தனம் சென்ற பிறகு, போயிகூடாவில் இருந்த சிறிய வீடு ஒன்றிற்கு நாங்கள் குடிபெயர்ந்தோம். ஓரிரு ஆண்டுகளுக்குப் பிறகு நரசிங் ராவும், தன் மனைவி மற்றும் குட்டி மகனுடன் தனிக் குடித்தனம் செல்வதென்று முடிவு செய்தான். பால்ராஜின் குடும்பம், நான், என் மனைவி, என் கடைசிச் சகோதரன் லக்ஷ்மன் ஆகியோர் இப்போது என் பெற்றோருடன் வாழ்ந்து வந்தோம். பால்ராஜூம் சீக்கிரமே ரைபிள் ரேஞ்சில் இருந்தத் தன் ரயில்வே குவார்டர்ஸூக்குக் குடிபெயர்வது என்று முடிவு செய்தான். என் முதல் குழந்தையோடு நாங்களும், என் பெற்றோர் மற்றும் லஷ்மனுடன் வாழ்ந்து வந்தோம். என் இரண்டாவது மகள் பிறந்ததும் நானும், மனைவியும் குழந்தைகளுடன் எம்.எல்.ஏ குவார்டர்ஸூக்குக் குடி பெயர்ந்தோம். என் மாமியார் சட்டமன்றக் குழு உறுப்பினராக இருந்ததால் அவருக்கு அங்கு வீடு கொடுக்கப்பட்டிருந்தது. ஏறக்குறைய இதே நேரத்தில் தான் தீராத சர்க்கரை நோயால் அவதிப்பட்ட அம்மாவுக்கு நிறைய மருத்துவக் கண்காணிப்பு தேவைப்படத் தொடங்கியது. நான் அடிக்கடி அவரை மருத்துவரிடம் அழைத்துச் சென்று வந்தேன்.

~

ரயில்வே வேலையை ராஜினாமா செய்த பிறகு அப்பசாயுலு மிகவும் சிரமப்பட்டான். சத்தியம்மா கல்லூரியில் அவன் பார்த்து வந்த வேலையில் அவனுக்குச் சம்பளம் சரியாகக் கொடுக்கப்படவில்லை. ஆனாலும், அவன் மனம் தளரவில்லை. தனது எம்.ஃபில் டிகிரிக்காகக் கடுமையாக உழைத்துக் கொண்டிருந்தான். அண்ணி அவனது மிகப்பெரும் பலமாக இருந்தார். சின்னச் சின்ன வேலைகள் செய்து குடும்பத்தின் நிதி நிலைமைக்கு உதவிக்கொண்டிருந்தார். அண்ணனின் நிதி நிலையைக் கண்டு நான் வருந்தினாலும், எங்கள் திருமணத்திற்காக நான் எடுத்திருந்த கடனைத் திருப்பிக் கொடுத்துக் கொண்டிருந்ததால் என்னால் அவனுக்கு உதவி செய்ய முடியவில்லை. அப்பசாயுலு உஸ்மானியா பல்கலைக்கழகத்தில்

விரிவுரையாளராகப் பணியாற்றத் தொடங்கினான். அந்தத் தருணத்திலிருந்து அவனது பணி வாழ்க்கையில் பின்னடைவே ஏற்படவில்லை. விறுவிறுவென முன்னேறியவன் எங்கள் குடும்பத்தின் முதல் பேராசிரியராகவும், முனைவராகவும் உயர்ந்தான்.

1970களின் நடுப்பகுதியில் ஆஸ்திரேலியாவில் நடந்த சர்வதேச செமினார் ஒன்றில் பங்கேற்க அவன் சென்றபோது அப்பா கண்ணீர் விட்டழுதார். எந்த மகன் ஸ்டேஷன் மாஸ்டராக வேண்டும் என்று அவர் எண்ணியிருந்தாரோ அவன் இன்று அதைவிடப் பன்மடங்கு உயர்ந்து வேறொரு நாட்டிற்குச் செல்கிறான்! நானும் அண்ணனை எண்ணி பெருமகிழ்ச்சியடைந்தேன். அவனது இந்தப் பயணம் எளிமையானதாக இருந்திருக்கவில்லை. செங்குத்தான மலைமீது ஏறுவதுபோல சிரமமான ஒரு காரியத்தில் உறுதியாக இருந்து முன்னேறியிருந்தான் அவன். விமான நிலையமே எங்களுக்குப் புதுவித அனுபவத்தைத் தந்தது. அந்தக் காலத்தில் விமானங்கள் ஏறுவதையும், தரையிறங்குவதையும் விமான நிலையத்தின் முதல் மாடியிலிருந்து பார்க்க முடியும். நானும் அண்ணன் பறப்பதை அங்கிருந்து பார்த்தேன்.

~

என் மகள்களில் இருவர், மாதவி மற்றும் ஆராதனா, நாங்கள் போயிகூடாவில் இருந்தபோது பிறந்தவர்கள். எம்.எல்.ஏ குவார்டர்ஸுக்கு நாங்கள் சென்ற பிறகு பிறந்தவள்தான் என் மூன்றாவது மகள் ஜோதி ஸ்ரீ. என் மனைவி ஒவ்வொரு முறை கர்ப்பமாக இருக்கும்போதும் ஆண் குழந்தையாகப் பிறக்க வேண்டும் என்றெண்ணி என் பெற்றோர் ஏமாற்றம்தான் அடைந்தனர்.

எம்.எல்.ஏ குவார்டர்ஸில் வாழ்க்கை நன்றாகத்தான் இருந்தது. செகந்திராபாத்தில் இருந்த புனித ஆன் பள்ளியில் மாதவி படிக்கத் தொடங்கினாள். என் அப்பாதான் அவளது நெருங்கிய நண்பராக இருந்தார். அன்றாடம் அவளைப் பள்ளிக்குக் கூட்டிச் சென்ற அவர், அவள் கான்வெண்ட் ஆங்கிலத்தில் தன் நண்பர்களுடன் பேசுவதைப் பார்த்து ரசித்தார். அவளைப் பள்ளியில் விட்ட பிறகு ஏதாவது ஒரு மகனின் வீட்டிற்கு நடந்தே செல்வார். என் மகளுக்குத் தாத்தா என்றால் அவ்வளவு பிரியம். தன்னிடம் இருக்கும் அனைத்தையும் தன் தாத்தாவிடம் அவள் பகிர்ந்து கொள்வாள். தாத்தாவைச் சிறப்பு கவனத்துடன் பார்த்துக் கொண்ட அவள், அவருக்கு நான் சுருட்டு வாங்கித் தர வேண்டும் என்று கூட எனக்கு நினைவுறுத்துவாள்.

என் சகோதரர்களிடமிருந்து பிரிந்து தனியே வாழ்வதை நான் விரும்பவில்லை. கூட்டுக் குடும்பமாக நாங்கள் வாழ்ந்து வந்தது எனக்கு மிகவும் பிடித்திருந்தது. இப்போது யோசித்துப் பார்த்தால், கூட்டுக் குடும்பம் என்ற முறை அதன் உறுப்பினர் களுக்கென தனித் தனி வருமானம் இருக்கும்போதும், மாறுபட்ட விருப்பங்கள் இருக்கும்போதும், அதிகளவிலான சொத்து இருக்கும்போதும்தான் உடைபடுகிறது. எங்கள் விஷயத்தில் அப்பா எங்களுக்களித்திருந்த கல்வியைவிடப் பெரிய சொத்து எதுவும் எங்களிடம் இல்லை. கூட்டுக் குடும்பத்தின் உறுப்பினர் களுக்குக் குழந்தைகள் பிறக்கத் தொடங்கும்போது அந்த முறை உடையத் தொடங்குகிறது. அந்தக் குடும்பத்தில் அதிக வருமானம் ஈட்டுபவர் தன் பிள்ளைகளுக்கு அதிக வசதி கிடைக்க வேண்டும் என்று நினைக்கிறார். மற்றவர்கள் எவ்வளவு தொகை தருகிறார்களோ அதை மட்டுமே தானும் தர வேண்டும் என்று நினைக்கிறார். அதிக வருமானம் ஈட்டும் ஒவ்வொருவரும் தனக்கும் தன் குடும்பத்திற்கும் தனியே சேர்த்து வைக்கத் தொடங்குகிறார்கள். கூட்டுக் குடும்பமாக வாழ்ந்தபோது எங்கள் வீட்டிலும் இதே தான் நடந்தது.

எனக்குத் திருமணமான புதிதில் எங்கள் வீட்டில் வேலைக்கு ஆள் வைக்க வேண்டுமென என் மாமியார் வலியுறுத்தினார். என் குடும்பத்தினருக்கு இது விசித்திரமான ஒன்றாகத் தோன்றியது. ஏனென்றால் நாங்களே எங்கள் வேலைகளைச் செய்து பழகியிருந்தோம். வேலைக்கு ஆள் வைத்தபோது கூட அவர்களுக்குக் கட்டளையிடவே நாங்கள் தயங்கினோம். அப்பா அம்மாவுக்கு இந்த ஏற்பாடு சங்கடத்தை ஏற்படுத்தியது. வேலைக்காரர் முன்னால் எப்படி நடந்து கொள்வது என அவர்கள் குழம்பிப் போயினர். அதே நேரம் வேலையாட்களோடு வளர்ந்த என் மனைவிக்கு அது சிரமமாகத் தெரியவில்லை. உதவிக்கு ஆள் இருந்தது அவருக்கு வசதியாக இருந்தது.

1970 தொடங்கி 1979 வரையிலான ஆண்டுகளில் ஒவ்வொரு குடும்பத்தின் அடையாளத்திலும் நிறைய மாற்றங்கள் ஏற்படத் தொடங்கியிருந்தன. குடும்பத்திலிருந்து இரண்டாம் தலைமுறை யாகப் பள்ளிக்குச் சென்று கொண்டிருந்த குழந்தைகள் தங்களது கான்வெண்ட் கல்வியின் மூலம் மற்ற நடுத்தர குடும்பங்களின் குழந்தைகளுக்கு நிகராக இருந்தனர். பள்ளிக் கட்டணத்தில் சலுகை கேட்டு விண்ணப்பிக்க வேண்டிய அவசியம் அவர்களுக்கு இல்லை. பள்ளியைப் பொறுத்தவரை தலித்துகள் என்ற அவர்களது அடையாளம் முக்கியமானதாகக் கருதப்படவில்லை. சாதி என்றால் என்ன என்றே தெரியாமல்

அவர்கள் உயர் சாதியினரோடு சரிக்குச் சமமாகப் போட்டி போடத் தொடங்கினர்.

~

என் குடும்பத்துடன் வாழத் தொடங்கி நான்கு ஆண்டுகள் முடிந்தபோது அம்மாவும் அப்பாவும், எனக்குப் பாரமாக இருப்பதாக உணரத் தொடங்கினார்கள். மற்ற மகன்கள் யாரும் தங்களைப் பற்றி நினைத்துக்கூட பார்க்கவில்லை என்று அம்மா எண்ணத் தொடங்கினார்.

"தம்பி! மத்தவங்ககிட்ட எல்லாம் பேசு. நீ மட்டும்தான் எங்களைப் பாத்துக்கணுமா? மத்தவங்களுக்கு அந்தப் பொறுப்பு இல்லையா?" நான் அடுத்த நாள் வகுப்புகளுக்குத் தயார் செய்து கொண்டிருந்த ஒரு நாள் அம்மா இப்படிச் சொன்னார். அவரது முகத்தைக் கடுமையாக வைத்திருந்தார். நானோ, என் மனைவியோ செய்த செயல் ஏதேனும் அவரைக் காயப்படுத்தியிருக்குமோ என்று நான் நினைத்தேன்.

"அம்மா, என்ன ஆச்சு? நானோ உங்க மருமகளோ ஏதாவது தப்பு செஞ்சுட்டோமா?"

"இல்லப்பா! அது இல்ல."

"அப்புறம்? என்னோட வாழ உங்களுக்குப் பிடிக்கலையா?"

"இல்ல, பிட்டா! இன்னும் நாலு பேரு இருக்காங்கள்ல. அவங்களுக்கு அவங்க அப்பா, அம்மாவப் பாத்துக்குற பொறுப்பு இல்லையா?"

"அம்மா, அதப் பத்தி நீங்க கவலைப்படாதீங்க. நான் மட்டும் தான் உங்களுக்கு ஒரே மகனா இருந்திருந்தா என்னோடதான தங்கியிருப்பீங்க."

"அது வேற. நல்லா சம்பாதிக்குற இன்னும் நாலு பேரு இருக்காங்கள்ல. நீ உன் மனைவியையும் பாத்துக்கணும். அவளுக்கும் மருத்துவத் தேவையிருக்கு. எனக்கும் இருக்கு. எப்படி ரெண்டு பேரையும் நீயே பாத்துப்ப?"

"அம்மா, அது பரவாயில்லை. நான் யாருக்கும் ஃபோன் போட்டு எதுவும் சொல்ல மாட்டேன். நீங்க வேணுமுன்னா சொல்லுங்க. எனக்கு என் பிள்ளைங்க எப்படிச் சுமையில்லையோ அதே மாதிரி நீங்களும் சுமையில்ல," என்று சொன்னபோதே என் கணகள் கலங்கின.

அம்மா என்னைக் கட்டிப் பிடித்து அழ, அப்பா அமைதியாக எங்கள் இருவரையும் பார்த்துக்கொண்டிருந்தார். அவரது முகம் வெளுத்துப் போயிருந்தது. அம்மா சொல்வது சரிதான் என்று அவரும் எண்ணினார்.

ஒரு ஞாயிறு மதியம், அப்பாவின் வேண்டுகோள்படி நாங்கள் பல ஆண்டுகள் வாழ்ந்த ரைபிள் ரேஞ்ச் வீட்டில் அனைவரும் ஒன்று கூடினோம். நாங்கள் பள்ளி நாட்களில் அங்கு வாழ்ந்த விதம் என் நினைவுகளில் ஓடிக் கொண்டிருந்தது. நாங்கள் பேசவிருந்த விஷயம் எனக்குச் சங்கடத்தை ஏற்படுத்தியது. என்னைப் பொறுத்தவரை நாங்கள் எங்கள் தாய் தந்தையரை எப்படி பார்த்துக் கொள்ள வேண்டும் என்ற விவாதமே தேவையற்றதாக இருந்தது. இதைச் செய்ய வேண்டாம் என நான் அப்பாவைக் கட்டாயப்படுத்தியும் அவர் அதைக் காது கொடுத்துக் கேட்கவில்லை. நாங்கள் அனைவரும் சேர்ந்து வாழ்ந்தபோது அப்பா அம்மாவைப் பார்த்துக் கொள்வதை யாருமே சிரமமாக நினைத்திருக்கவில்லை. இப்போது நாங்கள் பிரிந்து வாழும்போது அப்பாவும் அம்மாவும் வீடு மாறி மாறி வாழ்வதில் எனக்கு ஒப்புதல் இல்லை. பெற்றவர்களின் ‘சுமையை’ப் பகிர்ந்து கொள்வது என்ற எண்ணமே எனக்கு ஒவ்வாததாக இருந்தது. ஏதோ சொத்தைப் பகிர்ந்து கொள்வது போல! எங்களுக்குச் சிறப்பான கல்வியைக் கொடுக்க அரும்பாடு பட்டுப் பல நேரம் அரை வயிற்றோடு கிடந்த என் பெற்றோர், வறுமையில் இருந்தபோதும் நாங்கள் அடிமட்ட வேலைகளில் அல்லல்படக் கூடாது என்பதில் உறுதியாக இருந்த என் பெற்றோர், இன்று, தாங்கள் யாரும் ஒருவருக்குச் சுமையாக இருந்து விடக் கூடாது என்றும், எப்படி அதை எங்களுக்குள் பிரித்துக்கொள்ள வேண்டும் என்றும் விவாதிக்க எங்களை அழைத்திருக்கிறார்கள்.

நரசிங் ராவும், அஞ்சைய்யாவும் அமைதியாக ஒருவர் ஒருவரையும், தத்தம் மனைவிகளையும் பார்த்தபடி அமர்ந் திருந்தனர். அப்பசாயுலுவும், பால்ராஜும் இந்த விஷயத்தை விவாதித்துக் கொண்டிருந்தனர்.

“பெரியண்ணா, அப்பா அம்மா இனியும் சத்தியோட இருக் கிறது சரியில்லை. அவனுக்குச் சின்ன குழந்தைங்க இருக்காங்க. உடல் சுகமில்லாத மனைவி இருக்காங்க.”

“அது சரிதான். அவங்க என்னோட இருக்கட்டும்” என்றான் பால்ராஜ்.

“இல்ல. எங்களுக்கு யாரோடயும் வாழ வேணாம். எங்களுக்குத் தனியா வீடு பாத்து வைங்க,” என்று சொன்ன அப்பா, தான் என்ன சொல்கிறோம் என்பதை நன்கு அறிந்திருந்தார்.

“இல்ல பா. இந்த வயசுல நீங்க தனியா வாழ்றத எங்களால ஒத்துக்க முடியாது. அம்மாவுக்கு உதவி தேவைப்படும்,” என்றான் அப்பசாயுலு.

“சரி. அப்படின்னா நாங்க மூத்தவனோட வாழ்றோம். ஆனா அவனுக்கும் பெரிய குடும்பம் இருக்குறதால நீங்க எல்லாரும் அவனுக்கு உதவி பண்ணனும்.” என் வீட்டிற்குப் பிறகு பால்ராஜின் வீட்டில் வாழ்வதையே அம்மா விரும்பினார். தன் மூத்த மருமகள் போசம்மாவுடன் இருப்பதை அவர் விரும்பினார். போசம்மா குடும்பத்தின் பல ஏற்றத்தாழ்வுகளைப் பார்த்தவர். அம்மாவுக்கும் அவருக்குமான உறவு ஆழமானது. அதோடு அவர் அம்மாவை நன்கு புரிந்து வைத்திருந்தார்.

ஒவ்வொருவரும் மாதம் முதல் தேதி, நினைவுப்படுத்தப் படாமலேயே, பால்ராஜுக்கு 200 ரூபாய் தருவது என முடிவானது. “இது ஒன்னும் சொத்து இல்ல பிரிச்சுக் கொடுக்கிறதுக்கு. ஆனா எங்க செலவப் பகிர்ந்துக்கோங்கன்னு உங்களக் கேட்டுகிறேன்” என்று சொன்ன அப்பா உடைந்தழுதார். அந்தக் காட்சியை என்றென்றைக்கும் கனத்த இதயத்துடன் நினைவு வைத்திருப்பேன். அப்படி ஒரு நிகழ்வு நடக்க அனுமதித்ததற்காக என்னை நானே மன்னித்துக் கொள்ளவும் மாட்டேன். என் சகோதரர்களும் சோகமாக இருந்தார்கள். நாங்கள் அனைவரும் உள்ளுக்குள் அழுதுகொண்டிருந்தோம். எங்களுடன் தங்குமாறு நாங்கள் ஒவ்வொருவரும் அப்பா அம்மாவைக் கேட்டுக் கொண்டோம். தன் குழந்தைகளைக் கண்ணும் கருத்துமாக வளர்த்து அவர்களுக்கு தரம் வாய்ந்த கல்வி கொடுப்பதை மட்டுமே தன் தலையாய கடமையாகக் கொண்டிருந்த ஒரு தந்தை தன் தினச் செலவுக்காகப் பிள்ளைகளிடம் பணம் கேட்டுக் கொண்டிருக்கிறார் என்ற எண்ணம் என் மனதையும் உடலையும் உலுக்கிப் போட்டது. அவமானத்தால் கையாலாகாதவனாய் நின்றேன். என்னை விட்டுப் போக வேண்டாம் என்று நான் பல முறை கெஞ்சிய போதும் அப்பா என்னைக் கட்டிப்பிடித்துக்கொண்டு, “பிட்டா, சத்தி நாங்க உன்னோட நாலு வருஷம் இருந்துட்டோம். இப்ப அண்ணனோட இருக்கோம். என் பேத்திகள எப்பலாம் பாக்கணுமுன்னு தோணுதோ அப்பல்லாம் வந்து பாத்துட்டுப் போறோம்,” என்று சொன்னபோது எனக்குச் சற்று ஆறுதல் ஏற்பட்டது.

~

1979ஆம் ஆண்டு என் கல்லூரியில் கடுமையான நிதி நெருக்கடி ஏற்பட்டது. சம்பளம் தருவதற்கு நிர்வாகத்திடம் பணமில்லாமல் போனது. கல்லூரி நிர்வாகத்தின் கவனமின்மையால் ஏற்பட்ட பிரச்சனை இது. ஆசிரியர்களும், மற்ற பணியாளர்களும் வேலை நிறுத்தத்தில் ஈடுபட, கல்லூரி முதல்வரைப் பணிநீக்கம் செய்து வேறொருவரை நியமிக்க நிர்வாகம் யோசித்துக் கொண்டிருந்தது. நான் கல்லூரி முதல்வராக வேண்டும் என்று நிர்வாகத்தினர் எண்ணினர். என் நெருங்கிய நண்பர்களான ராமா ராவ் மற்றும் சுப்பாராவிடம் இது பற்றிக் கலந்துரையாடினேன். சுப்பா ராவ் அதிகம் பேசுபவர் இல்லையென்றாலும் அவருடைய கருத்துக்கள் தெளிவாகவும், பாரபட்சமின்றியும் இருந்தன. கேட்பவருக்கு விருப்பம் இருக்கிறதோ இல்லையோ தான் எண்ணுவதை வெளிப்படையாகச் சொல்லி விடுவார். இவர்கள் இருவரில் எனக்கு நெருக்கமான ராமா ராவோ என் சார்பாகத் தான் பேசுவார். நானும் அவரும் கோட்டி அல்லது ஆபிட்ஸில் (ஷாப்பிங் சென்டர்கள்) அமர்ந்து பல மணி நேரம் பேசிக் கொண்டிருப்போம். எங்களது நட்பு மிக உறுதியானதாக இருந்தது. அவர்கள் இருவருமே நான் இந்த வாய்ப்பைப் பயன்படுத்திக் கொள்ள வேண்டும் என்று விரும்பினார்கள். என் நண்பர்களின் வற்புறுத்தலின் பேரிலும், என் மாமனாரின் அறிவுறுத்தலின் பேரிலும் நான் அந்த வாய்ப்பை ஏற்றுக்கொள்ளச் சம்மதித்தேன். முதல்வர் பதவியை 33 வயதில் ஏற்றுக்கொண்ட நான்தான் அங்கு பணிபுரிந்தவர்களிலேயே இளையவன் என்று நினைக்கிறேன்.

புதிதாகத் தொடங்கப்பட்ட கல்லூரி என்பதால் அங்கு நிறையப் பிரச்சனைகள் இருந்தன. நிர்வாகத்திடமிருந்து போதுமான உதவியின்றிக் கல்லூரியை நடத்துவது அன்றாடச் சவாலாக இருந்தது. ஆனால் நான் கடுமையாக உழைத்தேன். அரசிடமிருந்து உதவிகள் பெற்றேன், பிரச்சனைகளை இரும்புக்கரம் கொண்டு கையாளாமல் மனிதநேயத்தோடு கையாண்டேன். அந்தக் காலகட்டத்தில் நடந்த பிரச்சனைகளிலெல்லாம் ராமா ராவ் எனக்குப் பக்க பலமாய் இருந்தார். கல்லூரியில் பணிபுரிந்தவர்களில் பெரும்பாலானோர் பிராமணர்களாகவோ, கம்மா, ரெட்டி சாதியைச் சேர்ந்தவர்களாகவோதான் இருந்தார்கள். நான் ஒரு தலித். ஆனாலும் என்னுடன் பணிபுரிந்த பிராமணர்களோடு எனக்கு என்றும் மனக்கசப்பு ஏற்பட்டதில்லை. என் பணிக்காலம் முடியும்வரை அவர்கள் என்னிடம் நட்புடனும், நம்பகத்தன்மையுடனும், எனக்கு உதவியாகவும்தான் நடந்து கொண்டார்கள்.

ஆனால் ரெட்டி சாதியைச் சேர்ந்த ஒருவருக்கு என் பதவி உயர்வால் வயிற்றெரிச்சலேற்பட்டது. ஒருநாள் இயற்பியல் ஆய்வுக்

கூடத்தில் அமர்ந்து ராமா ராவுடனும், பக்கத்துக் கல்லூரியில் பணிபுரிந்து வந்த, என் பெயர் கொண்ட, என் போன்ற மாதிக சாதியைச் சேர்ந்த சத்தியநாராயணா என்ற விரிவுரையாளரிடமும் பேசிக் கொண்டிருந்தேன். சத்தியநாராயணா என்னிடம் ஏதோ சொல்வதற்காகப் பிரயாசப்பட்டதை நான் உணர்ந்தேன். மாணவர் ஒருவருக்கு இயற்பியல் ஆய்வில் உதவுவதற்காக ராமா ராவ் சென்றபோது சத்தியநாராயணாவை என் அலுவலகத்துக்கு கூட்டிச் சென்றேன். அவர் என்னிடம் ஏதோ ரகசியமாகச் சொல்லப் போகிறார் என்று எனக்குத் தோன்றியது.

"அன்னைக்கு ஒருநாள், உங்க தாவரவியல் விரிவுரையாளர் ரெட்டி இருக்காரு இல்ல, அவரு என்னைப் பாக்க வந்தாரு," என்று ரகசியமாகப் பேசத் தொடங்கினார்.

"வந்து?" என்று நான் பதட்டமாகக் கேட்டேன்.

சத்தியநாராயணாவின் முகம் கடுமையாக இருந்தது. அவர் ஏன் அப்படி இருக்கிறார் என்று நான் கேட்டேன்.

"வந்து என்ன சொன்னாரு தெரியுமா?"

"என்ன?"

"ஒரு மாதிக சாதிக்காரனுக்குக் கீழ வேலை பாக்க வேண்டிய கட்டாயம் தனக்கு ஏற்பட்டுட்டதா சொன்னாரு. நானும் மாதிக தான்னு அவருக்குத் தெரியலை," என்றார்

"நீங்க என்ன சொன்னீங்க?" எனக்குக் கடுங்கோபம் ஏற்பட்டது. என்னைக் கட்டுப்படுத்திக் கொள்ள முயன்றாலும் என் முகம் சிவந்து போனது.

"நான் அமைதியா இருந்திருப்பேன்னு நினைக்கிறீங்களா? என் செருப்பைக் கழட்டி அவனை அடிக்கப் போனேன். ஆனா யாரோ தடுத்து நிறுத்திட்டாங்க!"

கொஞ்சம் தண்ணீர் கொடுத்ததன் பிறகு சற்றே அமைதி யானார். "நண்பா, இத இவ்வளவு கடுமையா எடுத்துக்காத. சாதி தலைவிரித்தாடுற சமூகம்தான இது. உயர் சாதிக்காரங்க வெறுப்போட, காழ்ப்புணர்ச்சியோட நடந்துக்கிறது இயல்பு தான். அதுவும் அவன் ரெட்டி. அவன் காலடியிலயே நம்ம கிடக்கனுமுன்னு தான் அவன் நினைப்பான். ஆனா, இப்போ நம்மகிட்ட ஒரு முக்கியமான ஆயுதம் இருக்கு. கல்வி. நாம அதப் பயன்படுத்தலாம்," எனக்கும் கடுங்கோபம் ஏற்பட்டது என்றாலும், அமைதியாக இருந்தேன்.

"இல்ல நண்பா. நீங்க எதுக்கும் அவன் கிட்ட கவனமாவே இருங்க."

"என் மண்ட மயிரைக்கூட அவனால புடுங்க முடியாது. நீங்க கவலைப்படாதீங்க."

சாதியத்தின் நிஜ கூறுகளை அந்த மனிதன் மூலமாக நான் அறிந்து கொண்டேன். ரெட்டி என் முன்னால் பணிவுடன் நடந்து கொண்டாலும் எனக்கெதிரான காரியங்களில் ஈடுபட்டு வந்தான். நான் என் வேலையை ராஜினாமா செய்யும் அளவுக்கான சூழ்நிலைகளில் என்னை நிறுத்தியிருக்கிறான். ஒரு முறை, தேர்வுகள் சம்பந்தப்பட்ட ஊழல் ஒன்றில் மாணவத் தலைவன் ஒருவனைப் பயன்படுத்தி என்னை மாட்ட வைக்க முயன்றான். ஆனால் அவன் திட்டம் திசை மாறி அவனுக்கே ஆபத்தில் முடிந்தது. அந்தத் திட்டத்தில் சம்பந்தப்பட்ட மாணவத் தலைவன் அதிகாரமிக்கவன் என்பதால் ரெட்டிக்கு மிகப் பெரும் நெருக்கடி கொடுத்ததோடு, ஒரு முறை ரெட்டியை வீதியில் இறங்கி ஓடவிட்டான். ரெட்டியின் வாழ்க்கையை மூன்றாண்டுக்கும் மேலாக இந்த மாணவன் நரகமாக்கினான். ரெட்டி ஆசிரியர் சங்கத்தில் புகாரளித்தும், முதலமைச்சரிடம் முறையிட்டும் எந்தப் பலனும் ஏற்படவில்லை. அவனது பதவிக் காலம் முடிந்தபோது எங்கே நான் அவனது ஓய்வூதியப் பேப்பர்களில் கை வைப்பேனோ என்று ரெட்டி பயந்தான். நான் மற்ற பணியாளர்களுக்குச் செய்வது போலவே அவனது ஓய்வூதிய வேலைகளையும் செய்தபோது வியப்புற்றவன் தான் செய்த தவறுகளை ஒத்துக் கொண்டான்.

இப்படி என்னைப் பாதித்த மற்றொரு விஷயம், நூலக உதவியாளராக இருந்த ஒருவன், ஒரு மாதிகவான நான் கல்லூரியில் பணிபுரிபவர்களை வழிநடத்தும் திறனற்றவன் என்று சொன்னதுதான். இந்த வார்த்தை என்னைப் பாதித்தாலும் நான் அவன்மீது கோபப்படவில்லை. உயர் சாதித் திமிரும், வர்ணாசிரம முறையும்தான் அவனை இப்படிப் பேசச் செய்தது. அரசியல் சாசனத்தில் கொடுக்கப்பட்ட எந்த உதவிகளும் தலித்துகளைக் காப்பாற்ற வரவில்லை. சுதந்திர இந்தியாவில் அவர்கள் ஒடுக்கப்பட்டவர்களாகவும், தீண்டத்தகாதவர்களாகவும் தான் இருந்தார்கள். "பட்டியல் சாதியைச் சேர்ந்தவர்களின் நலனைப் பாதுகாக்கவன்றி வேறெந்த எதிர்பார்ப்புடனும் நான் அரசியல் நிர்ணய சபைக்குள் வரவில்லை" என்று சொன்ன ஒடுக்கப்பட்டவர்களின் பாதுகாவலர் டாக்டர் பி.ஆர். அம்பேத்கரின் கடுமையான உழைப்பும்கூட உயர் சாதி இந்துக்களின் மனநிலையைப் பெரிதும் மாற்றியிருக்கவில்லை. அம்பேத்கரின் இந்தக் கூற்று என் நினைவுக்கு வந்து நான் அந்தப் பையனுக்கு ஒரு பாடம் கற்றுத் தருவது என்று முடிவு செய்தேன்.

என் அறை வாசலில் ஸ்டூல் போட்டு அவனை அமர வைத்து, நான் மணியடித்த போதெல்லாம் என் அறைக்குள் வந்து நான் கொடுக்கும் வேலைகளைக் குறிப்பெடுத்துச் செய்ய வைத்தேன். அவனது உயரதிகாரியாக நான் ஏன் இருக்கிறேன் என்பதை அவன் உணரும் வரை இதைச் செய்தேன். இப்படியே ஆறு மாதம் செய்த பிறகு, அவனும் தான் செய்த தவற்றை உணர்ந்து ஒருநாள் என் காலில் விழுந்து அழுதான். அவன் தன் தவற்றை உணர்ந்தது எனக்கும் மகிழ்ச்சியளித்தது.

~

என்னுடைய மாமியாரின் பதவிக் காலம் முடிந்து நாங்கள் எம்.எல்.ஏ. குவார்டர்ஸில் இருந்து வெளியேறியபோது என் வாழ்க்கையில் மற்றொரு திருப்பம் ஏற்பட்டது. நாங்கள் ஹைதராபாத்திற்கு அருகில் இருந்த கிஷன்குடா என்ற சிறிய கிராமத்திற்குக் குடிபெயர்ந்தோம். அங்கு அவருக்குச் சொந்தமாக ரைஸ் மில்லும், கோழிப் பண்ணையும் இருந்தன. கிஷன்குடா நூறு குடும்பங்களை மட்டுமே கொண்ட சிறிய கிராமம். அங்கிருந்தவர்களில் பெரும்பாலானோர் கவுடா (அ) கள் இறக்கும் சாதியைச் சேர்ந்தவர்கள். தீண்டாமை உள்ளிட்ட எந்தச் சாதி சார்ந்த பாகுபாடும் அங்கு பின்பற்றப்படவில்லை. நகரத்திற்கு அருகிலேயே இருந்த கிராமம் என்பதாலும், தலித் சமூகத்தைச் சேர்ந்தவர் என்ற போதும், என் மாமியார், முன்னாள் அமைச்சர் என்பதால் இந்தப் பகுதியில் அவருக்கு இருந்த செல்வாக்கும்தான் இதற்குக் காரணம். கிஷன்குடாவில் தங்கியிருந்ததால் பிடித்தோ பிடிக்காமலோ நான் கோழிப் பண்ணையைப் பராமரிக்கும் வேலையிலும், ரைஸ் மில் வேலையிலும் என்னை ஈடுபடுத்திக் கொள்ள வேண்டியிருந்ததில் எனக்கு உடன்பாடில்லாமல் போனது.

ஒவ்வொரு நாளும் வெகு தூரம் பயணப்பட வேண்டியிருந்ததால் நான் என் மூத்த மகள் மாதவியை அவள் படித்து வந்த பள்ளியின் விடுதியில் சேர்க்க வேண்டியதானது. ஒவ்வொரு நாளும் கல்லூரிக்குச் செல்லப் பதினைந்து மைல்கள் பயணப் பட்டது எனக்கும் உடலளவிலும், மனதளவிலும் பெரும் சிரம மானதாக ஆனது. என் மாமியாரின் மீது கொண்ட மரியாதை யால் அவர் இந்தத் திட்டத்தைக் கொடுத்தபோது என் குடும்பத்தைப் பற்றிச் சிந்திக்காமல் அதை ஏற்றுக் கொண்டேன். அவரது குணம் பற்றி நான் நன்கு அறிந்திருந்தேன். அவர் மனதளவில் நல்லவரென்பதையும் ஆனால் தன் கருத்துடன் உடன்படாதவர்கள்மீது அவர் கடுங்கோபம் கொள்வாரென்பதை

யும் நான் அறிந்திருந்தேன். எங்களுக்குள் மாற்றுக் கருத்து ஏற்பட்டால் அது தேவையில்லாத விரிசலை ஏற்படுத்தும் என்றும் எண்ணினேன். யாரையும் சார்ந்து வாழாமல் இருப்பது பற்றி அவர் என்னிடம் பல முறை பேசியிருக்கிறார். என்னை "மகனே" என்று பாசத்துடன் அழைத்தார். ஒரு முறை, என் வேலையை ராஜினாமா செய்து விட்டு நான் தொழில் தொடங்க வேண்டும் என்றுகூடச் சொன்னார். ஆனால், அதற்கு நான் ஒப்புக் கொள்ளவில்லை. அவர் சொல்வதில் எனக்கு உடன்பாடில்லை என்றாலும் அவர் சொல்வதைக் கேட்டுக் கொண்டேன். ஆனால் இப்போது அவர் என் குடும்பத்தின்மீது ஆதிக்கம் செலுத்த ஆரம்பிப்பதுபோல் எனக்குத் தோன்றியது.

என் பெற்றோரும், சகோதரர்களும்கூட என் மீது வருத்தத்தில் இருந்தனர். என் குடும்பத்தைக் குறித்த அச்சமும், இவ்வளவு தொலைவில் வீட்டை வைத்துக்கொண்டு நான் அன்றாடம் மேற்கொள்ளும் பயணமும் அவர்களைக் கவலையில் ஆழ்த்தியது. மாமியாரின் பேச்சிற்கு மறுப்புத் தெரிவிக்க முடியாமல் நானும் அந்தச் சூழலில் சிக்குண்டவனாகத்தான் உணர்ந்தேன். என் பெற்றோரைச் சென்று பார்ப்பதை வழக்கமாகக் கொண்டிருந்த நான் அப்படி ஒரு முறை சென்றிருந்தபோது அப்பா என்னைத் திட்டித் தீர்த்து விட்டார்.

"ஏன் பா, என் பேத்திகளும், மருமகளும் எப்படி இருக்காங்க?" என்று அப்பா ஆரம்பித்தார்.

"நல்லா இருக்காங்க பா," என்று நான் புன்னகைத்தேன்.

"பிட்டா, நாங்க எல்லாரும் இங்க இருக்க நீ ஏன் இவ்வளவு தொலைவுல போய் இருக்க?" என்று அப்பா தொடர்ந்து பேசினார்.

என்ன சொல்வது என்று நான் சிந்தித்துக் கொண்டிருந்த போதே, "ஏன் பா! உன் பணக்கார மாமனார் மாமியார் கிட்ட அடைக்கலம் ஆகி அவங்களோடேயே வாழ்ந்துகிட்டிருக்கி யோன்னு எனக்குத் தோனுது."

"இல்ல பா! நான் அவங்களுக்கு உதவியா இருக்கனுமுன்னு தான் ..."

"யாரு இத நம்புவா? நான் உன்னைப் படிக்க வச்சதுக்குக் காரணம் நீ யாரோட உதவியும் இல்லாம சுயமரியாதையோட வாழனும்ன்றது தான்."

எனக்கு என்ன சொல்வதென்றே தெரியவில்லை. என்னால் அவருடைய உணர்வுகளைப் புரிந்து கொள்ள முடிந்தது.

“பா, உன்னால நாலு பேருக்கு உதவி செய்ய முடியுமுன்ற நிலைமையில நீ இன்னொருத்தர் தயவுல இருக்காத. உன் பெத்தவங்களோட மரியாதைய காப்பாத்துற மாதிரி நடந்துக்கோ. நாங்க அரை வயிறும், கால் வயிறும் சாப்பிட்டு உன்ன வளத்திருக் கோம்,” என்றார். அப்பா உணர்ச்சிவசப்பட்டுப் பேசினாலும் அவர் சொன்னது சரியானதுதான். அப்பாவும், அம்மாவும் எனக்காக ஓயாமல் உழைத்திருக்கிறார்கள். அவர்களின் உழைப்பினால் தான் நான் இன்று இந்த நிலைமையில் இருக்கிறேன். நான் என் மாமனார் மாமியாரைச் சார்ந்திருந்தது அவர்களுக்கு மன வருத்தத்தை ஏற்படுத்தியது.

“அப்பா. கோபப்படாதீங்க. நான் சீக்கிரமே நகரத்துக்கு வீடு மாத்திட்டு வந்துடுறேன். உங்க பேத்திகளுக்கு நல்ல கல்வி தேவைப்படுது. நான் அவங்கள கான்வெண்ட் ஸ்கூல்ல சேக்கப் போறேன்.”

என் அருகில் அமர்ந்திருந்த அம்மாவும் அப்பாவும் இதைக் கேட்டு மகிழ்ச்சியடைந்தார்கள்.

அப்பா பணம் படைத்தவர் கிடையாது. அவருக்கென்று சொந்தமாக வீடு இருந்ததில்லை. ஆனால் தன் பிள்ளைகள் தங்களுக்குத் தேவையான செல்வத்தைச் சேர்த்துக்கொள்ள அவர்களுக்குத் தேவையானவற்றைச் செய்து கொடுத்திருந்தார். தன் கொள்கைகளிலிருந்து அவர் விலகியதே இல்லை. அவர் அம்பேத்கரைப் பற்றிக் கேள்விப்பட்டதோ அவரது எழுத்துகளைப் படித்ததோ கிடையாது. ஆனால் அந்த மனிதரின் எண்ணங்களும் அப்பாவின் சிந்தனைகளும் ஒத்துப் போயின. “அடிமைத்தனத்தை நீங்கள் தான் ஒழிக்க வேண்டும். ஒருவர் தனது சுயமரியாதையை அடகு வைத்து வாழ்வது சரியன்று. சுயமரியாதை வாழ்க்கையின் முக்கியமான தேவை. அது இல்லாத மனிதன் வெறும் பூஜ்யம் மட்டுமே. சுய மரியாதையோடு வாழப் பல கஷ்டங்களை மீறி வர வேண்டும். ஒய்வற்ற கடுமையான போராட்டத்தின் மூலம் மட்டுமே ஒருவர் வலிமையும், தன்னம்பிக்கையும், அங்கீகாரமும் பெற முடியும்,” என்று 13 அக்டோபர் 1935ஆம் ஆண்டு, நாசிக்கில் உள்ள எயோலா என்ற இடத்தில் நடந்த பிரம்மாண்டமான பெண்கள் பேரணியில் டாக்டர் அம்பேத்கர் பேசினார். அப்பாவின் வரிகளும் எனக்கு நினைவிருக்கின்றன. “பா! என்ன ஆனாலும் உன் சுயமரியாதைய அடகு வச்சுட்டு யார் முன்னாடி

யும் தலை குனிஞ்சு நிக்காத." அவர் நன்கு படித்த அறிஞர் இல்லை தான் என்றாலும் சுயமரியாதையின் மீது அதீத நம்பிக்கை கொண்டவர். தன்னளவில் நல்லொழுக்கத்தைப் பின்பற்றியவர்.

நாங்கள் கிஷன்குடாவில் வாழ்ந்தபோது எங்களது நான்காவது மகள் நிச்சலா பிறந்தாள். இரண்டாவது மகளும், மூன்றாவது மகளும் கூட வேகமாக வளர்ந்து கொண்டிருந்தார்கள். அவர்களது கல்வி குறித்தும் நான் கவலை கொண்டிருந்தேன். வீட்டின் அருகிலேயே இருக்கும் பள்ளியில் அவர்களைச் சேர்க்கலாம் என்று மாமியார் சொன்னபோது, அவர்கள் நல்ல பள்ளியில் படிக்க வேண்டும் என்று நான் அதற்கு மறுப்புத் தெரிவித்தேன். நகரத்திற்குக் குடிபெயர்வதற்கான நேரம் வந்திருந்தது. ஹாஸ்டலில் தங்கிப் படிக்கும் பள்ளிகளிலேயே சிறந்த பள்ளியில் அவர்களைச் சேர்க்கலாம் என்று அவர் சொன்னதற்கும் நான் மறுப்புத் தெரிவித்தேன். நான் மறுப்புத் தெரிவித்தது அவருக்குப் பிடிக்கவில்லை என்றாலும் நான் என் முடிவில் உறுதியாக இருந்தேன். அவர்களுக்கு நெருங்கிய சொந்தக்காரர் ஒருவரது வீட்டில் வாடகைக்கு இருந்தால் மாமியார் அடிக்கடி வந்து பார்த்துச் செல்ல வசதியாக இருக்கும் என்று சொல்லியதால் அதற்கு மட்டும் நான் ஒப்புக் கொண்டேன்.

1980ஆம் ஆண்டு ஏப்ரல் மாதம் நான் நகரத்தில் வீடு பார்த்துக் குடியேறினேன். எனக்குப் பெரிய ஆறுதலாகவும், என் பெற்றோருக்கு மகிழ்ச்சியான விஷயமாகவும் இந்த இடமாற்றம் இருந்தது. இதில் அதிக மகிழ்ச்சியடைந்தது என் அப்பா தான். அவர் நினைத்தபோதெல்லாம் வந்து பேத்திகளுடன் நேரம் செலவிட்டுச் சென்றார். என் மூத்த மகள் மாதவி வீட்டிலிருந்து படிக்க ஆரம்பித்தாள். ஆராதனாவும் ஜோதி ஸ்ரீயும் கேஜி வகுப்புகளில் சேர்ந்தனர். அவர்களைப் பார்த்துக்கொள்ள முழு நேர வேலையாள் ஒருவர் இருந்தார். ஆடம்பரமாக இல்லாவிட்டாலும், வாழ்க்கை வசதியானதாக மாறியது. எங்கள் குடும்பத்திலேயே முதன்முறையாக என் வீட்டில் தொலைபேசி இணைப்புக் கொடுக்கப்பட்டது. பிரிட்ஜ், டைனிங் டேபிள், சோஃபா செட், டிவி என மற்ற பொருட்களும் சீக்கிரமே வீட்டிற்குள் வந்து சேர்ந்தன. அந்த நாட்களிலிருந்து எனக்கிருக்கும் நினைவுகளில் அழகான ஒன்று, அப்பா சோபாவில் அமர்ந்து சந்தாமாமா புத்தகம் படித்துக் கொண்டிருந்ததும் அம்மா அவரைக் கேலி செய்து சிரித்ததும் தான். அம்மாவும் மகிழ்ச்சியாக இருந்தார். அவரது உடல்நிலையை மீண்டும் கவனித்துக் கொள்ளத் தொடங்கினேன். அவ்வப்போது மருத்துவரிடம் அழைத்துச் சென்று ரத்தத்தில் அவரது க்ளூகோஸ் அளவைப் பரிசோதித்து வந்தேன்.

ஒரு கார் வாங்கினால் என் குழந்தைகளையும் பெற்றோரையும் அதில் அழைத்துச் செல்லலாமே என்று நினைத்துக் கொண்டிருந்த என்னுடைய எண்ணம் அப்பா உயிருடன் இருக்கும் வரை நிறைவேறவில்லை.

~

அப்பசாயுலு, நரசிங் ராவ் மற்றும் அஞ்சைய்யா மூவருமே வெவ்வேறு கல்லூரிகளில் விரிவுரையாளர்களாக நல்ல முறையில் பணியாற்றி வந்தார்கள். ஒரே குடும்பத்திலிருந்து நான்கு பேர் விரிவுரையாளர்களாகப் பணியாற்றுகிறார்களே என்று பலரும் ஆச்சரியப்பட்டனர். ஒவ்வொரு பிள்ளைகளின் குடும்பமும் மகிழ்ச்சியாக இருந்தார்கள். ஒவ்வொரு குடும்பமும் மெல்ல சமஸ்கிருதமயமாக்கலை நோக்கி நகர்வதை நான் கவனித்தேன். எங்கள் குடும்பத்தில் அனைவரும் துர்க்கம்மா தொட்டெலா (துர்க்கையம்மன் தொட்டில்) மற்றும் சிங்கத் தலை கொண்ட ஆக்ரோஷமான கடவுளான நரசிம்ஹ சாமியை மட்டுமே வழிபட்டு வந்தோம். அதுவும், குறிப்பிட்ட எந்தச் சடங்குகளையும் நாங்கள் பின்பற்றவில்லை. அப்பா துர்க்கையம்மனுக்கு எளிமையான பூஜை ஒன்றைச் செய்ய, சோறும் கறிக் குழம்பும், சில நேரங்களில் இதோடு சாராயமும் படைத்து வழிபட்டு, பின்னர் படையலை உண்டும், குடித்தும் மகிழ்வது தான் நாங்கள் சாமி கும்பிடும் முறையாக இருந்தது. விரதமிருப்பதோ, மலர்கள் கொண்டு ஆராதிப்பதோ, சிறப்பான சைவ உணவுகள் செய்து வேறு யாரும் தொடாமல் அதைக் கடவுளுக்குப் படைப்பதோ, எங்களின் வழக்கமாக இருந்திருக்கவில்லை. ஆனால் இப்போது சரஸ்வதி, லட்சுமி, கணபதி, வெங்கடேஸ்வரா சாமிகளின் படங்களை எங்களின் வீடுகளிலேயே பார்க்க முடிந்தது. சில சகோதரர்களின் வீட்டில் வாஸ்து மரபுப்படி துளசி மாடம் கூட அமைக்கப்பட்டது. சொல்லப் போனால் நரசிங் ராவும், அஞ்சைய்யாவும் தினசரி மணியடித்துச் சாமி கும்பிட்டார்கள்.

என் வீட்டில் ஆர்ய சமாஜ முறைகள்தான் ஆதிக்கம் செலுத்தின. தீவிரமாக ஆர்ய சமாஜத்தைப் பின்பற்றும் எனது மாமனார் என் குழந்தைகளுக்குக் காயத்ரி மந்திரம் சொல்லித் தர அவர்களும் வார இறுதி நாட்களில் மந்திரம் ஓதியபடி ஹோமம் வளர்ப்பார்கள். எனக்கு இதில் சற்றும் உடன்பாடில்லை. என் குழந்தைகளும் இந்த முறைகள் மூலம் பெரிதாக ஈர்க்கப்படவில்லை. தங்கள் மீது திணிக்கப்பட்டதாக அவர்கள் உணர்ந்த இந்த சடங்குகளை என் மாமனாரின் மன நிறைவிற்காகவே செய்தார்கள். என் உடன்பிறந்தவர்களின்

குடும்பங்கள் திருப்பதி, விஜயவாடா, ஸ்ரீசைலம் ஆகிய புனிதத் தலங்களுக்குச் செல்லத் தொடங்கினர்.

அம்மா சில புனிதத் தலங்களுக்குச் செல்ல வேண்டும் என்று நினைத்தபோது அவருக்குத் தேவையான அனைத்து வசதிகளையும் செய்து தந்தது எனக்குப் பெருமை தரக் கூடிய விஷயம். அம்மா திருப்பதி செல்ல வேண்டும் என்று விரும்பினார். நான் அவரைக் கூட்டிச் செல்ல வேண்டும் என்றும் கூறினார். நானும் அந்தப் பயணத்திற்குத் தேவையான தயாரிப்புகள் அனைத்தையும் செய்தேன். முதன்முறையாக இரண்டாம் வகுப்பு ஸ்லீப்பர் கோச்சில் பயணம் செய்த அம்மா, அதன் வசதிகளைப் பார்த்துப் பிரம்மித்துப் போனார். அது அவருக்கு ஆடம்பரமான பயணமாகப் பட்டது. என் குழந்தைகளும் பயணத்தின்போது மகிழ்ச்சியாக இருந்தனர். ஜன்னல் சீட்டில் அமர்வது யார் என்று அவர்கள் தங்களுக்குள்ளாகச் சண்டை போட்டுக் கொண்டபோது எனக்கு என் குழந்தைப் பருவத்தில் அப்பா எங்களைக் கூட்டிச் சென்ற நெடும் பயணங்கள் நினைவுக்கு வந்தன. திருமலாவில் இருந்து திருப்பதி மலைக்குச் செல்ல ஒரு டாக்சி ஏற்பாடு செய்திருந்தேன். அதோடு தங்குவதற்கான இடத்தையும், சிறப்பு சாமி தரிசனத்துக்கான ஏற்பாடுகளையும் செய்திருந்ததைப் பார்த்த அம்மா நான் தடபுடலாக ஏற்பாடுகள் செய்திருந்ததாக எண்ணினார். “ஐயா, நமக்குச் சிறப்புத் தரிசனம் கிடைச்சதெல்லாம் நல்ல விஷயம்தான். ஆனா இதுக்காக நீ நிறையச் செலவு செஞ்சிட்டன்னு தோனுது.”

அந்தப் பயணத்தின்போது அதன் செலவுகளைப் பற்றி அம்மா பேசியது அது இரண்டாவது முறை என்பதால் நான் அவரிடம், “அம்மா, இனிமேல் பணத்தப் பத்தி பேசாதீங்க. உங்க வசதிதான் எனக்கு முக்கியம்,” என்று சொன்னேன்.

அதன் பிறகு அவர் அதைப் பற்றி பேசாமல் பயணத்தை ரசிக்க ஆரம்பித்தார்.

மற்றொரு முறை எங்கள் குல தெய்வமான துர்க்கம்மாவின் ஆலயத்திற்கு அவரை அழைத்துச் சென்றேன். விஜயவாடாவில் இருக்கும் கனக துர்க்கையம்மன் ஆலயத்துக்குச் சென்றபோது அம்மா மகிழ்ச்சியடைந்தார். கோடை காலத்தில் அந்தப் பயணத்தை மேற்கொண்டதால் குளிர்சாதன வசதி கொண்ட அறை ஒன்றை எடுத்து அதில் தங்கினோம். அம்மா மிகுந்த மகிழ்ச்சியடைந்தார் என்பது நான் சொல்லித் தெரிய வேண்டியதில்லை.

~

1982ஆம் ஆண்டு தில்லியில் இருக்கும் கல்வித் திட்டமிடல் மற்றும் கல்வி நிறுவன நிர்வாகத்திற்கான தேசிய மையத்தில் நடந்த பயிற்சி வகுப்புகளில் கலந்து கொண்டிருந்தேன். மூன்று வாரங்கள் நடந்த அந்த வகுப்புகளில் நாடு முழுவதிலும் இருந்து 50 கல்லூரிகளின் முதல்வர்கள் பங்கெடுத்தனர். கல்வி நிலைய நிர்வாகத்தில் புதிய முறைகளை அறிந்து கொள்ள எனக்குக் கிடைத்த நல்ல வாய்ப்பாக அது இருந்தது. பங்கேற்பாளர்கள் அனைவரிலும் நானே இளையவனாக இருந்தேன். நிகழ்ச்சி ஒருங்கிணைப்பாளர் முனைவர் சர்மாவும், 'இந்தியாவின் இளைய கல்லூரி முதல்வர்' என்றுதான் என்னை அறிமுகப்படுத்தினார். இது எனக்கு மகிழ்ச்சி அளித்ததோடு, என்னை முக்கியத்துவம் மிக்கவனாக உணர வைத்தது. தங்கள் கல்லூரிகளை நிர்வகிப்பதில் கல்லூரி முதல்வர்களுக்கு உதவுவதற்காக அந்தப் பயிற்சி வகுப்புகள் நடத்தப்பட்டன. அனுபவத்தில் மூத்த சில முதல்வர்கள், தாங்கள் புதிதாகத் தெரிந்து கொள்ள எதுவுமில்லை என்ற எண்ணத்தில் இருந்தனர். ஆனால், என்னால் இயன்ற விஷயங்களைக் கற்றுக் கொள்வதில் நான் ஆர்வமாக இருந்தேன். எதிர்காலத்தில் எனக்கு இது பெரும் உதவியாக இருக்கும் என்று நான் நம்பினேன்.

பட்டியல் சாதியினர் மற்றும் பழங்குடிகளின் வளர்ச்சி மற்றும் கல்லூரி முதல்வர்களாக நாங்கள் எடுக்க வேண்டிய முன்முயற்சிகள் பற்றிய விவாதம் ஒன்று நடந்தது. பேசப்பட வேண்டிய முக்கியமான விஷயமாக இருந்த அந்த விவாதத்தின் போது சாதி இந்துக்கள் மேற்குறிப்பிடப்பட்ட வகுப்புகளைச் சேர்ந்த மாணவர்கள் குறித்து என்ன கண்ணோட்டம் வைத்துள்ளார்கள் என்பதை நான் புரிந்து கொண்டேன். இந்த மாணவர்களின் குறைகளை நன்முறையில் தீர்த்து, அவர்களின் சமூகப் பொருளாதாரப் பிரச்சனைகளை எப்படிச் சமாளிக்கலாம் என்று சிந்திப்பதை விட்டுவிட்டு, அனைவரும், இட ஒதுக்கீடு பற்றியும் அதை எப்போது முடிவுக்குக் கொண்டு வரலாம் என்பதைப் பற்றியும் விவாதிக்கத் தொடங்கினர். அவர்களின் வெறுப்பு மனநிலை தெள்ளத் தெளிவாகத் தெரிந்தது. ஒரு முதல்வர்கூட, தலித் மாணவர்களுக்கு இட ஒதுக்கீடு தேவை என்ற கண்ணோட்டத்தில் பேசவில்லை. அதில் ஒருவர், "நீங்க எவ்வளவு இடத்த வேணாலும் இவங்களுக்கு ஒதுக்குங்க, எவ்வளவு நாள் வேணும்னாலும் அத நீட்டுங்க, இந்த ஹரிஜனுங்க முன்னேறவே மாட்டாங்க. அவங்க வீட்டுப் பிள்ளைங்க வெறும் ஸ்காலர்ஷிப்புக்காகத் தான் காலேஜுக்கு வர்றாங்க" என்று மரியாதைக் குறைவாகப் பேசினார். அவர் பேசிய வார்த்தைகளில் தெறித்த உயர் சாதி வெறியை என்னால்

உணர முடிந்தது. பயனுள்ள எந்தக் கருத்தையும் தெரிவிக்காமல் பட்டியல் சாதி மற்றும் பழங்குடி மாணவர்களின் மீதான தனது காழ்ப்புணர்ச்சியை மட்டுமே வெளிப்படுத்திக் கொண்டிருந்தார் அவர். அதற்கு மேல் பொறுத்துக் கொள்ள முடியாதவனாய், "தலித் மாணவர்களுக்கு எதிராகச் சொல்லப்பட்ட இந்த கருத்துக்களை நான் வன்மையாகக் கண்டிக்கிறேன். ஒரு கல்லூரியோட முதல்வர் இப்படிப்பட்ட கருத்துக்களைக் கொண்டிருந்தால் அவரிடமிருந்து மாணவர்கள் என்ன சமூக நீதியை எதிர்பார்க்க முடியும்? அவருடைய கருத்துக்கள் இழிவானதாகவும், அவ மதிப்பனவாகவும் இருக்கின்றன" என்று சொல்லி முடித்த எனது முகம் சிவந்து போயிருந்தது. நான் படபடவெனப் பேசியதைப் பார்த்து அனைவரும் அதிர்ந்து போயிருந்தனர். ஒடுக்கப்பட்ட மக்களுக்குக் கொடுக்கப்பட்டிருக்கும் அரசியல் சாசன உரிமை களுக்கு எதிரான கருத்துகள் இத்தனை நேரம் கூறப்பட்டபோதும் அதைக் கேட்டுக் கொண்டு அமைதியாய் இருந்ததற்காய் பயிற்சி வகுப்புகளின் ஒருங்கிணைப்பாளர் வெட்கித் தலை குனிந்தார். இத்தனைக்கும், அன்று நாங்கள் விவாதிக்க வேண்டிய விஷயம் இட ஒதுக்கீடு தேவையா இல்லையா என்பது கிடையாது. அடுத்த அரை மணி நேரம் ஜோதிபா பூலேவையும், அம்பேத்கரையும் மேற்கோள் காட்டிப் பல விஷயங்களைப் பற்றிப் பேசினேன். பிராமணர்களும், பிற உயர் சாதியினரும் தலித்துகளுக்கோ, சூத்திரர்களுக்கோ பாடம் எடுக்கக் கூடாது என்று ஜோதிபா பூலே உறுதிபடச் சொன்னது ஏன் என்று இன்று அங்கு கூடியிருப்பவர்கள் நிரூபிப்பதாகக் கூறினேன். "ஒவ்வொரு கிராமங்களிலும் சூத்திர சாதியினருக்கான பள்ளிக் கூடங்கள் அமைக்கப்படட்டும். பிராமண ஆசிரியர்கள் அதில் இருக்கக் கூடாது! சூத்திரர்கள் தான் இந்த நாட்டின் நாடித் துடிப்பு. பிராமணர்கள் அல்ல. அரசியல் பொருளாதார தீர்வுகளுக்கு அரசு இவர்களை சார்ந்திருக்க வேண்டுமே தவிர்த்துப் பிராமணர் களை அல்ல."

நான் வெடித்துப் பேசிய விதத்தால் அங்கிருந்த ஒவ்வொரு முதல்வரின் கவனத்தையும் பெற்றேன். என்னைத் தவிர அங்கு வேறொரு தலித் பங்கேற்பாளர் அன்று இருந்திருக்கவில்லை. நான் தலித் என்பதே அங்கிருந்தவர்களுக்குப் பேரதிர்ச்சியாக இருந்தது. இதை அவர்கள் முன்னரே அறிந்திருந்தால் இந்த விவாதத்தை இத்தனைத் தீவிரத்தன்மையுடன் மேற்கொண்டிருக்க மாட்டார்கள். தலித்துகளுக்கு எதிராகப் பேசிய அந்தக் கல்லூரி முதல்வர், விவாதம் முடிந்த பிறகு என்னிடம் மன்னிப்புக் கேட்டார்.

அந்தப் பயிற்சிப் பட்டறை என்னைப் போன்ற குறைந்த அனுபவம்கொண்ட ஒருவனுக்கு மிக முக்கியமானதாக இருந்தது. அதோடு, இந்த விவாதம் நான் கற்றுக் கொள்ள நிறையப் புது விஷயங்களை எனக்களித்தது.

வீடு திரும்பிய என்னைப் பார்த்து என் குழந்தைகள் பெருமகிழ்ச்சியடைந்தனர். நான் அவர்களைப் பிரிந்திருந்தது அதுவே முதல் முறை என்பதால் நான் திரும்பி வந்ததும் என் மடியில் யார் அமர்வது என அவர்களுக்குள்ளேயே பெரும் போட்டி நிலவியது. அவர்கள் அனைவரும் ஒரே நேரத்தில் என்னிடம் பேசி என் கவனத்தைப் பெற முயன்றனர். நான் அவர்களுக்கென என்ன வாங்கி வந்திருக்கிறேன் என்று பார்க்கவும் அவர்களுக்கு ஆசை, அதே நேரம் என்னை விட்டு விலகிப் போகவும் அவர்கள் விரும்பவில்லை. என்னை இறுகப் பிடித்துக் கொண்டார்கள். நான் குளிக்க நகர்வதற்கே பல மணி நேரம் ஆனது.

அடுத்த நாள் அப்பா அம்மாவைச் சென்று சந்தித்தேன். அம்மாவிற்குச் சுரப்பிகளுக்கான சோதனை செய்யப்பட்டு அதன் முடிவுகளை எதிர்பார்த்திருந்ததால் நான் சற்றுப் பதட்டத்துடன் இருந்தேன்.

"எப்படி பா இருக்க; எப்ப வந்த?" அம்மா என்னைப் பார்த்ததும் மகிழ்ச்சியடைந்தார். என் கையிலிருக்கும் பையில் என்ன இருக்கிறதென அப்பா ஆர்வமாகப் பார்த்துக் கொண்டிருந்தார். அம்மாவுக்கென ஸ்வெட்டரும், அப்பாவுக்கென லோக்கல் சுருட்டுகளைப் போலல்லாத, பிராண்டட் சுருட்டும் விஸ்கியும் வாங்கி வந்திருந்தேன். அவர்கள் இருவருக்கும் மிகுந்த மகிழ்ச்சி. அடுத்த நாளே தன் பழைய நண்பர்களையெல்லாம் வீட்டிற்கு அழைத்து நான் வாங்கி வந்த விஸ்கியை அவர்களுடன் சேர்ந்து குடித்தார். தன் மகன் தனக்குச் சீமை சரக்கும், பிராண்டட் சுருட்டும் வாங்கித் தருவதை தன் நண்பர்களிடம் பெருமையாகக் காட்டிக் கொள்ள அந்த வாய்ப்பைப் பயன்படுத்திக் கொண்டார்.

~

மாலை வெகு நேரமாகி இருந்தது. நான் இன்னும் என் அலுவலகத்தில் தான் இருந்தேன். அப்போது பியூன் வந்து, "சார், உங்கப்பா வந்திருக்காரு," என்றார்.

அப்பா, அத்தனை மணிக்கு என்னைப் பார்க்க வரவேண்டிய காரணம் என்ன என்று சிந்தித்துக் கொண்டிருக்கும்போதே அப்பா அறையினுள் நுழைந்தார். அப்பாவின் முகத்தில் புன்னகை

இருந்தாலும், அவர் சோர்வுடன் இருப்பதையும் அவரது உடைகள் அழுக்காக இருப்பதையும் பார்த்தேன். எப்பவும் பளிச்சென்ற வெள்ளை வேட்டியும், சுருக்கமில்லாத வெள்ளைச் சட்டையும் அணியும் அப்பாவை அப்படிப் பார்த்ததே என்னை நடுங்க வைத்தது.

"அப்பா. உடம்பு எதுவும் சரியில்லையா?" அவரது நெற்றியைத் தொட்டுப் பார்த்தபடி கேட்டேன். அவருக்குக் காய்ச்சல் இருந்திருக்கவில்லை. அவர் அமைதியாக அமர்ந்து, மெதுவாகப் பேசத் தொடங்கினார், "எனக்கு ஒன்னுமில்ல."

"அம்மா எப்படியிருக்காங்க?" நான் சற்று பதட்டமடைந்தேன். அப்பா அமைதியாகத்தான் இருந்தார். அப்பொழுதுதான் சட்டென அன்றைய தேதி எனக்கு நினைவுக்கு வந்தது. அந்த மாதத்தின் பதினைந்தாம் தேதி அது. பத்தாம் தேதியே நான் கொடுத்திருக்க வேண்டிய அந்த மாதத்திற்கான தொகையை நான் அவர்களுக்குக் கொடுத்திருக்கவில்லை. எனக்குள்ளேயே கண்ணீர் வடித்துக் கொண்டேன். அப்பா ஒரு வார்த்தை கூடப் பேசவில்லை என்றாலும், அவர் பேச நினைத்தார் என்பதையும், எப்படி இதைப் பற்றி பேசுவது என்று தெரியாமல் அமைதியாக அமர்ந்திருந்தார் என்பதையும் நான் உணர்ந்து கொண்டேன். ஒரு மகனைப் பற்றி இன்னொரு மகனின் முன்னால் அவர் ஒருபோதும் பேசியது கிடையாது. இதைப் புரிந்து கொண்ட நான், என் வேலைகளை மூடி வைத்துவிட்டு அப்பாவை என் ஸ்கூட்டரில் அழைத்துக்கொண்டு ஷாப்பிங் சென்றேன். அவருக்கு மூன்று ஜோடி வேஷ்டி சட்டையும், உள்ளாடைகளும் வாங்கிக் கொடுத்தேன். அவர் அதைப் பெற்றுக் கொள்ளத் தயங்கியதைப் புரிந்துகொண்டு, நாளை அவர்களைப் பார்க்க வரும்போது அதைக் கொண்டு வருவதாகக் கூறினேன்.

~

எங்கள் அனைவரிலும் பால்ராஜின் குடும்பமே பெரியது. அவனுக்கு நான்கு மகன்களும், மூன்று மகள்களும் இருந்தனர். அவனுடைய பிள்ளைகள் மட்டுமே ரயில்வே பள்ளியில் பயின்றவர்கள். எங்கள் கூட்டுக் குடும்பம் உடைந்த பிறகு அவன் பல சிக்கல்களைச் சந்திக்க வேண்டியிருந்தது. என் குடும்பமும், அவன் குடும்பமும் சேர்ந்து வாழ்ந்து கொண்டிருந்த போதே அவனது மூத்த மகளுக்குத் திருமணம் முடிந்திருந்தது. என் மகள் மாதவி பிறந்தபோது அவன் நாங்கள் சேர்ந்து வாழ்ந்த வீட்டிலிருந்து வெளியேறி தன் ரயில்வே குவார்ட்டர்ஸுக்குக் குடிபெயர்ந்தான். மற்ற சகோதரர்கள் அனைவரும் கூட்டுக்

குடும்பத்திலிருந்து ஏதோ ஒரு பிரச்சனையில், வாக்குவாதத்தில் தான் வெளியேறினார்கள், பால்ராஜைத் தவிர. பால்ராஜ், தனக்கென ஏற்கனவே ஒரு வீடு இருக்கும்போது எனக்குச் சுமையாக இருக்கக் கூடாது என்று தானாகவே கூட்டுக் குடும்பத்திலிருந்து வெளியேறினான். எங்களுக்குள் கருத்து வேறுபாடு என்று எதுவும் இருந்திருக்கவில்லை. ஒவ்வொரு முறை அவன் வீட்டிற்குச் செல்லும்போதும் என் குழந்தைப் பருவமும், பள்ளிப் பருவமும் நினைவுக்கு வரும். அந்த வீட்டின் ஒவ்வொரு மூலையும் கடந்த கால நினைவுகளையும், எங்கள் குடும்பத்தினுள் இருந்த நெருக்கத்தையும் நினைவூட்டுவதாக இருக்கும். எங்கள் ஒவ்வொருவரின் எதிர்காலத்தையும் கட்டமைத்ததில் அந்த வீட்டிற்குப் பெரும்பங்கிருந்திருக்கிறது. மின்சாரம் இல்லாத காலத்தில் இந்த வீட்டில் அமர்ந்து தான் மண்ணெண்ணெய் விளக்கின் வெளிச்சத்தில் நாங்கள் படித்தோம். பால்ராஜ் இன்னும் என்னை அதே பாசத்துடன் தான் நடத்தினான். அண்ணியும் நான் வீட்டிற்கு வந்து சாப்பிடாமல் கிளம்ப அனுமதித்தது கிடையாது. அவனுடைய குழந்தைகளும் எனக்கு நெருக்கமானவர்களாக இருந்தார்கள்.

கூட்டுக் குடும்பம் உடைந்தபோது, இருபது ஆண்டுகளுக்குப் பிறகு அந்த வீட்டிற்கு மீண்டும் குடிபுகுந்தான் பால்ராஜ். நாங்கள் படித்து முடித்து, பணியில் அமர்ந்து, திருமணம் முடிக்கும்வரை எங்களுடன் இருந்தான். நல்ல கல்வி பெற்று நல்ல வேலையில் அமர்ந்து, சிறப்பான வாழ்க்கைத் தரம் பெறும் வரையான நீண்ட காலத்தைத் தன் தம்பிகளுடன் செலவிட்டு அதன் பின்னர் தன் பழைய வீட்டிற்கே வந்துவிட்டிருந்தான். தன் ஏழு குழந்தைகளுடன் வீட்டைப் பராமரிப்பது அவனுக்குச் சிரமமானதாகத்தான் இருந்தது. அப்படியிருந்தும், தனது இரண்டு மகன்களையும் பொறியாளர்களாகவும் மகளை விரிவுரையாளராகவும் ஆக்கியிருந்தான். நாங்கள் தனித்தனியே வாழத் தொடங்கியதன் பிறகும் அவன் எடுக்கும் ஒவ்வொரு முடிவிலும் என்னை ஆலோசிக்கவே செய்தான்.

நாங்கள் கூட்டுக் குடும்பமாக இருந்தபோது பின்பற்றிய சில வழக்கங்களைப் பால்ராஜ் இன்றும் பின்பற்றி வந்தான். வருடம் ஒரு முறை தசராவின்போது எங்கள் அனைவரையும் தன் வீட்டிற்கு அழைத்தான். துர்க்கம்மா பூஜை முடிந்ததும் நாங்கள் அனைவரும் ஒன்றாக அமர்ந்து உணவு உண்ணும் வழக்கத்தைத் தவறாமல் கடைபிடித்தான். வருடத்தில் அந்த ஒரு முறை தான் பாலய்யாவின் குழந்தைகளும், பேரக் குழந்தைகளும் ஒரே இடத்தில் கூடினோம் என்பதால் அனைவரும்

என் தந்தை பாலய்யா

ஆவலுடன் எதிர்பார்த்திருந்த நாளாக அது அமைந்து போனது. குழந்தைகளுக்கும் அது மிகவும் பிடித்த நாளாக இருந்தது. தன் 25 பேரக் குழந்தைகளையும் ஒரு சேரப் பார்க்கும் அம்மா, சந்தோஷமாக இருப்பார். அதில் சிலரை வருடத்திற்கு ஒரு முறை தான் பார்க்கிறார் என்பதால் அவர்களின் பெயரை நினைவுபடுத்திக் கொள்ள அம்மா சிரமப்படுவதையும் பார்க்க முடியும். மற்ற குழந்தைகளைப் போல் இல்லாமல், என் மகள் மாதவி மட்டும் தன் தாத்தாவின் மடியில் அமர்ந்துகொண்டிருப்பதையும், அவர்கள் இருவரும் ஏதோ ஆழ்ந்த விவாதத்தில் இருப்பதையும் பார்க்க முடியும். அவள் அப்பாவோடு மிக நெருக்கமாக இருந்ததால் அவர் எங்களுடனேயே வந்து தங்கிவிட வேண்டும் என்று கட்டாயப்படுத்துவாள். அவள் ஆங்கிலத்தில் பேசும்போது அப்பா அத்தனை மகிழ்ச்சியடைவார். மாலை வெகுநேரம்வரை அமர்ந்து அப்பாவும், அண்ணன்களும் குடித்துக்கொண்டிருக்க அவர்களுடன் அமர்ந்து கதை பேசிக் கொண்டிருக்கும் வாய்ப்பாகவும் அன்றைய நாள் அமைந்து போகும். குடித்துக் கொண்டிருக்கும்போதே மூத்த அண்ணன்களுக்கிடையிலோ, இல்லை மூத்த மச்சானுடனோ வாக்குவாதம் வந்துவிடும். அவர்களில் யாராவது ஒருவர், கூட்டுக் குடும்பத்தை வழிநடத்தியதற்கான பெருமையைத் தேடிக் கொள்ள முயற்சி செய்வார்கள். அப்பா தான் தலையிட்டு அந்தப் பிரச்சனையைத் தீர்த்து வைப்பார்.

~

பல்கலைக்கழக ரீடர் ஆன பிறகு அப்பசாயுலுவுக்குப் பண நெருக்கடி எதுவும் இருந்திருக்கவில்லை. சீதாபல்மண்டிப் பகுதியில் இருந்த மேட்டுகிணறு என்ற இடத்தில் சொந்த வீடொன்றை வாங்கினான். அப்பசாயுலுவின் மூத்த மகள் தாரா பார்ப்பதற்கு அழகாக இருப்பாள். சில சமயம் விசித்திரமாக நடந்துகொள்ளும் அவளை, அந்தச் சந்தர்ப்பங்களில் மனநல மருத்துவரிடம் அழைத்துச் செல்ல நேரிடும். பத்தாம் வகுப்பு வரைதான் படித்திருந்த அவளை, வங்கியில் பணிபுரிந்த ஒருவருக்கு மணமுடித்து வைத்திருந்தார்கள். ஒருநாள், அவள் கிணற்றில் விழுந்து தற்கொலை செய்துகொண்டதாக அறிந்த நாங்கள் அதிர்ச்சியடைந்தோம். அப்பசாயுலு அழுவதற்குக்கூடக் கண்ணீர் அற்றவன்போல கல்லாக அமர்ந்திருந்தான். ஆனால் அவளது உடலைக் கிணற்றிலிருந்து வெளியே எடுத்தபோது என் மீது விழுந்து அடக்க முடியாமல் அழுதான். நானும் உடைந்தழுதேன். ஒவ்வொரு முறை தன் மகளின் இறந்த உடலைப்

பார்த்தபோதும் அண்ணி மயங்கி விழுந்தார். தாராவின் முகம் தூங்குபவளைப் போல எந்த சலனமுமற்று இருந்தது. எங்கள் குடும்பத்திலேயே அழகான பெண்ணான அவள் தன் பத்து மாதக் குழந்தையை விட்டுவிட்டு இறந்து போனாள்.

அதன்பிறகு அப்பசாயுலுவையும், அண்ணியையும் சென்று பார்ப்பதை வழக்கமாகக் கொண்டேன். அண்ணன், தாராவின் குழந்தையைத் தன்னுடன் வைத்துக்கொள்ள வேண்டாம் என்று முடிவு செய்திருந்தான். குழந்தை தன் அப்பாவுடனேயே வளரட்டும் என்று அவன் எடுத்த முடிவை நானும் ஆதரித்தேன். அண்ணிக்குத் தான் அதில் உடன்பாடில்லை.

~

தாராவின் இறப்பு அப்பாவுக்குப் பேரிடியாய் இருந்தது என்பதை அவரது உடல்நிலை பிரதிபலிக்க ஆரம்பித்திருந்தது. அம்மாவைப் போல அல்லாமல், அப்பாவிற்கு மருத்துவரிடம் செல்ல வேண்டிய தேவையே அதுவரை இருந்திருக்கவில்லை. சாவு நிரந்தரம் என்பதால் அதைக் குறித்தும் அவர் வருந்தவில்லை. தனக்குத் தேவையெல்லாம் சரக்கும், சுருட்டும்தான் என்பார். ஆனால் இப்போது முதிர்ச்சி அவரது முகத்தில் தெரிய ஆரம்பித்திருந்தது. திடமான அவரது உடல் இப்போது வலுவிழந்து போயிருந்தது. பற்களும் விழத் தொடங்கியிருந்தன. பெரிய அண்ணனோடு வாழ்ந்து வந்தாலும் அப்பா எங்கள் அனைவரையும் அடிக்கடி பார்த்துச் செல்வார். எங்கு சென்றாலும் நடந்தே செல்பவர் மூட்டு வலி அதிகமானதால் இப்பொழுதெல்லாம் வீட்டிலேயே இருந்தார். அவரது உடல்நிலை திடீரென மோசமானதில் நாங்கள் அனைவருமே வருத்தத்தில் இருந்தோம். சகோதரிகள் இருவரும் பெரும்பாலான நேரம் அம்மாவைக் கவனித்துக் கொண்டனர்.

மூன்று மாதங்களுக்குப் பிறகு நான் அப்பாவைப் பார்த்த போது அதிர்ச்சியடைந்தேன். குளியலறையில் வழுக்கி விழுந்திருந்ததால் ஊன்றுகோலின் உதவியுடன்தான் நடந்து கொண்டிருந்தார். யாராவது ஒருவரின் உதவி அவருக்குத் தேவைப்பட்டது. படுத்த படுக்கையாகக் கிடந்தவர் கழிவறையைப் பயன்படுத்தக்கூட யாரேனும் உதவ வேண்டியிருந்தது. என்னால் அழுகையை அடக்க முடியவில்லை. என்னை அறையிலிருந்து வெளியே கூட்டிச் சென்ற அம்மா, "கவலைபடாத பா! அப்பா நல்லாத்தான் இருக்காரு" என்று சொன்னாலும் அவரும் தன் கண்ணீரைத் துடைத்துக் கொண்டார்.

என் தந்தை பாலய்யா

"அம்மா, நீங்க ஏன் என் வீட்டுக்கு வந்திரக் கூடாது?"

"வேணாம் பா. அண்ணன் மனசு கஷ்டப்படும். நாங்க இங்க நல்லாத்தான் இருக்கோம்." அம்மாவுக்கு ஒவ்வொரு மகனும் முக்கியம்.

"பா, எனக்கு இந்த மாதிரி வாழவே பிடிக்கலை. எந்திரிக்கக் கூட யாரு உதவியாவது தேவைப்படுது," அப்பாவை நாற்காலியில் உட்கார வைக்க நான் உதவியபோது அவர் இப்படிச் சொன்னார். அவர் கண்கள் பனித்திருந்தன. சவரம் செய்யப்படாதிருந்த அவரது முகத்தில் கண்கள் இரண்டு குழிகளாகத் தெரிந்தன. கண் பார்வை மங்கிப் போயிருந்தது. பற்களை இழந்திருந்தார்.

"கவலைப்படாதீங்க அப்பா, எல்லாம் சரியாப் போயிரும்." ஊன்றுகோலை அவரது நாற்காலியின் அருகில் வைத்தபடி சொன்னேன்.

தன் இள வயதில் வலிமையான உடலைக் கொண்டிருந்த அப்பா இப்போது அப்படி இல்லை. அவரது உடல் காலத்துக்கும், சூழலுக்கும் அடங்கிப் போயிருந்தது. ஒரு காலத்தில் ஒரு குவிண்டால் கனம் கொண்ட பைகளைச் சர்வ சாதாரணமாகத் தூக்கக்கூடிய பலம் மிகுந்தவராக இருந்த அவரது வலிமையைக் கண்டு மல்யுத்த வீரர்கள்கூட வியந்து போயிருக்கின்றனர். இன்று, வலுவிழந்து, அடுத்தவரின் உதவி தேவைப்படுபவராகத் தன் ஊன்றுகோலுடன் நாற்காலியில் அமர்ந்திருந்தார் அப்பா. தன் வாழ்நாள் முழுவதும் துன்பத்தையே சந்தித்து வந்த ஒருவர் நகர முடியாமல் அமர்ந்திருக்க அவரது பிள்ளைகள் அனைவரும் தத்தம் வாழ்க்கையை நடத்துவதில் மும்முரமாக இருந்தனர். அடுத்தவர்களைச் சார்ந்து வாழ வேண்டிய நிலைக்குத் தன்னைத் தள்ளிய முதுமையை அவர் சபித்தார். எனக்கோ, அவரைக் கவனித்துக் கொள்ளத் தெம்பின்றி அனைவரும் சோர்ந்து விட்டதாகத் தோன்றியது.

~

கல்லூரியை நிர்வகிக்கும் வேலை அதிகமாக இருந்தபோதும் நான் என்னுடைய முனைவர் பட்ட ஆய்வை மேற்கொண்டிருந்தேன். நான் மேற்கொள்ள வேண்டிய ஆய்வுகளுக்கெனச் சிறப்பான தேவைகள் இருந்ததால் அதை முன்னகர்த்த முடியாமல் தவித்துக் கொண்டிருந்தேன். ஆய்வை நல்ல முறையில் முடிக்க முடியுமா என்ற சந்தேகம் எழ, முதுநிலைப் படிப்பின்போது எனது நண்பராக இருந்த திரு. சந்திரபாலின் வழிகாட்டுதலுக்காகக் காத்துக் கொண்டிருந்தேன். அப்போது உஸ்மானியா பல்கலைக்கழக

வேதியியல் துறையில் பணியாற்றி வந்த அவர் என் முனைவர் பட்ட ஆய்வு நெறியாளராகவும் இருந்தார்.

“சார், எக்ஸ்பெரிமண்ட்ஸ் பெரும்பாலும் முடிச்சுட்டேன். இன்னும் கொஞ்சம் தான் மீதி இருக்கு.”

“தெரியும் சத்தியநாராயணா. தேவி பிரசாத்தை உங்களுக்கு உதவி செய்யச் சொல்றேன். ஆனா, ஆய்வுகளப் பண்ண நீங்க நிஜாம் காலேஜுக்குப் போகனும்...” என்றார்.

நிஜாம் கல்லூரியில் இருந்த ஆய்வுக் கூடத்தில் என் ஆய்வுக்குத் தேவையான வசதிகள் இருந்தன.

“எனக்குப் பிரச்சனை இல்லை சார். நான் மீதி ஆய்வுகள நிஜாம் காலேஜுல செய்யுறேன்.”

என்னுடைய ஆய்வு வேலைகள் நிறைவுக்கு வருவது குறித்து என் நண்பருக்கு மகிழ்ச்சிதான் என்றபோதும், அவருக்கிருந்த நிர்வாக வேலைகளினால் என்னுடன் நேரம் செலவழிக்க முடியாமல் சிரமப்பட்டார்.

வயதில் இளையவரான தேவி பிரசாத் என் மீது மரியாதை கொண்டிருந்தார். என் வேலை விரைவில் முடிந்து விடும் என்று உறுதியளித்தார். நானும் மகிழ்ச்சியடைந்தேன். ஒவ்வொரு அதிகாலையும், ஐந்து மணிக்கெல்லாம் கிளம்பி நிஜாம் கல்லூரி ஆய்வுக் கூடத்திற்குச் சென்று ஆய்வுகள் செய்து என் வேலையை ஏறக்குறைய முடித்தும் விட்டேன். என் ஆய்வின் முதல் அத்தியாயத்தை எழுதிய பிறகு தேவி பிரசாதின் நடவடிக்கைகளில் சில மாற்றங்கள் ஏற்படத் தொடங்கின. அவரைச் சந்தித்து என் எழுத்துப் பிரதிகளைக் காண்பிக்கச் சென்றபோது என்னைச் சந்திப்பதையே தவிர்த்தார். அவரும் தலித் சமூகத்தைச் சேர்ந்தவர் தான். சில நேரங்களில் அவரது அறையின் வாசலில் அரை மணிநேரம் காத்திருந்த பின்னர் தான் அவர் என்னைச் சந்திக்கவே வந்தார். நான் சற்றுத் தாமதமாகச் சென்றாலும், காத்திருக்காமல் கிளம்பி விடுவார். எனக்கு இது அவமானமாக இருந்தது. நான் உயர் பதவிக்கு வந்து விடக் கூடாது என்பதில் அவர் கவனமாக இருப்பதாக எனக்குத் தோன்றியது. இப்படியே பத்து மாதங்கள் சென்ற பிறகு, அவரால் இனி என்னுடன் நேரம் செலவழிக்க முடியாது என்று செய்தி அனுப்பினார். மனம் நொந்து போன நான் என் முனைவர் பட்ட ஆய்வைக் கைவிடுவது என்று முடிவு செய்தேன்.

ஒருநாள் மாலை என் நண்பர் முனைவர் ராமா ராவுடன் அமர்ந்து காப்பி குடித்தபடி பேசிக்கொண்டிருந்தபோது,“உங்க முனைவர் பட்ட ஆய்வு என்ன ஆச்சு?” என்று கேட்டார்.

“பண்ணாம விட்ராலாமுன்னு முடிவு பண்ணியிருக்கேன்,” என்று தாழ்ந்த குரலில் சொன்னேன்.

“பைத்தியமா உங்களுக்கு? பாதியிலேயே விடுறேன்னு சொல்றீங்க?”

“என்ன பண்றது? அந்த ஆளு வித்தியாசமா நடந்துக்குறான். இனிமேல் உங்களுக்கு உதவ எனக்கு நேரம் இல்லன்னு அன்னைக்குச் சொல்லி அனுபிச்சான்.”

என் நண்பர் மிகவும் வருத்தப்பட்டார். என் ஆய்வை நான் எப்படியேனும் முடித்து விட வேண்டும் என்று அவர் எண்ணினார். அவர் தனது ஆய்வை எப்பொழுதோ முடித்துவிட்டிருந்தார், அப்போதிலிருந்து நானும் என் ஆய்வை முடிக்க வேண்டும் என்று சொல்லியபடியே இருந்தார். நான் முனைவர் பட்ட ஆய்வை மேற்கொள்வது போல் பாசாங்கு செய்துகொண்டிருப்பதாக சிலர் சொல்லிக் கேள்விப்பட்டிருந்திருக்கிறார். அதனால் அவருக்குக் கடும் கோபம் ஏற்பட்டிருந்தது.

“அவனும் ஒரு தலித் தான? ஏன் உங்களுக்கு உதவி செய்ய மாட்டேன்றான்?” என்று கோபமாகக் கேட்டார்.

“நான் என் ஆய்வ முடிச்ச, அவனுக்குப் போட்டியா வந்திருவேன்ல.”

“விடுங்க. அவன் எக்கேடும் கெட்டு ஒழியட்டும். நீங்க உங்க நண்பர் முனைவர் சந்திரபால போய்ப் பாருங்க. என்ன பண்றதுன்னு அவர் முடிவு பண்ணட்டும். ஆனா, இப்போ வந்து நீங்க வேலையப் பாதில நிறுத்துறேன்னு சொல்லக் கூடாது. எல்லாரும் உங்களக் கேவலமா பேசுவாங்க, நம்மளக் கேவலமாப் பேசுவாங்க. இப்பவே நிறையப் பேரு நீங்க வேலையச் செஞ்சு முடிக்க மாட்டீங்கன்னு பேசிக்கிறாங்க” என்றார்.

“ம்ம்ம்... சரி ராமு. நான் போய் சந்திரபால சந்திக்குறேன்.”

“ஆமா, நாளைக்குப் போய்ப் பாருங்க, இதுக்கு மேலயும் நேரத்த வீணாக்காதீங்க.”

இன்னும் கொஞ்ச நேரம் அங்கு அமர்ந்து இதைப் பற்றி விவாதித்த பிறகு கிளம்பினோம்.

அடுத்த நாள் அதிகாலை நான் சந்திரபாலின் வீட்டிற்குச் சென்று அவரைச் சந்தித்தேன். நடந்தது அனைத்தையும் அறிந்திருந்த அவரும், வருத்தத்துடன்தான் இருந்தார். “நண்பா,

நடந்ததுக்கு நான் மன்னிப்புக் கேட்டுக்குறேன். தேவி பிரசாத் இப்படிச் செய்வான்னு நான் நினைக்கலை. அவனை விட்டுருங்க. நம்ம உங்க வேலையக் கண்டிப்பாச் சீக்கிரம் செஞ்சு முடிச்சிரலாம்."

"ரொம்ப நன்றி. பேசாம இந்த முயற்சியவே விட்டுடலாமான்னு நினைச்சேன்" என்றேன் நான்.

"இல்ல. இல்ல. அது எப்படி முடியும். நீங்க ஏறக்குறைய வேலைய முடிச்சிட்டீங்க. இதுக்கு மேல நேரத்தை வீணாக்காம உங்க வேலைய முடிக்கலாம்." நடந்ததை எண்ணி அவர் மிகவும் வருந்தினார். மனம் தளர்ந்துவிட வேண்டாம் எனவும், நான் வேலை செய்யும் வேகத்தைக் குறைத்துக்கொள்ள வேண்டாம் எனவும் அறிவுறுத்தினார். நாங்கள் இருவரும் சேர்ந்து தேவையான வேலைகளைச் செய்து ஆறே மாதத்தில் எனக்கு முனைவர் பட்டம் கிடைக்க ஏற்பாடுகள் செய்யலாம் என்றும் கூறினார்.

~

அப்பா உயிருடன் இருக்கும்போதே நான் முனைவர் பட்டம் பெற்று விட வேண்டும் என்று எண்ணினேன். ஆனால் அது நிறைவேறாமல் போனது.

13 ஜூலை 1983ஆம் ஆண்டு, எலுகடி பாலய்யா என்று அனைவராலும் அறியப்பட்ட, எலுகடி ராமசாமியின் உயிர் பிரிந்தது. தன் மகன்களுக்கு ஒழுங்கைக் கற்றுக் கொடுத்து, அடிபணிந்து போகாத உறுதியான மனிதர்களாக அவர்களை வளர்த்து, கல்வியில் எட்டக் கூடிய உயரத்தை எட்ட அவர்களுக்கு உதவி செய்து, சமூகத்தில் அவர்களுக்கு மரியாதையைப் பெற்றுத் தந்த அந்த மனிதரின் கடைசி மூச்சு நின்றது. நிறைய தலித் குடும்பங்களுக்கு முன்னோடியாக இருந்த அவர், தலித் ரயில்வே தொழிலாளர்களுக்கு மட்டுமின்றி செகந்திராபாத்திலிருந்து காசிபெட் வரை இருந்த அனைத்து ரயில்வே தொழிலாளர்களுக்கும் ஒரு முன்னுதாரணமாக இருந்தார். அவர் சமூக சீர்திருத்தவாதி அல்ல. அவர் அம்பேத்கரைப் படித்திருக்கவில்லை. ஆனால் தன்னளவில் எந்தச் சமரசமுமின்றி சமூக அவலங்களைத் தட்டிக் கேட்டவர். தன் வாழ்நாள் முழுவதும் யாருக்கும் அடிபணிந்து போகாததாலேயே, உயர் சாதியினரின் மதிப்பைக்கூடப் பெற்றிருந்தவர்.

பெரிய அண்ணனின் வீட்டில் வைக்கப்பட்டிருந்த அப்பாவின் காலடியில் அமர்ந்து அம்மா வாய்விட்டுக் கதறிக்கொண்டிருந்தார். தன் வாழ்நாள் துணையை, 50 ஆண்டுகளுக்கு மேலாகத்

தன்னுடன் இருந்த ஒருவரை அவர் இழந்திருந்தார். பிள்ளைகளை வளர்த்து ஆளாக்கும் பெரிய பயணத்தில், குடும்பச் சுமைகளைப் பகிர்ந்துகொண்டு வாழ்ந்து வந்த தன்னைத் தனியே விட்டு விட்டுச் சென்றதற்காக அப்பாவைச் சபித்துக்கொண்டிருந்தார். தன் பிள்ளைகளை வளர்த்து ஆளாக்கி, பேரப் பிள்ளைகளைப் பார்த்து அவர்களுடன் நேரம் செலவிட்டு, இனி முடிக்க வேண்டிய வேலை எதுவும் இல்லையென்று அம்மாவின் மடியில் கடைசி மூச்சை விட்டிருந்தார் அப்பா. நாங்கள் அனைவரும் அழுதுகொண்டிருந்தோம். எங்களைத் தேற்றக்கூட யாரும் இருந்திருக்கவில்லை. அம்மா, தன் பிள்ளைகளில் ஒருவரைப் பார்த்தபோதெல்லாம் உடைந்து அழுதுகொண்டிருந்தார். என் மகள் மாதவி அப்பாவின் தலைமாட்டில் அமர்ந்து அழுது கொண்டிருந்தாள். மற்ற குழந்தைகளும் அழுதபடியே அமர்ந்திருந்தனர்.

இறுதிச் சடங்குகளைப் பற்றி நானும், மற்ற சகோதரர்களும் பேசிக்கொண்டிருந்தோம். "இருங்க உங்க அக்கா வந்திரட்டும். நல்கொண்டாவுக்கு செய்தி அனுப்பியிருக்கேன்," என்று கண்ணீரைத் துடைத்தபடி பால்ராஜ் கூறினான்.

"டிரெயின் நாலு மணிக்குத் தான் வரும். அதுக்கு முன்னாடி மத்த காரியங்கள முடிச்சிரலாம்" என்று அப்பசாயுலு சொன்னான்.

காசிபெட்டிலிருந்து செகந்திராபாத் வரை இருந்த ரயில்வே காலனிகளிலிருந்து மக்கள் வந்து குவிந்துகொண்டிருந்தனர். அப்பாவின் இறப்பில் கலந்துகொள்ள ஒரு பெருங்கூட்டமே கூடியிருந்தது. சாதாரணத் தொழிலாளர்களுக்குக் கிடைக்காத மரியாதையாக, அப்பாவின் உடலுக்கு ரயில்வே அதிகாரிகள் வந்து மலர் வளையம் வைத்துச் சென்றனர். அந்த ரயில்வே காலனியே சோகத்தில் ஆழ்ந்திருந்தது. அங்கிருந்த ஒவ்வொருவரும் வந்து பால்ராஜைச் சந்தித்து ஆறுதல் கூறிச் சென்றனர்.

சம்பிரதாயப்படி, பாடை கட்டுவதற்கான பொருட்களை வாங்க, நெருங்கிய சொந்தக்காரர்களில் மூத்தவர்கள் ஐவர் செல்வர். அதற்கு முன்னால் அவர்கள் சாராயம் குடிப்பார்கள். இறந்தவரின் உடல் இருக்கும் வீட்டின் முன் சிறிய நெருப்பு மூட்டப்படும். அந்த நெருப்பில் கொஞ்சம் சோறு பொங்கப்படும். இறந்தவரின் உடலைக் குளிப்பாட்டத் தேவையான நீர் அந்த நெருப்பில் காய்ச்சப்படும். நான்கு பேர் இறந்த உடலிருக்கும் பாடையை இறுதி ஊர்வலத்தில் தூக்கிச் செல்வார்கள். ஊர்வலத்தில் அடிக்கப்படும் பறை இசைக்குச் சிலர் ஆடுவார்கள். இறந்தவரின் மூத்த மகன் தன் கையில் ஒரு மண் பானையை ஏந்தியபடி ஊர்வலத்தின்

முன்னால் நடந்து செல்வான். தலித் குடும்பங்களிலும், சூத்திர சாதியினர்களின் குடும்பங்களிலும் பெண்களும் ஆண்களுடன் இறுதி ஊர்வலத்தில் பங்கெடுப்பார்கள். தொடக்க காலத்தில், தீண்டத்தகாதவர்கள் இறந்த தங்களது உறவினர்களின் உடலைப் புதைக்கும் வழக்கத்தைக் கொண்டிருந்தனர். ஆனால் இன்று அவர்களும் இறந்தவர்களை எரிக்கும் பழக்கத்தைப் பின்பற்றத் தொடங்கியுள்ளார்கள்.

மாலை ஆறு மணி வாக்கில் இறுதி ஊர்வலம் பால்ராஜின் வீட்டிலிருந்து கிளம்பியது. அப்பாவின் கடைசிப் பயணம் அது தான். நிறையப் பேர் அதில் பங்கெடுத்தனர். சகோதரர்கள் அனைவரும் மாறி மாறி அப்பாவின் பாடையைச் சுமக்க ஊர்வலம் மெதுவாக நகர்ந்து கொண்டிருந்தது. 12 மாதிகக்கள் மேளம் அடிக்க, சிலர் ஆடியபடி வர, ஊர்வலம் அங்கங்கு நின்று நின்று சென்றது. மெட்டுகுடாவில் இருந்த மயானத்தை அடைய இரண்டு மணி நேரம் பிடித்தது. மாதிக சாதியின் கீழ் வரும் சாதியைச் சேர்ந்த ஜங்கம் இறுதிச் சடங்குகளைச் செய்தார்.

என்னளவில் மிகச் சிறந்த மனிதராகவே நான் என் அப்பாவை அறிந்திருக்கிறேன். அவரது நினைவாகவே இந்தப் புத்தகத்தை எழுதியிருக்கிறேன். இது அவருக்கு நான் செலுத்தும் அஞ்சலி.

நன்றி

என் குடும்பத்தைப் பற்றிய இந்த வரலாற்றை எழுத உதவிய அனைவருக்கும் நன்றி சொல்ல விரும்புகிறேன். தங்களுடைய பகிர்தல்கள் மூலம் இந்தப் புத்தகத்தைச் சாத்தியமாக்கிய என் தாத்தா நரசய்யாவிற்கும், தந்தை பாலய்யாவிற்கும், அம்மா நரசம்மாவிற்கும் நான் கடமைப்பட்டிருக்கிறேன். என் நண்பரும், மூத்த பத்திரிகையாளருமான மல்லெபெல்லி லக்ஷ்மய்யாவின் தொடர்ந்த நினைவுறுத்தல்களாலும், கனிவான கட்டாயப்படுத்தலாலும் தான் இந்தப் புத்தகத்தை எழுதி முடித்தேன். அவருக்கு என் நன்றிகள். இப்புத்தகத்தின் கையெழுத்துப்படியைப் படித்து, குறைந்த கால அளவில் அதன் மீதான தன் கருத்துக்களை முன்வைத்த கீதா ராமசாமி அவர்களுக்கு நான் கடமைப்பட்டிருக்கிறேன். அவர் தந்த ஊக்கம் எனக்குப் பெரும் நம்பிக்கையளித்தது. அவரது உதவியின்றி இந்தப் புத்தகம் பதிப்பாளர்களைச் சென்றடைந்திருக்காது. கையெழுத்துப்படியைச் சரிபார்த்துத் தொகுத்ததற்காகவும், என் எழுத்தைக் கூர்ந்து பரிசீலித்ததற்காகவும், சின்ன விஷயங்களைக் கூடச் சிரத்தையெடுத்துக் கவனித்ததற்காகவும் ஷீல் பரேக் அவர்களுக்கு நன்றிகளைத் தெரிவித்துக்கொள்கிறேன். இந்தப் புத்தகத்திற்கான முன்னுரையை எழுதிய ஓய்வுபெற்ற ஐ.ஏ.எஸ் அதிகாரி எஸ்.ஆர். சங்கரன் அவர்களுக்கு என் மரியாதை கலந்த வணக்கங்களைத் தெரிவித்துக்கொள்கிறேன். இறுதியாக, என் மனைவி காயத்ரிக்கும், என் குழந்தைகள் மற்றும் பேரக் குழந்தைகளுக்கும் என் நன்றியைத் தெரிவித்துக்கொள்கிறேன். அவர்களுடைய உதவியும், ஊக்கமுமின்றி நான் இந்தப் புத்தகத்தை எழுதியிருக்க முடியாது.